திருத்தப்பட்ட பதிப்பு

மௌன வதம்

அர்தூரோ வன் பகானோ

மௌன வதம்

தமிழில்:
சீனிவாச ராமாநுஜம்

எதிர் வெளியீடு

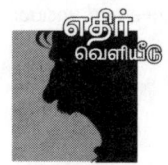

மௌன வதம்
அர்தூரோ வன் பகானோ
ஆங்கிலத்திலிருந்து தமிழில்: சீனிவாச ராமாநுஜம்

திருத்தப்பட்ட முதல் பதிப்பு: ஜனவரி 2025 (எதிர்)
முதல் பதிப்பு: டிசம்பர் 2012 (கருப்புப் பிரதிகள்)

எதிர் வெளியீடு,
96, நியூ ஸ்கீம் ரோடு, பொள்ளாச்சி – 642002.
தொலைபேசி: 04259 – 226012, 99425 11302.

வடிவமைப்பு: பா. ஜீவமணி

விலை: ரூ. 450

Mauṉa vatam
Arturo von Vacano

Published in English – Bitting Silence (1987, 2008)
Translated from English by Srinivasa Ramanujam

First revised edition: January 2025 (Ethir)
First Edition: December 2012 (Karuppu Pradhigal)

Published by
Ethir Veliyeedu, 96, New Scheme Road. Pollachi – 2.
email: ethirveliyedu@gmail.com
www.ethirveliyeedu.com

Layout: B. Jeevamani

Price: ₹ 450
ISBN: 978-93-48598-86-8

Printed by: Jothy Enterprises, Chennai.

- All rights reserved. No part of this book may be reprinted or reproduced or utilised in any form or by any electronic, mechanical or other means, now known or hereafter invented, including Photocopying and recording, or in any information storage or retrieval system, without permission in writing from the Publisher.

அர்தூரோ வன் பகானோ (Arturo von Vacano)

பொலிவியாவிலுள்ள லா பாஸில் 1938 இல் பிறந்தார். 1957 இல் கல்லூரிப் படிப்பை முடித்த பிறகு, 1961 முதல் 1965 வரை செய்தி ஊடகங்களில் பணியாற்றினார். 1963 முதல் 1965 வரையிலான காலகட்டத்தில், பிரிட்டிஷ் தூதரகத்தில் தலைமைச் செய்தியாளராகப் பொறுப்புவகித்தார். 1966 இல் World Press Society of St. Paul, Minnesota ஊக்கத்தொகை பெற்று, பதினான்கு மாதங்களுக்கு வட அமெரிக்கச் சுற்றுப்பயணம் மேற்கொண்டார். ஜனாதிபதிகள் லிண்டன் ஜான்சன் (Lyndon B. Johnson), ஜான் கென்னடி (John F. Kennedy), ரிச்சர்ட் நிக்ஸன் (Richard Nixon) ஆகியோரையும், தோர்ரஸ் (Juan José Torres), விக்டர் பாஸ் (Victor Paz Estenssoro), எடுவர்டோ ஃப்ரெய் (Eduardo Frei), பெலாவூந்தே (Fernando Belaúnde), ஹயா டெ ல டோர்ரே (Víctor Raúl Haya de la Torre), ஹொஸே ஃபிகாராஸ் (José Figueres) ஆகிய தென் அமெரிக்க அரசியல் ஆளுமைகளையும் பேட்டி எடுத்திருக்கிறார். 1968 இல் பொலிவியா திரும்பிய பிறகு, பென்ஸெர் (Benzer) என்ற சர்வாதிகாரி ஆட்சியில் ஒரு வாரம் சிறையில் அடைக்கப்பட்டார். இந்த அனுபவங்களே *'மௌன வதம்'* (*Bitting Silence/ Morder el Silencio*, 1980, ஆங்கில மொழியாக்கம்: 1987) நாவலுக்கான அடிப்படை. 1977 இல் வட அமெரிக்கா திரும்பிய பிறகு, ஜனாதிபதி ஜிம்மி கார்டர் (Jimmy Carter), துணை ஜனாதிபதி வால்டர் மாண்டேல் (Walter F. Mondale) இருவரையும் பேட்டி எடுத்திருக்கிறார். 1988 முதல் 1991 வரை *விஸ்டா* (*Vista*) என்ற வாரப் பத்திரிகையை நடத்தினார். 1992 முதல் வட அமெரிக்காவில் வசித்துவந்தார். 2019 இல் காலமானார். பிற படைப்புகள்: *The Labyrinths of Freedom* (1995), *The Revelation of Anton* (1972), *Shadow of Exile* (1970).

நாவல்? நிவோலா? ஸ்டோரி?

சுந்தர் சருக்கை

1

நாவல் என்றால் என்ன? ஒருவர் ஏன் எழுதுகிறார்? எதை எழுதுகிறார்? கதைகளா? பத்திரிகைகளுக்கானதா? ஒருவர் எதை எழுத வேண்டும்? அநீதிக்கு எதிராகப் பக்கம் பக்கமாக எழுத வேண்டுமா? சொந்த வாழ்க்கை நினைவுகளை எழுத வேண்டுமா? அல்லது எழுத்தாளர்கள் கதைகட்ட வேண்டுமா?

இந்தப் புத்தகத்தைப் படிப்பதென்பது, குறிப்பாக இன்று, வேறு பல நாவல்களைப் படிப்பது போன்று இல்லை. இது நாவல் இல்லை. அவ்வளவு ஏன், ஆசிரியர் திரும்பத்திரும்பச் சுட்டிக்காட்டுவதைப் போல இது நிவோலாவும் இல்லை. அப்படியென்றால் இது என்ன? இது ஒரு கதை. உண்மையிலேயே இது கதையாகவும் இல்லை. அல்லது நாம் பழக்கப்பட்டிருக்கும் கதைகள்போல் இல்லாத கதையாக இருக்கிறதா?

இது, ஒரு கதையைச் சொல்வதற்கான மொழியின் ஆற்றல் குறித்ததாக இருக்கிறது. ஆனால், இப்படியாகச் சொல்லவும் இல்லை. ஆக, ஆசிரியர் எப்படியாக எழுதுகிறாரோ அதைப் பிரக்ஞைபூர்வமாக அறிந்திருக்கிறாரா என்று என்னால் சொல்ல முடியவில்லை. ஆனாலும், அவர் எப்படியாக எழுதுகிறாரோ அப்படியாக எழுத வேண்டியிருப்பதை அவர் அறிந்திருக்கிறார் என்று என்னால் உறுதியாகச் சொல்ல முடியும்.

நான் இந்தப் புத்தகத்தைப் படித்துக்கொண்டிருந்தபோது, என்ன படித்துக்கொண்டிருக்கிறேன் என்று கேட்டுக்கொள்ளாமல், எப்படிப் படிப்பது என்றே தொடர்ந்து கேட்டுக்கொண்டேன். நான் ஏன் இதைப் படிக்க வேண்டும்? சிறையில் அடைக்கப்பட்டு, மிருகம் என்றழைக்கப்படும் தொன்மரீதியான ஜந்துவால்

துன்புறுத்தப்பட்டு, பெரும் துயரத்தில் இருக்கும் ஒருவரின் கட்டுப்படுத்த முடியாத வெடிப்புதான் இதுவா? ஆனால் இது, எதேச்சாதிகார அரசாங்கம் ஒன்றால் குடிநபர் ஒருவர் சிறையில் அடைக்கப்படும் சாதாரணக் கதையாகவும் இல்லை, உலகம் முழுவதும் சர்வாதிகாரிகளால் துன்புறுத்தப்படும் கம்யூனிஸ்ட்டுகளின் வழமையான கதையாகவும் இல்லை. இப்படியாக இருந்திருக்குமானால், இது நமக்குப் பழக்கப்பட்ட வாசிப்பாக இருந்திருக்கும். ஆனால், இது அதைவிட இன்னும் கூடுதலாகக் கொண்டிருக்கிறது. துன்புறுத்தப்படுவதன், சிறையில் அடைக்கப்படுவதன் கதையை எளிமையாக, நேர்கோட்டு வடிவில் சொல்ல முடியாததைக் குறிப்பதாகவும் இருக்கிறது.

2

ஒரு கதையைச் சொல்வதென்றால் என்ன? நிகழ்வுகள் ஒரு புள்ளியிலிருந்து மற்றொரு புள்ளிக்கு நகரும் குறிப்பிட்ட கதை சொல்லும் முறைக்கு நாம் அவ்வளவு பழக்கப்பட்டிருப்பதால், கதாபாத்திரங்களின் அகவுலகம் குறித்து நாம் சிந்திப்பதில்லை. இந்தக் கதையில் நிகழ்வுகள், கதைகள், உரையாடல்கள், சிந்தனைகள் எதுவும் நேர்கோட்டு வடிவில் பாய்ந்தோடுவதில்லை. பௌதிக உலகின் விஷயங்கள் சில வடிவமைப்புகளுக்கும் ஒழுங்குகளுக்கும் கட்டுப்பட்டு இருப்பதுபோல், பௌதிக உலகின் விதிகளுக்குக் கட்டுப்பட்டதாக இந்தக் கதை இல்லை. இங்கு இது, அரூபமான, புனைவுரீதியான, மருட்சியான, நிலையற்ற பெரும் மனக்குழப்பமாக இருக்கிறது.

சில சமயங்களில், இது கவிதைபோல் ஒலிக்கிறது: முன்பின் தொடர்பில்லாத வாக்கியங்கள், சிந்தனைகள், படிமங்கள். இது, நம்மிடம் சொல்லப்படும் கதைபோல் இல்லாமல், நம்முடன் நடத்தப்படும் உரையாடலாக இருக்கிறது. நீங்களும் நானும் இதைப் படித்துக்கொண்டிருக்கும்போது, ஆசிரியர் நம்முடன் உரையாடல் நடத்துகிறார். இந்த எழுத்தில், வரிகளுக்கு இடையில் நம்முடைய குரல்கள் ஒலிக்கின்றன. இதை வெறுமனே ஆசிரியரின் தன்னுரையாக எடுத்துக்கொண்டு வாசிப்பது சாத்தியமே இல்லை. ஆசிரியர் நம்முடன் பேசுகிறார்; நாமும் அவருடன் திரும்பப் பேசுகிறோம் — நாம் இதை உணராவிட்டாலும்கூட. அவருடைய வார்த்தைகள் இதைத்தான் செய்கின்றன.

3

இது, இருத்தலியலார்ந்த அடிப்படைகளால் நிறைந்திருக்கும் மனப்பதிவுகளாகிறது. இருத்தலியல் மரபின் அடிப்படையில், இது சுயத்தின், 'நான்' என்பதன் பார்வையிலிருந்து முன்வைக்கப்படும் அடர்த்தியான விவரிப்பாக இருக்கிறது.

இது நம்மை அசதிகொள்ளச் செய்கிறது. எந்நேரமும் நம்முடைய அனுபவத்தில் மூழ்கியிருப்பது — மிக அற்பமான விவரங்கள், மிக பலவீனமான ஒலி, மிகக் குழப்பமான சிந்தனைகள் என்று மூழ்கியிருப்பது மிகக் கடினமான பணிதான். இது மகிழ்வளிப்பதில்லை. இருத்தலியல்வாதமும் — குறைந்தபட்சம் பிரெஞ்சு பாணியிலானது, மகிழ்வளிப்பதுடன் தொடர்புடையதல்ல. நம்முடைய அனுபவ ஆழத்தில் நம்மை மூழ்கடித்துக்கொள்ளும்வரை நாம் எல்லோருமே இருத்தலியல்வாதிகள்தான்.

எப்படியிருந்தாலும், இது அசதிகொள்ளச் செய்கிறது; நம்மைப் பிழிந்தெடுக்கிறது; எந்நேரமும் எல்லாவற்றையும் தன்னுடனே இணைத்துப்பார்க்கும் வலைக்குள் சிக்கிக்கொள்ள வைக்கிறது — 'நான்' என்பதிலிருந்து தப்பிக்க வழியேதுமில்லை.

நெடிய 'நான்' என்பதற்குள் மூழ்கிக்கிடப்பது மிகக் கடினம். தன்னிலை சார்ந்த புனைவின், இருத்தலியலார்ந்த இதுபோன்ற ஆக்கத்தின் பிரச்சினையும் இதுதான். இது, மிகப் பெருமளவு 'நான்' என்பதைச் சார்ந்திருக்கிறது; 'நான்' என்ற பெரும் ஆழத்துக்குள் மூழ்கிக்கிடக்கிறது.

இருத்தலியலார்ந்த உலகம் என்பது, தனிநபர் சுயத்துக்குள் சிக்கிக்கொண்ட தனிமையிலான உலகமாக இருக்கிறது. அதற்குள்ளிருந்து வெளியே அடியெடுத்துவைக்க முடியாமல்போகிறது. இப்படியானவர்கள் சிறையில் அடைக்கப்படுவதற்கு முன்னரே, தங்களைத் தாங்களே சிறையில் அடைத்துக்கொண்டவர்களாக இருக்கிறார்கள். இந்த நாவலின் முதன்மைப் பாத்திரம் தான் ஒரு கம்யூனிஸ்ட் இல்லை என்று சொல்கிறான். ஏனெனில், அவன் தனிமையை விரும்புகிறான். இந்தத் தனிமைதான், தனிமையிலான இருப்புதான் அவனது இருத்தலியலார்ந்த சுமையாகிறது.

ஆனால், இது சுத்தமான தனிமையாக மட்டும் இல்லை — குடும்பம் குறித்துக் காதலுடன் தொடர்ந்து சிந்தித்துக்கொண்டிருப்பதற்கு மத்தியில் காணப்படும் தனிமையாகிறது. இந்தத் தனிமையானது அச்சம் என்பதால் சாயம் பூசப்பட்டதாக இருக்கிறது.

இது (எது?) எந்த அளவுக்கு பொலிவியா, சிலி, பெரு குறித்தெல்லாம் இருக்கிறதோ, அமெரிக்காவின் 'நாம்' (*US of A*) என்பதன் நிரந்தர நிழலில் காணாமல்போன மாந்திரீக ராஜ்ஜியங்கள் குறித்ததாக இருக்கிறதோ, அதே அளவுக்கு அமெரிக்கா குறித்ததாகவும் இருக்கிறது.

3a

ஆனால், இந்தக் கதை இன்னும் கூடுதலானதாக இருக்கிறது: இது ஓர் எழுத்தாளனாக, எல்லாவற்றையும்விட ஓர் எழுத்தாளனாக இருப்பது குறித்ததாகவும், சாதாரணமானதைவிட மேலானதை, லௌகீகங்களுக்கு அப்பாலானதை, பிறகு, ஆமாம், குடும்பத்துக்கு அப்பாலானதைக் குறித்ததாகவும் இருக்கிறது. எழுத்தாளனாக இருந்துகொண்டு, எழுதுவது சாத்தியமற்றிருப்பது குறித்ததாகவும் இருக்கிறது. பிறகு, அங்கீகரிக்கப்பட்ட எழுத்தாளனான பிறகு, எழுதுவதற்கான உந்துதலை இழப்பது குறித்ததாகவும் இருக்கிறது. இது, சிறையறைச் சித்திரவதை எந்த அளவுக்கு மெய்யானதாக இருக்கிறதோ அதே அளவுக்கான சித்திரவதையாக இருக்கிறது.

6

எண்களின் கொடுங்கோன்மையை என்னால் ஏற்றுக்கொள்ள முடியவில்லை. 1, 2, 3 … ஏன் 6 ஆக இருக்கக் கூடாது? கதை சொல்லும் வழமையான மொழியை நிராகரிக்கும் ஆசிரியர், ஒன்றன் பின் ஒன்றாக நின்று, ஓர் ஒழுங்குமுறையில் எண்கள் வரிசைகட்டிவரும் கொடுங்கோன்மையிலிருந்து தப்பிக்க முடியாததைப் பார்க்கும்போது எனக்கு ஏமாற்றமாக இருக்கிறது.

6 என்பது என்னைப் பொறுத்தமட்டில் கேள்வியுடன் தொடர்புடையதாக இருக்கிறது. நம் கல்விமுறையில், கேள்விகேட்கும் பழக்கம் இல்லை என்று நம்மிடம் திரும்பத்திரும்பச் சொல்லப்படும் நம் காலத்தில், கேள்விகேட்பது பெரும் சித்திரவதையாக இருக்கிறது. கேள்விகளின் கோரமான

கொடுங்கோன்மை. இந்தக் கேள்விகளையெல்லாம் யார் கேட்கிறார்கள்? ஏன் கேட்கிறார்கள்? மொழியின் ஊழி வெள்ளத்தில் சிக்கியிருக்கும்போது, குற்றமற்ற தன்மை என்பது எத்தகைய அர்த்தத்தையும் கொண்டிருக்க முடியாது. ஒருவர் உண்மையிலேயே குற்றமற்றவர்தான் என்று சொல்வதற்கு ஒரே ஒரு வார்த்தைகூடக் கிடையாது. ஆனாலும், உண்மையிலேயே குற்றமற்றவராக இருப்பது என்பதுபோல் ஏதேனும் ஒன்று இருக்கிறதா? அதாவது, கன்னிகழியாத நிலை என்பதுபோல்?

விசாரணை செய்பவரின் கேள்விகள் என்று மட்டுமல்லாமல், எழுத்தாளரின் கேள்விகளும் — யாரை நோக்கிக் கேட்கப்படுகின்றன? ஏன் கேட்கப்படுகின்றன? ஏன் இத்தனை கேள்விகள்? இந்தத் தேடல், இந்த எழுத்துக்குள் விடை காண்பதற்கானவை அல்ல. இந்தக் கேள்விகளை நாம் நமக்குள் கேட்டுக்கொள்ளும்போதுதான் இதற்கான விடையை நாம் கண்டெடுக்க முடியும். கேட்கப்படும் கேள்விகள் அனைத்தும் அர்த்தமுள்ளவையா? சிறையில் அடைக்கப்பட்ட, சித்திரவதை செய்யப்பட்ட அனுபவத்தை நாம் கொண்டிருக்கவில்லை என்றால், இவர் சொல்வதை நம்முடைய அனுபவமாக நம்மால் உள்வாங்கிக்கொள்ள முடியுமா? நாம் விசாரணை செய்யப்படும்போது, நம் குழந்தைகள் குறித்துக் கனவுகாண முடியுமா?

2

நாம் 2க்குத் திரும்ப வருவது நன்றாக இருக்கும் என்று நினைக்கிறேன் — எண்கள் என்பது வட்டங்களே தவிர வேறெதுவுமில்லை என்று நினைவில்கொள்க.

விசித்திரமான தொடர்பு: ஆசிரியரின் பிரச்சினை ஒரு மொழியாக்கத்திலிருந்து தொடங்குகிறது. ஆட்சி அதிகாரத்துக்கு எதிரான கட்டுரை ஒன்றை ஓர் இதழுக்காக அவர் மொழிபெயர்க்கிறார். இப்படித்தான் அவரது பிரச்சினைகள் தொடங்குகின்றன. நாம் மீண்டும் மொழியாக்கத்துக்கு வருவோம். இதை நீங்கள் மொழியாக்கத்தில் படிக்கிறீர்கள். ராமாநுஜம் இந்தப் புத்தகத்தை மொழியாக்கத்தில் எழுதியிருக்கிறார். நாம் பொதுவான ஓர் உலகத்தைப் பகிர்ந்துகொள்கிறோம். மொழியாக்கம் என்ற செயலைச் செய்வதென்று ஏற்றுக்கொண்ட

பின், ஒருவர் எப்படியான சித்திரவதைகளையெல்லாம் ஏற்றுக்கொள்ள வேண்டியிருக்கிறது?

முடிவு

இந்த முறையில் ஏன் ஒரு கதை எழுதப்பட வேண்டும்? என்ன நடந்தது என்று ஏன் தெளிவாகச் சொல்ல முடியவில்லை? வார்த்தைகளும் வாக்கியங்களும் கேள்விகளும் துண்டுதுண்டாக வெடித்து வெளிப்பட வேண்டிய அளவுக்கான சீற்றம் ஏன்?

எண்களுக்கு முடிவே கிடையாது. வார்த்தைகள் மட்டும்தான் முற்றுப்புள்ளியோடு முடிகின்றன. கதைகள் முடிவதில்லை.

அதிகாரத்தின் முன் செயலற்றுக்கிடக்கும்போது வார்த்தைகள் மட்டுமே எஞ்சுகின்றன. இந்த வார்த்தைகளும்கூடச் சமூகத்துக்காகச் சுத்தம்செய்யப்பட்ட கண்ணியமான வார்த்தைகளாக இருக்க முடியாது. நேர்கோட்டு வடிவில் இல்லாமல், அர்த்தங்கள் இல்லாமல், எப்படியான அர்த்தங்களும் இல்லாமல் வேகவேகமான வார்த்தைகளை வெளிக்கொட்ட வேண்டியிருக்கிறது. அல்லது சித்திரவதை செய்யும் ஏதோ ஒரு புதிய வழியில் அதற்கு அர்த்தம் கொடுக்க வேண்டியுள்ளது.

இந்தக் கதை மற்றவர்களுக்கு நடக்கக்கூடிய கதையாக இல்லை. வாசகர்கள் பார்த்துக்கொண்டிருக்க, யாரோ ஒருவருக்கும் ஏதோ ஒன்று அடுக்கமைவாகச் செயல்படும் நிகழ்வுகள் ஊர்வலமாக நகர்ந்துகொண்டிருக்கும் கதையாக இது இல்லை. நமக்கு முன்னால் திரையில் காட்டப்படும் காட்சியைப் பார்ப்பது போன்று பார்க்கும் சாத்தியப்பாட்டை இந்த எழுத்து உடைக்கிறது. இந்த எழுத்து, ஒரு விதத்தில் வீறிட்டபடி, கத்தியபடி நம்மைப் புத்தகத்துக்குள் இழுத்துத்தள்ளுகிறது — கதையின் பகுதியாவதற்கு, சிறையறைக்குள் நுழைவதற்கு, மிருகத்தின் விசாரணையை எதிர்கொள்வதற்கு, அதன் பாத்திரத்தில் நாம் இருந்தால் என்று நாம் அறிந்துகொள்வதற்கு.

பாரபட்சமற்ற பார்வையாளர் ஒருவர் தீய செயல்களைப் பார்த்துக்கொண்டிருப்பதைப் போல், மொழி இருக்க முடியாது. முதன்மைப் பாத்திரம் எதிர்கொள்ள வேண்டியிருக்கும் சூழ்நிலைகளைப் பார்த்து இரக்கப்படுவதற்கான ஒன்றாகவோ அல்லது மற்றவர்கள் படிப்பதற்காக வெறுமனே

பதிவுசெய்யப்படும் ஒன்றாகவோ மொழி இருக்க முடியாது. மொழி ஒரு கதையைப் பொழுதுபோக்கு வடிவமாக்குகிறது.

நாடக ஆசிரியரும் இயக்குநருமான முருகபூபதியின் 'சூர்ப்பணங்கு' என்ற காத்திரமான நாடகம் என் நினைவுக்கு வருகிறது. பெரும் வறுமையில் உள்ள ஒரு தாய், தன்னுடைய ஏழு குழந்தைகளைக் கிணற்றில் தள்ளும் நாட்டார் கதையை அடிப்படையாகக் கொண்டது இந்த நாடகம். மேடையில் இந்தக் கதை நிகழ்த்தப்பட்டது. இதை வழமையான நெறிமுறைகளுடன் ஒப்பிட்டுச் சொல்வதென்றால், கச்சாவாகவும் கொடுமையாகவும் மகிழ்ச்சி தராத பொழுதுபோக்காகவும் இருந்தது. இந்த நாடகத்தைப் பார்த்த பின் எனக்குள் தோன்றியது இதுதான்: நாம் எளிதாக ஜீரணித்துக்கொள்வதற்காக, மொழியையும் வடிவத்தையும் கொண்டு கதைகளைச் சுத்தப்படுத்த அனுமதிக்காமல் இருப்பதன் வாயிலாகவே அதீத வலியையும் துயரத்தையும் கொடுக்கக்கூடிய இப்படியான கதைகளை இப்படியாக நிகழ்த்திக்காட்ட முடியும்.

இறுதியான முடிவு

உண்மையிலேயே முடிவுதான் தொடக்கமாக இருக்கிறது: அந்த மிருகத்தின் சாதாரணத்தன்மையை அடையாளம் காண்பது. அவனும் நம்மைப் போன்றவன்தான், நாமும் அவனைப் போன்றவன்தான் என்று அடையாளம் காண்பது. அவனிடமிருந்து தப்பிக்க வழியேதும் இல்லாமல் இருப்பது.

தப்பிப்பதற்கான ஒரே வழி, ஒரே முடிவு திரும்பத்திரும்ப வருகிறது: சுயமரியாதை, உண்மை, சுதந்திரம். இவை குறித்தெல்லாம் சிந்திக்காமல், எழுத்தாளரால் இவை குறித்துச் சிந்திக்க முடியவில்லை: குடும்பம், காதல், குழந்தைகள். இவையெல்லாம், இறுதியில் சிறைப்படுத்துபவையாக இருக்கின்றனவா அல்லது மானுட விடுதலைக்கான ஒரே வழியாக இருக்கின்றனவா?

◉

நன்றி

இந்தத் தமிழாக்கத்தின் முதல் பதிப்பை 2012 இல் *'கருப்புப் பிரதிகள்'* வெளியிட்டது. இது 2005 இல் வெளிவந்த ஆங்கிலப் பதிப்பை அடிப்படையாகக் கொண்டது. இப்போது *'எதிர்'* வெளியீடாக வரும் இந்தத் தமிழாக்கம் 2008 இல் வெளியான ஆங்கிலப் பதிப்பை அடிப்படையாகக் கொண்டது. ஆங்கிலப் பதிப்புகளுக்கு இடையே பெரிய அளவிலான மாற்றங்கள் இல்லை என்றாலும் ஆங்காங்கே ஒருசில மாற்றங்கள் செய்யப்பட்டுள்ளன. 2005 பதிப்பில், கதாபாத்திரங்கள் உரக்கப் பேசிக்கொள்பவை <<......>> என்ற அடைப்புக்குறிக்குள் கொடுக்கப்பட்டிருந்தன. 2008 பதிப்பில் அவை வழக்கமான மேற்கோள்குறிகளாக "......" மாற்றப்பட்டிருந்தன. இதையும் மூலப் பிரதியில் மேற்கொண்டிருந்த திருத்தங்களையும் இந்தப் புதிய பதிப்பில் செய்திருக்கிறேன்.

இந்த நாவலை எனக்கு அறிமுகப்படுத்தியவர் திருச்சி கண்ணன். இருபது ஆண்டுகளுக்கும் மேலாக இந்தப் படைப்பு என்னுடன் இருந்துவருகிறது என்றாலும் 2012 இல்தான் மொழியாக்கம் செய்ய முடிந்தது. திருச்சி கண்ணன் இந்த நாவலை மட்டுமல்லாமல், இசைக் கலைஞர்கள் பலரையும் எனக்கு அறிமுகப்படுத்தினார். இப்போது கண்ணனுடன் தொடர்பில் இல்லையென்றாலும் அவர் அறிமுகப்படுத்திய இசைக் கலைஞர்கள் இன்னமும் என்னுடன் இருக்கிறார்கள். கண்ணனுக்கு என்னுடைய நன்றிகளைத் தெரிவித்துக்கொள்கிறேன். ராஜன் குறையும் மோனிக்காவும் தமிழாக்கத்தின் முதல் பதிப்பைப் படித்து உற்சாகமூட்டியதோடு மட்டுமல்லாமல், பல தகவல்களைக் கொடுத்துதவினார்கள். அதுபோலவே முதல் பதிப்பை முழுமையாகப் படித்து, செழுமைப்படுத்த உதவினார் கவிஞர் ஷங்கர்ராமசுப்ரமணியன். இவர்களுக்கு என்னுடைய நன்றியைத் தெரிவித்துக்கொள்கிறேன். தட்டச்சு செய்துகொடுத்த மகேந்திரன், பிழைதிருத்தம் செய்துகொடுத்த ஜீவசுந்தரி, முதல் பதிப்பை வெளியிட்ட *'கருப்புப் பிரதிகள்'* நீலகண்டன் ஆகியோருக்கும் என் நன்றிகளைத் தெரிவித்துக்கொள்கிறேன். முதல் பதிப்பு வந்தவுடன், *'மணல் வீடு'* இதழில் மொழிபெயர்ப்பாளர்

சா. தேவதாஸ் மிகச் சிறப்பான கட்டுரை எழுதினார். இவருக்கும் இந்நேரத்தில் என் நன்றியைத் தெரிவித்துக்கொள்கிறேன்.

இந்த இரண்டாவது தமிழ்ப் பதிப்பைச் செழுமைப்படுத்திய த. ராஜனுக்கு என்னுடைய நன்றியை முதலில் தெரிவித்துக்கொள்கிறேன். எப்போதும்போல் சிறப்பாக வடிவமைத்துக்கொடுத்திருக்கும் ஜீவமணிக்கும், தரமாக வெளியிட்டிருக்கும் '*எதிர்* வெளியீடு' அனுஷுக்கும் என் நன்றியைத் தெரிவித்துக்கொள்கிறேன்.

இந்த நாவலுக்கு சுந்தர் சருக்கை அவரது வாசிப்பை எழுதிக்கொடுத்தால் சிறப்பாக இருக்கும் என்று நினைத்தேன். ஆனால், அவரது வேலைப்பளுவை நான் அறிந்திருந்ததால், அவரிடம் கேட்கத் தயங்கினேன். என்னுடைய தயக்கத்தை அவரிடம் வெளிப்படுத்தியபோது, எப்போது வேண்டும் என்று கேட்டார். சொன்னபடி, மிகச் சிறப்பான முன்னுரையை எழுதிக்கொடுத்தார். அவருக்கு நன்றி சொல்வது போதாது என்றாலும், என்னுடைய மனமார்ந்த நன்றிகளைத் தெரிவித்துக்கொள்கிறேன்.

சீனிவாச ராமாநுஜம்

இது புனைவு.
புனைவாகத்தான் இருக்க முடியும்:
நானே புனைவு.

பூஜ்ஜியம்

1

"எப்படியிருந்தது?" ஹூலியோ கேட்கிறான்.

அங்கு இரண்டு சிறையறைகள் இருந்தன, அவ்வளவுதான் என்று நினைத்துக்கொண்டேன். அத்துடன் அவர்கள் ஒருபோதும் என்னைத் தாக்கவில்லை என்று வலியுறுத்திச் சொன்னேன். அங்கு மூன்று குழந்தைகள் இருந்தன, அவ்வளவுதான் என்று எனக்கு நானே சொல்லிக்கொண்டேன். அவர்கள் என்னை நேசிப்பதை ஒருபோதும் நிறுத்தியதில்லை என்று தொடர்ந்து சொல்லிக்கொண்டிருந்தேன். அங்கு இறந்தவர்கள் இருந்தார்கள், அங்கு நண்பர்கள் இருந்தார்கள் என்று நினைத்துப்பார்த்தேன். அவற்றில் ஒருவன் மட்டும் யூதாஸாக மாறினான் ரெனே, என்று எனக்குள் சொல்லிக்கொண்டேன். இதற்கு மேல் ஏதுமில்லை, எப்படியிருந்தாலும் இதற்கு மேல் அவசியமுமில்லை. வீட்டுக்கும் தட்டச்சு இயந்திரத்துக்கும் இடையே ஒவ்வொரு நாளும் போய்க்கொண்டும் வந்துகொண்டும் இருந்தேன். சில சமயங்களில் இரவில் நெடுநேரம் குடித்துக்கொண்டிருந்தேன். நாங்கள் விருப்பப்பட்டதால் அவர்கள் பிறந்தார்கள். அத்துடன் நாங்கள் அவர்களை மிகவும் நேசித்தோம். அவர்கள் அழகானவர்களாகவும் புத்திசாலிகளாகவும் நல்லவர்களாகவும் வளர்ந்துவந்தார்கள். பெரிய சிறையறையில் நான் இரண்டு நாள் இருந்தேன். அவர்கள் ஒருபோதும் என்னைத் தாக்கவில்லை. ஹூலியோ, நான் உன்னிடம்தான் சொல்லிக்கொண்டிருக்கிறேன்.

எவரொருவரும் என்னிடம் பேசவில்லை. என்னையும் யாரிடமும் பேச அனுமதிக்கவில்லை. ஒருமுறை என் சிறையறைக்கு வந்த காவலாளி ஒருவன், ஏறக்குறைய என்னை எட்டி உதைக்கவிருந்தான். ஆனால், அவனது பூட்ஸ் கால் என் தலை

மீது இருப்பதை உணர்ந்து, உடனடியாக அதைப் பின்னுக்கு இழுத்துக்கொண்டு சொன்னான், "மன்னிக்கணும் சார்". இதெல்லாம் ஒன்றுமே இல்லை மகனே என்று பதிலளித்தேன். ஏனென்றால், சிறையறைகளில் எப்போதும் நாம் ஒரு கண்ணைத் திறந்துவைத்துக்கொண்டுதான் தூங்குகிறோம்.

அவ்வளவுதான், ஹூலியோ.

இரண்டு சிறையறைகள்; மூன்று குழந்தைகள்.

அத்துடன், அந்த அபாயச்சங்கின் பாடல்.

2

நகரும் படிக்கட்டுகளில் நாங்கள் கீழிறங்கிக்கொண்டிருந்தோம். ஃபிளாக்கோ சொன்னான்:

"அப்படியென்றால், நீ இன்னும் எழுதிக்கொண்டிருக்கிறாய்?"

சாத்தியமே இல்லை, இப்படி நினைத்துக்கொண்டேன். எதற்காக?

நான் சொன்னேன்: ஆமாம், ஆமாம். இது ஒரு கெட்ட பழக்கம். என் வாழ்க்கைக்கு வேறென்ன அர்த்தம் இருந்துவிட முடியும்?

"நீ எதைப் பற்றி எழுதிக்கொண்டிருக்கிறாய்?"

"ஆன்டான்."

விதவை ஒருத்தி ஈமச்சடங்குக்குப் பிறகு மலர்களைப் பத்திரப்படுத்திவைப்பதுபோல், முதல் நாற்பத்து மூன்று அத்தியாயங்களை என் வீட்டில் பத்திரமாக வைத்திருக்கிறேன். நாற்பத்து மூன்று. ஆனால், அவை என்னை எங்கும் கொண்டு சேர்க்கவில்லை. அத்துடன் என்னை அவை ஒருபோதும் எங்கும் கொண்டுசேர்க்கப்போவதும் இல்லை.

"அது முக்கியமான விஷயம்தான்." முணுமுணுத்தான் ஃபிளாக்கோ, தெருவில் இறங்கி நடக்கத் தொடங்கும் முன்.

உண்மைதானென்று நினைத்தேன். அது முக்கியமான விஷயம் தான்.

ஃபிளாக்கோ தன் கைகளைப் பேன்ட் பாக்கெட்டுக்குள் விட்டுக்கொண்டு நடைபாதையைப் பார்த்தவாறு வெளியேறினான். நான் கீழே நடைபாதையைப் பார்த்தவாறு

நின்றுகொண்டிருந்தேன். நல்லது, பெருமூச்சுவிட்டுக்கொண்டு நான் சொன்னேன்: நீ எப்படியாவது வாழ்ந்துதானே ஆக வேண்டும்.

3

“ஆறாயிரம் டாலர்களுக்காக உன் கைகளைக் கறையாக்கிக் கொள்வதில் அர்த்தமேதுமில்லை.” ரெனேவிடம் சொன்னேன்.

“ங்கோத்தா.” அந்த மெஸ்டிஸோ சொன்னான். “இந்த வீடு ஒன்றும் இரண்டு ஆண்டுகளில் இடிந்து விழப்போவதில்லை. நான் அதற்கு உத்தரவாதம் தருகிறேன்.”

“ஆனால், இது மிக மோசமாகக் கட்டப்பட்டுள்ளது. இது என் குழந்தைகளின் தலையில்தான் இடிந்துவிழும்.” அந்த மெஸ்டிஸோ கொட்டாவிவிட்டான். தொலைவில் இருந்த நகரத்தைப் பார்த்தபடி மறுபடியும் ஒரு குன்றின் மேல் நாங்கள் நின்றுகொண்டிருந்தோம். அந்தப் பிரம்மாண்டமான பள்ளத்திலிருந்து ரீங்காரம் தொடர்ந்து வந்துகொண்டிருந்தது. தலைகீழாக்கப்பட்ட கனவு.

“இங்குதான், இது இருக்கிறது, பார்.” இதைப் பார்த்த கட்டடக்கலை வல்லுநர்கள் எல்லோரும் இதையேதான் சொன்னார்கள். நீ என்னை ஏமாற்றிவிட்டாய். இதுதான் உன் முழு வாழ்க்கை. உன்னுடைய அறுபதாண்டு உழைப்பு. திருடப்பட்ட ஆறாயிரம் டாலர்களைக் கொண்டு உன் வாழ்க்கையையும் உன் உழைப்பையும் நீ புதைத்துவிட்டாய்.

“ங்கோத்தா.” அந்த மெஸ்டிஸோ சொன்னான்: “நீ உன் இஷ்டம்போல் வைத்துக்கொள்.”

“வக்கீல் சார்...” பிறகு, என் வக்கீலிடம் நான் இப்படிச் சொல்லக்கூடும்: “நாம் இதை எவ்விதத்திலும் ஏற்றுக் கொள்ளப்போவதில்லை.” நான் என் குழந்தைகள் குறித்துச் சிந்தித்துக்கொண்டிருந்தேன். எங்கள் தலைக்கு மேல் எங்களுக்கென்று ஒரு கூரை எப்போது சாத்தியப்படப்போகிறது?

“வக்கீல் சார், எனக்கு நீதி கிடைக்கணும்.” நான் சொல்லக்கூடும்.

“ங்கோத்தா.” ரெனே என்ற வக்கீல் இப்படிச் சொல்லக்கூடும்: “எப்படிப்பட்ட அயோக்கியன்.” பிறகு, சிறு குறிப்பொன்றைச் சொல்லச்சொல்ல எழுதிக்கொள்ளச் சொல்வார்.

ஒரு சிறையறை.

மிகப் பெரியது.

அத்துடன், மூன்று குழந்தைகள்.

4

டூமா, ரிமார்க்கே, ஹெமிங்வே, கிப்ளிங், காண்ட், ஹெஸ்ஸே ஆகியோரிடமிருந்து அந்த அபாயச்சங்கின் பாடல் தொடங்குகிறது.

என் தந்தையின் மரணம், அவருடைய அன்பிலிருந்து என்னை விடுவித்தது.

ஏழாயிரத்து ஐம்பத்து நான்கு நாள்கள், என் தந்தையின் கணக்கில் ஏற்றப்பட்டிருந்ததால், நான் இவர்களது புனைவுகளை உண்மையென்று நம்பி வெளியேறினேன்.

இந்தக் கதையின் தொடக்க நாள்கள் வேறொரு இடத்தில் சொல்லப்பட்டுள்ளன. ஆனால், என்னுடைய குழந்தைப் பருவ வீட்டுக்குச் செல்ல இன்னும் மூன்றாயிரத்து நானூற்று ஐம்பத்து மூன்று நாள்கள் இருந்தன.

இது மிக நீண்ட காலம், சலிப்பூட்டக்கூடியது. நான் துயருற்றுப் போகும் அளவுக்கு அந்தக் கதை அவ்வளவு சோகமானது.

ஏழு நாடுகள், இரண்டு முறை நாடுகடத்தப்படுதல், ஓர் ஆண்டு வெற்றித்திளைப்பில். பிறகு, ஆயிரக்கணக்கான ரயில் - விமானம் - பேருந்து - கால்நடை மணித்துளிகள். எல்லாம் எதற்குமில்லாமல் வீணாயின.

நான் திரும்பி வந்தபோது, என் சகோதரன் சொன்னான்: “நீ மாறவே இல்லை. நீ புறப்பட்டுப்போனபோது இருந்த கழுதையாகத்தான் இப்போதும் இருக்கிறாய். உன் உச்சரிப்பில்கூட மாற்றம் இல்லை.”

உண்மைதான். நான் என் ‘ஆர்’களை எப்போதும்போல இப்போதும் அழுத்தித்தான் உச்சரிக்கிறேன். நான் கிளம்பியபோது

என்னுடன் எடுத்துச்சென்ற அதே பார்வையைத்தான் இன்னமும் என் கண்களில் வைத்திருக்கிறேன். அத்துடன், அந்தப் பாடல் இன்னமும் இனிமையாகத்தான் ஒலித்துக்கொண்டிருக்கிறது. முடிவெட்டுகிறவனை இப்போதெல்லாம் நான் பார்ப்பதே கிடையாது. அதற்கான அவசியமும் இல்லாமல்போனது.

சீட்டுக்கட்டு விளையாட்டைத் திரும்ப விளையாடுவது சிறந்த வழியாக இருக்கலாம்.

5

ஐந்து நாள்கள் சிறைச்சாலையிலிருந்து வெளியே வந்து ஐந்து மணிநேரம் கழிந்த பிறகு, பார்ப்பதற்கு ஏழைபோல் இருந்த, ஆனால் அப்படியொன்றும் ஏழையாக இல்லாத ஓர் இளைஞன், படித்தவன், ஆனால் இன்னும் அதை முடிக்காதவன், எனக்குப் பரிச்சயமான அதே பிரகாசமான கண்களுடன் என்னிடம் வந்து சொன்னான்:

"நீங்கள் யாருக்கும் எந்த நன்றிக்கடனும் பட்டிருக்கவில்லை. நாங்கள்தான் உங்களுக்கு நன்றிக்கடன் பட்டிருக்கிறோம்."

கத்தரிக்கப்பட்ட செய்தி ஒன்றை அவனுடைய இடதுகையில் பிடித்திருந்தான். வீதியில் குப்பைத்தொட்டியிலிருந்து காப்பாற்றப் பட்டது. பிறகு, சற்றே நடுங்கிக்கொண்டிருந்த அவனது வலதுகையை நீட்டினான், எங்கே நான் அதை அந்தரத்தில் விட்டுவிடுவேனோ என்ற அச்சத்துடன்.

கைகுலுக்கினேன் என்றாலும், நான் புரிந்துகொள்ளும்வரை எதையும் என்னால் புரிந்துகொள்ள முடியவில்லை. அதுவும் நான் இரண்டு மடங்கு உணர்ச்சிவசப்படக்கூடியவன் என்பதால் கண்ணீரால் என் கண்கள் நிறைந்தன.

இரண்டு வார்த்தைகள், ஒரு புன்னகை. மரண வரிசையில் காத்திருக்கும் இனத்தில் புதிதாகச் சேர்ந்திருக்கும் உறுப்பினன் அவன். என்னுடைய சாதாரணமான எழுத்தைப் படித்திருக்கும் அவன், திறந்த இதயமும் விரிந்த கைகளும் கொண்டிருந்த அவன், போய்விட்டான்.

உங்களுக்குத் தெரியுமா, நான் வெளியே வந்தவுடன், சில வரிகளை எழுதியிருந்தேன். "நன்றி." இது செய்தித்தாளில்

வெளிவந்தது. இது மிக அற்பக் குறிப்புதான், ஏனெனில் அந்த அதிகாரம் தன் கட்டைவிரலை அதன் கழுத்துக்குக் குறுக்காகக் கொண்டுசென்று சொன்னது: "இன்னும் ஒரு வார்த்தை, ஒரேயொரு வார்த்தை உன்னிடமிருந்து வந்தால்..."

ஒருகணம், விஷயங்கள் தெளிவாகும்வரை எல்லாமும் வீணாகிப் போய்விடவில்லை என்று நினைத்துக்கொண்டிருந்தேன். சற்றேதான் என்றாலும் கதவு இன்னும் திறந்துதான் இருந்தது.

6

நல்லது. நரகம்தான்... என் மேஜை மீதிருந்த பொன்மொழி ஒன்று இவ்வாறு சொல்கிறது, வார்த்தைக்கு வார்த்தை: "அந்தப்புரத்தில் அலிகள் எப்படியோ, அப்படித்தான் இலக்கியத்துக்கு விமர்சகர்கள். அவர்களுக்கு என்ன நடக்கிறது என்று தெளிவாகத் தெரியும். ஆனால், அதை அவர்களால் செயல்படுத்த முடியாது."

அத்துடன் இது இப்படித்தான் இருக்கிறது, அவ்வளவுதான். கழுத்துவரையிலான மலத்தில் நான் சிக்கியிருக்கும்போது எப்படி நான் வடிவத்தில் கவனம்கொள்ள முடியும்?

அப்படியென்றால், நீ உனக்காக எழுதுவதை ஏன் பிரசுரிக்க வேண்டும்? விருதுகள் பெறும் நோக்கமோ, "தேசிய இலக்கியத் தொகுப்"பின் பக்கம் 516 இல் தோன்றுவதற்கான நோக்கமோ இல்லாதபோது?

அதன் பிறகு, வாசகருக்கென்று மரியாதையும் உண்டு.

பாவப்பட்ட அவர்கள், இலைகளைக் கண்டுபிடிக்க வேண்டும், முள்ளங்கியைத் தோண்டியெடுக்க வேண்டும், விதைகளின் சிறிய முளைகளைக் கிள்ளியெடுக்க வேண்டும், அவ்வளவு ஏன் இவற்றையெல்லாம் ருசிபார்க்கவும் வேண்டும்.

வாசகர்களே! என்னை மன்னியுங்கள். நான் இத்தகைய முறையில் தையல் போடுவதற்கும் பூத்தையல் போடுவதற்கும் என்னிடம் காரணங்கள் ஏதும் கிடையாது. இருந்தாலும், ஏதோ ஒன்றைக் கண்டுபிடிக்க, அது என்ன எழவாக வேண்டுமென்றாலும் இருக்கட்டும், பூத்தையல் போடுவது இன்னும் சாத்தியம்தானா என்று கண்டுபிடிக்கும் ஏக்கம்தான்.

'என் வாழ்க்கைக்கு வேறென்ன அர்த்தம் இருந்துவிட முடியும்?' அதன் பிறகு இத்யாதி, இத்யாதி.

இதோடு சேர்த்து, மற்றொரு வகையில், பழைய சிந்தனையைக் கொண்டிருக்கும் புத்தகங்களெல்லாம் இன்று காலாவதியாகிவிட்டன: இப்போதெல்லாம் அவை வெறும் வார்த்தை ஜாலங்களாக இருக்கின்றன. அல்லது திரைப்படங்கள் எடுப்பதற்கானவையாக இருக்கின்றன.

இருந்தாலும், இறுதியாக: என்னை மன்னித்துவிடு வாசகனே, என் நண்பனே, என் நோயாளியே, அன்பானவனே. அறிமுகமற்ற நண்பனே!

7

"எப்படியிருந்தது?" ஹூலியோ கேட்கிறான்.

விஷயம் என்னவென்றால், இது வலியைக் கொடுக்கிறது. வாழ்வதற்கு வழியேதுமில்லை. நடைமுறை ஒழுங்கு அவ்வளவு ஒழுங்கானதாக இருக்கிறது, முட்டாள்தனம் அவ்வளவு முட்டாள்தனமாக இருக்கிறது, அதனால் அவ்வளவு கொடூரமானதாக இருக்கிறது. நம்பிக்கை அவ்வளவு நம்பிக்கையற்றதாக இருக்கிறது, சந்தர்ப்பம் அவ்வளவு அற்றுப்போனதாக இருக்கிறது.

அவன் சொல்கிறான்: நீ கோர்வையாக இருக்க மாட்டேன் என்கிறாய். உனக்கு உண்மை மீது நம்பிக்கை இருந்தால், நீ அதைப் பேசித்தான் ஆக வேண்டும், பேசியதன் விளைவாக நீ உன் கழுத்தைக் கொடுக்க வேண்டியிருந்தாலும்.

நான் சொல்கிறேன்: உனக்குப் புரியவில்லையா? அது என் தலை அல்ல, என்னுடைய குழந்தைகளின்...

அவனுடைய தீர்ப்பு: அற்ப விஷயங்கள்! அற்ப விஷயங்கள்!

மின்சாரம் தாக்கியதுபோல் எனக்கு வலிப்பு வந்தது. நான் உண்மையைப் பேசினால் பசியுடன் இருக்கப்போவது நானல்ல, என்னுடைய குழந்தைகள். நான் உண்மையைப் பேசவில்லையென்றால் வாழ்வதற்கான உந்துதலை நான் இழந்துவிடுவேன், சூனியமான வாழ்க்கை.

'என் வாழ்க்கையின் அர்த்தமானது...'

மேலும் என்ன: கொடூரமான இந்த நடைமுறை ஒழுக்கவாதிகள், டக்! என்னுடைய தலையை வெட்டியெடுத்த பின், என்னை எரித்த பின், சாம்பலைக் குப்பைகளில் சிதறி வீசுவார்கள். பிறகு, வழக்கம்போல் கொடூரமானவர்களாக இருப்பார்கள். அதற்காகத்தானே நான் கோர்வையாக இருக்க வேண்டுமென நீ சொல்கிறாய்?

ஹூலியோ சொல்கிறான்: அற்ப விஷயங்கள்! அற்ப விஷயங்கள்!

நான் சொல்கிறேன்: எனக்கு அரிப்பு எடுக்கிறது. ஆனால், எப்படிச் சொறிந்துகொள்வதென்று தெரியவில்லை.

நாங்கள் சொல்கிறோம்: சியர்ஸ்!

8

குழந்தைகள் குறித்து: என் சக தந்தைமார்களே! நமக்கெல்லாம் தெரிந்ததுதான், குழந்தைகள்தான் மிக மோசமான முதலீடு. உனக்குத் தேவைப்படும்போது, அவர்கள் லண்டனில் இருப்பார்கள்.

அது நல்லதுதான்: சில விஷயங்கள் புரிதலைச் சார்ந்திருப்பதில்லை; நான் குழந்தையாயிருந்தபோது, என்னை மகிழ்ச்சியுடன் வைத்திருக்க என் தந்தை கடும் முயற்சியெடுத்தார். உண்மையிலேயே அதன் விளைவாகத்தான் அவர் இறந்துபோனார்.

அவர் நேர்மையாக இருந்தார். ஒரு மனிதன் ஏழையாகவும் நேர்மையாகவும் இருப்பதைக்காட்டிலும் முட்டாள்தனமானது ஏதுமில்லை.

அதனால்தான் அவர் இறந்துபோனார்.

ஆனால், விஜில் சொல்கிறான்: "ஒரு வளர்ந்த மனிதனின் பிரச்சினை, குழந்தையால் தீர்க்கப்படுகிறது. வளர்ந்த மனிதனாகும் போதே பிரச்சினை என்னவென்று தீர்மானிக்கப்பட்டுவிட்டது. சரியாகவோ தவறாகவோ அது தீர்மானிக்கப்பட்டுவிட்டது."

மிமி: அம்மா, எனக்காக மேப்பிள் கேக்குகள் செய்துகொடுப்பாள்.

நாம் தொடர்ந்து நம் குழந்தைகளுக்கு அதிக சலுகைகள் கொடுக்கிறோம். அதாவது, அவர்கள் வளரும்வரை. பிறகு, அவர்கள் அதையே அவர்களுக்குக் கொடுத்துக்கொள்கிறார்கள். இப்படி சலுகை கொடுக்கும் தருணங்கள் மகிழ்ச்சியான தருணங்கள் என்று நினைத்துக்கொள்கிறார்கள். இந்தச் சுழற்சி தொடர்ந்துகொண்டே இருக்கிறது.

என் சக குடிமகனே, நாம் நம் குழந்தைகள் மீது மகிழ்ச்சியைத் திணிப்பது என்று வரும்போது நாம் அதீத திறமையுடையவர்கள்தான். சாத்தியப்படும் எல்லா வழிகளிலும் நாம் அவர்களுடைய பலத்தைக் குறைத்து, அவர்களின் கண்களை மறைத்திருக்கும் முகத்திரை எப்போதும் எப்போதைக்கும் அகற்றப்படாதவாறு பார்த்துக்கொள்கிறோம். இதனால், வளர்ந்த பிறகு எத்தகைய பெரும் சாணிக்குவியலில் வாழ்கிறார்கள் என்பதை அவர்கள் ஒருபோதும் புரிந்துகொள்ளப்போவதில்லை அல்லது அக்கறையின்மையை வியப்பூட்டும் அளவுக்குக் கொண்டுள்ள நாம் நம்முடைய குழந்தைகளையும் பிறருடைய குழந்தைகளையும் பெரும் சாணிக்குவியலில் புதைத்து விடுகிறோம்.

நாம் பிறகு கோஷமிடுகிறோம்: நம் தாய்நாடு நீடூழி வாழ்க, கராஹோ!

பிறகு ஆண்டுக்கு ஒருமுறை: நரகவேதனையுடன் இப்படிச் சொல்கிறோம், 'அங்கிள்' கராஹோ!

நாம் நிறைய கராஹோக்களைக் கொண்டிருக்கிறோம். ஒன்றுடன் ஒரு அரையும் சேர்த்து.

ஓ, ஆமாம்: அற்ப விஷயங்கள்!

(கராஹோ = ஆண்குறி)

9

தயவுசெய்து பின்னிணைப்பு 'அ'வைப் பாருங்கள்.

நீண்ட பெயரைக் கொண்டிருக்கும் அளவுக்கு முக்கியத்துவம் இல்லாதவன் என்பதால் அவனை லியோ என்று நான் அழைக்கிறேன். ஆகஸ்டுக்கும் ஜனவரிக்கும் இடையில் என் வாழ்வினுள் நுழைந்தான்.

தன்னுடைய வார்த்தைகளை அவன் ஒருபோதும் காப்பாற்றிய தில்லை. எங்கள் நட்பைக் கண்டெடுக்கக்கூடிய வார்த்தைகளில் அவன் ஒன்றே ஒன்றைக்கூடக் காப்பாற்றியதில்லை.

லியோ, ஒரு பட்டதாரி என்பது நாம் கணக்கிலெடுத்துக்கொள்ள வேண்டிய மற்றொரு விஷயமாகும். மூன்று நகல்கள் கொண்ட ஆவணத்தில் கையொப்பமிடுவதும், மூச்சுவிட இடைவெளியில்லாமல் கிளிப்பிள்ளைபோல் சொன்னதையே சொல்வதும், மரத்துப்போன காதுகளைக் கொண்டிருப்பதும், வெறுமனே மக்களிடம் கட்டணம் வசூலிப்பதும் அவ்வளவு எளிதல்ல.

ஏறக்குறைய நாற்பது ஆண்டுகளுக்கு மேலாக, இதையே தொடர்ந்து செய்துகொண்டிருப்பது நிச்சயமாக அவ்வளவு எளிதான காரியமே அல்ல.

லியோ, ஒரு அரசதிகாரி.

வேறு ஒருவருடைய காரை, அதாவது அலுவலகத்துக்குச் சொந்தமான, அதிகாரபூர்வமான எண் பலகையோடு ஓட்டிக் கொண்டிருப்பவன். காலை உணவு, மதிய உணவு, இரவு உணவு என மூன்று வேளையும் அவனுடைய அலுவலகத்தில் இலவசமாக எடுத்துக்கொள்கிறான். ஞாயிற்றுக்கிழமைகளிலும்கூட.

மேலும், அவனுக்கென்று சொந்தமான வீடொன்று ஏற்கெனவே உள்ளது. ஏறக்குறைய முழுவதுமாக ஒரு மருத்துவமனையை இடித்துத்தள்ளிவிட்டு, வீடு கட்டிக்கொண்டான். அது வேறொருவருடைய மருத்துவமனை. அது அரசாங்க மருத்துவமனை என்று சொல்லத் தேவையில்லை.

லியோ பெருமளவு இயலாமைக்குப் பலியானவன். அதைப் பெண்கள் மீது ஏவிவிடுபவன். லியோ பயன்படுத்தும் அதிகாரபூர்வமான காரில் ஆணுறைகள் சிதறிக்கிடக்கும்.

லியோ மிகப் புனிதமான ஏப்ரல் ‘52 இன் செயல்களாலும் அறிவு நுட்பத்தாலும் உருவாக்கப்பட்டவன்.

பிரம்மாண்டமானது, உண்மையானது, மாபெரும் புரட்சி.

அதன் பிறகு, அவன் சொல்கிறான்: என் தந்தை ஒரு தொழிலாளியாக இருந்தார். அதைவிட மோசமானது, அவர் சிலியைச் சேர்ந்தவராக இருந்தார்.

லியோவின் குடும்பம் சமூகப் படிநிலையில் அசாத்தியத் திறமை காட்டி முன்னேறியது.

அவனது தந்தை குழி வெட்டிக்கொண்டிருந்தார். அவர் உழைத்தார். இப்போது, லியோ உழைப்பதில்லை. லியோ திருடுகிறான். அதுவே அவனுக்கு முழுநேர வேலையாக இருக்கிறது.

கோன்ஸலோவைக் கேளுங்கள், அதன் பிறகு எலைஸாவை. இவர்கள்தான் அவன் அநியாயமான முறையில் கமிஷன் பெறுவதைக் கண்டுபிடித்தார்கள்... மேலும் கேளுங்கள். வேண்டாம் போதும்: புனித ஏப்ரல் '52 நமக்கு இதைத்தான் கொடுத்திருக்கிறது.

லியோக்களாலான உலகம்.

கல்லூரிப் பட்டதாரிகள், வக்கீல்கள், அரசு அதிகாரிகள், அரசதிகாரிகள், அர-சதிகாரிகள்.

நாற்காலிப் போராளிகள்.

ஏப்ரல் '52 "புதுக் குடிமக"னை உருவாக்கியிருக்க வேண்டும். மாறாக, இது தங்கள் உடலில் சென்ட் அடித்துக்கொள்ளும் அமெரிக்கர்களின் நடத்தையை நகல் எடுப்பதுபோல், தங்களுடைய நகங்களுக்குப் பெண்கள் ஒப்பனை செய்துகொள்வதுபோல் ஒப்பனை செய்துகொள்ளும் அற்ப மனிதர்களைத்தான் முடிவே இல்லாமல் நமக்குக் கொடுத்துக்கொண்டிருக்கிறது.

இவர்கள் பட்டுக் கையுறை அணிந்து திருடுகிறார்கள்.

ஹூலியோ சொல்கிறான்: ஒன்று நீ உண்மையைப் பேசு, அல்லது...

லியோ என்று வரும்போது, பகட்டான வக்கீல்கள் எவரும் எங்கள் உதவிக்கு வர மறுக்கிறார்கள்.

இதைக்காட்டிலும் முட்டாள்தனமானது எதுவும் இருக்க முடியாது. இத்யாதி... இத்யாதி...

10

"எப்படியிருந்தது?" ஹூலியோ கேட்கிறான்.

மொத்தமாக இவ்வளவுதான், இவ்வளவுதான். இரண்டு சிறையறைகள்; மூன்று குழந்தைகள். ரெனே, ரெனே என்றழைக்கப்பட்ட வக்கீல். கர்னல். நண்பர்கள், அப்புறம் இறந்தவர்கள்.

இவ்வளவுதான்.

“நீ கோர்வையாக இருப்பதில்லை. அதுதான் பிரச்சினை.”

“ஆனால்... எவ்வளவு காட்டுமிராண்டித்தனம்... ஒருவன் எதையாவது சொல்ல வேண்டியுள்ளது... தன்னை வெளிப்படுத்திக்கொள்ள வேண்டியுள்ளது.”

“அற்ப விஷயங்கள்!”

“இதுதான் என்னுடைய பொறுப்பு. இதுதான் என்னுடைய கடமை... இதுதான் என்னுடைய வேலை... நான் நிச்சயமாக...”

“நீ இதைப் பற்றியெல்லாம் முன்னரே சிந்தித்திருக்க வேண்டும். நான் சொல்வது, இந்தக் குழந்தைகளுக்கு முன்...”

“ஆனால், ஹூலியோ... இதுபோல்தான் எப்போதும் இருக்க வேண்டுமா? எப்போதும்! எப்போதும்!”

“இந்த விளையாட்டு இங்கு இப்படித்தான் விளையாடப் படுகிறது, மை கொண்டல்ல ரத்தத்தைக் கொண்டு. பிறகு முடிவில், இதெல்லாம் எதற்காக? எதுவுமே மாறப் போவதில்லை. எல்லாவற்றுக்கும் மேலாக, நீ எதைச் செய்துகொண்டிருக்கிறாயோ, அதனால் எதுவும் நிச்சயமாக மாறப்போவதில்லை: அது அவ்வளவு முக்கியமானதும் அல்ல. எவரும் அதைப் படிப்பதில்லை; அத்துடன், அதைப் படிப்பவர்கள் அதைப் புரிந்துகொள்ளப்போவதில்லை; அத்துடன், அதைப் புரிந்துகொண்டவர்கள் அதைத் தவறாகத்தான் புரிந்துகொள்ளப்போகிறார்கள்.”

“இல்லை. யாரேனும் ஒருவன் பேசத்தான் வேண்டும். யாரேனும் ஒருவன் அவர்களை எதிர்த்து நிற்கத்தான் வேண்டும். அத்துடன் என்னுடையதைப் படிக்கிறார்கள்: நிறைய மக்கள் என்னுடையதைப் படிக்கிறார்கள். இவையெல்லாம் அர்த்தமேதுமில்லாமல் வீணாகாது.”

“அற்ப விஷயங்கள்!”

"ஆனால், நம்மால் இயல்பாக சுவாசிக்கக்கூட முடியவில்லையே..."

"மறைவுகளில் நட, உனக்குக் குழந்தைகள் இருக்கின்றன என்பதை மறந்துவிடாதே. என்னால் இவ்வளவுதான் சொல்ல முடியும்."

"இதனால்தான், எத்தகைய நாட்டை நாம் பெற்றிருக்கிறோமோ, அத்தகைய நாட்டை நாம் பெற்றிருக்கிறோம்."

"நீ கொல்லப்பட்டால், எத்தகைய நாட்டை அவர்கள் பெற்றுக்கொள்ளப்போகிறார்கள் என்பதில் எந்த மாற்றமும் இருக்கப்போவதில்லை. ஆனால், உன்னுடைய குழந்தைகள் எப்படித் தின்பார்கள்? இது எப்போதும் இப்படித்தான் இருக்கிறது. எப்போதும் இப்படித்தான் இருக்கும். இது உனக்குத் தெரியும், எனக்குத் தெரியும். நீ ஏன் இதையெல்லாம் செய்துகொண்டிருக்கிறாய் என்றுதான் எனக்குத் தெரியவில்லை. விட்டுத்தள்ளு, இந்தப் பைத்தியக்காரத்தனத்தையெல்லாம் நீ விட்டுத்தள்ளத்தான் வேண்டும்."

அவனுக்குக் கண்களில்லையா அல்லது கண்களை மூடிக் கொள்கிறானா? இப்போதைக்கு எதுவும் சொல்லாமல் இருப்பதுதான் சிறந்தது. அத்துடன் அவன் என்னை நேசிக்கிறான். அதுவுமில்லாமல் அவன் மட்டும்தான் என்னுடைய நண்பன். அமைதியாய் இரு, இப்போது காலம் கடந்துவிட்டது. அத்துடன் உலகம் வெறுமையாகிவிட்டது. அதனால், நாம் இதை இப்படியே விட்டுவிடுவதுதான் நல்லது.

'சியர்ஸ்!'

உறையவைக்கும் இரவுக் காற்றிலிருந்து என்னைக் காப்பாற்றிக்கொள்ள கோட் காலரை மேலே தூக்கிவிட வேண்டியிருந்தது.

"அப்படியென்றால் நீ இன்னும் எழுதிக்கொண்டிருக்கிறாய்?"

நகரும் படிக்கட்டுகளில், ஃபிளாக்கோ எதிரொலித்தான்.

"நிச்சயமாக, நிச்சயமாக. என் வாழ்க்கைக்கு வேறென்ன அர்த்தம் இருந்துவிட முடியும்?"

ஏனெனில், நான் சத்தியம் செய்கிறேன். அது ஏதோ ஒரு மூலையில் மறைந்திருக்கத்தான் வேண்டும்.

மேகங்களில், மழையில் அல்லது காற்றில். நான் நிழல்களிடம் சொன்னேன், அது அங்கிருக்க வேண்டும். ஏதோவொரு குரலில், ஏதோவொரு புத்தகத்தில், ஒரு கிடாரில், தொடர்பற்ற ஒரு சொற்றொடரில், ஏதோ சில கற்களுக்கு அடியில், ஏதோ சில மலர்களுக்குப் பின்னால். அது அங்கிருக்க வேண்டும், அது அங்கிருக்க வேண்டும்.

அது அங்கிருக்க வேண்டும், ஏனெனில் நான் அதை இன்னும் கேட்டுக்கொண்டிருக்கிறேன்.

ஒன்று

11

நான்தான் உயரமானவன். அதோ மத்தியில் இருப்பவன்.

"எலும்பும் தோலுமாய் இருப்பவன் நீ, சரியா?"

நாங்கள் ஜட்டி மட்டுமே போட்டிருந்தோம். பப்பாளி சோடா குடித்தோம். என் தாய் எனக்கு அடுத்தாற்போல் உட்கார்ந்திருந்தாள்.

"அது என் அம்மா."

என்னுடைய அப்பா மற்றொரு மூலையில் இருந்தார், கண்ணாடி அணிந்துகொண்டு, மெலிதான மீசையுடன், அகன்ற நெற்றியுடன். என் தந்தை...

"சராசரி மத்தியதர வர்க்கக் குடும்பம். சரியா?"

"எனக்குத் தெரியவில்லை... பொலிவியாவில் மத்தியதர வர்க்கம் என்று ஒன்று இருக்கிறதா?"

"'எனக்குத் தெரியவில்லை', 'எனக்கு நினைவில் இல்லை' என்றெல்லாம் சொல்லத் தொடங்கப்போகிறாய் என்றால் நான் அட்லஸைக் கூப்பிடுவதுதான் நல்லது. அட்லஸ்!"

எப்படிப் போய்க்கொண்டிருக்கிறது, அறிவற்றவனே. இங்கு இப்போது நடனம் தொடங்கவிருக்கிறது. "இதுதான் அட்லஸ். நீ மறந்துபோனால் அட்லஸ் உன்னை உதைப்பான். நீ மறுத்தால் அட்லஸ் உன்னை உதைப்பான். நீ பலமாகக் கொடுக்க வேண்டும், சரியா அட்லஸ்?"

"அதற்குத்தானே எனக்குக் கூலி கொடுக்கிறார்கள்."

"சார்... மறுப்பு தேவைப்படுகிறதென்றால் அட்லஸ் அடிக்கத் தான் வேண்டும். உங்களுக்கு உண்மை வேண்டும், சரியா? உண்மையைச் சொல்வது மிகவும் எளிதானது. ஆனால், நீங்கள் அதற்கு மேல் ஏதேனும் எதிர்பார்த்தால்... அட்லஸ் அடிக்கத்தான் வேண்டும்."

"இந்தப் பொம்பளை யாரு?"

"என் பாட்டி. எனக்கு அவ்வளவு பரிச்சயம் இல்லாதவள்."

பூனைக் கண்களும் அச்சமூட்டும் சிரிப்பும் கொண்ட பெண்மணி எனக்கு நிச்சயமாகப் பரிச்சயமானவள்தான். நான்தான் இருவரையும் புதைத்தேன். ஒருவர் பக்கத்தில் ஒருவரென்று, இரண்டு முறை.

"அதன் பிறகு இந்தப் பையன்?"

"என் சகோதரன். அவன் எங்கு வாழ்ந்துகொண்டிருக்கிறான் என்றுகூட எனக்குத் தெரியாது. குழந்தைப் பருவ சர்ச்சைகள். உங்களுக்குத்தான் தெரியுமே..."

"இல்லை. எனக்குத் தெரியாது. அது எப்படிப்பட்டது?"

"நல்லது, ஏறக்குறைய நீங்கள் சிந்திப்பதுபோல்தான் அவனும்..."

"ஓ... உங்கள் குடும்பத்தில் புத்திசாலியானவன்."

"நீங்கள் சொன்னால் சரி..."

12

முட்டை வடிவத் தலையைக் கொண்டிருந்த மற்றவர்கள் என்னுடைய சகோதரர்கள், ஒருவனைத் தவிர. அவன் வட்டத் தலையைக் கொண்டவன். பிறகு இன்னுமொருவனைத் தவிர, அவன் இன்னும் பிறக்கவில்லை. ஆனால், பிறந்தபோது அவனும் முட்டை வடிவத் தலையோடுதான் பிறந்தான்.

"யார் இந்த மனிதன்?"

"என்னால் நினைவுகூர முடியவில்லை... இது மிக நீண்ட நாள்களுக்கு முன்..."

என் தந்தைக்கு அடுத்தாற்போல் நின்றுகொண்டிருக்கும் அந்த மனிதன், அவரோடு வேலைபார்த்தவன். அவன் ஒரு

தேவுடியா மகன். எண்ணெய் மற்றும் சுரங்க அமைச்சகத்தில் என் தந்தையின் வேலையைத் திருடிக்கொண்டவன். அங்குதான், சிலுவையைச் சுமந்துகொண்டு இயேசு நடந்ததுபோல் நடந்துகொண்டிருக்கிறான்.

"இவன் இன்னும் சுரங்க அமைச்சகத்தில்தான் வேலைபார்க்கிறான். சிறந்த தொழில் நிபுணன். இவன் ஒருபோதும் எங்களுக்கு எந்தத் தொந்தரவும் கொடுத்ததே இல்லை. அதன் பிறகு மற்றவர்கள்..."

மற்றவர்கள், என் தாய்வழி உறவினர்கள். அவர்கள் என் தாய்வழி உறவினர்கள் என்பதால் அவர்களும் தேவுடியா மகன்கள் என்று என்னால் சொல்ல முடியாது. அதனால், நான் அப்படிச் சொல்லப்போவதில்லை.

"இந்தப் புகைப்படம் எங்கு எடுக்கப்பட்டது?"

"இது ஒப்ரஹேஸில் இருந்த எங்கள் கிராமத்து வீடு."

அந்த நாள்களில், நாங்கள் வயிறு நிறையத் தின்பதற்கும், தவளைகளுடன் விளையாடுவதற்கும், சூரியக்குளியல் போடுவதற்கும் ஒப்ரஹேஸ் செல்வதுண்டு. காரமான கோழிக்கறி, சைரோ, பச்சைத் திராட்சைகள், அத்திப்பழம், சூரியன், யூகலிப்டஸ், சப்பாத்திக்கள்ளி, அத்துடன் எல்லோரும் அமர்ந்து உண்ணக்கூடிய பெரிய மேஜை...

"நீ உன் கையில் வைத்திருப்பது... அது என்ன ஆயுதமா? அப்போதே உனக்கு அதன் மேல் ஈடுபாடு இருந்திருக்கிறது... இல்லையா? அப்போது நீ ஒரு குழந்தைதான்..."

"இல்லை சார்... அது ஆயுதமில்லை. அது பொம்மை. பிங்பாங் பந்துகளை அதில் சுட முடியும் என்பதால் அது எனக்குப் பிடித்திருந்தது."

பிங்பாங் பந்தை வைத்து என் தந்தை தன்னுடன் வேலைபார்த்த அந்த மனிதனின் மூக்கை உடைத்துவிட்டார். இதனால்தான், அவன் சுரங்க அமைச்சகத்தில், என் தந்தையின் வேலையைத் திருடிக்கொண்டான் என்றுகூட சில சமயங்களில் நான் நினைத்தது உண்டு. ஆனால், அது அப்படியிருக்க முடியாது.

"உன் தந்தைக்கு என்னவாயிற்று?"

என் தந்தை கொஞ்ச நாள்களில் இறந்துபோனார்: பழுதாகிப் போன இதயம். என் பாட்டி அடுத்த கொஞ்ச நாள்களில் இறந்து போனாள்: உடைந்துபோன இதயம். என் தாய் தொடர்ந்து உயிர் வாழ்ந்துகொண்டிருக்கிறாள்: எப்போதும் துரதிர்ஷ்டத்தால் பீடிக்கப்பட்டவள்.

இப்போது, என் தந்தை என்னுடைய மேஜை டிராயரில் இருக்கிறார். என் பாட்டி இரும்புப்பெட்டி, கம்பி வளையங்கள் என்று அவற்றோடு இருக்கிறாள். அதன் பிறகு, என் தாய் தன் வீட்டில் இருக்கிறாள். இறுதியாக, எழுபத்தைந்து ஆண்டுகளுக்குப் பிறகு செய்வதற்கு ஏதுமில்லாமல்.

"அவர் எப்போது இறந்துபோனார்?"

"அவருக்கு நாற்பத்து மூன்று வயதானபோது."

என் வாழ்க்கையில் இருபத்து நான்காயிரத்து அறுநூறு நாள்கள் நான் என் தந்தையைப் பற்றித் தொடர்ந்து சிந்தித்துக் கொண்டிருக்கிறேன். அவரைப் பற்றிச் சிந்திக்காமல் ஒரேவொரு நாள்கூடக் கடந்துபோனதில்லை.

"அவர் எங்களுக்கு எந்தத் தொந்தரவும் கொடுத்ததில்லை. அவர் நல்ல மனிதரா?"

"அவருக்கு இதிலெல்லாம் நம்பிக்கை கிடையாது. அவர் நேர்மையானவர். இது எல்லோரும் அறிந்தது."

எப்படித் திருடுவதென்று அவரால் ஒருபோதும் கற்றுக்கொள்ள முடியவில்லை, ஒருபோதும்.

"அவர் பார்ப்பதற்கு அப்படியொன்றும் இளமையாக இல்லை... வயதானவரைப் போல்தான் தெரிகிறார். நிச்சயமாக அவர் உன் தந்தைதானா?"

"எஸ், சார்."

அவர் இறந்துபோனபோது இருந்த வயதை அடைவதற்கு நான் இன்னும் ஓராயிரம் நாள்கள் தள்ளியிருந்தேன்.

"அவர் இறந்துவிட்டாரா? எப்போது?"

"எனக்குச் சரியாக நினைவில் இல்லை."

"அவருக்குச் சரியான குழந்தைகள்தான்... அவர் கொத்தனார் என்பதுகூட மறந்துவிட்டதா? வேறு எதையெல்லாம் நீ மறந்துவிட்டாய்?"

"அவர் கொத்தனார் என்று எனக்குத் தெரியாது. வேறு எதையெல்லாம் நான் நினைவில் வைத்திருக்க வேண்டும்?"

"அவர் மாரடைப்பில் மரணமடைந்தார் என்பதையோ, என்னை மிக மோசமாக, மகிழ்ச்சியாக வைத்திருந்தார் என்பதையோ என்னால் மறக்க முடியாது."

"பிறகு இது, யாரிது?"

"அதுவும் என் தந்தைதான்." என்னுடைய தந்தை.

முன்னர், அவர் முட்டாள்தனமான தேவதூதனின் வேஷம் போட்டுக்கொண்ட மாண்ட்ரேக் போல் இருந்தார்.

இப்போது, அவர் என்னவாக இருக்கிறார் என்று எனக்குத் தெரியவில்லை.

நான் அவரோடு ஏழாயிரத்து முன்னூறு நாள்கள் வாழ்ந்திருக்கிறேன் என்றாலும், அவர் யாரென்று நான் கண்டுபிடிக்கவே இல்லை.

இன்றைக்குக்கூட நான் என் தந்தையைப் பற்றி நினைத்துக் கொண்டேன் என்றபோதும்.

"இதில், நீ ஒருவன்தான் எங்களுக்குத் தொந்தரவு கொடுத்துக் கொண்டிருக்கிறாய். ஏனென்று நாங்கள் கண்டுபிடித்துவிடுவோம். இரவு நீண்ட ஆயுளைக் கொண்டது... நீ சிகரெட் பிடிப்பாயா?"

13

நான்தான் உயரமானவன், மீசை வைத்துக்கொண்டிருப்பவன்.

எனக்கு அடுத்தாற்போல் இருப்பது என் மனைவி. தலையில் கைக்குட்டையைக் கட்டிக்கொண்டு, இவ்வுலகத்தைப் பார்த்து இப்படிக் கேட்கும் தொனியில்: 'இதைப் பற்றியெல்லாம் நீ ஏன் கவலைப்படுகிறாய்?'

எனக்கு அருகில் இருப்பது என் மூத்த மகள். அவளுக்கு அடுத்தாற்போல் இருப்பது என் இளைய மகள். பிறகு என்

மகன், அவனுடைய தாய்க்கு அருகில் இருக்கிறான். இவர்கள் யாரும் இப்போது ஜட்டிகளோடு மட்டும் இருப்பதில்லை.

“பிறகு இவள், யாரிவள்?”

என் மனைவிக்கு அருகில், அந்தப் பெண் பெர்முடா டிரவுசர் போட்டுகொண்டு நிற்பது விசித்திரமாக இருந்தது. அவளே விசித்திரமானவள்தான். ஒருநாள், கியூபாவைச் சேர்ந்த அவளுடைய தோழனை மறைத்துவைக்க வேண்டுமென்று என்னிடம் கேட்டுக்கொண்டாள். ஏனெனில், அந்த இளம்பிள்ளைவாத கம்யூனிஸ்ட்டான தோர்ரஸால் தூக்கியெறியப்பட்டான்.

“என் மனைவியின் குழந்தைப் பருவத் தோழி.”

“கொரில்லாப் போராளி, இவள் ஒரு கொரில்லாப் போராளி. இவள் இங்குதான் இருக்கிறாள். பார்த்தாயா?”

“எனக்கு அவளை அவ்வளவாகத் தெரியாது. ஓரிரு முறைதான் அவளைப் பார்த்திருக்கிறேன். அடைக்கலம் கேட்டு என் வீடு தேடி வந்தாள். நான், முடியாது, என் குடும்பத்தை எப்போதும் ஆபத்தில் சிக்கவைக்க மாட்டேன் என்று சொன்னேன்.”

“அவளும் இதையேதான் சொன்னாள், நல்ல உதை வாங்கிய பின். ஆனால், சொல்லிவிட்டாள். நீ புத்திசாலி, பொய் சொல்ல அவசியமில்லாதபோது நீ பொய் சொல்வதில்லை. இந்த உறவின் வேரை நாங்கள் பிடித்துவிடுவோம். நாங்கள் அதை அடைந்தே தீருவோம். சரியா, அட்லஸ்?”

“உங்கள் கட்டளைக்குக் காத்திருக்கிறேன், பாஸ்.”

இப்போது அவள் தன் கணவனோடு — அவன் கியூபாவைச் சேர்ந்தவன் என்றாலும் — அவன் கியூபாவைச் சேர்ந்தவன் என்று எனக்குத் தெரியாமலேயே போனது — பிரான்ஸில் உள்ள பாரிஸில் வாழ்ந்துவருகிறாள். அந்தப் பழைய புகைப்படத்தை அலுவலக நண்பர்கள் பார்க்கும்போது நான் இப்படிச் சொல்வதுண்டு: நான் இரண்டு பொண்டாட்டிக்காரன்.

“இது உன் குடும்பமா?”

“ஆமாம். என் குடும்பம்தான்.”

14

நான் எப்படியிருக்க வேண்டுமென்று விருப்பப்பட்டேனோ, அதுபோலவே என் மகள் இந்த உலகத்துக்குள் நுழைந்தாள். சூரியன்போல் தங்கநிற முடியைக் கொண்டிருந்தாள், மகிழ்ச்சியாக இருந்தாள். அவளுடைய தந்தையின் அதீதக் கற்பனையாக இருந்தாள். அவளுடைய மழலையர் பள்ளிக் காலத்திலிருந்தே மேக்பை பறவைபோல் வம்பளந்துகொண்டே இருந்தாள்.

"உன் மகளா?"

"மூத்தவள்…"

அவள் வகுப்பில் முதலாவது மாணவியாக இருந்தாள். அவளுடைய தொணதொணப் பேச்சுகளில் பாதியை நான் இழக்க வேண்டியிருந்தது. ஏனெனில், அவள் பிரெஞ்சில் உளறிக்கொண்டிருந்தாள். ஒல்லியாக இருப்பதற்காகப் பாலே நடனம் கற்றுக்கொண்டாள். ஜம்ப்பிங் பீன்போல் அவள் நடுங்கிக்கொண்டே இருக்கக்கூடியவள். நாகரிகமான நடத்தையைக் கொண்டவள். சிரித்துக்கொண்டே இருப்பாள். நாள் முழுக்க எங்களையும் சிரிக்கவைப்பாள். என்னுடைய மகள், இப்போதும் மகிழ்ச்சியாக இருக்கிறாள் என்றே நினைக்கிறேன்.

"இவள் இவ்வளவு அவமானத்தை உணர்ந்திருக்க வேண்டுமா? ஒரு கலகக்காரனுக்கு மகளாய்ப் பிறந்ததற்கு. அப்புறம் இந்தப் பையன்?"

"இது என் மகன்."

என் மகன் மூன்று நொடிகளில் இவ்வுலகத்துக்குள் நுழைந்துவிட்டான், அவ்வளவு வேகம். எனக்கு சிகரெட் பிடிப்பதற்குக்கூட அவகாசம் கிடைக்கவில்லை. நாங்கள் அவனுக்குக் காட்டுப்பூனை என்று பட்டப்பெயர் வைத்தோம் என்றாலும், குள்ளநரி என்பதுதான் சரியாக இருந்திருக்கும். அவனுடைய குறுக்குப்புத்தி அவனுக்கு வேண்டியதையெல்லாம் கிடைக்குமாறு செய்தது. அத்துடன் அவன் பொதுவாக வாயைத் திறப்பதே இல்லை, ஏதேனும் பெரிய உண்மையை உதிர்ப்பது என்றால் ஒழிய, என் சகோதரன் உதிர்ப்பதுபோல். அவனுக்குத் தேவையானதை ஓர் ஆங்கிலக் கனவான்போல் அவனாகவே பார்த்துக்கொள்வான். ஒருவேளை மருத்துவராக வரலாம்.

நிச்சயமாக அவன் நல்ல மருத்துவராக இருப்பான். இவனும் வகுப்பில் முதலாவதாக இருப்பவன்.

“அவனுடைய மண்டையில் ஏற்கெனவே இந்தச் சிவப்புச் சிந்தனைகளைத் திணித்துவிட்டாய் என்று என்னால் உறுதியாகச் சொல்ல முடியும்.”

“ஆபீசர்...”

“என் பெயர் பயஸ்.”

“மிஸ்டர் பயஸ், நான் ஒருபோதும் அந்தச் சிந்தனைகளை என் மண்டையில் ஏற்றிக்கொண்டதில்லை. கம்...யூனிஸம் பொருத்தமான தீர்வல்ல. கம்யூனிஸத்தின் மீது எனக்கு நம்பிக்கையில்லை. நான் இப்படித்தான் சொல்வேன், அட்லஸ் என்னை என்ன செய்தாலும்.”

“நீ ஒரு கலகக்காரன் என்றுதான் இது சொல்கிறது.”

“அந்தக் காகிதங்கள் சொல்வது உண்மையில்லை.”

“அட்லஸ் உன்னைச் சித்திரவதை செய்தால் கூடவா?”

“அப்போதும் அதேதான்.”

“எனக்கு என்ன செய்வதென்று தெரியவில்லை... ஜனாதிபதி உன்னை வெளியேவிட விரும்புகிறார். ஆனால், கர்னலோ நீ வேண்டும் என்கிறார்... எப்படியிருந்தாலும், கர்னலுக்கு உன்னை சுத்தமாகப் பிடிக்கவில்லை, கொஞ்சம்கூட. இதுதான் யதார்த்தமான உண்மை. சிலுவையின் மீது சத்தியம் செய்து சொல்கிறேன்.”

“கர்னல்...”

“அவர்தான் பாஸ். அப்படியென்றால் இதுகூடத் தெரியாதா?”

“நான் வெறும் கதைகள் எழுதுகிறவன் மிஸ்டர் பயஸ். எனக்கு இதைப் பற்றியெல்லாம் ஒன்றுமே தெரியாது. நான் ஒரு கவிஞன். நான் கதை சொல்பவன். அரசியலில் எனக்கு ஈடுபாடு கிடையாது. எனக்குப் புனைவுகள்தான் பிடிக்கும். நான் ஒரு இருத்தலியல்வாதி.”

"ஆனால்: வெளிநாடுகளிலிருந்து நீ எத்தகைய கட்டளைகளைப் பெறுகிறாய்? அதில் எதையெல்லாம் நீ பின்பற்றுகிறாய்? யார் உனக்குக் கட்டளைகளைக் கொடுப்பது?"

"நீங்கள் என்ன சொல்கிறீர்கள். எனக்குப் புரியவில்லை..."

"ஓ... அட்லஸ் அவனுடைய வேலையைச் செய்தாக வேண்டுமென்று நினைக்கிறேன்."

"ஆனால், இதுதான் உண்மை. நீங்கள் சொல்வது எனக்குப் புரியவில்லை."

"நல்லது. அப்படியென்றால் நான் சாப்பிடப்போகிறேன். ஆனால், ஒரு மணிநேரம் கழித்து மீண்டும் உன்னைப் பார்ப்பேன்... சரியா? அட்லஸ்: எலும்புகளை உடைத்துவிடாதே. என்ன செய்ய வேண்டுமென உனக்குத் தெரியும்."

15

என் பெண்குழந்தை இன்னும் சின்னவளாக இருக்கிறாள்.

அட்லஸ் புகைத்துக்கொண்டிருக்கிறான். அதனால், சற்று அமைதியாய் இரு.

என் மகள்: சின்ன ராட்சசி என்று நாங்கள் சொல்வதை அவள் கேட்டிருந்ததால், எங்களைப் புளுகர்களாக மாற்றாமல் இருக்க அவள் முயன்றாள். ஆனால், இப்படத்தில் அவளை அவ்வளவு தெளிவாகப் பார்க்க முடியாது. அட்லஸுக்கு என்ன ஊதியம் கொடுப்பார்கள் என்று யோசித்துக்கொண்டிருந்தேன். அமைதியாக இரு! அமைதியாக இரு! இதுவரை எல்லாம் நல்லபடியாகப் போய்க்கொண்டிருக்கின்றன. இந்தப் புகைப்படத்தைப் பார். இவர்களுக்கு இந்தப் படம் எப்படிக் கிடைத்தது? இது என் மேஜையில் இருந்தது, என் அலுவலகத்தில். இது அந்தப் படம்தானா? ஆமாம், இவர்கள் லூர்தேஸுக்கு என்ன செய்தார்கள் என்று தெரியவில்லை. நீங்கள்: தொடரலாம்.

நினைவில் கொண்டுவா, உன்னுடைய நாள்களை முகர்ந்துபார். உன் அச்சத்தைத் திசைதிருப்பு. குறிப்பு: என் மகள் விலையுயர்ந்த பதினான்கு பூந்தொட்டிகளை உடைத்திருக்கிறாள். அதிலொன்று நூறு ஆண்டுப் பழமையானது. என் தாய்க்குப் பரிசாகக் கொடுக்கப்பட்டது. கணக்கில் அடங்காத கோப்பைகள்,

இதழ்கள், தண்ணீர்க்குவளை, பானைகள். அப்புறம், இரண்டு முறை அவளுடைய சொந்தத் தலை, அது அவ்வளவு விபரீதமாக இல்லையென்றாலும். நடாலியா அமைதியாக இருந்தாள். ஆனால், அவள் சுதந்திரமாக இருந்தாளா? என் பெண்குழந்தை கொச்சபாம்பாவுக்குச் சென்றிருந்தபோது, என்னை ஏறக்குறைய மறந்துவிட்டாள். மறுபடியும் என்னைச் சரியான இடத்தில் பொருத்திப்பார்க்கும்வரை, சில நாள்களுக்கு என்னை 'அங்கிள்' என்றுதான் அழைத்தாள். அப்போது அவளுக்கு இரண்டு வயது.

அந்தப் பெண்ணை இவர்கள் துன்புறுத்தினால்... நிறுத்து மனிதா: நிதானம், பலம், நம்பிக்கை. கொஞ்சம் தன்னடக்கம்...

"மிஸ்டர் அட்லஸ், நான் சிகரெட் பிடிக்கலாமா?"

"சிகரெட் அங்கிருக்கிறது, மேஜை மீது."

"தேங்க்யூ, மிஸ்டர் அட்லஸ்."

நாங்கள் இப்போது பேசிக்கொண்டிருக்கிறோம். நீ அமைதியாயிரு, அமைதியாயிரு. எதுவும் யோசிக்காதே. சுட்டிக்காட்டு, குறிப்பிட்டுச்சொல்: என்னுடைய மனைவி எனக்கு இணையாக நடந்துவர மாட்டாள். இருந்தாலும், சில சமயங்களில் என் அடிகளுக்கு ஒத்து நடப்பாள். அவள் என்னோடு நான்காயிரத்து நானூறு நாள்கள் இருந்திருக்கிறாள். அதில் எழுநூற்று இருபது நாள்களைக் கழித்துக்கொள்ள வேண்டும் — அவள் கொச்சபாம்பாவுக்குச் சென்ற நாள்களை, அதாவது அவள் பிறந்த ஊருக்குச் சென்ற நாள்களை, அவளுடைய வலிமையைப் புத்தாக்கம் செய்துகொண்ட நாள்களை. ஆமாம். ஆனால், இவர்கள் அவளை இழுத்துவந்தால்... இல்லை மனிதா... இல்லை. இவர்கள் அவளை இழுத்துவர மாட்டார்கள். இவர்கள் ஏன் அவளை இழுத்துவர வேண்டும்? என்ன காரணம் வேண்டுமானாலும் இருக்கலாம். உனக்குத் தெரியும்தானே, ச்சீ! இப்போது வாயை மூடு. இந்தப் புகைப்படத்தைப் பார். எதுவும் யோசிக்காதே. நான் சொல்கிறேன்.

பார், நினைவில் கொண்டுவா, சொல்ல வேண்டியதைச் சொல்: நடாலியா குடும்பத்தை மகிழ்ச்சியாக வைத்திருக்க மனுஷியாக சாத்தியப்பட்ட எல்லாவற்றையும் செய்திருக்கிறாள். அத்துடன், அதில் ஏறக்குறைய வெற்றியும் பெற்றிருக்கிறாள். எது மகிழ்ச்சியான வீடு என்பதில் எங்களுக்கிடையே வேறுபட்ட

கருத்துகள் இருந்ததுதான் பிரச்சினையாக இருந்தது. மிஸ்டர் பயஸ், மிஸ்டர் பயஸ், மிஸ்டர் பயஸ், நீங்கள் வெளியே சென்ற பிறகும் இதை மறந்துவிடாதீர்கள் மிஸ்டர் பயஸ்.

ஆனால், மிஸ்டர் பயஸ், நம் எல்லோருக்கும் இதுபோல்தான்; பலருக்கும் ஆவதுபோல்: இருந்தாலும் மோசம், இல்லாவிட்டாலும் மோசம். கரடுமுரடான பகுதிகளை மென்மையாக்கி நாமும் சற்றுத் திடமான ஒன்றை, உறுதியான ஒன்றை ஒழுக்கத்தின் மூலம் கட்டியுள்ளோம். அதனால், நான் அவளிடம் சில சமயங்களில் இப்படிச் சொல்வதுண்டு: நீ என் விதவையாக இருப்பாய். அது தீர்க்கதரிசனம்போல் இருக்கிறது.

"நான் என் குழந்தைகள் பற்றி மூன்றாயிரத்து நானூறு நாள்கள் சிந்தித்திருக்கிறேன்."

"ஆங்..."

"இல்லை. ஒன்றுமில்லை மிஸ்டர் அட்லஸ்."

16

நான் என் கண்களை மூடிக்கொண்டு, அலுவலகத்திலிருந்து மதிய வேளையில் வீடு திரும்பும்போது ஜன்னலில் அவர்களைப் பார்க்கிறேன், மூன்று குட்டித்தலைகள் வெளியே நீட்டிக்கொண்டிருக்கின்றன. ஆறு கண்கள் வானம்போல் தெளிவாக இருக்கின்றன. அலையலையான சிரிப்பொலிகள். பிறகு, என் கழுத்தைச் சுற்றிக்கொண்டே இருக்கும் அவர்களுடைய கைகள்.

நான் திரும்பி வரவில்லை என்றால் அவர்கள் யாருடன் வாழ்வார்கள்? அவர்கள் கொச்சபாம்பாவுக்குப் போகலாம் — அவர்கள் பாட்டியுடன், இது மட்டும் நிச்சயம். ஆனால், என் மகள், அவளுக்கு எப்படிப் புரியவைப்பார்கள்? ஒரு நொடிப்பொழுதே ஆனாலும், காலம் கடந்தும் நிற்கக்கூடிய மகிழ்ச்சியைக் கொடுத்ததற்காக நான் என் குழந்தைகளுக்குக் கடன்பட்டிருக்கிறேன். நான் அவர்களுடன் அவ்வளவு மகிழ்ச்சியாக இருந்திருக்கிறேன், என்னுடைய லட்சியத்தை மறந்துபோகும் அளவுக்கு. அப்போது நான் இதை நடாலியாவிடம் சொன்னேன்.

ஆனால், ஃபிளாக்கோவை நினைத்துப்பார்க்கிறேன்: ‘என் வாழ்க்கைக்கு வேறென்ன அர்த்தம் இருக்க முடியும்?’ அப்போது என் குழந்தைகளோ அல்லது அமைதியான அந்த மகிழ்ச்சியோ போதுமானதாக இல்லை.

நான் அந்தப் பாடலைக் கேட்கிறேன். நிம்மதி இழக்கிறேன்.

தொலைவிலிருந்து நகரத்தின் ரீங்காரம் என் காதுகளை வந்தடைகிறது. நான் என் தலையை உசுப்பிவிட்டுக்கொள்கிறேன். சமூகம் நடுங்குகிறது. நான் ஒரு வெற்றிடத்தை உருவாக்கிவிட்டது போல் உணர்கிறேன்.

மனிதர்கள் மகிழ்ச்சியாக இருக்கப் பிறக்கவில்லை.

“நல்லது, நல்லது, நாம் மறுபடியும் தொடங்குவோம். இதைப் பார்ப்போம்: இந்தப் பெண் யார்? அவ்வளவு வேகமாகப் பேசாதே! ஏனெனில், நான் எல்லாவற்றையும் குறிப்பெடுத்துக் கொள்ள வேண்டும். அட்லஸ், இப்போது நீ சாப்பிடப்போ.”

17

“ஆனால்... நீ ஏன் கலகக்காரன் ஆனாய்?”

“நீங்கள் சொல்ல வருவது... ஒரு பத்திரிகை நிருபர்? ‘டூமா, ரிமார்க்கே, ஹெமிங்வே, கிப்ளிங், கான்ட், ஹெஸ்ஸே ஆகியோரிடமிருந்து அபாயச்சங்கின் பாடல் தொடங்கியது.’”

“மெதுவாக! நான் எல்லாவற்றையும் குறிப்பெடுத்துக்கொள்ள வேண்டுமென்று உனக்குத் தெரியவில்லையா? ... என்ன எழவு இது! எல்லாம் வெளிநாட்டுப் பெயர்கள். ரிமார்க்கே... வேறு யார்?”

“ஆனால், இல்லை. அவர்கள் எல்லோரும் எழுத்தாளர்கள். நீங்கள் குறிப்பெடுத்துக்கொள்ள வேண்டியதில்லை.”

“நான் எல்லாவற்றையும் குறிப்பெடுத்தாக வேண்டும், இது கட்டளை. திரும்பச் சொல்.”

“ஹெமிங்வே, கிப்ளிங், கான்ட், ஹெஸ்ஸே... ஆமாம் அதுதான்... ஏறக்குறைய.”

"நீ கவனித்திருப்பாய், நான் நல்லவிதமாக நடந்துகொள்கிறேன். நீயும் அதுபோல் நடந்துகொள்வாய் என்று நம்புகிறேன்."

"நீங்கள் அதில் உறுதியாக இருக்கலாம், என்னால் முடிந்த மட்டும் முயல்கிறேன்."

"நல்லது, பதில் சொல்!"

"நான் ஒருபோதும் கலகக்காரனாக இருந்ததில்லை."

"ஓ! அட்லஸ் உன்னைச் சித்திரவதை செய்யும்படி கட்டளை கொடுக்க என்னைக் கட்டாயப்படுத்துகிறாய்."

"மிஸ்டர் பயஸ்: அட்லஸ் என்னை என்ன சித்திரவதை செய்தாலும் என்னால் பொய் சொல்ல முடியாது. நான் ஒருபோதும் கலகக்காரனாக இருந்ததில்லை. நான் இப்போதும் அப்படியில்லை. நான் அப்படி இருக்கப்போவதும் இல்லை. நான் ஒருபோதும் அப்படி இருக்கப்போவதில்லை. அத்தகைய போராட்டங்களில் எனக்கு நம்பிக்கை கிடையாது."

"சத்தியமாக?"

"சத்தியமாக."

ஏனெனில், எல்லாவிதமான உதவிகளையும் இந்த நாடு உனக்குச் செய்துகொண்டிருக்கிறது. உன்னுடைய பெயர், உன்னுடைய படிப்பு, உன்னுடைய தோலின் நிறம், ஏன் உன்னுடைய முகம்கூட உனக்குச் சாதகமாகத்தான் இருக்கிறது. இதையெல்லாம்விட விசித்திரமான உன்னுடைய கடைசிப் பெயர். நீ ஒரு அரசுத் தூதராக இருந்திருக்கலாம், ஒரு மந்திரியாக. அத்துடன் இதையெல்லாம் எங்களிடம் விட்டிருக்கலாம், போலிஸ். மிக நீண்டகாலம் நடக்கக்கூடிய போராட்டங்கள் இவை, ஆனால் மிகக் குறைந்த ஊதியம்தான் கொடுக்கப்படுகிறது. இதையெல்லாம் நீ ஏன் செய்ய வேண்டும், டான் மேக்ஸ்?"

"ஆனால்... என்ன செய்துவிட்டேன்? நான் செய்தது எல்லாம் என் பெயரிலான ஒரு நாவல் மட்டுமே, செய்தித்தாளில் சில கட்டுரைகள்... வேறு எதுவுமே இல்லை, நிச்சயமாக. ஒருவருக்கும் என்னைத் தெரியாது."

"நூற்றுக்கணக்கான மக்கள் உன்னை விடுதலை செய்யக் கோரி ஜனாதிபதிக்கு மனு அனுப்பிக்கொண்டிருக்கிறார்கள்."

"என்னது!"

"இதுதான் உண்மை. நீ நாளை விடியற்காலையில் வெளியே போய்விடுவாய். உனக்குத் தெரியாதா?"

"இல்லை. எனக்கு எப்படித் தெரிந்திருக்கும்?"

"சிறையில் யாரும் பேசிக்கொள்வதில்லையா?"

"பேசிக்கொள்கிறோம். ஆனால்..."

"நீ செய்ய வேண்டியதெல்லாம், நீ செய்ததை ஒப்புக்கொள்வது மட்டும்தான்."

"அப்படியென்றால், நான் ஒருபோதும் வெளியே போகப் போவதில்லை."

"போனாலும் போகலாம், உன்னுடைய கால்கள்தான் முதலில் வெளியே போகும்."

"அவர்கள் என்னைக் கொல்லப்போகிறார்களா?"

ஆனால், என் குழந்தைகள் இன்னும் சிறியவர்களாக இருக்கிறார்கள், மிகச் சிறியவர்களாக. "அட்லஸ்: இவனை முற்றத்துக்கு அழைத்துச்செல், கொஞ்சம் காற்று வாங்கட்டும். இந்த மனிதன் வெளிறிப்போயிருக்கிறான். மூன்று நிமிடங்கள் மட்டும்தான், பிறகு திரும்ப அழைத்துவா."

"நான் இங்கேயே இருக்கிறேன்."

மூன்றாவது மாடியிலிருந்து இவர்கள் டாடனுக்கு செய்ததைத்தான் எனக்கும் செய்யப்போகிறார்கள் என்றால் அதை இங்கேயே செய்யட்டும்.

"இல்லை. ஏதும் நடக்காது. சும்மா போ, டான் மேக்ஸ். போ, நான் உனக்காக இங்கே காத்திருக்கிறேன். அட்லஸ், எனக்கு ஒரு கப் காபி எடுத்துவா."

18

என் தந்தையின் மரணம், அவருடைய அன்பிலிருந்து என்னை விடுவித்தது.

"ஆனால், ஏன்? எதிலிருந்து?"

'இந்த உலகத்திலிருந்து. என் தந்தையின் பணத்தில் ஏழாயிரம் நாள்கள் நான் காலத்தைக் கழித்திருக்கிறேன். பிறகு, நான் இந்தப் புனைவுகளைத் தீவிரமாக எடுத்துக்கொண்டு, என் சொந்தப் பாதையைத் தேடத் தொடங்கினேன். அதை ஒருபோதும் என்னால் கண்டுபிடிக்க முடியவில்லை'

"நீ ஏன் இத்தகைய பொய்களை எழுதுகிறாய்? ஒருவரும் அதை நம்பப்போவதில்லை. ஆனால், அது கர்னலைத் தொந்தரவுபடுத்துகிறது."

"ஏன்... கர்னல் தொந்தரவுக்குள்ளாகிறார்?"

"இவை முக்கியத்துவம் இல்லாதது என்றா நினைக்கிறாய்? உன்னுடைய எல்லாக் கட்டுரைகளும் என்னிடமுள்ளன. அவற்றையெல்லாம் நான் உனக்குப் படித்துக்காட்ட வேண்டுமா?"

"இல்லை. அவசியமில்லை மிஸ்டர் பயஸ். அந்தக் கட்டுரைகளெல்லாம் நகைச்சுவைகளின் தொகுப்பு. அதுவும் மோசமான நகைச்சுவைகள். அவை எத்தகைய அதிகாரிக்கும் சிரிப்பைத்தான் வரவழைத்திருக்கும்... எங்கிருந்தாலும்... ஏன் நீங்கள், நீங்-களும்கூட..."

"கர்னல் குமுறிக்கொண்டிருக்கிறார்... என்னை நம்பு டான் மேக்ஸ்."

"அவை தலையங்கங்கள்கூடக் கிடையாது... அவையெல்லாம் வெறும் நகைச்சுவைகள்."

"பூடகமாகத் தகவல் கொடுப்பவர்களின் தந்திரங்களை நாங்கள் அறிவோம். உன் வேலைகளை நானறிவேன். நான் உன்னுடைய புத்தகங்களைப் படித்திருக்கிறேன்."

"என்னுடைய புத்தகங்களையா?"

"உன்னுடைய நாவல்கள்..."

"புனைவு. வெறும் புனைவு. மோசமாகக் கட்டமைக்கப்பட்ட புனைவு."

'இக்கதையின் தொடக்க நாள்கள் வேறு எங்கோ குறிப்பிடப்பட்டுள்ளன. பலவீனமாக.'

“நீ இதையெல்லாம் எழுதுமளவுக்கு அப்படி எதையெல்லாம் நீ பார்த்திருக்கிறாய்?” நான் எதையெல்லாம் பார்த்திருக்கிறேன், நான் எதையெல்லாம் பார்த்திருக்கிறேன்? கந்தலாகக் கிடக்கும் ஒரு கண்டம். இதைத்தான் நான் பார்த்தேன்.

“அப்புறம், நீ மேற்கொண்ட பயணங்கள்... நீ ஏன் பயணங்கள் மேற்கொண்டாய்? உன் பயணங்களுக்கு யார் பணம் கொடுத்தது? யாருக்காக நீ வேலைபார்க்கிறாய்?”

‘என் குழந்தைப் பருவ வீட்டில் நுழைவதற்கு இன்னும் மூன்றாயிரத்து நானூறு நாள்கள் வாழ்ந்தாக வேண்டும்.’

“நீ என்ன செய்தாய்?”

“ஏழு நாடுகள். ஒரு ஆண்டு வெற்றித் திளைப்பில்... எதற்கும் பிரயோஜனமில்லாதது.”

“இது உண்மைதான். எதற்கும் பிரயோஜனமில்லாதது.”

எதற்கும் பிரயோஜனமில்லாதது: தீவிரமான எதையும், பிரசுரிக்கத் தகுதியுடைய எதையும், படிக்கத் தகுதியுடைய எதையும் என்னால் எழுத முடியவில்லை.

“அப்படியென்றால், நீ இந்த வேலையை எப்போதிருந்து தொடங்கினாய்?”

“விமானத்தின் மூலம் நான் ஒரு மேட்டு நிலப்பரப்பிலிருந்து கடலுக்குள் பாய்கிறேன். நான் இதை வெறும் கால்களால் செய்தேன் என்றால் அது மிகவும் சாகசத்தன்மை கொண்டதாக இருக்கும். நான் என் கால்களால் பாலைவனத்தைக் கடந்து குதித்தேன்...”

“மெதுவாகச் சொல்கிறாயா? நான் எல்லாவற்றையும் குறிப்பெடுத்துக்கொள்ள வேண்டும்.”

“... கால்கள்... நான் பாதி குதித்துக்கொண்டிருக்கும்போது, ஒரு காலும் என் உயிரும் போய்விட்டன... அதனால், அது ஏதோ சாகசத்தன்மை கொண்டதாக ஒலிக்கிறது... அதனால்... நான் இப்படி எழுதினேன்... நான் செய்ததுபோல் — மன்னிக்கணும். ஒலித்தது என்பது... பெரிய ‘ளி’ அல்ல. சின்ன ‘லி’.”

“நீ ஒப்பிப்பதுபோல் பேசுகிறாய்.”

“நான் என்னுடையதையே மேற்கோள் கொடுக்கிறேன். எல்லோராலும் பிரசுரிக்க மறுக்கப்பட்ட புத்தகம்... ‘முதல் நூறு நாள்கள்கூட ரொம்ப சாகசத்தன்மை கொண்டதாகத்தான் ஒலித்தது. அதனால்... நான் எப்படி வாழ்ந்தேனோ, அதை அப்படியே எழுதினேன்’.”

“சாகசத்தன்மை கொண்டதாக — என்ன?”

“நான் எப்படி வாழ்ந்தேனோ, அதை அப்படியே எழுதினேன் — மிகச் சரியாக... ‘ச்’ வர வேண்டும், வாழ்ந்தேன்... ‘கால்’ போடக் கூடாது — அதுதான் சரி. வெரிகுட்.”

“தட்டச்சு செய்வது அசதியாக இருக்கிறது. நான் முற்றத்தில் சற்று நடந்துவிட்டு வருகிறேன். எங்கும் போகக் கூடாது. சரியா?”

“என்னால் எங்கே போக முடியும், மிஸ்டர் பயஸ்?”

“வெறுமனே சொல்வதற்காகத்தான், டான் மேக்ஸ்.”

19

பொது வாழ்க்கை குறித்து:

கழுத்துப்பட்டையைத் தளர்த்திக்கொண்டு, பிரகாசமான சூரிய ஒளி கொண்ட நாளில், சான் மார்ட்டின் பிளாசாவில் ஒருவன் என்னை நிறுத்திச் சொல்கிறான்: “எஸ்பிரஸோவில் தலையங்கப் பக்கக் கட்டுரை எழுதியது நீங்கள்தானே?”

“ஆமாம்.”

“வாழ்த்துகள். நான் உங்கள் கட்டுரைகளைத் தொடர்ந்து படித்துக்கொண்டிருக்கிறேன். சிறப்பாக இருக்கிறது.”

“நன்றி.”

இப்படித்தான் பிரபலமாவது தொடங்குகிறது.

நான் முதுகைப் பின்பக்கமாக வளைத்து பின்னிணைப்பு ‘இ’யைக் கண்டெடுக்கப்போகிறேன்.

இதுவும், பொது வாழ்க்கை குறித்ததுதான்:

ஒரு சனிக்கிழமை மதியப் பொழுது சீரோ அலேக்ரியா, அவருடைய வீட்டில் என்னை வரவேற்கிறார். ஏனெனில், மானுவேல் ஸ்கோர்ஸா, அவருடைய நாவலின் அடுத்த பதிப்பைக் கொண்டுவரப்போகிறார். நான் என்னுடைய கேள்விகளைக் கேட்டுக் கட்டுரை ஒன்று எழுதுகிறேன்: 'சீரோ அலேக்ரியா 'இவ்வுலகம் விரிந்தது அந்நியமானது' என உச்சியிலிருந்து இறங்கிவருகிறார்...' இத்யாதி... இத்யாதி.

ஆசிரியர் கையெழுத்திட்ட 'இவ்வுலகம் விரிந்தது அந்நியமானது' பிரதி என்னிடம் உள்ளது. மிக அழகான சமர்ப்பணம்.

மேலும்:

நான்: குட் ஆஃப்டர் நூன், டான் விக்டர், நான் இங்கு வந்திருப்பதற்கான காரணம்...

ஹயா டெ ல டோர்ரே: *தயவுசெய்து வேண்டாம்! என்னைத் தொந்தரவு செய்யாதே! நீ எப்போதும், நான் சொல்ல விரும்பாததையெல்லாம், சொல்லவைக்கிறாய்!*

1967:

"மிஸ்டர் பிரசிடென்ட், ஜனாதிபதி கென்னடி மற்றும் வியட்னாம் பற்றி..."

ஜான்சன்: *அடுத்து!*

ராபர்ட் கென்னடி: *பிரசி-டென்ட் கென்னடி மற்றும் பிரசிடென்ட் ஜான்சன் குறித்த கேள்விகளுக்கு என்னால் பதிலேதும் சொல்ல முடியாது... ஏனென்று உங்களால் புரிந்துகொள்ள முடியும் என்று நம்புகிறேன்.*

"எஸ், மிஸ்டர் கென்னடி."

1970:

"செனேட்டர் மாண்டேல், *IBEAS* பத்திரிகையின் ஆசிரியர் என்ற முறையில் உங்களிடமிருந்து நான் ஒரு கட்டுரை எதிர்பார்க்கிறேன்..."

மாண்டேல்: *பொலிவியர்களுக்காக ஒரு கட்டுரை எழுதுவதில் நான் ஆர்வமாகத்தான் இருக்கிறேன். அப்புறம் உன்னுடைய வியட்னாம் பற்றிய கேள்விக்கு...*

1977:

நான்: மிஸ்டர் பிரசிடென்ட், உங்களுடைய செயல்திட்டத்தில் முன்னுரிமை பெறுகிறவற்றை அறிந்துகொள்வதில் பொலிவிய மக்கள் ஆர்வம் காட்டுகிறார்கள். அதைப் பற்றி உங்கள் கருத்துகளைச் சொல்ல முடியுமா?

கார்டர்: நிச்சயமாக. இரண்டு பிரச்சினைகள் எங்களுக்கு முக்கியமானவையாக இருக்கின்றன. பொலிவியாவில் மனித உரிமைகள் மதிக்கப்பட வேண்டும். அப்புறம் இரண்டாவது: போதைப்பொருள்கள் கடத்திய வழக்கில் பொலிவியாவில் கைதுசெய்யப்பட்டுள்ள அமெரிக்கர்கள், விசாரிக்கப்பட வேண்டும் அல்லது விடுவிக்கப்பட வேண்டும்.

1977:

“இதைக் கேள் தோழா, எல் தியாரியோவுக்கு, நான் ஜனாதிபதி கார்டரிடம் ஒரு பிரத்யேகப் பேட்டி எடுத்து உனக்கு விற்க விரும்புகிறேன். ‘கார்ட’ருடன் அரை மணிநேரம்’. இது எப்படி இருக்கிறது?”

தோழன்: உனக்காக நாங்கள் அதை மகிழ்ச்சியோடு பிரசுரிப்போம்... அப்புறம் உனக்குப் பணமும் வேண்டுமில்லையா?

“நன்றி தோழா... பார்க்கலாம்...”

1973:

“இந்தக் குழப்பத்துக்கெல்லாம் காரணம் அரசாங்கத்தின் உயர்மட்டத்தில் காணப்படும் ஊழல்தான்.”

கர்னல்: அவனைச் சுடு!

சட்டம்: அவனை உள்ளே தள்ளு!

1978:

ஃபிளாக்கோ: அப்படியென்றால், நீ இன்னும் அதில்தான் வேலை பார்த்துக்கொண்டிருக்கிறாயா?

நான்: நிச்சயமாக. இதுவொரு கெட்ட பழக்கம். என் வாழ்க்கைக்கு வேறென்ன அர்த்தம் இருந்துவிட முடியும்?

புத்திசாலியான இளம் தொலைக்காட்சி நிருபர்: உங்களுடைய புதுப் படைப்புகளை நீங்கள் ஏன் பிரசுரிப்பதில்லை? டான் மேக்ஸ், மூன்று ஆண்டுகளாக நீங்கள் எதுவுமே

பிரசுரிக்கவில்லை. விமர்சகர்களைக் கண்டு நீங்கள் அச்சப்படுகிறீர்களா?

"இல்லை. அந்த மிருகத்தைக் கண்டு அச்சப்படுகிறேன்."

"நீங்கள் என்ன சொல்கிறீர்கள்? எனக்குப் புரியவில்லை."

"நீங்கள் அதிர்ஷ்டசாலி."

20

தனிப்பட்ட வாழ்க்கை குறித்து:

1960:

நான்: என் தந்தை மட்டும் நான் செய்திருப்பதைப் பார்த்திருந்தால், அது அவரைக் கொன்றிருக்கும்...

கிரேட்டா: இதுபோன்ற சமயங்களில் அழும் ஆணை முதன் முறையாக நான் இப்போதுதான் பார்க்கிறேன்... மறந்துவிடு. இதிலிருந்து வெளியே வா...

1961:

நான்: என் அதிர்ஷ்டம், இப்போது எனக்கென்று நிரந்தரமான வேலையோடு எல்லாமும் இருக்கின்றன. நாளைக்கு வெளியே எங்காவது என்னுடன் வர உனக்கு விருப்பமா?

ஹுவானா டெல் காலவ்: ஆனால், என் செல்லமே, உன் பாட்டியாகும் அளவுக்கு எனக்கு வயதாகிறது.

நான்: உன்னைப் போன்று ஒரு பாட்டியிருந்தால், பேரக் குழந்தைகள் யாருக்கு வேண்டும்?

1963:

நான்: இதற்கு மேல் முடியாது! முடியாது! முடியாது!

ஹ்வானா: நீ அற்பமானவன்.

1964:

சில்வியா: நீ என் நேரத்தை வீணாக்குவதாக இருந்தால், அதற்குப் பதிலாக...

நான்: ஆனால், சில்வியா... நான் உன்னைக் காதலிக்கிறேன்.

1965:

நான்: சம்மதம் ஃபாதர்!

நடாலியா: சம்மதம் ஃபாதர்!

1966:

ஹாரி: நீ வென்றுவிட்டாய்! வாழ்த்துகள். நீ யுனைட்டெட் ஸ்டேட்ஸ்க்கு வரப்போகிறாய்.

நான்: நன்றி ஹாரி.

1968:

நான்: அம்மா!

அம்மா: என் மகனே!

1969:

நான்: மயிருக்குக்கூட இந்த நாடு பிரயோஜனமில்லை.

நடாலியா: ஆனால், இது நம்முடைய நாடு.

1970:

நடாலியா: நாம் இவளுக்கு எலியானா என்று பெயர் வைப்போம்...

நான்: கடவுளே!

1971:

நடாலியா: நாம் இவனுக்கு அலெஹாந்த்ரோ என்று பெயர் வைப்போம்...

நான்: நல்லது கடவுளே!

1973:

நடாலியா: நாம் இவளுக்கு நடாலியா என்று பெயர் வைப்போம்...

நான்: ஐயோ கடவுளே!

1974:

நான்: நான் மீண்டும் எழுதத் தொடங்க விரும்புகிறேன்...

நடாலியா: அடக் கடவுளே!

அந்தப் பாடல்.

இரண்டு

21

ராணுவ இரும்புக் கட்டிலும் ஒரு பகுதி பெயர்ந்துகிடந்த மரத்தாலான தரையும் கொண்ட ஒரு பெரிய சிறையறையில், நாள் முழுக்க என்னைப் பூட்டிவைத்திருந்தார்கள். வெளியே மழை பெய்துகொண்டிருந்தது. காலை ஆறு மணிக்கு அவர்கள் என்னை ஆடையணியச்செய்த பிறகு, நான் அவர்களைத் தொடர்ந்தபோது, மோசடி செய்ததற்காகவென்று அவர்கள் நடாலியாவிடம் சொல்லியிருக்கிறார்கள். அவர்கள் மொத்தம் எட்டுப் பேர் இருந்தார்கள், ஆயுதங்களுடன். என்னை யாரென்று அவர்கள் நினைத்துக்கொண்டார்கள், சேகுவேரா? என் மனைவி இப்படிப் பின்னாளில் சொன்னாள்.

நான் புகைத்தேன், மேலும் புகைத்தேன். கடல்நீல நிறத்தில் சூட் அணிந்திருந்தேன். புத்தம் புதிய கோட். பனாமாவில் வாங்கிய சூட்கேஸ். வான்நீல நிறத்தில் டை. என் கைப்பெட்டியில் கைத்துப்பாக்கி ஒன்று இருந்தது. அதாவது, பொலிவியாவில் திருடர்களிடமிருந்து ஒருவன் தன் வீட்டைப் பாதுகாத்துக்கொள்ள துப்பாக்கி அவசியமென்று எண்ணியிருந்த காலத்தில், பல ஆண்டுகளுக்கு முன் வாங்கியது.

அந்தக் கைத்துப்பாக்கியை நினைத்தவுடன் எனக்குச் சில்லென்று வியர்த்துக்கொட்டியது. என் குழந்தைகள் அதைக் கண்டெடுத்து, விளையாட முயன்று, ஏதேனும் விபத்து நடக்காமல் இருக்க, அதை என்னுடைய கைப்பெட்டியில்தான் பல மாதங்களாக வைத்திருந்தேன்.

காலம் கடத்த வேண்டும் என்பதற்காகவே, என் கைப்பெட்டியைப் பூட்டி, அதன் சாவியைத் தரையில் இருந்த பொந்தில் விட்டெறிந்தேன்.

என் பெல்ட், டை, ஷூ கயிறு, சொந்தக் காகிதங்கள் என்று எல்லாமும் பறிமுதல் செய்யப்பட்டன. எல்லாம், கைக்குட்டை, பணம், சூரியக் கண்ணாடி மற்றும் சீப்பு தவிர. நான் மீண்டும் என் கைப்பெட்டியைப் பார்க்கவே இல்லை.

"சில சமயங்களில் அவர்கள் தற்கொலை செய்துகொள்கிறார்கள்." என் பொருள்களைப் பட்டியலிட்டவன், அதாவது ஹுயான்கா சொன்னான். இதை அவன் தொலைக்காட்சியிலிருந்து தெரிந்து கொண்டானாம்.

மோசடி, ஹுயான்கா இப்படிச் சொன்னான். 'சுரண்டுபவர்கள் ஒருபோதும் தற்கொலை செய்துகொள்வதில்லை. ஓலமிடுவது இப்படித்தான் கண்டுபிடிக்கப்படுகிறது.'

குற்றம்: "இக்குழப்பத்துக்கெல்லாம் காரணம் அரசாங்கத்தின் உயர்மட்டத்தில் காணப்படும் ஊழல்தான்."

இடம்: அல்டிமா ஹோரா. மாலைப் பதிப்பு.

தேதி: இரண்டு நாள்களுக்கு முன்.

குற்றத் தொகுப்பு: தலையங்கப் பக்கத்தில் கட்டுரை எழுதியது.

தேசியப் பாதுகாப்பு அலுவலகம்: குற்றவாளி!

நான் நினைத்தேன்: ஓ! பாவப்பட்ட, முக்கியத்துவம் இல்லாத எழுத்தாளனே, இதோ வந்துகொண்டிருக்கிறது. இப்போது அவர்கள் இதழியலை உன் வாயில் அடைக்கப்போகிறார்கள். ஓ! பண்பற்ற கிசுகிசுக்காரனே, இப்போது நடனமாடத் தொடங்கு. இப்போது நீ எதை எழுதலாம், எதை எழுதக் கூடாதென்று அவர்கள் உனக்குச் சொல்லப்போகிறார்கள். இப்போது, இதில்தான் வந்துநிற்கிறது.

ஆனாலும், இது இன்னும் முதல் நாள்தான்.

அதனால், நான் குற்றமற்றவன் என்று பாசாங்கு காட்டினேன். நீ அங்கு: நான் உன்னுடைய மேலதிகாரியிடம் பேச முடியுமா?

நான் இன்னும் நாகரிகமான கனவான்தான். என்னையே நான் தேற்றிக்கொண்டேன்.

அவர்கள், முற்றத்துக்கு எதிர்ப்புறத்திலிருந்து மழையின் ஊடாக, அமைதியாக என்னைப் பார்த்துக்கொண்டிருந்தார்கள்.

ஒரு நாள் முழுவதும்.

பிறகு, தட்டச்சு இயந்திரத்தில் நான் செலவழித்த நான்காயிரத்து எழுநூற்று ஐம்பது நாள்களை மீண்டும் வாழ்ந்துபார்த்தேன். அதுதான் இந்த உறையவைக்கும் சிறையறைக்குள் என்னைக் கொண்டுவந்து விட்டுள்ளது.

நான் ஒரு மூலையில் பந்துபோல் உடலைச் சுருட்டிக்கொண்டு தூங்கினேன், சில சமயங்களில் நடுங்கிக்கொண்டு. எது ஒன்றையும் என்னால் கேட்க முடியவில்லை, நள்ளிரவில் தெருவில் போகும் டாக்சிச் சத்தங்களைத் தவிர.

எப்போதாவது ஒரு குடிகாரன்.

அங்கே பாடல் ஏதுமில்லை.

22

இவையெல்லாம் எவ்வளவு சாதாரணமாகவும் நேரடியாகவும் இருக்கின்றன. கம்பிகளுக்கு அந்தப் பக்கத்தில், ஆறு-தோட்டா துப்பாக்கியுடன் விளையாடிக்கொண்டிருக்கும் அந்த மனிதன், சிறிய கவனக்குறைவின் மூலம் எல்லாவற்றையும் முழுமையாக அழித்துவிட முடியும்: முப்பது ஆண்டுப் புத்தகங்கள், பயணங்கள், மகிழ்ச்சிகள், துயரங்கள், எல்லைமீறல்கள் மற்றும் தட்டச்சு இயந்திரங்கள். அத்துடன் ஆயிரம் தசாப்தங்களின் நம்பிக்கைகள்.

மரக்கதவின் விரிசல் ஊடாக நீ பார்க்கும்போது, கம்பிகளுக்கு அந்தப் பக்கத்தில் ஆறு-தோட்டா துப்பாக்கியுடன் விளையாடிக் கொண்டிருப்பவனை நீ ஆராயும்போது (ஏனெனில், உண்மையிலேயே அவன் என் கண் பார்வைக்குள் வந்தது இதுவே முதல் தடவை) நீ எவ்வளவு பாதுகாப்பற்று இருக்கிறாய் என்பதை எளிதாகவும் வேகமாகவும் கற்றுக்கொள்கிறாய்.

நிறைய நேரம் கிடைப்பதால் இறுதியாக நீ, அந்த மனிதன்தான் உன்னுடைய எஜமான், உன் வீட்டுக்கு, உன் குழந்தைகளுக்கு, உன் வாழ்க்கைக்கு, உன் கடந்த காலத்துக்கு, உன் சந்ததியினருக்கு... என்று நீ இறுதியாகக் கண்டுபிடிக்கும்போது எத்தகைய அச்சத்தை, எத்தகைய நடுங்கவைக்கும் அச்சத்தை உணர்வதற்கு நீ கற்றுக்கொள்கிறாய்.

அவன்.

அப்போது, எழுதுவதென்பது அவ்வளவு முட்டாள்தனமான பழக்கமாகத் தெரிந்தது. ஒரு ஏக்கம், நம்மை அடிமுட்டாளாக்கி விடை தேடி அலையவைக்கிறது. ஒரு கனவு, குழந்தைத்தனமாக மாறி உத்தரவாதமான விடியலைக் கண்டுபிடிக்கத் தூண்டுகிறது. நம்பிக்கை பெற அவசியமான காட்சிப்பிழை.

அத்துடன், பழைய சந்தேகங்கள் மிகத் தெளிவாகத் தாங்கிக் கொள்ள முடியாத தீர்மானங்களாக மாறுகின்றன.

அவன், ஆறு-தோட்டா துப்பாக்கியுடன் விளையாடிக் கொண்டிருக்கும் அவனும், அப்புறம் நீ, ஒரு எழுத்தாளனான நீயும், இதற்கு முன்பு ஒருபோதும் பார்த்திராத அவன்தான் இவ்வுலகின் எஜமான்.

ஒப்புயர்வற்ற சாகாவரம் பெற்றவன். எதனாலும் அழிக்கப்பட முடியாதவன். கடவுள்போல். எவ்விதமான போலி அழுகைகளும் இல்லாமல் அவன் தன் அதிகாரத்தைக் கைக்கொள்கிறான், அமைதியாகவும், தீர்மா-னமாகவும், அழிக்கப்பட முடியாததாகவும். நீ தேடிக்கொண்டிருக்கும் உண்மை அவன்தான். அவன், இந்த நாடு பிறப்பதற்கு முன்பே பிறந்தவன் என்றாலும் இந்த முடிவின்மையின் இறுதி நாளன்றுதான் அவன் மரணிப்பான்.

ஆனால், கைக்கொண்டதாக நீ நம்பும் கல்வியின் மூலம் நீ முடமாக்கப்பட்டுள்ளாய்: கொலம்பஸ், அக்டோபர் 12 அன்று அமெரிக்காவைக் கண்டுபிடித்தார்; ஆஸ்டடினின் அணு எடை 210. நீ தேவையில்லாதவன். அதையும்விடக் கேவலமானவன்: நீ முட்டாள்தனமான இடைஞ்சல். அதைக்காட்டிலும் கேவலம்: ஆறு-தோட்டா துப்பாக்கியுடன் விளையாடிக்கொண்டிருக்கும் அவனை எப்படித் தோற்கடிப்பது என்று ஒருபோதும் உன்னால் தெரிந்துகொள்ளவே முடியாது.

ஆனால் எப்படி, ஆனால் பிறகு, ஆனால் ஆனால் ஆனால்.

தட்டச்சு இயந்திரத்தில் விளையாடிக்கொண்டிருக்கும் கைகள் அவ்வளவு எளிதாக முறுக்கேறுவதில்லை.

பத்தாயிரம் நாள்களுக்கு முன், பக்கம்பக்கமாக உள்வாங்கிய அந்த மூளை, மிருகம் என்ற சிந்தனையை ஏற்கெனவே முற்றிலும் நிராகரித்துவிட்டது.

ஈசாப் நீதிக்கதைகள், ஸ்னோ ஒயிட், எல் சீத், வெர்லேய்ன் சொன்ன விஷயங்கள், ஹெமிங்வேயின் அத்தியாயங்கள், ரே பிராட்பரியின் உலகங்கள் என்று தாலாட்டித் தூங்கவைக்கப்படும் கொடுத்துவைத்த குழந்தைகளுக்கு, க்ளிப்டொடன்ட்டின் கடைசி நாளன்று இந்த மிருகம் அழிந்துபோன ஒன்றாகத்தான் இருக்கும்.

ஆனால், இப்போது, மரக்கதவின் விரிசல்களுக்கிடையே நீ அந்த க்ளிப்டொடன்ட்டைக் கணநேரம் பார்க்கிறாய்: அந்த மிருகம்.

அவன்தான் இவ்வுலகின் எஜமான். ஏனெனில், எல்லாமே அவனுக்காகச் செய்யப்பட்டிருக்கிறது. மரணமில்லாதவன். ஏனெனில், மரணத்துக்குப் பிறகு மீண்டும் உயிர்த்தெழுவதற்கு அவன் கற்றறிந்திருக்கிறான். அழிக்கப்பட முடியாதவன், ஏனெனில் அவனைத் தவிர வேறு எவருக்கும் அவன் கடமைப்பட்டவனில்லை. யாரால் அவனைக் காயப்படுத்த முடியும்?

தலைக்கு மேல் ஒரு கூரையும், முதுகில் தனக்கான ஆடைகளும் கொண்ட அந்த மனிதன், ஆறு-தோட்டா துப்பாக்கியுடன் விளையாடிக்கொண்டே, குகையில் அடக்கிவைக்கப்பட்ட காட்டெருமையின் நிதானத்தோடு இவ்வுலகைப் பார்த்துக் கொண்டிருக்கிறான்.

நான் புகைக்கூண்டுபோல் புகைத்துக்கொண்டிருந்தேன். நான் கற்றுக்கொண்டிருக்கும் பாடங்களை என்னுள் ஆழமாகப் பதிய அனுமதித்தேன். ஆனால், என்னுள் அதை ஆழப் பதிப்பதென்பது, வாழ்வதற்கான என் உரிமையை எனக்கு நானே மறுத்துக்கொள்வதாகும். அந்த மிருகம் ஒருபோதும், எப்போதும் விலகிப்போகாது என்பதை ஏற்றுக்கொள்வதாகும்.

23

ஏழு ஆண்டுகளுக்கு, ஓரளவு சமாளித்துக்கொள்ளக்கூடிய வறுமையுடன் ஒரு சிறிய வீட்டில் இருந்தபோது, சிறுசிறு மகிழ்ச்சிகளும், குழந்தைப் பருவக் கொண்டாட்டங்களும் கலந்திருந்தபோது, அந்த மிருகம் அங்கு இருக்கவில்லை.

புத்தகங்களும் இசையும் குழந்தைப் பாதங்களும் ஒரே சமயத்தில் வந்தபோது, அந்த மிருகம் இருப்பது சாத்தியமில்லாமல் இருந்தது. ஒரு குழந்தையின் கண்களினூடாக அந்த மிருகத்தைப் பார்ப்பதென்பது மிகமிக அருவருப்பானதாகவும் நம்ப முடியாததாகவும் இருந்தது.

இப்போதுவரைக்கும்.

ஏனெனில், இப்போது அந்த மிருகம் விடியலுக்கு முன் சிறிய பாதச்சுவடுகளுக்கு இடையே திருட்டுத்தனமாகப் புகுந்துவிட்டான். குழந்தைகளால் அவர்களுடைய கண்களையே நம்ப முடியவில்லை. துப்பாக்கிகள் ஒன்றும் விளையாட்டுப் பொம்மைகள் அல்ல. அந்தப் பெண்மணி ஒரு மூலையில் அழுது சுருண்டாள். அவளது துயரத்தில் நாதியற்றுப்போய். முன்பு எப்போதுமில்லாத வகையில் அழுதாள்.

அந்த மிருகம், டாடியை அழைத்துக்கொண்டு வெளியேறிய பின், அந்தக் குழந்தைகளின் கண்கள் நிரந்தரமாக மாறிவிட்டன. சூரியன் மறைந்த பின்பும் டாடி திரும்பாததால் அந்தக் குழந்தைகளின் மனம் அந்த மிருகத்தை நினைவிலிருந்து நினைத்துப்பார்த்தது.

மம்மி நிஜமாகவே செய்வதற்கு வழியேதுமில்லாமல் அழத் தொடங்கியபோது, அந்தக் குழந்தைகளின் இதயங்கள் அச்சம் என்பதை உணரத் தொடங்கின.

பிறகு பல துண்டுகளை ஒன்றிணைத்து, ஒரு புது உண்மையைக் கண்டறிந்தார்கள். ஒருவன் திருடர்களைக் காட்டிலும், காவல் துறையினரைப் பார்த்து அதிகம் அச்சம்கொள்ள வேண்டும். ஆனால், அப்போது தொலைக்காட்சியில்...

பல மாதங்கள் கழித்து, நள்ளிரவில் ஒரு குழந்தையின் குரல் இப்படிச் சொன்னது: உங்களை அவர்கள் அழைத்துச்சென்றபோது, மம்மி அழுதாள்... அப்புறம் நான், நான் ஒரு மூலையில் அமர்ந்துகொண்டேன், அழுதேன்.

பிறகு, என் மனைவி என்னிடம் இப்படிச் சொன்னாள்: அவன் சாப்பிடவில்லை. அவனால் தூங்க முடியவில்லை. அங்கு வெறுமனே படுத்துக்கிடந்தான், அவன் அழவில்லை.

அந்த மிருகம், அந்தச் சிறிய வீட்டுக்குள் நுழைந்தபோது, அச்சத்திலிருந்துதான் அவனுக்கான மூச்சுக்காற்றைப் பெற்றுக் கொள்கிறான் என்பதை மீண்டும் வெளிப்படுத்தினான்.

சரியான சமயத்தில் மறந்துபோவதில்தான் அவன் உயிர் வாழ்கிறான் என்று கற்றுக்கொடுக்கிறான்.

அத்துடன் அவனுக்கு அக்கறையின்மையும் போலித்தன்மையும் அவசியமாகின்றன. எல்லாவற்றுக்கும் மேலாக முட்டாள்தனம்.

நாள்கள் நகர, அந்தக் குழந்தைகள் திடமாக அடியெடுத்துவைக்கத் தொடங்கிய பிறகு, அந்த மிருகம் பற்றிய நினைவுகள் சங்கடப்படுத்தக்கூடிய ஒன்றாகக்கூட இல்லாமல்போயின.

டாடியின் துணிச்சலில் மட்டும்.

'என் வாழ்க்கைக்கு வேறென்ன அர்த்தம் இருந்துவிட முடியும்?' இத்யாதி... இத்யாதி...

ஆனால், அம்மா, பாட்டி, தாத்தா, மாமா, மாமி எல்லோரும் கூட்டுச்சதியில் பங்கெடுத்ததைப் போலவே, அப்பாவுக்குத் தன் குழந்தைகளின் நினைவிலிருந்து முற்றும் முழுவதுமாக அந்த மிருகத்தை அழித்துவிட வேண்டும் என்பதே விருப்பமாக இருந்தது.

இதனால், அந்த மிருகம் இல்லாததுபோல் இருக்கிறது.

அப்பா மட்டும்தான், திரும்பத்திரும்பச் சொல்லிக் கொண்டிருக்கிறார்: அந்தப் பாடல்தான்.

24

ஆனால், அந்த மிருகம் இருக்கிறது.

பாடங்கள் கற்றுக்கொள்ளப்படுகின்றன.

விஷயங்களின் இந்த ஒழுங்கு, அப்படியென்றால் சாத்தியமானது தான்.

சொற்பொழிவுகளும் சாத்தியமானதுதான்.

அபத்தங்களும் சாத்தியமானதுதான்.

பலரின் பசியும், சிலருக்கு உணவு திகட்டிப்போவதும் சாத்தியமானதுதான்.

அழிவேயில்லாத, சலிப்பூட்டுகிற, பயங்கரமான, பூதாகரமான நடனம் மீண்டும் தொடங்குகிறது.

"தந்தையே! உம்முடைய கைகளில் என் ஆன்மாவை ஒப்படைக்கிறேன்."

குறைந்தபட்சம் அவர் அத்தனை தனிமையில் மரணத்தை எதிர்கொள்ளவில்லை.

25

ஒரு அரசன்போல் வாழ்ந்தபடி, அமெரிக்காவைப் பதினான்கு மாதங்களுக்குச் சுற்றி முடித்தபோது, நான் படிப்பதற்கான மற்றொரு உதவித்தொகையை எதிர்பார்த்து ஹாரியிடம் சென்றேன். நிற்க! அந்தத் தங்கத்தாலான கனவு என்றைக்கும் நிஜமாகப்போவது கிடையாது.

"நான் நியூயார்க்கில் உள்ள பள்ளிக்குச் செல்ல விரும்புகிறேன். படைப்பிலக்கியம் படிக்க."

ஹாரி இன்னும் ஓராயிரம் டாலர்கள் கொடுத்தான்.

அச்சமயத்தில் நாங்கள் மிஸிஸிப்பியின் மேல் மிதந்து கொண்டிருந்தோம். அதனால், நான் அடுத்த துறை நிறுத்தத்தில் இறங்கிக்கொண்டு, நியூயார்க் நகரத்துக்குச் செல்ல பஸ் பிடித்தேன்.

நான் நியூயார்க் நகரப் பல்கலைக்கழகத்தை அடைந்த பிறகுதான், முதலில் செய்ய வேண்டிய காரியம், தகுதித் தேர்வு எழுதுவது என்று தெரிந்துகொண்டேன்.

ஒரு விளையாட்டு மைதானம் அளவுக்கு வகுப்பறை ஒன்று இருந்தது. நூற்றுக்கணக்கான லாரிகளில் வந்திறங்கியதுபோல் நூற்றுக்கணக்கான லத்தீன் அமெரிக்கர்களால் நிரம்பியிருந்தது. பார்ப்பதற்கு அவர்கள் எல்லோரும் ஏதோ திருமண நிகழ்வுக்கு வந்தவர்கள்போல் இருந்தார்கள், இடம் தவறி வந்துவிட்டவர்கள்போல் காணப்பட்டார்கள். இது ஞானஸ்நானம் பெறுவது சம்பந்தப்பட்டதோ நிச்சயதார்த்தம்

சம்பந்தப்பட்டதோ அல்ல. ஆனால், விதிக்குட்பட்ட அல்லது விதிமீறிய வினைச்சொற்கள் மற்றும் அவற்றின் வேறுபாடுகள் சம்பந்தப்பட்டதாகும். தொடர்புகளுக்கோ லஞ்சங்களுக்கோ அனுமதி கிடையாது. சொல்வதென்றால், பகட்டான ஆடைகளிலும் உயரமான காலணிகளிலும் இருந்த அவர்கள், அவன் அல்லது அவள், மயிரைப் போன்ற பாரம்பரியப் பெருமையின் உயரத்திலிருந்து கண்ணியக்குறைவான பார்வையில் என்னுடைய சிவப்புத் தாடியையும், என்னிடமிருந்து வெளிப்பட்ட குமட்டலைக் கொடுக்கக்கூடிய ஒரு லாரிக்காரனின் துர்நாற்றத்தையும் வெறுக்கத் தொடங்கினார்கள். அவ்வப்போதான அவர்களுடைய அச்சம் கொண்ட கண்ணிமையின் துடிப்பு தான் இந்தக் கடுமையான சங்கடத்தை — அவ்வளவு இறுகியதாகவும் பண்பற்றதாகவும் இருந்த சூழ்நிலையில், மற்றுமொரு தோல்விக்கான அச்சத்தை, வெளிப்படுத்தியது. இது பன்முகப்பட்ட, ஆனால் ஒன்றுபோல் தோன்றும், மேற்கத்தியத் தீவுகளிலிருந்து அவர்களுடைய நாக்குகளில் பயணித்துவந்த இசை போன்ற உச்சரிப்பையும் செர்பான்தீஸ் வம்பளக்கும் மரபையும் ஒருநாள் மாற்றிவிடக்கூடியதாகும். தோளோடு தோள் உரசியும் முதுகோடு முதுகு உரசியும் மகிழ்ச்சியாக ஒருவரையொருவர் வலப்பக்கத்திலிருந்தும் இடப்பக்கத்திலிருந்தும் இடித்துக்கொண்டார்கள்.

நான் பார்ப்பதற்கு மிக மோசமாக அழுக்கடைந்து கிடந்தேன். இந்தப் புது அமெரிக்கர்கள் குறித்து நான் கொஞ்சமும் கவலைப்படவில்லை. அந்த நிமிடம்வரை நான் எவரொருவரையும் அருகில் நின்றுகூடப் பார்த்ததில்லை. நான் நான்கு தொலைதூரப் பேருந்துகளில் பயணித்து, பேருந்திலேயே உறங்கி, பிரெஞ்ச் ஃபிரைஸும் பாப்கார்னும் மட்டுமே ஐந்து நாள்களுக்கும் எடுத்துக்கொண்டு, பேருந்து ஜன்னல் வழியே கொட்டைப் பருப்பு வாங்கித்தின்று, அல்லது ஆரஞ்சுக் குளிர்பானம் வாங்கிக்குடித்து, நாட்டின் பாதியைக் குறுக்காகக் கடந்துள்ளேன். நான் நோஞ்சானாக இருந்தேன், பரட்டைத் தலையுடன், துர்நாற்றத்துடன். களைத்துப்போயிருந்தேன்.

ஆனாலும், நான் அங்கிருந்தேன், சரியான நேரத்தில்.

மௌன வதம் | 63

அவர்கள் இயர்போன் கொடுத்து, எங்களை ஒரு முயல்குட்டிக் கூண்டிலடைத்தார்கள். அச்சடிக்கப்பட்ட புத்தகங்களிலிருந்து, கேள்விகளால் எங்களைச் சல்லடை போட்டார்கள்.

"நீங்கள் தயார் என்றவுடன், அந்தப் பொத்தானை அழுத்துங்கள்."

நான் உட்கார்ந்துகொண்டேன். பென்சிலை எடுத்துக்கொண்டு தயாரானேன்.

"இது ஆங்கில மொழித் தகுதித்தேர்வு." ஒரு புவேடோ ரீகனின் ஏகாந்தமான குரல் என் இயர்போனில் சொன்னது. "உங்களைச் சௌகரியமாக்கிக்கொள்ளுங்கள். ரிலாக்ஸ். இப்போது தேர்வு தொடங்குகிறது."

"நோட்டுப் புத்தகத்தைத் திறந்திடுங்கள். உங்களால் முதல் கேள்வியைப் பார்க்க முடிகிறதா? உங்கள் பதிலை எழுதுங்கள்."

டிங்!

"வெரிகுட். கீழ்க்காணும் கேள்விகளுக்குப் பதிலளிக்க மூன்று நிமிடங்கள் உங்களுக்குக் கொடுக்கப்படுகின்றன."

"நீங்கள் சமிக்ஞை சத்தத்தைக் கேட்டவுடன் முதல் பகுதிக்குப் பதிலளிப்பதை நிறுத்திவிட்டு, இரண்டாவது பகுதிக்குச் செல்ல வேண்டும்."

டிங்!

"இது இரண்டாவது பகுதி. கீழ்க்காணும் கேள்விகளுக்குப் பதிலளிக்க உங்களுக்கு மூன்று நிமிடங்கள் கொடுக்கப்படுகின்றன. உங்களால் எவ்வளவு முடியுமோ அவ்வளவுக்குப் பதிலளியுங்கள். நீங்கள் எல்லாக் கேள்விகளுக்கும் பதிலளிக்கும் முன் சமிக்ஞை சத்தம் கேட்டால், மூன்றாவது பகுதிக்குச் செல்லுங்கள்."

டிங்!

இப்போது என்னுள் இருந்த நடுக்கம் வெளியே தெரியத் தொடங்கியது. நான் வியர்த்துக்கொட்டிக்கொண்டிருந்தேன். அடிப்படை சுகாதாரத் தேவையைப் பூர்த்திசெய்வது எனக்கு அப்போது மிக அவசியமாக இருந்தது.

"தயவுசெய்து கீழ்க்காணும் கேள்விகளுக்குப் பதிலளியுங்கள்."

டிங்!

"கவனிக்க: 'அப்சால்வர்' என்பதற்குச் சரியான ஆங்கில வார்த்தை என்ன?" அமைதி. "இப்போது உங்கள் பதிலை எழுதுங்கள்."

"பத்தாவது பகுதியைப் படிக்கவும்." அமைதி. "குட். இப்போது இதை ஆங்கிலத்தில் மொழிபெயர்க்கத் தொடங்குங்கள். சமிக்ஞை சத்தம் கேட்டவுடன் நிறுத்திவிடுங்கள்."

"மொழிபெயர்க்கத் தொடங்குங்கள்."

டிங்.

டிங்.

டிங்.

நாங்கள் ஏறக்குறைய ஒரு மணிநேரம்போல் தோளோடு தோள் உரசிக் காத்துக்கிடந்தோம். திருமண வரவேற்பு நிகழ்ச்சிக்கு அலங்காரத்துடன் வந்திருந்த கூட்டத்துக்கு மதிப்பெண் போட்டுக்கொண்டிருந்தார்கள். அவர்களுடைய ஏளனம் கேட்பாரற்ற ஓரக்கண் பார்வையில் இன்னும் என்னைக் கொத்திக்கொண்டிருந்தது. நான் புகைத்தேன், தரையைப் பார்த்துக்கொண்டு.

இறுதியாக ஒலிப்பெருக்கியில் ஒரு குரல் வந்தது.

நான்தான் முதலாவது. வாசனைத் திரவியங்கள் போட்டுக் கொண்டும், நகைகள் அணிந்துகொண்டும், சுத்தமாகக் குளித்துவிட்டும் பல லாரிகளில் வந்த லத்தீன்களில் நான்தான் முதலாவது. நூற்றுக்குத் தொண்ணூற்று ஒன்பது.

நான் அமைதியாகக் கூட்டத்தின் ஊடாக நடக்கத் தொடங்கினேன், என் கனவுகளின் கதவை வெறித்தபடியும், என்னைக் கவனித்துக்கொண்டிருந்த மக்களை வெறுத்தபடியும். வழக்கமாக எதிர்கொள்ளும் பள்ளி ஆசிரியர் ஒருவரை நான் எதிர்கொண்டேன். ஒல்லியாகவும் குட்டையாகவும் அளவேயில்லாத துயரம் நிரம்பிய கண்களோடும் இருந்தார். அவருடைய தோள் மீது ஒரு மலிவான ரெயின்கோட், அப்புறம் கையில் ஒரு தடிமனான புத்தகம், ஆசிரியர். நான் என் விருப்பத்தை வெளிப்படுத்தினேன். ஓர் ஆண்டுப் படிப்பு அது. ஏறக்குறைய இரண்டாயிரம் டாலர்கள் தேவைப்பட்டன.

"என்னிடம் ஆயிரம் டாலர்கள்தான் இருக்கின்றன" என்று சொல்லி, அதை மேஜை மீது வைத்தேன். அவருடைய கண்கள் அவ்வளவு சோகமாக இருந்தன. நான் அவருக்காக வருத்தப்பட்டேன். நான், இந்த நொடிக்காகச் சண்டையிட்டு, காலைப் பிடித்து, ஆறு ஆண்டுகள் கஷ்டப்பட்டவன். வகுப்புக்கு மட்டும் இரண்டாயிரம் டாலர்கள். தங்குமிடம், புத்தகங்கள், சாப்பாடு...

"அப்படியென்றால் சாத்தியமில்லை." என் தலைவிதியை நொந்துகொண்டேன்.

"உனக்காக நாங்கள் ஏதாவது செய்ய முடியுமா என்று பார்க்கிறோம்." பாதி நம்பிக்கையோடு சொன்னார்.

ஆனால், அவரால் முடியவில்லை. அங்கு ஆயிரம் இருந்தது. ஆனால், 'மீதியை நாளைக்குக் கொண்டுவருகிறேன்' என்பது போலவோ அல்லது அதுபோல வேறு ஏதுமோ அங்கே கிடையாது.

நான் வெளியே வந்தேன், எந்தக் கதவைத் துரத்திக் கொண்டிருந்தேனோ அதைக் கவனமாக மூடிவிட்டு. நான் தெருவில் இருப்பதை உணர்ந்தேன். இரண்டு நிழற்சாலைகளைக் கடந்து, ஒரு சிறிய ஹோட்டலில் அறை எடுத்தேன். குளித்துவிட்டு உறங்கிப்போனேன். ஒரு வாரத்தில் ஆயிரம் டாலர்களைச் செலவழித்தேன். குடித்தே.

பிறகு, கடவு அதிகாரிகளை ஏமாற்றுவதில் கவனம் செலுத்தினேன். ஒரு மாதத்துக்கு எந்தக் காகிதங்களுமில்லாமல். ஆனால், எவ்வளவு காலம் என்பதுதான் கேள்வி. ஆனால், திரும்பிப்போவதை மட்டும் என்னால் நினைத்துக்கூடப்பார்க்க முடியவில்லை. வெற்று கௌரவம்.

மிக அற்புதமான கேக்கை முகர்ந்துபார்க்க மட்டுமே என்னை அனுமதித்தார்கள். அதிலிருந்து ஒரு சிறு துணுக்கைக்கூட விண்டுகொடுக்க மறுத்துவிட்டார்கள்.

26

தொடக்கத்தில்:

ப்ராதோவின் கட்டுப்பாட்டில் இருந்த பெரு. அதனால், பாலியல் தொழிலாளிகள்கூட மகாராணி ஆனார்கள்.

எவரொருவருக்கும் கண்ணியமான வேலை கிடைக்காது, ப்ராதோவின் மச்சானின் ஒன்றுவிட்ட சகோதரனின், ஒன்றுவிட்ட சகோதரனின், ஒன்றுவிட்ட சகோதரனாக இருந்தால் ஒழிய.

பிறகு, அரண்மனைப் பால்கனியில் பெலாவூந்தே வந்துநின்று, பெலாஸ்கோவின் பீரங்கி டேங்குகளை வரவேற்றான். ஆனால், அப்போது நான் பெருவில் இல்லை என்பதால் முழுவதுமாக உணர்ச்சிவசப்பட்ட நிலையில், ஃபிலடெல்ஃபியாவில் ஒரு சிறு ஹோட்டலில் தங்கியிருந்து என் நகங்களைக் கடித்துக் கொண்டிருந்தேன்.

தலாராவின் வீழ்ச்சியின்போதும் நான் அங்கு இல்லை. அப்போது நான் அல்புககீயில் கைவிரல் கணுக்களைக் கடித்துக் கொண்டிருந்தேன்.

நான் பூகம்பத்தையும் நழுவவிட்டேன். அதனால், நான் லீமா அல்லது தலாராவில் பெலாஸ்கோவின் பீரங்கி டேங்க் காட்சிகளைப் பார்ப்பதிலிருந்து காப்பாற்றப்பட்டேன்.

ஆனாலும் நான், ஒரு பேச்சுக்குச் சொல்வதென்றால், கிழட்டு ஜனாதிபதியான — ப்ராதோவின் கட்டுப்பாட்டில் இருந்த பெருவில் வாழ்ந்திருக்கிறேன். கிரிங்கோ, ஸாம்போ, நானோ, ஜெர்மானியர், ரூலிதோ, பினாஸ்கோ — இன்று மிகவும் பிரபலமான தொலைக்காட்சி ஆளுமைகளும், அப்புறம் சோம்பரா, எல்லோரும் ப்ராதோவின் கீழ் வாழ்ந்தவர்கள்தான்.

நாங்கள் எல்லோரும் நல்ல பையன்களாக இருந்தோம், எல்லோரும். ஜெர்மானியர், நானோ மற்றும் சோம்பரா தவிர. எல்லோரும் பட்டினிகிடந்தோம்; ஏனெனில், நாங்கள் லட்சிய இளைஞர்கள்.

அந்தப் பாடல் அப்போது மிக அற்புதமான ஸ்டீரியோ தொழில்நுட்பத்தில் ஒலித்துக்கொண்டிருந்தது.

பிறகு, இங்கிலாந்து மகாராணியின் முடிசூடல் வந்தது. ஹொராஸே க்ளவ்தியோ எனக்கு டெலக்ஸ் அனுப்பும் வேலையை ஒதுக்கினான். பிறகு, அவர்களால் மணல்மேடு போன்ற காகிதக் குவியலுக்கு மத்தியில் என்னைக் கண்டுபிடிக்க முடியாமல்போனதால், தகுதியற்றவன் என்று ஹொராஸே க்ளவ்தியோ என்னை அந்த நிமிடத்திலேயே வேலையை விட்டு நீக்கினான். ஆனால், உடனே என்னை மீண்டும் வேலைக்குச் சேர்த்துக்கொண்டு, செய்தித்தாள் உணவுக்கூடத்தில் பீர் வாங்கிக்கொடுத்துச் சந்தோஷப்படுத்தினான்.

என்னுடைய சகாக்களைக் காட்டிலும், என்னால் சற்றுச் சிறப்பாக எழுத முடியும் என்று அவர்கள் அறிந்துகொண்ட பின், ஒரு மேஜையையும், ஒரு தட்டச்சு இயந்திரத்தையும் எனக்குக் கொடுத்தார்கள். நான் இரவில் எழுதினேன், பகலில் தூங்கினேன். மீண்டும் இரவில் எழுதினேன். பிறகு விடியும்வரை குடித்தேன், பேசிக்கொண்டிருந்தேன். பகலில் தூங்கினேன்.

அல்லது காலையில். ஏனெனில், கையில் சல்லிக் காசில்லாமல் பகலில் நான் நாய்போல் தனியே அலைந்துகொண்டிருந்தேன்.

தன்னை ஜனாதிபதியாவதற்குரியவனாக நினைத்துக்கொண்டிருந்த பெத்ரோ பெல்த்ரான் என்ற அரைப்பைத்தியக் கிழவனுக்கு எதிராக சான் மார்க்கோஸின் ஆப்ரிஸ்தா மாணவர்கள் தீட்டிக்கொண்டிருந்த சதியை உளவுபார்ப்பதுதான் எனக்குக் கொடுக்கப்பட்ட முதல் வேலை. நான் பொலிவியக் கல்லூரி மாணவன் என்றும், லீமா வழியாகப் போய்க்கொண்டிருக்கிறேன் என்றும், கொஞ்சமும் கவலைப்படாமல் புழுக்கள் நிறைந்த அந்த டப்பாவுக்குள் நுழைந்தேன். எனக்கு ஆப்ரிஸ்தாக்களைப் பிடிக்கும். இவர்கள் மொபிமியெந்தோக்கள் போல்தான் என்றாலும் சற்றே மிதவாதிகள் என்று சொல்லலாம். இவர்கள் இன்னும் எவரையும் கொலை செய்யவில்லை, முப்பது ஆண்டுகளுக்கு முன் த்ருஹிலோ விஷயத்தில் செய்ததைத் தவிர.

ஹொராஸே க்ளவ்தியோவுக்கு நான் என்னுடைய கதையை எழுதத் திரும்பி வந்தேன். எழுதி முடித்தவுடன், பத்திரிகைத் துறையில் இயற்றப்படாத முதல் சட்டத்தை உடனடியாகப் புரிந்துகொண்டேன்: பத்திரிகைச் சுதந்திரம் என்பது ஓர் ஆசிரியரின் மேஜையோடு முடிகிறது.

ஆனாலும், அந்தப் பாடல் அவ்வளவு அற்புதமான ஸ்டீரியோ தொழில்நுட்பத்தில் சிறப்பாக ஒலித்துக்கொண்டிருந்ததால், நடுநிலை அல்லாத எல்இம்பர்சியால் என்ற செய்தித்தாள் வெகுஜன எதிர்ப்பால் மூடப்படும்வரை, நான் தொடர்ந்து திரைப்படங்கள் பற்றியும், புத்தகங்கள் பற்றியும், பெத்ரோ பெல்த்ரான் மக்கள் குறித்தும் எழுதிக்கொண்டிருந்தேன். பொருளாதார அமைச்சராக இருந்த பெல்த்ரானின் கண்காணிப்பில் அது நொடிந்துபோனதை அறிவிக்கும்வரை மோசமாக அரசியல் செய்துகொண்டிருந்தது. செய்தித்தாளின் உரிமையாளராக இருந்த பெல்த்ரான் நிருபர்களை வேலையை விட்டு நீக்கினாலும் அவர்களுக்குக் கொடுக்க வேண்டிய பணத்தைக் கொடுக்க வேண்டியதில்லை.

அவன் என்னை வேலையை விட்டு நிறுத்தியதோடு அல்லாமல் பணமும் கொடுக்காததால், நான் மறுபடியும் வீதிக்கு வந்தேன்.

ப்ராதோவின் கட்டுப்பாட்டில் இருந்த பெரு, இதுதான்.

பொறாமை கொண்ட சீன இளைஞன் ஒருவனைப் பார்த்தேன். கதவின் வாசற்காலில் தொங்கிக்கொண்டு, அவனுடைய மென்மையான ஷூவால் என் வயிற்றில் உதைத்தான். இந்த உலகிலேயே மிக இனிமையான கவிதை ஒன்றை எழுதிய கிறுக்குத்தனமான, அழகான பெண் ஒருத்தியைப் பார்த்தேன். காவல் நிலையங்களில் குப்பையாய்க் கிடந்த குகையில் வாழும் பெயரற்றவர்களின் முகங்களையும் கத்திகளையும் பார்த்தேன். ஆரவாரமற்ற கடற்கரையில் பிரம்மாண்டமான பியானோவில் தன்னுடைய மாய விரல்களால் மிகச் சிறந்த ஜாஸ் இசையை எனக்காக மட்டும் ஜெர்மானியன் ஒருவன் வாசித்ததைக் கேட்டேன். சீருடை அணிந்த வீரம் செறிந்த பெண்களோடு சேர்ந்து அடித்தொண்டையிலிருந்து நானும் கத்தினேன்: பெரு வாழ்க! கடவுள்தான் காப்பாற்ற வேண்டும்.

இப்படியாகத்தான் என் ஞானஸ்நானம் நடந்தது.

இது, அந்தப் பாடலின் ஒலியை மேலும் அதிகமாக்கியது.

27

என்னுடைய தொண்டையில் வளர்ந்த தேவையில்லாத சதையை பெருவில் விட்டுவிட்டேன், ஓப்ரேரோ மருத்துவமனை. இரண்டு

நாள்கள். "'ஆ!' என்று முப்பது நொடிக்குச் சொல்" மருத்துவர் சொன்னார். என் குடலிலிருந்து என்னுடைய ஞானப்பல்லைப் பிடுங்கி எடுப்பதுபோல் தோன்றியது.

"'ந' 'எப்' 'இ' 'பே'" என்றேன் பிறகு.

ஆனால், அடுத்த நாள் அவர்கள் சொன்னார்கள்:

"எங்களுக்குப் படுக்கை வேண்டும்."

அன்றைய மதியம் நான் ஆடையணிந்து, சில பொருள்களை மூட்டைகட்டிக்கொண்டு, என் தொழிலை நோக்கி நடந்தேன்.

நான் பணிநீக்கம் செய்யப்பட்டேன், அரசியல் மற்றும் வம்புப் பேச்சுகள் தொடர்பான விஷயம்.

என் குடியிருப்புக்குச் சென்றேன்.

வழக்கம்போல் வெறுமையாக இருந்தது. வெளிச்சமேதுமில்லை.

"'எ' 'இ'" நான் சொன்னேன்.

28

ரெனா ஓர்தீஸ், அவன் ஒரு மெஸ்டிஸோ.

பீப்பாய் போன்ற நெஞ்சு, ஆலிவ் நிறத்தில் தோல், அழுக்கான, திரைமறைத்த தந்திரமான கண்கள், பெரிய பழுப்பேறிய கைகள். இந்த மனிதன், காளை மாடுகளை அடக்கக்கூடியவன். 'ங்கோத்தா' என்று அவன் சொல்வது வழக்கம். அவனுக்கு நண்பர்கள் இருந்தார்கள். நாகரிகமானவர்கள், அதாவது அவர்கள் நாகரிகமாக இருந்தவரை. ஏனெனில், நீண்டு மூட்டுவரை தொங்கிய கழுத்துப்பட்டை, காளை மாட்டின் கழுத்தை உரசிச்சென்றது.

ரெனா ஓர்தீஸ், என் நண்பன்.

ஆறு வயதில் என்னுடைய நம்பிக்கையைப் பெற்றவன். உன் அப்பா, என்னுடைய நண்பன் என்று அவன் சொன்னான். அப்புறம் மற்றொருவன், என் சகோதரன், அவன் சொன்னான்: ஆமாம். உண்மைதான். அப்புறம், ரெனே: உன் தந்தை இறந்து கொண்டிருந்தபோது, அவருடைய காரை நான்தான் விலைக்கு

வாங்கினேன், அது '36 இல் வாங்கியது. ஆமாம், உண்மைதான். அதுதான் ரெனே.

ரெனா ஓர்தீஸ், ஒரு திருடன்.

"ரெனே, உனக்குத் தெரியும், இதுதான் என் வாழ்க்கையில் மிக முக்கியமானது. என்னுடைய இந்தச் சிறிய வீட்டைக் கட்டுவதற்கான பணம் இப்போது மட்டும்தான் என்னிடம் இருக்கப்போகிறது. எனக்கு மூன்று குழந்தைகள் இருக்கிறார்கள். தேவிடியாப் பையா, என்னை ஏமாற்றாதே..."

"ங்கோத்தா, உன் விருப்பம்போல் வைத்துக்கொள்."

ரெனே என்ற வக்கீல் அவர்களே! நீங்கள் என்னுடைய நண்பர், நீங்கள் பிரபலமானவர், வெல்லப்-பட முடியாதவர், நியாயமானவர், புத்திசாலியானவர், வீரமிக்கவர், நல்லவர், நேர்மையானவர். வக்கீல் அவர்களே: எனக்கு நீதி வேண்டும். நான் ஏழைதான், ஆனால், உங்களுக்கான பணத்தைக் கொடுத்துவிடுகிறேன், கொஞ்சம் கொஞ்சமாக. ஆமாம், நான் திருப்பிக்கொடுத்துவிடுகிறேன். எங்கள் தலைமேல் இருக்கும் கூரையைத் தயவுசெய்து காப்பாற்றுங்கள், வக்கீல் அவர்களே!

"நல்லது கடவுளே!" சொன்னவர், ரெனே என்ற வக்கீல். "இது எளிதானது."

"மூன்று ஆண்டுகள் மற்றும் இரண்டு சிறையறைகளுக்குப் பிறகு, நான் நினைத்தேன்: அவர் ஏன் எடுத்தவுடனே மறுக்கவில்லை. அவர் ஏன் இப்படிச் சொல்லவில்லை: 'நல்லது கடவுளே, மிக அற்பத் திருட்டுக்கெல்லாம் எனக்கு நேரமில்லை... நான் கோடீஸ்வரர்களுக்காகக் கோடிகளைக் கொடுக்கும் வழக்குகளை நடத்தி, கோடிகளில் சம்பாதிப்பவன்... நல்லது தம்பியே, ஏன் உன்னுடைய சிறிய வீடும் நீயும் பட்டம்போல் பறந்துபோகக் கூடாது?"

எனக்கு ஏனென்று தெரியும். என் தந்தை நேர்மையாக இருந்தார். என் தாய் ஒரு பெண்ணாக இருந்தார். அதனால், நான் என்ன செய்தாலும் என்னால் என் தாயையோ தந்தையையோ மறக்க முடியாது: நான் நிர்வாணமாக இருக்கிறேன்.

ரெனேவும் ரெனேவும். திருடனும் சட்டமும்.

நான் நினைத்துப்பார்க்கிறேன்: ஒரு மனிதன் நேர்மையாகவும் ஏழையாகவும் இருப்பதைக்காட்டிலும் முட்டாள்தனமானது, வெறுக்கத்தக்கது, அபத்தமானது வேறு எதுவாகவும் இருக்க முடியாது, எதுவாகவும் இருக்க முடியாது.

ஒருவேளை இருக்கலாம்: நேர்மையாகவும் ஏழையாகவும் இருக்கும் மனிதன், எப்படித் திருடுவது என்று கற்றுக்கொள்ள முடியாமல்போகலாம்.

பிறகு, நான் கரடுமுரடான பாதைகளில் நடந்து நகரம் நோக்கி நடக்கலாம். தூறல் போட்டுக்கொண்டிருந்தது.

நான் முணுமுணுத்தேன்: வாழ்க தந்தை நாடு, கடவுள் காப்பாற்றட்டும்!

29

நான் மலையைப் பார்த்துக்கொண்டிருந்தேன். நீலச்சாயம் பூசியதுபோல், ஏறக்குறைய கருத்த வானத்தின் பின்னணியில், மூன்று மலை உச்சிகள் வெள்ளி நகைகள்போல் தோற்றம் தந்தன. எல் ப்ராதோவின் இதமான சூரிய ஒளியை அனுபவித்துக்கொண்டிருந்தேன். லாரிகளில் உட்கார்ந்திருந்த, சிவப்புப்பட்டை கொண்ட சீருடை அணிந்திருந்தவர்கள் அவர்களின் எதிரிகளை முறைத்துக்கொண்டிருந்தார்கள். அந்த எதிரிகளே, வாழ்வதற்கும் சம்பாதிப்பதற்கும் நடைபாதையைப் பார்த்தபடி, நடந்துகொண்டிருந்தார்கள்.

"குட் ஆஃப்டர்நூன், டான் மேக்ஸ்."

"குட் ஆஃப்டர்நூன், சதுரீனோ."

தளர்வான வெள்ளை மேல்கோட்டுடன், சிவப்பு நோட்டுப் புத்தகங்களுடன் — மிகச் சரியாக உள்துறை அமைச்சகத்தில் உள்ளதுபோலவே — மாணவர்கள் காணப்பட்டார்கள். நான் இங்கு ஒவ்வொரு சனிக்கிழமையும் கையெழுத்திட வேண்டும். நீண்ட பச்சைநிற பெஞ்சு.

வயதான காவலாளி சதுரீனோவின் சங்கோஜச் சிரிப்பு. அவருடைய சிவில் சர்வீஸ் சீருடை ஒருகாலத்தில் கடல் நிறத்தில் இருந்திருக்க வேண்டும். கை மூட்டுப் பகுதி, கால்

மூட்டுப் பகுதி எல்லாம் தைக்கப்பட்ட, மீண்டும் தைக்கப்பட்ட அடையாளங்களுடன்.

"ஒருவன் இங்கிருந்து எப்படி வெளியேறுவது?" நான் மாணவர்களைப் பார்த்து, பிறகு தலையைத் திருப்பி, "அங்கே போகிறார்கள்," பச்சை மற்றும் கறுப்புச் சீருடை அணிந்தவர்களைப் பார்த்தபடி, "உண்மையான விரோதத்தை உணர்வதற்கும், நம்மைக் கடந்துபோகிறவர்கள் யாராக இருந்தாலும், உன்னுடைய சொந்தத் தந்தையை, உன்னுடைய சொந்தத் தாயைக் கொல்வதற்கு... எப்படி இது நடக்கிறது?"

"சதுரீனோ... இவர்கள் போய்ச்சேர்ந்திருக்கும் இடத்துக்கு ஒரு மனிதன் எப்படிப் போய்ச்சேர்கிறான்?"

"எனக்குத் தெரியாது டான் மேக்ஸ். அவர்கள் எல்லோரும் இங்குதான் இருக்கிறார்கள், மேலும் கீழும் ரோந்து போய்க் கொண்டு."

"எல்லா முதலீடுகளிலும், குழந்தைகள்தான் மிக மோசமான முதலீடு. உனக்கு அவர்கள் தேவைப்படும் அந்த நொடியில் லண்டனில் இருப்பார்கள்."

"என் குழந்தைகள் சான்டா க்ரூஸ் சென்றுவிட்டார்கள் டான் மேக்ஸ், லண்டனுக்கு அல்ல."

"என்னை மகிழ்ச்சியாக வைத்திருக்க, என் தந்தை அவர் சாகும்வரை என்னை மகிழ்ச்சியாக வைத்திருந்தார்."

"என்னால் என்ன முடியுமோ, நான் அதைச் செய்துவிட்டேன். சுரங்கத்தில் வேலைபார்க்கும் நாங்கள் ஏழைகள் டான் மேக்ஸ். அதனால்தான் அவர்கள் எங்களை விட்டுச்சென்றுவிட்டார்கள்."

"அவர் நேர்மையானவர். ஆனால், நேர்மையாகவும் ஏழையாகவும் இருப்பதைக் காட்டிலும், முட்டாள்தனம் வேறு எதுவுமில்லை."

"கடவுள் உன் தந்தையை ஆசீர்வதிக்கட்டும். அவர் மிகக் கண்ணியமான மனிதர்."

"அதனால்தான் அவர் இறந்தார்."

"பிறகு, உன் தாய், அவர் ஒரு துறவிதான்."

"துறவியாக இருப்பது மிகச் சிரமமானது."

"நமக்கு இது தெரிந்ததுதானே."

"வளர்ந்த மனிதனின் பிரச்சினை ஏற்கெனவே தீர்மானிக்கப்பட்டு விட்டது. நல்லதாகவோ கெட்டதாகவோ. சதுரீனோ, உன்னால் என்னைப் புரிந்துகொள்ள முடிகிறதா?"

"இது அப்படித்தான் இருக்கிறது என்று நினைக்கிறேன், டான் மேக்ஸ்"

"அதன் பிறகு, இந்தச் சுழற்சி தொடர்ந்துகொண்டே இருக்கிறது, உங்களுக்குப் புரிகிறதா?"

"ஆமாம். அது தொடர்ந்துகொண்டுதான் இருக்கிறது."

"அன்புக்குரிய சதுரீனோ... 'நம் குழந்தைகளுக்கு எதிரான தீர்வுகளை முன்வைப்பதில் நாம் வல்லவர்கள். நம்முடைய அன்பு நம் குழந்தைகளைக் குருடர்களாக்குகிறது; நம்முடைய அக்கறையற்ற தன்மை அவர்களைச் சபிக்கிறது, மிக அற்புதமாக இயல்புத் தன்மையோடு அவர்களை ஒரு மலக்குவியலில் கொண்டுசேர்த்துவிடுகிறோம். உங்களுக்குப் புரிகிறதா?"

"நம்முடைய குழந்தைகள் நம்மை மறந்துவிடுகிறார்கள், டான் மேக்ஸ். அவர்களிடம் கொஞ்சமும் மரியாதை என்பது இல்லை, இல்லை..."

"பிறகு நாம் கத்துகிறோம்: நீடூழி வாழ்க, தந்தை நாடு, கராஹோ!"

"அது எளிதானது."

"பிறகு, ஆண்டுக்கு ஒருமுறை: நரகவேதனையுடன் நாம் சொல்கிறோம், அங்கிள், கராஹோ!"

"டாபேட்டரின் நாயகன்: வீரஞ்செறிந்த வார்த்தைகள், டான் மேக்ஸ்."

"நம்மிடையே நிறைய கராஹோக்கள் உண்டு."

"மீண்டும் அப்படிச் சொல்லுங்கள், டான் மேக்ஸ்."

அற்ப விஷயங்கள்!

"ஆனால், யாரோ ஒருவர், உன்னுடைய சுரங்கத்தின் கதையைச் சொல்லத்தான் வேண்டும், சதுரீனோ."

“வேறொரு நாள், நீங்கள் குடிக்காமல் இருக்கும்போது டான் மேக்ஸ்.”

சூரியனில்லாமல் நான் எல் ப்ராதோவை விட்டு வெளியேறினேன்.

எதிரொலி: உன் தாய் ஒரு துறவி!

30

“நாவலைஸ் செய்வது” என்பது “நாவல்கள்” என்றால், “நிவோலைஸ்” என்பது “நிவோலாக்கள்” செய்வதாகும். ஆகவே...

உனாமூனோ: “நாவல்கள் இல்லை: நிவோலாக்கள்.”

சரி, கொஞ்சம் நிவோலைஸ் செய்வோம்.

ஜனவரி 23 அன்று, மதியம் நான்கு மணிக்கு அவள் வந்துசேர்ந்தாள். டீசர்ட் மற்றும் தாடியுடன், பழைய சௌகரியமான நாற்காலியில் கைகால்களைப் பரப்பி வைத்துக்கொண்டு, அழுகிக் கொண்டிருந்தவனைப் பார்க்க. அவள் சொன்னாள்:

“ஹலோ.”

அவள் உறுதியளித்ததைப் போலவே, மிகவும் சிரமப்பட்டுத் தரை வழியாக வந்துசேர்ந்தாள். நடமாடக்கூடிய ஒரு மஞ்சள் பிணத்தை, நோயுற்ற மனம்பிறழ்ந்த மனிதனை, இவ்வுலகைக் கண்டு அச்சப்படும் அளவுக்கு அதை வெறுத்தவனை, தற்கொலை வலியைக் கொடுக்கும் என்பதால் தானாகவே இறந்துபோவது என்ற தீர்மானத்தோடு இருந்தவனை அவள் கண்டாள்.

இதைத்தான் அவர்கள் காதல் என்கிறார்கள்.

சரியாகச் சொல்வதென்றால், மிக இக்கட்டான சூழ்நிலையில் அவள் வந்துசேர்ந்தாள்.

பத்தாயிரத்து எண்ணூறு மணிநேரம் கழித்து, முதல் வாக்கியம் ஏறக்குறைய முற்றுபெற்றபோது, பத்திரிகை அலுவலகத்துக்குத் திரும்புவதற்கு முன்பு, இந்த அமைப்பின் பல்சக்கரத்தை இயக்கிக்கொண்டிருக்கும் அன்றாட வாழ்வுக்கான அர்த்தமற்ற யுத்தத்தை நடத்துவதற்கும் போதுமான வலிமையைப் பெறுவதற்கும் காத்திருக்கும்போது, பண்டைய காலத்

தொலைக்காட்சிப் பெட்டியைப் பார்த்துக்கொண்டும், மலிவான சிகரெட்டுகளைப் பிடித்துக்கொண்டும், வெறுமனே காலத்தைக் கடத்திக்கொண்டும் இருக்கும் அவன், உண்மையிலேயே அவளுடைய காதலுக்குத் தகுதியற்றவனாகத்தான் இருந்தான்.

எதிர்த்துநிற்கக்கூடிய சக்தி எதையும் கொண்டிராத அவனுடைய நரம்பியல் அமைப்பானது இரண்டு ஆண்டுகளாகத் தொடர்ந்து உறக்கமின்மை நோயையும், கரும்புள்ளி குத்தப்பட்ட நானூற்று அறுபத்து மூன்று நாள்களையும், பதினோராயிரத்து நூற்றுப் பன்னிரண்டு மணிநேரம் வேலையின்றித் தனிமையில், வெறுத்துப்போன நிலையில் சுற்றிக்கொண்டிருந்ததையும் எப்படியோ தாக்குப்பிடித்தது.

எல்லாவற்றுக்கும் மேலாக: அவன் லீமாவை வெறுத்தான்.

ஏழு மாடிப்படிகள் கடந்து தெருவில் இறங்குவதற்குள் விபரீதமான தலைச்சுற்றல், கடல்பயணக் குமட்டல், வாந்தியெடுத்தல், இரவு போன்று கருத்த சிந்தனைகள் என்று எதுவுமில்லாத அளவுக்கு அவள் வென்றெடுத்தாள்.

அவன் இதைச் சொல்லித்தான் ஆக வேண்டும்: அவன் தோற்றுப்போன மனிதன்.

அவள் கதவின் அருகில், ஒரு கைப்பெட்டியோடு — அதுவொன்றும் அவ்வளவு பெரிதல்ல, உற்சாகமாகவும் இனிமையான புன்னகையோடும் நின்றபோது, அவன் வயிற்றில் எரிமலை வெடித்தது போன்று உணர்ந்தான். அவள் சொன்னாள்:

"ஹலோ."

அவள், எல்லாவிதத்திலும், அந்த மனிதன் எதையெல்லாம் இழந்திருந்தானோ அதுவாகவெல்லாம் இருந்தாள். அது மட்டுமல்ல: அவனுடைய அதிர்ஷ்டத்தைத் தேடி அவனுடைய தந்தை வீட்டைவிட்டு வெளியேறியபோது எதையெல்லாம் விட்டுவிட்டு வந்தானோ அதுவாகவெல்லாமும் அவள் இருந்தாள். அது மட்டுமல்லாமல் இனி ஒருபோதும் திரும்புவதில்லை என்ற தீர்மானத்தோடு, எந்த நாட்டைவிட்டு வெளியேறி வந்தானோ, அதன் சிறந்த குறியீடாக அவள் இருந்தாள். அவள் இப்படித்தான் இருந்தாள்: அது அச்சத்தைக் கொடுத்தது. தீதென்று எதையும் அறிந்திராத மனிதப்பிறவி. இந்த அமைப்பின் நெறியற்றதையோ கொடூரத்தையோ அறியாதவள்.

பள்ளியிலிருந்து நேராக வந்தவள். அவள் சற்றே பயணம் மேற்கொண்டிருக்கிறாள் என்றாலும், உண்மையில் அவள் செய்திருப்பது என்னவென்றால், எதை எதிர்பார்ப்பது என்று தெரியாமல் அடிமட்டமில்லாத கடலுக்குள் குதித்திருக்கிறாள்.

அவள் நேரத்தை வீணடிக்கவில்லை. ஆறு வல்லுநர்கள், கிரிங்கோக்களால் 'மனநல மருத்துவர்' என்று அழைக்கப் படுகிறவர்களால், இரண்டு ஆண்டுகளாக எதைச் சாதிக்க முடியவில்லையோ அதை அவள் மூன்றே மாதங்களில் சாதித்துக்காட்டினாள். அவள் கொஞ்சமும் தடுமாறவில்லை. துண்டுதுண்டாகக் கிடந்த மனிதனைப் பொறுக்கியெடுத்தாள். அவனது தலைச்சுற்றலை, குமட்டலை, கருத்த சிந்தனைகளைச் சரிசெய்தாள். அவனது கழுத்தைப் பிடித்துக் குளிப்பாட்டினாள். அவனது காயப்பட்ட மனதை ஆற்றுப்படுத்தினாள். பிறகு, அந்த அற்புதம் நிகழும் நாள் வந்தது: நான் தடுமாற்றங்கள் இல்லாமல் அடியெடுத்து வைத்துப் பத்திரிகை அலுவலகத்துக்குத் திரும்பவும் செல்ல முடிந்தது. என்னை இவ்வளவு தொலைவிலிருந்து பார்ப்பவர்கள், என்னுள் ஏதோ தவறாக நடந்துள்ளது என்பதைக் கண்டுபிடிக்கவே முடியாது.

இதைத்தான் அவர்கள் காதல் என்கிறார்கள்.

இரண்டு மாதங்கள் கழித்து, நாங்கள் மணம்புரிந்துகொண்டோம். தொடக்கத்தில் அவள், நான், பாதிரியார் என்று மட்டுமே இருப்பதாக இருந்தது. பின்னர், மொத்த பொலிவியா காலனியும் கலந்துகொண்டது. அந்த முக்கியமான நாளில் நான் ஒரு அரசுத் தூதர்போல் உடையணிந்துகொண்டு சொன்னேன்: நான் சம்மதிக்கிறேன். மூன்று மாதங்கள் கழித்து ஹாரி வந்தான், என்னை வெளியே அழைத்துச்சென்றான். கோழிக்கறி சாப்பிட்டோம், பீர் குடித்தோம் — பதினான்கு மணிநேரம். பிறகு அவன் சொன்னான்:

“நீ வென்றுவிட்டாய்.”

அன்று விடியலுக்குப் பின், எங்களது குடியிருப்பு என்று அழைக்கப்பட்ட விரல்சிமிழுக்குத் திரும்பிய பின், நான் வென்றுவிட்டேன் என்று சொன்னபோது, அவள் அழுதாள்.

ஒரு மாதம் கழித்து, நள்ளிரவொன்றில் குழந்தைபோல் அழுதுகொண்டு வீட்டுக்குப் பறந்துபோனாள். நான் சொன்னேன்: குட்பை.

எட்டு மணிநேரம் கழித்து, நான் நியூயார்க்குக்குப் புறப்பட்டேன்.

நான் ஆறு ஆண்டுகள் எடுத்துக்கொண்டேன், நியூயார்க்குக்குள் நுழைவதற்கு. ஆறு ஆண்டுகள் அதற்காக நான் உழைக்க வேண்டியிருந்தது. இருப்பினும், என்னால் அதைச் செய்ய முடியவில்லை.

ஹொரேஸ க்ளவ்தியோவுக்குப் பன்னிரண்டு மணிநேரம் தேவைப்பட்டது. ஹாரிக்குப் பதினைந்து நிமிடங்கள்தான்.

பிறகு, அவள் பதினான்கு மாதங்கள் காத்திருந்தாள்.

பிறகு, நாங்கள் ஒன்றாகத் திரும்பி வந்தோம்.

நான் அவளுடைய பாடலைக் கேட்டேன்.

ஆனால், அது யாருடைய தவறுமில்லை. ஏற்கெனவே எழுதப்பட்டுவிட்டது.

இப்படிச் செய்வதுதான், நிவோலைஸ்.

மூன்று

31

'அன்புள்ள தந்தைக்கு:

எப்படியிருக்கிறீர்கள்? நாங்கள் நலமாக இருக்கிறோம், இருந்தும் எங்களோடு நீங்களில்லாததுதான் எங்களுக்குக் குறையாக உள்ளது. அத்துடன் கிறிஸ்துமஸ் சமயத்தில் நீங்கள் இல்லாதது எங்களுக்குப் பெரும் குறையாக உள்ளது.

நீங்கள் அங்கு எப்படி கிறிஸ்துமஸைக் கழிக்கப்போகிறீர்கள்?

நாங்கள் நலமாக இருக்கிறோம். ஆனாலும், கவலை கொண்டுள்ளோம். பாட்டி சோகமாக இருக்கிறாள். அம்மாவும் ஆன்ட்டியும் ரொம்பக் கவலைப்படுகிறார்கள். அவர்கள் அழுகிறார்கள்.

நீங்கள் அங்கு என்ன செய்துகொண்டிருக்கிறீர்கள்?

நாங்கள் மாமாக்களோடு திரையரங்குகளுக்கும் மற்ற இடங்களுக்கும் போய்வருகிறோம். எலியானா, நடாலியா, மெஜந்தா, நான் எல்லோரும் சேர்ந்து கண்ணாமூச்சி விளையாடுகிறோம்.

நீங்கள் எங்களோடு இல்லாதது பெருங்குறைதான். ஆனாலும், நாம் சீக்கிரத்தில் ஒன்றாக இருப்போம் என்று எனக்குத் தெரியும். ஆனாலும் சில சமயங்களில், உங்கள் கடிதங்களைப் படிக்கும்போதும், நாம் பூங்காவில் சாக்கர் விளையாடியதை நினைத்துப்பார்க்கும்போதும், சற்றே வருத்தமாகத்தான் உள்ளது. கிறிஸ்துமஸுக்கு ஊரடங்கு தளர்த்தப்படுமா என்று எங்களுக்குத் தெரியாது என்று நீங்கள் அறிவீர்கள்.

உங்களுக்குத் தெரியுமா? பிறகு எல்லாவற்றுக்கும் மேலாக: மெர்ரி கிறிஸ்துமஸ்!

நான் உங்களுக்கு 100,00,00,000 முத்தங்கள் அனுப்புகிறேன்.

உங்கள் நேசத்துக்குரிய மகன்.'

ஐந்து நாள்களுக்குப் பிறகு, நான் வீடு திரும்பியபோது, சூரிய உதயத்தின்போது, ஓர் இருண்ட மூலையில் அவனது முகத்தை என்னால் பார்க்க முடிந்தது. அவனது குழம்பிப்போன பச்சைநிறக் கண்களைத்தான் என்னால் பார்க்க முடிந்தது. என்னால் ஒருபோதும் குணப்படுத்த முடியாத அந்தக் காயம் நிரந்தரமாக இருப்பதைப் பார்த்துக்கொண்டிருந்தேன்.

சூரியோதய வெளிச்சத்தில், அவனுடைய சிறிய கால்மூட்டுகளைப் பார்க்கிறேன். அவனுடைய சிறிய கைகள் அவனைத் தற்காத்துக் கொள்ள முயல்வதைப் பார்க்கிறேன். அவனுக்கு ஏற்கெனவே தெரியும், அவன் தற்காப்புகள் ஏதுமற்றவன்.

அவனுடைய தாய் என்னிடம் சொல்வதை என்னால் கேட்க முடிந்தது:

"அவன் சாப்பிடுவதில்லை. அவனால் தூங்க முடிவதில்லை. அவன் வெறுமனே அங்கே படுத்துக்கிடக்கிறான். அவன் அழுவதுமில்லை."

நான் எப்போதும் அவனைப் பற்றிக் கனவுகாண்கிறேன்.

நான் என் குழந்தை குறித்துக் கனவுகண்டு, சில சமயங்களில் அலறியடித்து எழுந்துவிடுகிறேன்.

32

இரண்டு மாதங்கள் கழித்து, எனக்கு பெருவில் இருப்பதற்கான அனுமதி கிடைத்து, எஸ்பிரஸோ பத்திரிகையில் முதன்மையாசிரியருக்கு உதவியாளனாக வேலை பார்த்துக் கொண்டிருந்தேன். நான் பிரிட்டிஷ் தூதரகத்தில் பத்திரிகைப் பிரிவிலும் இருந்தேன். என்னிடம் கொஞ்சம்போல் பணம் இருந்ததால் என் தாயையும், அந்த முட்டைத் தலையனையும் — அந்தப் புகைப்படம் எடுக்கப்பட்டபோது இன்னும் பிறக்காமல் இருந்த அவனேதான் — கோடைக்கு ஹுயாம்பனிக்கு அழைத்திருந்தேன். நாடுகடத்தப்பட்டவன் என்ற என்னுடைய

ஐந்தாண்டு வாழ்க்கைக்கு முற்றுப்புள்ளி வைப்பதோடு, அடுத்த பத்தாண்டுகளுக்கு எனது நாடோடி வாழ்க்கைக்கான அறிவிப்பை வெளிப்படுத்தவும் விரும்பியிருந்தேன்.

அவர்கள் வந்துசேர்வதற்கு நான்கு நாள்களுக்கு முன் எஸ்பிரஸோ பத்திரிகை, பெலாவூந்தே மற்றும் அவரது காரியதரிசி சம்பந்தப்பட்ட விறுவிறுப்பான செய்தி ஒன்றை — அது ஜெர்மானியப் பத்திரிகையான ஸ்டர்னில் வெளிவந்திருந்தது — மொழிபெயர்க்க வைத்தது. நான் சிரித்துக்கொண்டே அதை வேகமாகச் செய்து முடித்தேன். ஏனெனில், ஸ்டர்னில் வந்த செய்தி, பெலாவூந்தே மற்றும் அவருடைய காரியதரிசிக்கு இடையேயான அந்தரங்க உறவைப் பற்றியது. இது எல்லோரும் அறிந்திருந்த, ஜனாதிபதி குறித்த ரகசியமாக இருந்தது.

பிரதான ஆசிரியர் அதை ஏற்றுக்கொண்டார், ஒரு சின்ன அடைப்புக்குறியைக்கூட மாற்றாமல் — அச்சமயத்தில் நான் பெருவைச் சேர்ந்தவன் என்பதைக்கூட மறந்துபோனேன் — அதை அச்சுக்கு அனுப்பிவைத்தார்.

ஜெர்மானிய மொழியிலிருந்து மொழிபெயர்த்தது ஞாயிற்றுக்கிழமை வெளிவரவிருந்தபோது பத்திரிகை அலுவலகம் மீது ராணுவம் படையெடுத்து, பாதி அச்சில் இருந்த பிளேட்டுகளை அழித்தது. பெலாவூந்தேவுக்காக ஒதுக்கப்பட்டிருந்த இடத்தில், சோஃபியா லாரெனின் படத்தை நிரப்பச் சொன்னார்கள்.

என் தாயும் அந்த முட்டைத் தலையனும் லீமாவுக்கு வந்துசேர்ந்த அன்று, நான் எஸ்பிரஸோ அலுவலகத்துக்கு மதியம்போல் சென்றபோது, என்னை வேலையிலிருந்து நீக்கும் கடிதத்தைக் கண்டேன். மூன்று மணிக்கு நான் பிரிட்டிஷ் தூதரகத்துக்குச் சென்றபோது, என்னுடைய பிரிட்டிஷ் வேலைநீக்கக் கடிதத்தையும் கண்டேன்.

அன்றிரவு, என் தாயையும் முட்டைத் தலையனையும் வரவேற்கச் சென்றபோது, நான் மக்கள் - தொடர்புப் - புன்னகையில், இரண்டாவதைப் பயன்படுத்தினேன்.

பத்திரிகைத் துறையில் எழுதப்படாத மற்றொரு சட்டம் ஒன்று இருந்தது: பத்திரிகைச் சுதந்திரம் அதனுடைய ஆசிரியரின்

மேஜையோடு முடிந்துவிடுகிறது என்றாலும், பிழைகள் எல்லாமே காப்பிரைட்டரின் தவறுகள்தான்.

வேறு வார்த்தைகளில் சொல்வதென்றால்: ஆசிரியர் செய்வது தவறு என்றாலும் அவர் செய்வதுதான் சரியானது.

பதினான்கு மாதங்களுக்கு, எவர் ஒருவராலும் எப்படிப்பட்ட வேலையும் எனக்குக் கொடுக்க முடியவில்லை.

பெலாவூந்தேவுக்கும் அவரது காரியதரிசிக்கும் இடையேயான சமாச்சாரம் என்னை “கம்யூனிஸ்ட்”டாக மாற்றியது.

பிறகு, பெலாவூந்தே தன்னுடைய காரியதரிசியை மணம்புரிந்து கொண்டார். ஸ்டர்ன் பத்திரிகையில் வந்த செய்தி, பொதுவாகப் பெருவில் எல்லோரும் அறிந்த ஒன்றுதான்.

ஆனால், நான்தான் அந்தக் கதையை மொழிபெயர்த்தவன். பிரதான ஆசிரியராக இருந்த பன்ஸா ரேயஸூம் பெருவில் பிறந்தவர்தான். பொலிவியாவில் அல்ல.

அதாகப்பட்டது: குட்பை!

நான் அப்போது, இளம் ரத்தத்தோடு இருந்ததால் அந்தப் பாடல் மரீயா காலஸ் பாடல்போல் ஒலித்தது.

33

இந்த அனுபவத்தின் காரணமாக, பெருவைப் பற்றிய என்னுடைய அபிப்பிராயம் மாறிவிட்டதென்று நீங்கள் நினைத்தீர்களானால் அது உங்களுடைய தவறு.

சில ஆண்டுகளுக்குப் பிறகு, நான் இதழியல் பற்றிய திறந்த வகுப்பொன்றில் பாடமெடுத்தபோது, கொழுகொழுவென்றிருந்த குறும்புக்கார இளைஞன் ஒருவன் தெளிவான, தீவிரமான பார்வையோடு வகுப்பு முடிந்த பின் என்னிடம் வந்து சொன்னான்:

‘மிராஃபிளோரஸில் உள்ள ராணுவத் தலைமை அலுவலகத்துக்குள் மாறுவேடத்தில் ஊடுருவியபோது, அங்கு இருந்த அதிகாரிகள் கொடுத்த வரைபடங்களைக் கொண்டுதான் சேகுவேரா தன்னுடைய பொலிவியப் போராட்டம் முழுவதையும் நடத்தினார் என்பதை நான் கண்டுபிடித்தேன்.

இந்தக் கதையை எழுதி, என்னுடைய பத்திரிகை ஆசிரியரிடம் கொடுத்தேன். அது எல் தியாரியோவில் அடுத்த நாள் பிரசுரமானது.

பிறகு தேசியப் பாதுகாப்பு அலுவலகம், என்னை ஒரு மாதம் சிறையில் அடைத்தது.'

அந்த அபாயச்சங்கு.

அதனால்தான் எப்போதும் நான் பிரதான ஆசிரியராக இருக்க விரும்பியதில்லை.

ஆனால், பெருவில் என்னுடைய அதிகாரபூர்வமான அனுமதியை அதிகாரிகள் மறுத்தபோதும், எவரும் எனக்கு உதவிக்கரம் நீட்ட விரும்பாதபோதும், லா பிரென்ஸா பத்திரிகையின் ஆசிரியர் வாஷிங்டன் சிரீனோஸ் என்னுடைய காகிதங்கள் எனக்குத் திரும்பக் கிடைக்கும்வரை உதவிபுரிந்தார்.

அதற்குப் பிறகு, லீமாவை வெற்றிகொண்டது அவ்வளவு இனிமையாக இருந்தது.

'இக்குழப்பத்துக்கெல்லாம் காரணம் அரசாங்கத்தின் உயர் மட்டத்தில் காணப்படும் ஊழல்தான்' என்று நான் எழுதியபோது, என்னுடைய பத்திரிகை ஆசிரியர்தான் என்னைச் சிறையிலிருந்து வெளியே எடுத்தார்.

என் மனைவியும் அவரும்.

எனக்குத் தெரிந்த மற்றவர்களும் உதவினார்கள். ஆனால், பெருமளவு அவரும் என் மனைவியும் மேற்கொண்ட முயற்சிகள்தான் சிறையிலிருந்து என்னை வெளியே கொண்டுவந்தன.

புளுகன் ஒருவன் எங்களுக்கிடையே மோசமான சந்தேகங்களைக் கிளப்பி, நாங்கள் முன்பிருந்ததுபோல் எப்போதும் நண்பர்களாக இல்லாமல்போவதற்காக மேற்கொண்ட முயற்சிகளையெல்லாம் மீறி.

நான் எப்போதும், அவனை இழந்ததில் கொஞ்சம் வருத்தங் கொள்கிறேன்.

இப்படித்தான் இது இருக்கிறது.

இவனைப் போன்ற மனிதர்களால்தான் நான் எப்போதும் பத்திரிகையாளனாக இருக்க விரும்புகிறேன்.

எப்போதும். அது சாத்தியமில்லாதது என்றபோதும்.

நான் சொல்ல வருவது, நான் விரும்பியது போன்ற பத்திரிகையாளனாக இருப்பதற்கு.

34

நிவோலைஸ் செய்வோம்.

நான் ஓ'ஹேரிலிருந்து வானில் பறந்தேன். கென்னடியில் காலை உணவை முடித்துக்கொண்டேன். பொதுக் குளியலறையில் சவரம் செய்துகொண்டேன். மலம் கழிக்க 25 சென்ட் கொடுக்க வேண்டும். அங்கு விசித்திரமான கிழவர்கள், தொடர்ந்து மற்றவர்களுடைய ஆண்குறிகளை உளவுபார்த்துக்கொண்டிருப்பதைப் பார்த்தேன். என்னுடைய கைப்பையை ஓரளவு பாதுகாப்பாக வைப்பதற்கு ஒரு டாலர் கட்டினேன். கொஞ்சம் சுத்தமான காற்று வாங்கலாம் என்று வெளியே வந்தபோது, குளிர் என் நெஞ்சைத் தாக்கியது.

மிகப் பெரிய அறையொன்றுக்குத் திரும்பினேன். ஐஸ்கிரீம் எடுத்துக்கொண்டேன். ஹாம்பர்கர் சாப்பிட்டேன். 'அங்கு எல்லாமே பிளாஸ்டிக் ருசியில்தான் இருக்கிறது என்று அம்மா சொல்வாள்.' நான், அனா அனிடா அனாவை நினைத்துக்கொண்டேன். ஒரு கொக்கோகோலா. ஒரு லக்கி ஸ்ட்ரைக்ஸ் சிகரெட் பெட்டி. நான் ஹாரியை அழைக்க நினைத்தேன். பிறகு, வேண்டாமென்று முடிவெடுத்தேன். ஒருவர் உங்களைப் பார்ப்பதற்குத் தயாராக இருந்தால் மட்டுமே, உங்களை வரவேற்பார்கள்... இல்லையென்றால் மாட்டார்கள். எப்போதும் இதை நினைவில் வைத்துக்கொள்: நீ இப்போது அதிநாகரிகமானவன். ஹாரி இப்போது வீட்டில் இருக்க மாட்டான் என்பதோடு, அவன் என்னை மேலும் சோகங்கொள்ள வைப்பான். நான் பெருவைச் சேர்ந்த சிறந்த பெண்ணொருத்தியை நினைத்துக்கொண்டேன். இல்லை, அவள் என்னுடைய பெயரைக்கூட நினைவில் வைத்திருக்க மாட்டாள் என்று நினைத்துக்கொண்டேன். நியூயார்க்கில் உள்ள நண்பன் ஒருவனை என் நினைவுகளில் தேடினேன். நான் வேறொரு மனிதனின் முகத்தை நினைவில் கொண்டுவர

முயன்றேன். ஜப்பானைச் சேர்ந்த ஆகிருதியானவன்: துறவிபோல் அன்பானவன், கிழவிபோல் உணர்ச்சிவசப்படக்கூடியவன், அவனை என்னால் ஒருபோதும் மறக்கவே முடியாது. ஏனெனில், ஒருமுறை அவன் குடித்திருந்தபோது, என் கழுத்தில் கராத்தே அடி கொடுத்து என்னைக் கொல்லவிருந்தான். ஒரு மதுக்கூடத்தில், கராத்தே — கென்டகியில் கராத்தே. ஏதோ ஒன்றுக்கான நல்ல தலைப்பு. சமரசம் செய்ய வந்தவனையும் — அவன் திடகாத்திரமாக இருந்தான் — அந்த அடி கீழே சாய்த்தது. அற்புதமான அடி. கோ, என் நண்பன்... அவனுடைய பெயர் கோ, எனக்கு ஞாபகம் வந்துவிட்டது. பிறகு, அவன் வருத்தம் தெரிவித்தான் என்றாலும், அவன் என்னைக் கொன்றிருக்கக்கூடும். ஆனால், அவன் உன்னைக் கொல்லவில்லை. ஆனால் . . . ஓ! நல்லது. இதோடு முடித்துக்கொள். அவனை எப்படித் தொடர்புகொள்வதென்று எனக்குத் தெரியவில்லை. அவனிடம் என்ன பேசுவதென்றுகூட எனக்குத் தெரியவில்லை. இவ்வுலகத்தினுடைய பிரம்மாண்டமான நகரத்தின் இதயத்தில், பேசுவதற்கென்று எனக்கு யாருமில்லை.

“இங்கே குளிராக இருக்கிறது.”

அந்தக் கிழவி என்னைப் பார்க்காமலேயே ஏதோ குறைப்பட்டுக் கொள்வதுபோல் சொன்னாள். பேருந்து நிறுத்தங்களிலும், நகரின் புறந்தள்ளப்பட்ட பகுதிகளிலும், அமெரிக்காவின் மால்களிலும் புதிதாக வருபவர்களிடம் பேச்சுக்கொடுக்கும் கிழவிகளில் இவளும் ஒருத்தி.

“மன்னிக்கணும்.” முட்டாள்போல் உணர்ந்துகொண்டு சொன்னேன்.

“கடந்த ஆண்டு எனக்கு மூட்டுப் பிரச்சினைகள் இல்லாமல் இருந்தது. அதற்குக் காரணம், நிக் என்னோடு இருந்ததுதான்.”

“பிறகு, அவன் திருமணம் செய்துகொண்டு போய்விட்டான். இப்போதெல்லாம் நான் அவனைப் பார்ப்பதே இல்லை. தனிப்பட்ட முறையில், எனக்கு அந்தப் பெண்ணைப் பிடிக்கவில்லை. அவளொன்றும் கெட்டவள் இல்லைதான், இருந்தாலும் எனக்கு அவளைப் பிடிக்கவில்லை. நான் மைக்கிடம் சொன்னேன்: ‘திருமணம் செய்துகொள்ளாமல் இருப்பது சிறந்தது.’ ஆயினும், நிக் திருமணம் செய்துகொண்டான். என்னை விட்டுப் போய்விட்டான். இப்போது நான் அவனைப் பார்ப்பதுகூட இல்லை.”

"மைக் யார்?"

"நிக்கின் சகோதரன்."

"நிக் யார், உங்கள் மகனா?"

"இல்லை. என் குழந்தைகள் கலிபோர்னியாவில் வசிக்கிறார்கள். நிக் வாட்ச்மேன். வீட்டில் அவன்தான் வாட்ச்மேன்."

"ஓ... வாட்ச்மேன்."

"ஆமாம். அவன் கறுப்பன்தான்."

"ஆனால், சில சமயங்களில் நான் யாரிடமாவது பேச வேண்டியிருக்கிறது. அத்துடன், நிக் அவ்வளவு பண்பு கொண்டவன். அவனிடம் துர்நாற்றங்கள் கிடையாது."

"...நல்லதுதான்."

"ஆமாம், நல்லதுதான். ஆனால், மைக் அருவருப்பானவன்."

"நான் நினைக்கிறேன், இது வெறுமனே, மக்களிடம் காணப்படும் முன்தீர்மானமென்று."

"இல்லை. இது உண்மைதான். அவர்கள் அருவருப்பானவர்கள்தான், அவர்கள் எல்லோரும்... நிக் தவிர..."

"ஒருவேளை, அதனால் அவன் திருமணம் செய்து கொண்டிருக்கலாம், இல்லையா?"

"இல்லை, வங்கியில் நிக் ஆயிரம் டாலர்கள் வைத்திருந்தான் என்று அவளுக்குத் தெரிந்திருந்தது."

"நான் உங்களை நம்பவில்லை."

"ஓ, ஆமாம். அவன், அவளை வீட்டுக்கு அழைத்துவந்தபோது, நானே அவளிடம் அப்படிச் சொன்னேன். அப்போது, அவளுடைய முகபாவனையை உன்னிப்பாகக் கவனித்தேன். நிக் கடினமான உழைப்பாளி. நான் அவளிடம் அதைச் சொன்னேன். அத்துடன் அவன் பொறுப்பானவன். அவன் குடிப்பதில்லை, கறுப்பியைத் துரத்திக்கொண்டு ஓடுவதில்லை. நிக் நல்லவன். நீங்கள் நிக்கை நம்பலாம்."

"நல்லது... ஒரு கறுப்பன், ஒரு கறுப்பியைத்தானே துரத்திப்போக வேண்டியிருக்கிறது? இது இயல்பானதுதானே?"

"இப்போதெல்லாம் அப்படியில்லை."

"இப்போதெல்லாம் அப்படியில்லை."

"இது உண்மைதான். நிறைய விஷயங்கள் மாறிவிட்டன. இந்த நாடு கேடுகெட்டுப்போய்விட்டது. எவரும் செயின்ட் தாமஸ் மொரியார்ட்டியை நினைத்துக்கூடப் பார்ப்பதில்லை. இப்போதெல்லாம் எவரும் நோவேனஸ் சொல்வதில்லை. நாம் தார்மீகரீதியாகப் பிணமாகிவிட்டோம். இதுபோன்ற விஷயங்கள், மேலும் தீங்கிழைக்கக்கூடியவை."

"எது, கறுப்பியைக் கறுப்பன் துரத்திப்போவதா?"

"இல்லை."

அவள் என்னைப் பார்த்து ஒரு பூனையைப் போல் கண்சிமிட்டினாள். அவள் வைத்திருந்த மிகப் பெரிய, கோரமான, பிளாஸ்டிக் பையில் அவளுடைய சிகரெட்டுகளுக்காக வேட்டையாடினாள். பிறகு, மிகக் கவனமாக ஒரு வெள்ளைப் பிடியில் சிகரெட்டைப் பொருத்தி, லைட்டர் கொண்டு ஒரு வழியாகப் பற்றவைத்தாள். அந்தப் பெரும் பிளாஸ்டிக் பரப்புக்குள் தேடுவதற்கு அவ்வளவு சிரமப்பட்டாள். அவள் ஏதோ சொல்ல வாயெடுத்து, சட்டென்று அடைத்துக்கொண்டாள், தன்னை மூடிக்கொண்டாள். ட்ரான்சிஸ்டர் ரேடியோவின் அணைந்துபோன விளக்கைப் போல் அவளுடைய கண்கள் மங்கலாக இருந்தன. அவள் தன்னை மூடிக்கொண்டு, மருத்துவமனையின் பச்சைநிறச் சுவர்களைப் பார்த்தவாறு புகைத்துக்கொண்டிருந்தாள். அவள் மறுபடியும் பேச வேண்டும் என்பதற்காக, நான் என் விரல்களை நெட்டுடைக்க நினைத்தேன். வீட்டுக்குத் திரும்பிப்போய்த் தன்னந்தனியாக இருப்பதைக் காட்டிலும், சுருக்கங்கள் விழுந்த இந்த வயதான, குட்டையான கிழவியே மேல் என்று நினைத்துக்கொண்டேன். ஆனால், நான் ஒருபோதும் இருந்ததே இல்லை என்பதுபோலவும், அந்த இடத்தில்கூட நான் இருக்கவில்லை என்பதுபோலவும் அவள் முடிவெடுத்துவிட்டாள். நான் சுற்றிலும் பார்த்தேன், அவளைப் போன்று பலரைப் பார்த்தேன். நகர்ந்துகொண்டிருக்கும் மோசமான நினைவுகளில், பனிமூட்டத்தில், இரவுகளில் அடைக்கலம் தேடும் வயதான அனாதைகள். இவர்கள்தான் வயதான குட்டிப் பெண்மணிகள் என்று அழைக்கப்படுகிறார்கள்.

பிரம்மாண்டமான பிளாஸ்டிக், காகிதப் பைகளுடனான வயதான குட்டிப் பெண்மணிகள். வேண்டாமென்று ஒதுக்கப்பட்ட...

"நானும் பிணம்தான்."

"என்னை மன்னிக்கணும்!"

பரந்த விளிம்பைக் கொண்ட வைக்கோல் தொப்பியின் கீழாக அவள் என்னைப் பார்த்து, எழுந்துநின்று, பின் விலகிநடந்தாள். அவளுடைய கைகள் ஆவேசமான கோணத்தில் அசைய, அவள் பிடித்திருந்த சிகரெட், எதிரே நடந்துவந்தவர்களைத் தொந்தரவுபடுத்தியது. நான் என் மூக்கு நுனியைச் சொறிந்து விட்டுக்கொண்டு, கால் மேல் கால் போட்டுக்கொண்டு, என் காலுறையிலிருந்து பிய்ந்துவந்த நூலின் நுனியைப் பிடித்து விளையாடத் தொடங்கினேன்.

"தாயோளி மகன், தேவுடியா மகன், ஆனால் படுக்கையில் பிரமாதமானவன்."

"நீதான் அவனைக் காதலிக்கவில்லையே, அவனை விட்டு ஏன் விலக மாட்டேன் என்கிறாய்?"

"எனக்குத் தெரியவில்லை. நான் எங்கே போக முடியும்? எனக்கு என்ன செய்வதென்று தெரியவில்லை."

"நீ அவனைக் காதலிக்கிறாயா?"

"எனக்குத் தெரியவில்லை. ஆனால், படுக்கையில் பிரமாதமானவன். ஆனால், நாம் ஒருவனைக் காதலிக்கிறோம் என்று எப்படித் தெரிந்துகொள்வது?"

"நான் உன்னை நம்பவில்லை."

"ம்... நான் இப்போதே அவன் இருக்கும் இடத்துக்குப் போகப்போகிறேன், அவன் கடற்கரையோரத்தில் இருக்கிறான். அவனைப் பார்க்கப்போகிறேன். நாங்கள் மறுபடியும் ஒன்றாக இருப்போம், நான் நிறைவாக இருப்பேன். ஆனால், மகிழ்ச்சியாக இருக்க மாட்டேன்."

"எவரும் மகிழ்ச்சியாக இல்லை."

நான் எழுந்துகொண்டு, அங்குமிங்கும் நடக்கத் தொடங்கினேன். அமெரிக்கா என்பது மிகப் பிரம்மாண்டமான வெறும் முட்டை

ஓடு. அமெரிக்கர்கள் ட்ரான்சிஸ்டர் தன்மையிலான கண்களையும், தானியங்கும் இயந்திர வயிற்றையும் கொண்டிருக்கிறார்கள். அவர்களுடைய இதயங்கள் பேட்டரியில் இயங்குகின்றன. அவர்கள், உருமாற்றம் செய்யப்பட்ட பிளாஸ்டிக்கையே வறுத்த முட்டையாக உண்கிறார்கள். அவர்கள், சாக்லெட் பொம்மைகள்போல் உள்ளுக்குள் வெறுமையாக இருக்கிறார்கள். அப்போது, நாங்கள் ஜோர்ஜாவில் இருக்கும் ஹூயிஜியில் இருந்தோம். எல்லோரும் வெளிறிப்போய்க் காணப்பட்டார்கள். ஒற்றை வார்த்தையில் முணுமுணுத்துக்கொண்டிருந்தார்கள். ஏதோ, அவர்களைத் தாக்கவருவதுபோல் எங்களைப் பார்த்தார்கள். சூப்பும் காய்ந்த ரொட்டியும் – இரண்டு டாலர்கள். அஹீ சாப்பிட்டால் சற்று நட்புணர்வோடு இருப்பார்கள். ஆனால், அவர்கள் நட்புணர்வு கொண்டிராதவர்களும் இல்லை. அவர்கள், அவர்களுடைய அன்றாட வாழ்க்கையில் சில விஷயங்களை வளர்த்துக்கொள்ளவில்லை. அவர்கள் வெறும் முட்டை ஓடுகள்தான். அதனால் என்ன, யார் கவலைப்படுகிறார்கள்?

நாற்பத்திரண்டாவது தெருவை நினைத்துப்பார்க்கிறேன்... ஏழு வாரங்கள் நாற்பத்திரண்டாவது தெருவில், விடியற்காலை ஒரு மணியிலிருந்து காலை ஆறு மணிவரை: ஏனெனில், அங்கு உன்னால் தூங்க முடியவில்லை. இரவும் பகலும் ஒவ்வொரு ஆறு நிமிடத்துக்கும் பைத்தியக்காரத்தனங்கள். அங்கு ஒருவன் இருந்தான், அவனுடைய கற்பனையான யோ-யோக்களுடன். ஒரு காளை மாட்டுச் சண்டைக்காரன்போல், அதீத வேகத்தில் கார்களுக்கிடையில் நச்சென்றும் நேர்த்தியாகவும் வேகமாகவும் நகர்ந்துகொண்டிருப்பான். ஆடம்பரமான தொப்பியோடும் மீசையோடும், பார்க்க நாகரிகமானவனாகவும் இனிமையானவனாகவும் இருந்தான். கொஞ்சம்போல் கூச்ச சுபாவம் கொண்டவனாக இருந்தான். அவனுடைய கற்பனையான யோ-யோவை அவன் விட்டெறியும் ஒவ்வொரு முறையும் அது அரை மைல் தொலைவுக்குப் பறந்துசென்றது. அவன் அதைப் பார்க்கிறான், உணர்கிறான், முகர்கிறான், அதோடு பேசுகிறான், அதன் மீது அக்கறைகாட்டுகிறான். ஆனால், அது இருப்பதில்லை, சற்று முன்னிருந்த கிழவிபோல் அல்லது இப்போது என்னைப் போல். அப்புறம் மற்றொருவன். அவனும் அதீத வேகத்தில் நடப்பான். அவ்வளவு நாகரிகமாகவும் பணிவோடும் இருந்தான். பூக்கள் போட்ட பல வண்ணத்திலான சட்டையில்

விழுந்துபுரளும் அளவுக்குச் சிவப்பாகவும் அடர்த்தியாகவும் இருந்த அழகான ஐரிஷ் தாடியுடன். நிறையக் குண்டூசிகளால் குத்தப்பட்ட பிரம்மாண்டமான மீன்களும் பூக்களும் கொண்ட தொப்பியை அணிந்திருக்கும் பள்ளி ஆசிரியன் ஒருவனின் காதல் பாசாங்குடனும் இருந்தான். ஒவ்வொரு மனிதனிடமும் அவனுக்கான யோ-யோக்கள். எத்தகைய வலியை... என்னிடம் யோ-யோக்கள் ஏதும் கிடையாது. எப்போதுமே என்னிடம் யோ-யோக்கள் கிடையாது. அதாவது, நீங்கள் ரவிக்கைக் கணக்கில் கொண்டால் தவிர. ரவிக், ராபர்ட் ஜோர்டன் மற்றும் சிறுத்தை.

இன்று நியான் விளக்கால் செய்யப்பட்டதுபோல் இருந்த சூரியன், மதியம் மூன்று மணிக்கு மறைந்துபோனது. பனி பொழியத் தொடங்கியது. ஜன்னலின் கண்ணாடிக் கதவுகள் — சிறையறையில் பெரிய கண்கள்போல் இருந்த அவை வெளிறிப்போய் பார்ப்பதற்குச் சோகம் கொண்டவையாக இருந்தன. இந்த ஜன்னல்கள் மறைப்பதற்குத்தானே தவிர, பரந்த அந்நியமான உலகத்தைப் பார்ப்பதற்காக உருவாக்கப்பட்டவை அல்ல. எல்லோரும் கூடிய விரைவில் இறந்துவிடப்போவதுபோல இவையெல்லாம் பார்க்க அவ்வளவு சோகமாக இருந்தன. எதிர்பாராத சமயத்தில், திடீரென்று இரவு வந்து கவிழ்கிறது. ஆமென் என்று சொல்வதைவிட வேகமாக. ஆமென்: பாதிரிமார்கள், பாவத்தின் நிழல்களில். நம்மைக் காக்கும் ஒளி, மிகப் பலவீனமான ஒளி... அந்தப் பாதிரி ஓரினச்சேர்க்கையாளனாக இருந்தவன். நாம் எப்போதும் எதையும் நிழல்களில் தொலைத்துவிடக் கூடாது. நிழல்கள்தான் எப்போதும் நம்மிடையே ஆட்சிபுரிகின்றன. இங்கு இப்போது, ஒரு மனிதன் தனக்குள்ளாகப் பார்த்துக்கொண்டிருக்கிறான் அல்லது அங்கு மேலே, எல்லாவற்றையும் கடந்து விண்வெளிக்குள் நுழைந்து அதைப் பார்த்துக்கொண்டிருக்கிறான். மிகப் பிரம்மாண்டமான, அமைதியான நிழல்களின் கடல். உள்ளுலகம், வெளியுலகம், கருத்த உலகங்கள், நம்பிக்கையின் ஒளிக்கீற்று, என் மகனே... கிழிந்துபோன பொம்மைகள்போல் நாம் சடங்குகளில் தொங்கிக் கொண்டிருக்கிறோம்.

ஒளி மறையத் தொடங்கியது. அது இல்லாமல் நாம் வாழப் பழகுகிறோம். நம்முடைய இயந்திரத்தனமான பொம்மலாட்டத்தில் நாம் வாழக் கற்றுக்கொள்கிறோம்.

“ஒரு கப் காபி, ப்ளீஸ்.”

சில்லென்று பிளாஸ்டிக் நீர்மம்.

இயந்திரம் உரத்த குரலில் கட்டளையிடுகிறது: கதவு எண் நான்கு. பொம்மலாட்ட பொம்மைகள் எழுந்துநிற்கிறார்கள். முன்னே நகர்கிறார்கள், பாதிப் பார்வையற்று, விதியை நம்பிக்கொண்டு. அது அவர்களை ஒரு வரிசையில் கொண்டு நிறுத்துகிறது. அவர்கள் வரிசையில் சேர்ந்துகொள்கிறார்கள். விமானம் அவர்களை விழுங்குகிறது. அவர்கள் பறந்துபோகிறார்கள். பிறகு, வெளியேற வரிசையில் நிற்கிறார்கள். வரிசையாய்க் காத்துநிற்கும் டாக்சியைப் பிடிக்க வெளியே வருகிறார்கள். பிறகு...

உடலுறவு என்று வரும்போது, அதில் பெருமளவு மாறுபாடுகள் இருப்பதில்லை.

எனக்கு இன்னும் நான்கு மணிநேரம் இருக்கிறது.

நாம் பயணிகளுக்கான ஓய்விடத்தில், ஓய்விடம், ஓய்விடம்... வார்த்தையை ருசித்துப்பாருங்கள். என்ன விந்தை.

ரவிக்.

நான்.

ஓ, இரவில் நல்ல தூக்கத்துக்கு, ஒரு சிங்கம்போல் ஆழமாகத் தூங்குவதற்கு.

பிறகு நம்மைச் சுற்றியிருக்கும் ஆசீர்வதிக்கப்பட்டவர்களின் கோபத்தைக் கிளறும் அளவுக்குக் குறட்டை விடுவது. பிறகு, அல்லது, எனக்குக் குடிக்க வேண்டும், தூங்கி விழும்வரை குடித்துக்கொண்டே இருக்க வேண்டும். ஊளையிடுவது கிடையாது, சிந்தனைகள் கிடையாது. ஆனால், சலிப்பூட்டும்வரை குடிக்க வேண்டும். வாழ்க்கை ருசியற்றதாக இருக்கிறது. என் ஆன்மாவின் உள்ளுறையை வேறுவிதமாக அழகுபடுத்த நான் விரும்புகிறேன். முகத்தில் சூரிய ஒளியோடு நான் எழுந்துகொள்ள வேண்டும். உயிருடன் இருப்பதை உணர வேண்டும், உயிருடன். பிறகு.

இந்தப் போதையிலிருந்து நீ வெளியேறு அல்லது பைத்தியமாவாய். மூன்று மணிநேரமும் ஐம்பது நிமிடமும்

இன்னும் கழிய வேண்டும். நான் எதுவொன்றும் செய்ய விரும்பவில்லை, எதுவொன்றும். நான் உட்கார அல்லது நிற்க அல்லது படிக்க அல்லது தூங்க அல்லது விழித்திருக்க அல்லது எவருடனும் காதல்வயப்பட அல்லது சண்டையிட விரும்பவில்லை. பால்கனியில் முயன்றுபார்.

குளிர் உனக்கு நன்மைபுரியும். அது உன்னை விழித்துக் கொள்ளவைக்கும். ஆனால், விழித்துக்கொண்ட பின் என்ன செய்வதென்று நீ அறிந்திருக்கவில்லை. மதுக்கூடத்துக்குச் சென்று, சற்றே நிதானமாகப் பொழுதைக் கழிக்கலாம். மதுக்கூடம் வெறிச்சோடிக்கிடந்தது. அந்தக் கண்ணாடிக் குவளையைப் பார்த்த மாத்திரத்தில், நோயுற்றவனானேன். தாந்தே. நல்லவன், ஆனால் முட்டாள். அவனுக்கு என்னைப் பிடிக்கவில்லை. நல்லது, எனக்கும் அவனைப் பிடிக்கவில்லைதான். உணவகம்: சாப்பிடலாம். பிளாஸ்டிக்கைச் சாப்பிடுவதா? நம்மால் முடியாது. எழவு!

இன்னும் மூன்றரை மணிநேரம் கழிய வேண்டும்.

“ஏழு மணிக்கு என்னை எழுப்புகிறாயா? நன்றி.”

நான் மர இருக்கையில் படுத்துறங்கத் தொடங்கினேன். வெளிக்குரல்கள் உள்குரலுடன் ஒன்றெனக் கலந்தன. நினைவலைகள் கூட்டமாய்ப் பாய்ந்தன. நான் அர்த்தமிழந்த காட்சிகளைப் பார்த்தேன். பெயரற்றதொரு மூலையில், நாற்றமடிக்கும் கழிப்பறையின் கதவு திறந்து சிகாகோவுக்கு வழிவிடுகிறது. பார்த்த முகங்கள், நினைவிலுள்ள முகங்கள், அந்நிய மொழியில் உளறிக்கொண்டு அவசரத்தில் இருக்கும் பரபரப்பான முகங்கள், முகங்கள். பொருத்திப்பார்க்க முடியாத முகங்கள்: எங்கே பார்த்திருக்கிறோம்? எப்போது, எப்படி, எதற்காக? இருமல். பன்னிரண்டு மணிநேரம், இருமாமல் இருந்தது எனக்கு ஆச்சரியமாக இருந்தது. அது என்னைச் சற்றே விழித்துக்கொள்ளவைத்தது. ஆனாலும், நான் மீண்டும் விழுகிறேன்: தெளிவற்ற குழப்பமான மேகங்கள், குரல்கள், நெடுஞ்சாலைகள், விமானங்கள், மதுப்புட்டிகள், தொலைவில் இருக்கும் ஹோட்டல்களின் இருண்ட அறைகள், புத்தகங்கள், வகுப்பறைகள், நோட்டுப் புத்தகங்கள், பர்ஸ்கள், குறிகள், குறிப்புகள், கோடை காலத்தில் நகரத்தின் தகிக்கும் நடைபாதைகள், புலிபோல் அச்சுறுத்தி நடக்கும் அழகான

கனவுக்கன்னிகள், எக்ஸ்ரேக்கள், பிளேடுகள், ஊசி மருந்துகள், ஊசிகள், குளியல்தொட்டிகள், இருமல்...

இப்போது உறங்கு.

35

ஒவ்வொரு இரண்டு வாரத்திலும் என் மனைவி இப்படிச் சொல்கிறாள்: இந்த ஆட்சிக்கு எதிராக ஒரே ஒரு வார்த்தைகூட இன்னும் எழுதவில்லை என்று நம்புகிறேன்.

அவள் சொல்கிறாள்: உனக்கு நடந்ததை நினைத்துப்பார்.

நாம் எவ்வளவு அனுபவித்தோம்.

நான் நினைக்கிறேன், அந்த ஒரே ஒரு வார்த்தையால்தான்: இக்குழப்பத்துக்கெல்லாம்... இத்யாதி.

நான் அவளைப் பார்க்கிறேன். அமைதியாக இரு, எழுது, ஆனால் எதையும் பிரசுரிக்காதே.

நான் காத்திருக்கிறேன்.

தன்னந்தனியாக.

என்னுடைய தட்டச்சு இயந்திரத்தின், மடிக்கப்படக்கூடிய ஒரு மேஜையின், காகிதக்கட்டுகளின், மதுப்புட்டிகளின் நிழல்களில் நான் எழுதுகிறேன்:

சுதந்திரத்துக்காக. அது பதினைந்து நிமிடம் மட்டுமே நிலைத்திருக்கும் என்றபோதும்.

நான்.

தன்னந்தனியாக

ஓராயிரம் நாள்கள்:

“மக்கள் இவ்வுலகில் இத்தகைய வீரத்தைக் கொண்டுவருவார்கள் என்றால், இவ்வுலகம் அவர்களை உடைப்பதற்கு அவர்களைக் கொன்றுதான் ஆக வேண்டும். உண்மைதான், அது அவர்களைக் கொல்லத்தான் செய்கிறது. இவ்வுலகம் எல்லோரையும் உடைத்துவிடுகிறது. பிறகு, உடைக்கப்பட்ட பகுதிகளில் பலர் திடமாக இருக்கிறார்கள். ஆனால், உடைபட

மறுப்பவர்களை அது கொன்றுவிடுகிறது, பாகுபாடுகளற்று. நல்லவர்களையும் மென்மையானவர்களையும் மிகவும் துணிச்சல் கொண்டவர்களையும் அது கொன்றுவிடுகிறது."

இப்படித்தான் டான் எர்னெஸ்தோ சொன்னார். ஸ்லெஸிஞ்சர் என்ற குழந்தை அதை ஒப்பித்தது. டாலஸ்!

நன்றி கலையே!

"நான் கடலை உழுதிருக்கிறேன்."

நன்றி டான் சைமன்.

"நம் தேசத்திடம், நான் மற்றொரு விருதை மட்டுமே வேண்டுகிறேன்." எவ்வளவு கடன்பட்டுள்ளோம், மார்ஷல் சூக்ரே.

36

அராஜகவாதி? பைத்தியக்காரன்? கம்யூனிஸ்ட்? கலகக்காரன்?

நான் ஒப்புக்கொள்கிறேன், இப்படியெல்லாம் குற்றம் சாட்டப்படுவேன் என்று நான் அச்சப்பட்டது உண்டு.

அல்லது இவற்றில் ஏதேனும் ஒன்று. அல்லது ஒரு சமயத்தில் ஏதோவொன்று, வரிசையில் ஒவ்வொன்றாக ஒரு வாரத்திலிருந்து மற்றொரு வாரத்துக்கு.

இப்போது: ப்பூ!

நண்பர்களில் எவனோ ஒருவன்: அவன் பைத்தியக்காரன்.

நண்பர்களில் வேறொருவன்: அவன் கம்யூனிஸ்ட்.

நண்பர்களில் வேறொருவன்: அவன் கலகக்காரன்.

நண்பர்களில் வேறொருவன்: எதிர்ப்புரட்சியாளர்கள் அவனை மௌனமாக்கிவிட்டார்கள்.

நான்: ப்பூ!

நீ, உன் இதயத்தில் கைவைத்து: ஆனால்... நான் இடதுசாரி, வலதுசாரி என்பதைப் பற்றியெல்லாம் எந்த அக்கறையும் கொண்டவனில்லை. நான் அமைதியாக வாழ விரும்புகிறவன்.

அப்புறம், நீ படக்கதைகள் படிக்கிறாய்.

ஆ! ஆனால்... ஒருவிதமான தீவிரத்துடன்:

உண்மை என்னாவது?

உண்மை.

வாஸ்தவம்தான், நம்மிடம் சில கிஹோத்தேவின் உண்மைகள் இருக்கின்றன.

"இருந்தும் சுற்றத்தான் செய்கிறது!" நன்றி, டான் கலோ.

"மெய்யாகவே, மெய்யாகவே, உங்களுக்குச் சொல்கிறேன்." ஆனால்...

இதை மேலும் தொடரத்தான் வேண்டுமா?

உண்மை என்பது சயனைடுக்கு ஒப்புக்கொடுப்பதாகும்.

அது தீ, குத்துவாள், கொலைகாரனின் தோட்டா, சிலுவை.

ஆனால், பொய்க்குச் சேவகம் செய்ய முடியாத நம்மைப் போன்றவர்களுக்கு... மிருகமாக இருக்க முடியாத நம்மைப் போன்றவர்களுக்கு, நம்முடைய முஷ்டியை உயர்த்தாமலேயே, நம்மைக் களவாட அனுமதிக்கும் நம்மைப் போன்றவர்களுக்கு... மதியப் பொழுதுகளைக் குழந்தைகளின் தலைகளைத் தட்டிக்கொடுத்தும், பிங்-பாங் விளையாடியும் காலத்தைக் கழிக்க விரும்பும் நம்மைப் போன்றவர்களுக்கு — வேறென்ன வழிகள் இருக்கின்றன?

'நான் உண்மையைப் பேசினால், அது என் கழுத்தாக இருப்பதில்லை, என் குழந்தைகளின் கழுத்தாக இருக்கிறது' என்று சொல்லக்கூடியவர்களான நம்மில்... அத்துடன், உண்மையைப் பேசவில்லையென்றால் வாழ்வதற்கான சுவாரஸ்யத்தை இழந்துவிடுகிறேன். இந்த வாழ்க்கைக்கான அர்த்தமென்பது, இத்யாதி... இத்யாதி...

உண்மை எப்படிப்பட்ட அனாதைகளாக நம்மை விட்டிருக்கிறது.

அதைத் தின்றுவிட்டு, வாயை மூடு.

அதற்கானதைக் கட்டிவிட்டு, வாயை மூடு.

அதை எடுத்துக்கொண்டு, வாயை மூடு.

மௌன வதம் | 95

வாயை மூடு.

அப்புறம் வெறுமனே வாயை மூடாதே: மகிழ்ச்சியாக இருப்பதுபோல் பாசாங்குகாட்டு.

கத்து: வாழ்க! வாழ்க!

பிரகடனம் செய்: இதைக்காட்டிலும், எப்போதும் சிறப்பாக இருந்ததில்லை.

உறுதியாகச் சொல்: எவரும் பட்டினியால் சாவதில்லை.

அறிக்கை விடு: வளர்ச்சி வளர்ந்துகொண்டிருக்கிறது.

அழுத்தமாகச் சொல்: எல்லாம் எவ்வளவு சிறப்பாகப் போய்க் கொண்டிருக்கிறது.

உரக்கக் கூவு: எனக்கு மலக்குவியல் பிடித்திருக்கிறது.

பிறகு, இதையே உன் குழந்தைகளுக்கும் கொடு.

மிருகமாக முடியாத நம்மைப் போன்றவர்களுக்கு, வாழ்வதற்காக மிச்சமிருப்பது பொய் சொல்வது மட்டும்தான்.

பொய்யுடன் வாழ்தல்.

பொய்யால் வாழ்தல். பொய்க்காக... உன்னால் முடியாது, நரமாமிசம் தின்பவனே. உன்னால் முடியாது. காயீன், உன்னால் முடியாது.

அப்படியென்றால் நீ சாகத்தான் வேண்டும்.

அப்படியென்றால் நீ அதைப் பிரசுரிக்கத்தான் வேண்டும். மறுபடியும்!

சொறிபிடித்தவனாக இருக்க, மறுபடியும்:

'கோழையே, நீ சிறையில் இருந்ததால்தான், இப்போது அமைதியாக இருக்கிறாய்.'

'கிழட்டுக் கிறுக்கன், இனி முட்டாள்தனமான பொய்கள் எதையும் நீ எழுத மாட்டாய்.'

'முட்டாளே! எதைப் பற்றி உனக்கு அக்கறை இருக்கிறது? நீ யாரென்று உன்னைப் பற்றி நினைத்துக்கொண்டிருக்கிறாய். கிறிஸ்துவா?'

'ஹோ! இறுதியாக அவர்கள் உன் வாயை மூடிவிட்டார்கள், நீ நச்சுப்பாம்புதான்.'

'கலகக்காரன்!'

நடாலியா: இப்போது சொல், நாம் எப்போது சேமிக்கத் தொடங்கப்போகிறோம்.

அப்புறம் அவர்கள்: அப்பா... அப்பா எங்கே?

யாரோ ஒருவன்: ஆமாம், வாஸ்தவம்தான்... ஆனால்.

மிருகம்: அங்கே போ!

பிறகு நான்: அவ்வளவுதான்... வாழ்க்கை சாம்பலாய் ருசிக்கிறது. நாள்கள் மரணங்களாய் நாறுகின்றன... எப்போதும் என் நாக்கில் கசப்புத்தன்மை... நீ எப்போதுமே பட்டாம்பூச்சியாக மாற முடியாதபோது, ஏன் ஒரு கூட்டுப்புழுவாக இருக்க வேண்டும்? நான்... விரும்புவதெல்லாம்... என்னை மன்னித்துவிடுங்கள்: நான் இவ்வளவு அபாயகரமானவன் என்று என் கனவில்கூட நினைத்துப்பார்க்கவில்லை... எனக்கு வாழ வேண்டும்... ஆனால், உயிரோடு இருப்பதை நான் உணர வேண்டும், பிணம்போல் அல்ல...

குரல்களும் எதிரொலிகளும்: ஆனால்... அது மிக எளிதானதாக இருந்திருக்கும்... பொய்களுடன் வாழ்வது மிக எளிதானது.

"பொய் அழகானது. அது நல்லது. அது மிருகத்திடமிருந்து உன்னைப் பாதுகாக்கிறது. மிருகத்திடமிருந்து உன்னைப் பாதுகாப்பதோடு மட்டுமில்லாமல், அது அந்த மிருகத்தையே உனக்காக ஊழியம் செய்ய வைக்கிறது."

"அத்துடன், அது உன்னைச் செல்வச் செழிப்பாக்கும்."

"அது உன்னை மலையுச்சிக்கு அழைத்துச்சென்று, இந்த உலகத்தையே உனக்குக் காட்டும்."

'என்னைத் தொடர்ந்து வா' என்று சொல்லும். பிறகு, இவையெல்லாம் உன்னுடையவையாகும். நீ அதற்கு சேவகம் செய்கிறாய். ஆமாம், இவையெல்லாம் உன்னுடையவையாகும்.'

விரோதத்துடன் மக்கள் உன்னை முறைத்துப்பார்க்க மாட்டார்கள். உன்னைப் பார்த்து ஒருபோதும் கத்த மாட்டார்கள்: 'அவன்தான்,

அங்கிருக்கும் அவன்தான், அவன்தான் அந்தப் பாடலைக் கேட்டுக்கொண்டிருக்கிறான். அவன் குடலை வெளியே எடுத்துப் போடு.'

தலைகள் உன் முன் வணங்கும். முடிவே இல்லாத ஆடம்பரமான பட்டங்கள் உன் முன்னே வந்து விழும். உன்னுடைய கஞ்சி போட்ட சட்டையில் மெடல்கள் தொங்கும். உன் சவக்குழியை மலர்கள் அலங்கரிக்கும். உன்னைப் போன்ற உருவம் ஒன்று கற்களில் செதுக்கிவைக்கப்படும். நீ பார்ப்பதற்கு எப்படியிருந்தாயோ, அதைவிட இன்னும் சிறப்பாக இருப்பாய்.

உன் சட்டைப் பைகள் தங்கங்களால் நிரம்பியிருக்கும். எல்லாவற்றையும் நீ அள்ளி எடுத்துக்கொள்ளலாம்.

செல்வச் செழிப்பு என்று ஒன்று இருக்கும் பட்சத்தில், அது உன்னைக் கௌரவிக்கும்.

பொய் அழகானது. தாராள குணம் கொண்டது.

அது மகிழ்ச்சியால் நிரம்பியிருக்கும், நிச்சயமில்லாத வேறொரு உலகம் வரப்போகிறது என்று எந்த உத்தரவாதமும் கொடுப்பதில்லை.

அது சிறப்பாக வேலைபார்க்கிறது, பணப் பரிவர்த்தனையில். இங்கு, இப்போது.

அதுவும், உனக்குத் தேவைப்படும்போது.

37

கல்வியில் ஏற்பட்ட சிறு பிழைதான், உண்மைக்குச் சேவகம் செய்ய வேண்டுமென்ற உந்துதலை ஏற்படுத்தியிருக்கிறது என்பதுபோல் தெரிகிறது.

ஒரு குழந்தை தீர்மானிக்க வேண்டியுள்ளது...

உண்மையை நேசிக்க வேண்டுமென்றும், பொய்மையை வெறுக்க வேண்டுமென்றும் குழந்தைகளுக்குச் சொல்லிக்கொடுக்கும் பெற்றோர்கள், அவர்கள் வாழ்க்கை முழுவதும் துயரப்படுவதற்கும் ஏமாற்றங்களுக்கும் துன்பப்படுவதற்கும் வறுமைக்கும் மனிதத்தன்மையற்ற கஷ்டங்களை அனுபவிப்பதற்கும்தான் தள்ளிவிடுகிறார்கள்.

இதில் சில குழந்தைகள் மட்டுமே, இப்படிப் பின்னாளில் சொல்கிறார்கள்: நான் என்னவாக இருக்கிறேனோ, அதுதான் நான். நான் கல்வி கற்றிருந்தாலும் அதனால் அல்ல. அவர்களது பெற்றோர்கள் தவறிழைத்துவிட்டதாகக் கற்றுக்கொள்கிறார்கள். மற்றவர்கள் உண்மை மீதான காதலை வளர்த்துக்கொள்கிறார்கள். உண்மைக்கான தேவை, தெளிவில்லாதது, வரையறுக்கப்படாதது. ஆனால், இதயபூர்வமானது, உணர்வுபூர்வமானது. ஒரு நாய், நிலவைப் பார்த்து உணர்வுபூர்வமாகக் குரைப்பது போன்று.

இந்தக் காதலை அவர்களால் விளக்க முடியாது. சில சமயங்களில் இது தேவைப்படுவதற்காக வருத்தப்படுகிறார்கள்.

சில சமயங்களில், அவர்கள் அதைச் சபிக்கிறார்கள். உண்மையைத் தேடிய அவர்களது பயணத்தில், அதற்கு அருகில் செல்லத் துணியும்போது, அதற்கான விலையாய் ரத்தமும் சதையுமாகக் கொடுக்க வேண்டியுள்ளது.

அவர்களுடையதை, அவர்களது ரத்த உறவுகளுடையதை.

ஏனெனில், அவர்கள் தர்க்கபூர்வமாகச் சிந்திக்கத் தொடங்கும் முன்பாகவே, அவர்களது பெற்றோர்கள் அவர்களை ஒரு குறிப்பிட்ட வழியில் வளர்த்து, சில அடிப்படையான சிந்தனைகளை ஏற்றுக்கொள்ள வைத்திருக்கிறார்கள்.

இது படிப்பது என்ற விஷம் போன்றது — படிப்பதில் உள்ள ஆபத்து குறித்துக் கற்றுக்கொள்வதற்கு முன், நீ படிக்கக் கற்றுக்கொள்கிறாய். பிறகு, அதிலுள்ள மகிழ்ச்சியால் நாம் துன்பப்படுகிறோம். வாழ்க்கை முழுக்க அதை நாம் தொடர்ந்து கொண்டிருக்கிறோம், அது நம்மை முட்டுச்சந்தில்தான் கொண்டுவிடுகிறது என்றபோதும்.

அது, வயல் எலி ஒன்று மூர்க்கத்தனத்தோடு கடலில் விழுந்து தன்னைக் காயப்படுத்திக்கொள்வதற்கு நிகரானது.

டேனியல்களைச் சிங்கத்தின் குகைக்குள் நுழையவைக்கிறது.

இது கோரமான முகத்தைக் கொண்டிருப்பது போன்றது.

நீ ஒரு முகத்தோடு பிறக்கிறாய். பிறகு அன்றாடம், ஒவ்வொரு நாளும் உன் வாழ்க்கையின் கடைசி நாள்வரை அந்த முகத்தோடுதான் நீ நடக்க வேண்டியுள்ளது. பிறகு, ஒரு நல்ல நாளில் உயிரோடு இருப்பதிலுள்ள சாகசத்தை நழுவவிடக்

கூடாது என்பதற்காக, நீ உன் முகத்தை ஒழித்துக்கட்ட வேண்டும் என்ற முடிவுக்கு வருவதில்லை.

ஆகையால் நீ வாழ்ந்துகொண்டிருக்கிறாய், உன் முகத்தைப் பொறுத்துக்கொண்டு.

சிலர், இதை வீரமென்று அழைக்கிறார்கள்.

மற்றவர்கள், முட்டாள்தனமென்று.

மிகப் பல பேர் இதை முட்டாள்தனமென்று அழைப்பதால், இதில் வீர சாகசங்கள் ஏதும் கிடையாது. இனி ஜோன் ஆஃப் ஆர்க்குகள் கிடையாது. இனி கிஹோத்தேகள் கிடையாது. இனி பீட்டர்கள் கிடையாது.

முடிவில், இவையெல்லாம் முட்டாள்தனம்தான். கறுப்பு வெள்ளையாகிறது.

நாளை கறுப்புக்கும் வெள்ளைக்கும் இடையே மத்தியஸ்தம் செய்பவன் ஒரு முட்டாள்தனமான யுத்தத்தைக் கொண்டுவந்து அவனை மகிழ்ச்சிப்படுத்திக்கொள்வதென்று முடிவெடுத்துவிட்டால், அந்த மிருகத்தை என் வீட்டுக்கு அனுப்பிவைப்பான், என் ரத்தத்தைக் கேட்பான்: என்னுடையதை, என் குழந்தைகளுடையதை.

நான் மறுத்தால், அவனாக எடுத்துக்கொள்வான், என்னுடையதை, என் குழந்தைகளுடையதை.

அவன் என்னைத் துரோகியென்று அழைக்கவைப்பான்.

அவன் என்னுடைய பெயரைச் சபிப்பான்.

அவன், ஒரு சமயத்தில் நம்முடைய எதிரிகளை அணைத்துக் கொண்டவன். அவன், மக்களை முட்டாளாக்குவதற்கு ஒரு வழியைத் தேடுகிறவன். அவன், பொய்க்குச் சேவகம்செய்யக் கற்றுக்கொண்டு, தன்னுடைய தங்கத்தைக் கொண்டு அந்த மிருகத்தை விலைக்கு வாங்கக்கூடியவன். ஆனால், நான் அவனுக்குச் சேவகம்புரியாதவன், அவனிடமிருந்து வேறெதையும் எதிர்பார்க்காதவன், கொஞ்சம்போல் சூரிய ஒளியைத் தவிர — விலகிப்போ, வெளிச்சத்தை மறைக்காதே. நான் என் வாழ்க்கைக்காக உழைக்க வேண்டும் — வேறெதையும் எதிர்பார்க்காதவன், அவமானப்படுத்தப்பட்டு மறக்கப்படுவேன்.

இன்றிரவு என்னால் எதையும் செய்ய முடியாது, எழுதுவதைத் தவிர.

காற்றாலையை வட்டமடித்துக்கொண்டிருக்கும் கோவேறுக் கழுதையைப் போல், கேரட் துண்டைப் பார்த்துவிட்ட கழுதையைப் போல். இல்லை, இன்னும் மோசம். ஏனெனில், எனக்குத் தெரியும், நான் என்னுடைய கேரட் துண்டைத் துரத்திக்கொண்டிருக்கும் கழுதையென்று.

எனக்குத் தெரியும், நான் அதை எப்போதும் அடைய முடியாதென்று.

எனக்குத் தெரியும், நான் தன்னந்தனியாகத்தான் இருக்கிறேனென்று.

தன்னந்தனியாக, மூன்று குழந்தைகளுக்கும் இரண்டு சிறையறைகளுக்கும் இடையில்.

தன்னந்தனியாக, அந்த மிருகமும் அன்பும் என்னைச் சுற்றிப் பின்னியுள்ள சங்கிலியால் கட்டப்பட்டு.

இரவில் தன்னந்தனியாக எழுதிக்கொண்டிருக்கிறேன். ஒருபோதும் அடைய முடியாததென்று மிக நன்றாகத் தெரிந்திருந்தாலும், அந்தக் கேரட்டைத் துரத்திக்கொண்டிருக்கிறேன். என்னால் செய்ய முடிந்ததெல்லாம் இது மட்டும்தான் என்று எனக்கு நன்றாகத் தெரியும்.

இதுகூடத் தன்னடக்கத்தோடு கூடிய வீரம்தான். ஆனால், மாபெரும் வீரமல்ல.

38

பூத்தையல் போடுவதற்கு. அப்போது:

ஃபிளாக்கோ: சொல்வதற்கு ஏதுமில்லாமல்போனதால் நீ இப்போதெல்லாம் ஏதும் செய்வதில்லை.

நான்: ஆனால்... நான் செய்கிறேன்.

ஃபிளாக்கோ: ஹா! பன்னிரண்டு ஆண்டுகள் பூர்ஷ்வா வாழ்க்கை வாழ்ந்த பிறகு, திருமணம் மற்றும் வழக்கமான விஷயங்களுக்குப் பிறகு உன்னிடம் சொல்வதற்கு என்ன இருக்கிறது?

நான்: அனாவின் கதை.

ஃபிளாக்கோ: அது எப்படிப் போகிறது?

நான்: அனா அனிடாவின் கதை.
ஃபிளாக்கோ: சொல்லு, சொல்லு...
நான்: முன்பொரு காலத்தில்...
ஃபிளாக்கோ: வா, காபி வாங்கித் தருகிறேன்.

39

ஒட்டகங்கள்.

ஊசிகள்.

நான் அந்தக் கதையை மட்டும் கேட்டிருக்காவிட்டால்...

இல்லை.

உன் மறுப்புகளை மறைக்க முயலாதே.

அந்த மிருகம் குமுறிக்கொண்டு, சேற்றை வாரியிறைக்க உன் மனதைத் திறந்துகாட்டாதே.

குட் நைட்.

நாளை, ஒருவேளை சூரியன் எதிர்த்திசையில் உதிக்கலாம்.

இரண்டும் இரண்டும் ஐந்தாகலாம்.

பசி தீர்க்கப்படலாம்.

நீதி நிலைநாட்டப்படலாம்.

தொலைபேசியில் கடவுள் வரலாம்.

இனியும் அவர் ஒரு செவிடாக இருக்க மாட்டார்.

அது ஒரு பாடல்போல் இருக்கும்.

இருக்கலாம்.

40

ஆகஸ்ட் மாத ஞாயிற்றுக்கிழமை ஒன்றில் நாங்கள் பறக்கும் விளையாட்டு விளையாடச் சென்றோம்.

என் மனைவி சொன்னாள்: வேண்டாம், இது ஆபத்தானது.

என் குழந்தைகள், மூவரும்: போக வேண்டாம் அப்பா... போக வேண்டாம்...

நான் சொன்னேன்: நான் போகிறேன்.

நாயகன்.

நான் சென்றேன்.

தங்கக்கழுகு.

உறைந்துபோன கடல் மீதும், நான் நேசித்த மேட்டுநிலம் மீதும் மதியம் முழுக்கப் பறந்துகொண்டிருந்தோம்.

பிறகு நீல நிறத்தில் உறைந்துபோன டீடீகாகா என்ற எங்கள் நிலப்பகுதியில் உள்ள கடல் மீது.

மேகங்களோடும் காற்றோடும்.

பயிற்றுவிப்பவன் சொன்னான்: உன் முதுகில் காற்றின் வெப்பத்தை உணர்கிறாயா?

மேலே போ!

பிறகு நான்: லிவரை மேலே இழு.

பிறகு, நான் மேலே சென்றேன்.

பிறகு கீழே வந்தேன். மெதுவாக மிதந்துகொண்டிருந்தேன்.

நான்கு மணிநேரம்.

இரும்புப் பறவை. காற்றின் முணுமுணுப்பு நதியாக. பட்... பட்... பட்... இறக்கைகள்.

நாங்கள் இறுதியாகப் பூமியைத் தொட்டபோது, சூரியன் சிவப்பாய் வெடித்துக் கீழே போய்க்கொண்டிருந்தான். இப்போது மேலிருந்து பார்க்கும்போது சிறிய கருத்த புழுக்கள்.

நடாலியா: ...உனக்குப் பொறுப்புகள் இருக்கின்றன என்பதை நீ மறந்துவிடுகிறாய்... கடமைகள், பொறுப்புகள்... நீ உன்னைப் பற்றி மட்டுமே நினைத்துக்கொண்டிருக்கிறாய்... உன்னைப் பற்றியே... உன்னைப் பற்றி மட்டுமே...

அவர்கள்: அழகாக இருந்ததா மேலே.

நான்: ஓ...! விழுங்கு... விழுங்கு...

தங்கக்கழுகு.

நான் அன்று பறந்தேன்.

நான் மகிழ்ச்சியாக இருந்தேனா?

நான்கு

41

வெளியே மழை பெய்துகொண்டிருந்தது.

என்னுடைய மூன்றாவது நாவலை நிராகரித்த லா பாஸ் நீதிபதிகளின் வார்த்தைகளை நினைத்துப்பார்க்கிறேன்: "இந்தக் கதை மிகவும் தனிப்பட்ட வாழ்க்கையாக உள்ளது."

டக்! அவர்கள் அதன் கழுத்தை முறித்துவிட்டார்கள். என்னால் எப்போதும் பரிசுகளை வெல்ல முடிந்ததே இல்லை. ஓ, நல்லது.

இந்த வார்த்தைகள் மட்டும் அச்சேறுமானால், அந்த நீதிபதிகள் என்ன சொல்வார்கள் என்று என்னால் நினைத்துப்பார்க்க முடிகிறது.

"இது மிகவும் தனிப்பட்ட கதையாக இருக்கிறது. அவ்வளவு கலைத் தன்மையற்றது."

அவ்வளவு முக்கியத்துவமில்லாதது.

இப்படி எழுதுவதென்பதே, ஆசிரியருக்கு அவருடைய வாசகர்கள் மீது கொஞ்சமும் மரியாதையில்லை என்றே நினைக்கிறேன். என்ன முட்டாள்தனம், இதெல்லாம் ரொம்ப முக்கியமானது என்பதுபோல் ஒருவனுடைய அழுக்கைப் பொதுவில் கழுவுவது.

வெளியே மழை பெய்துகொண்டிருந்தது. என்னுடைய மதிய உணவு நேரத்தை எடுத்துக்கொள்ளாமல், அலுவலகத்தில் தனியே உட்கார்ந்திருந்தேன். என்னுடைய கடன்காரர்களிடம் ஒரு வாரம் காலக்கெடு கேட்டு நான் கடிதம் எழுதிக்கொண்டிருக்க வேண்டும். ஆனால், நான் ஏன் என்னுடைய நேரத்தை இந்தத் துண்டுக் காகிதத்தில் வீணடித்துக்கொண்டிருக்கிறேன்?

நான் என் கையை என் இதயத்தின் மீது வைத்துக் கேட்கிறேன்: "ஏன் இதைச் செய்துகொண்டிருக்கிறாய்?"

நான் பதிலளிக்கிறேன்: நான் என்னவாக இருக்கிறேன் என்பதை அறிந்துகொள்வதற்கு, நான் யார் என்று தெரிந்துகொள்வதற்கு. அத்துடன் என்னுடைய குடும்பத்தாருக்கு, என்னுடைய மாபெரும் குடும்பம், என்னுடைய மாபெரும் வீடு எப்படி இருக்கிறதென்றும், என் வீடு எப்படி இருக்கிறதென்றும், நம்மைப் பலிகொடுப்பவர்கள் எப்படி இருக்கிறார்களென்றும், இங்கே பிறந்ததற்கும் உயிருடன் இருப்பதற்கும் என்ன அர்த்தமென்றும், இந்தச் சிக்கலிலிருந்து வெளியேற ஒரு வழியை எப்படிக் கண்டுபிடிப்பதென்றும் சொல்வதற்கு.

எப்படியிருந்தாலும், நான் என்னையே தேற்றிக்கொள்கிறேன்: என் தட்டச்சு இயந்திரத்தில் என்ன விழுகிறதோ அதை அப்படியே ஏற்றுக்கொள்வது என்று தொடங்கிவிட்டேன்.

இது யாரோ ஒருவருக்குப் பயன்படலாம். அதாவது, என் கேரட்டை நான் தொடர்ந்து துரத்திக்கொண்டிருக்கக் கொஞ்ச காலம் பயன்படுத்திய பிறகு என்று எனக்கு நானே சொல்லிக்கொண்டேன். மிகத் தகுதியானவர்கள் இதைச் செய்யாமல் இருப்பதால், அது நானாக இருக்க வேண்டியுள்ளது. தற்பெருமையற்ற பணிவோடு நம் அடையாளத்தின் அவசியமான தனித்துவத்தைக் கண்டுபிடிக்க முயல வேண்டியுள்ளது. நான் பறப்பதற்குத் தயாராகிறேன்.

அத்துடன், என்ன நடந்துகொண்டிருக்கிறதோ, அதில் அவர்களும் — அவர்கள், என் குடும்பம், என் மாபெரும் குடும்பம் — குற்றம்புரிந்தவர்கள்தான் என்பதால் நான் ஏறக்குறைய மேலே பறந்துகொண்டிருந்தேன்.

நான் பறக்கத் தொடங்குகிறேன்: ஏனெனில், நான் பறக்க வேண்டியுள்ளது. நான் பறந்துகொண்டிருக்கிறேன்: ஏனெனில், நான் அதைச் செய்ய விரும்புகிறேன். அதனால்தான் நான் அதைச் செய்கிறேன். வேறு சிறந்த காரணங்கள் ஏதுமில்லை.

என்ன வேண்டுமானாலும் நடக்கட்டும், கடவுள் எனக்கு அருள்புரியட்டும்.

மரணவரிசையில் நிற்கும் என் இனத்தின், முகமற்ற சகோதரர்களுக்காக. மேலும், பிறகு மேலும், பிறகு மேலும் தொடர்ந்துகொண்டிருப்பவர்களுக்காக.

அவர்களுக்காக, ஒருவேளை அவர்கள் இதையெல்லாம் மாற்றலாம், அவர்களுக்காக, ஒருவேளை அவர்கள் இந்தப் பாடலை மேலும் இனிமையான ஒன்றாக்கலாம், பெரும் தன்னம்பிக்கையுடன்.

அவர்களுக்காக. பின்தொடரக் கூடியவர்களுக்காக. அதனால்தான். அவர்களுக்காகத்தான்.

அதனால்தான், இது பரிசுகளை வேட்டையாடத் துரத்திக்கொண்டு போகப்போவதில்லை. ஒருவேளை அச்சிடப்பட்டாலும் எப்போதும் பல வண்ணங்களிலான மேலட்டையைக் கொண்டிருக்கப்போவதில்லை. நான்தான் அதற்கான பணத்தையும் கொடுக்க வேண்டும். அத்துடன் அதை விற்பதற்கும் முயல வேண்டும்.

ஆனாலும், தொடங்க வேண்டும். செவிடர்கள்கூட எதிரொலியைத் தேடிக் கதறுகிறார்கள் என்பதால்தான்.

எதிரொலியின் எதிரொலியின் எதிரொலியின் எதிரொலி.

42

ப்ராதோவின் கட்டுப்பாட்டில் இருந்த பெருவில் வேலைநிறுத்தம்.

அந்த இளம் அதிகாரி...

சே!

43

நடாலியா: "என்ன செய்துகொண்டிருக்கிறாய், படுக்க வா."

"ஒரு நிமிடம்."

அன்பு, அப்படியென்றால், அது சங்கிலியால் பின்னப்பட்டதுதான். இன்று வெள்ளிக்கிழமை, மேலும் நான் குடித்திருக்கவில்லை.

நான் சீஸருக்கு உரித்தானதை சீஸருக்குக் கொடுத்துவிட்டேன். இந்த மணித்துளிகள் எல்லாம் திருடப்பட்டவை, என்னுடையவை:

நான் இதற்கான விலையைக் கொடுத்திருக்கிறேன். எனக்கு இந்த வடிவங்கள் பிடித்துள்ளன. நான் ஆங்கில எழுத்து 'க்யூ'வை மிகவும் நேசிக்கிறேன்.

நடாலியா: "படுக்க வா."

"ஒரு நிமிடத்தில்."

பகலில் இது சீஸர்; இரவில் இது அன்பு. என்னுடைய கேரட்டைத் துரத்திக்கொண்டு.

நேற்று, ஃபிளாக்கோ: "எழுது, எழுது மனிதா."

ஹூலியோ: "அற்ப விஷயங்கள்..."

நான்.

தன்னந்தனியாக.

44

ப்ராதோவின் கட்டுப்பாட்டில் இருந்த பெருவில் வேலைநிறுத்தம்.

அந்த இளம் அதிகாரி, வீதியில் பெயின்ட் அடிக்கப்பட்ட வெள்ளை கோட்டின் மீது நின்றுகொண்டிருந்தான்.

சுரங்கத் தொழிலாளிகள் முன்னேறிக்கொண்டிருந்தார்கள். முதலில் குழந்தைகள், அவர்களுக்குப் பின்னே பெண்கள், பின்பகுதியை ஆண்கள் நிரப்பியிருந்தார்கள். தந்தைநாட்டின் கொடியுடன்.

அவர்களுடைய தந்தைநாடு.

என்னுடைய தந்தைநாடு.

நாங்கள் குறுகலான நடைபாதை ஒன்றில் நின்று கொண்டிருந்தோம். எங்கள் மூச்சுக்காற்றால், எங்கள் கைகளைச் சூடேற்றிக்கொண்டோம். மேகங்கள் பெரிய மலைகளை மேய்ந்துகொண்டிருந்தன. பொழுது அப்போதுதான் விடிந்துகொண்டிருந்தது, கவலைகள் ஏதுமற்று, சாம்பல் நிறத்தில் சூரியன் கண்சிமிட்டியது.

அவன் சொன்னான்:

"இந்தக் கோட்டைத் தொடும் முதல் மனிதனை நான் கொன்று போடுவேன்."

பிறகு, அவன் முப்பது அடிகள் பின்னே சென்றான்.

ஏதும் நடக்கவில்லை.

நாங்கள் இருண்டுகிடந்த கடைக்குள் சென்றோம்; வாகஸ் பெண்களைக் கொண்ட காலண்டர்கள், எளிதாகத் தூக்கிச் செல்லக்கூடிய அடுப்பு, உறைந்துபோன பால். குளிரைத் தள்ளிவைக்க ஒரு கப் காபி குடித்தோம்.

அங்கிருந்த சிலர், கையில் கொடியுடன் அசைவற்று நின்று கொண்டிருந்தார்கள், மௌனமாக, ஏதோ அற்புதத்தை எதிர்நோக்கிய கண்களுடன்.

மற்றவர்கள் தங்கள் அக்குளைச் சொறிந்துவிட்டுக்கொண்டு, கழிவுநீர்க் குழாயிலிருந்து எலிகளை எதிர்பார்த்து விரல்களை மூக்கின் அருகில் கொண்டுசென்றார்கள். துப்பாக்கியின் அடிப்பகுதியைக் கட்டிப்பிடித்துக்கொண்டு கும்பலாக உட்கார்ந்து தெருவைப் பார்த்துக்கொண்டிருந்தார்கள். கிளிக்! விசையிழுச் சத்தம். பார்க்காதீர்கள், சகோதரர்களே, தயவுசெய்து பார்க்காதீர்கள்.

"ஏதும் நடக்கப்போவதில்லை." யாரோ ஒருவன் சொல்கிறான்.

நீங்கள் நினைத்துப்பார்த்திருக்கவும் மாட்டீர்கள். அவர்கள் முன்னேறினார்கள். தங்களுடைய சொந்த மரணத்தை, அமைதியாகத் தொலைவிலிருந்து பார்த்தபடியே, பாதங்களைக் கற்களாலான பாதையில் இழுத்துக்கொண்டே.

நாங்கள் வெளியே வந்தோம். நான் படம் எடுத்தேன், காத்திருந்தேன்.

வெள்ளைக்கோட்டை அந்தப் பெண் தாண்டினாள். அந்த அதிகாரி கைத்துப்பாக்கியை உயர்த்தினான். உள்ளங்கையில் அதை ஆசையோடு பிடித்தான், சுட்டான்.

அந்தப் பெண் இறந்துபோனாள்.

பெரும் குழப்பம் உருவானது: ஓடினார்கள், கத்தினார்கள், கிறீச்சிட்டார்கள், சபித்தார்கள், குரைத்தார்கள். தோட்டாக்கள். கத்திகள். குதிரைப்படையின் திடகாத்திரமான குதிரைகள்.

அமைதி. அதற்குப் பிறகு நீண்ட அமைதி. அதற்குப் பிறகு, வேதனைக் குரல்.

நான் இதை எப்படிச் சொல்லியிருக்கிறேன் என்று நீங்கள் கவனிக்க வேண்டும். இதில் பிரச்சாரத்தன்மை ஏதும் இல்லாததைக் கவனியுங்கள். எதுவுமே நடக்காததுபோல் நடிக்கும் என் நடிப்புத்திறனைப் பாராட்டுங்கள். எவ்வித முன்தயாரிப்பும் இல்லாமல் கதை சொல்வதற்கு, நான் அவ்வளவு தகுதியானவன் என்று சொல்லுங்கள்.

இனி யாரும் என்னைக் கலகக்காரன் என்று மட்டும் சொல்லாதீர்கள்.

எப்படியிருந்தாலும், அந்தப் பெண் பெருவைச் சேர்ந்தவள்தான். அயல்நாட்டுக்காரிதான். பொலிவியப் பெண் ஒருத்திக்குக் கொடுத்திருக்கக்கூடிய வலியை அவளுடைய மரணம் அவளுக்குக் கொடுத்திருக்காதுதானே? சரியா? அவள் தொலைதூரத்திலிருந்து வந்து இறந்துபோனவள், இல்லையா? இது கட்டவில்லில் நடந்தது போன்றதன்று. அல்லது சீக்லோ பெய்ன்தேவில். நமக்கு அருகிலில்லை, நம்மில் ஒருவரில்லை. இவை இரண்டும் ஒன்றல்ல, ஒன்றா? இல்லை. இவை ஒன்றல்ல, இவை ஒன்றல்ல.

இருந்தும், அவளுடைய முகத்தை நேற்று பார்த்ததுபோல் எனக்கு நினைவில் இருக்கிறது. அது ப்ராதோவின் கட்டுப்பாட்டில் இருந்த பெருவில்தான் நடந்தது என்றபோதும். அத்துடன் அந்த அதிகாரியை இன்று பார்த்ததுபோல் நினைவில் வைத்திருக்கிறேன். ப்ராதோவின் கட்டுப்பாட்டில் ராணுவம். அவளுடைய ரத்தம் என்னுடையதுபோல் என்று நினைக்கிறேன், அது ப்ராதோவின் ரத்தம்தான் என்றபோதும்.

இருக்கலாம், ஒருவேளை இருக்கலாம்: நான் சொல்கிறேன் — பதினேழு ஆண்டுகள் கழித்து இன்று நான் அந்தக் கதையைச் சொல்வதுபோல் சொல்ல வேண்டும் என்பதற்காகவே அந்தப் பெண் இறந்துபோயிருக்கலாம். எனக்கு அதன் மீது அக்கறை ஏதுமில்லை என்பதுபோல் உங்கள் முன் வைப்பதற்காக.

உங்கள் முன் இந்த முறையில்கூட வைக்க வேண்டியதில்லை என்பது இதைக் காட்டிலும் மோசமானதாகும்.

அது, அந்தப் பெண் பிறக்கவே இல்லை என்பதுபோல் ஆகிவிடும்.

அல்லது எப்போதும் இறக்கவே இல்லை என்பதுபோல். அவள் எப்போதும் இருந்ததே இல்லை என்பதுபோல்.

நானும் இல்லாத்துபோல்.

45

நான் என் விரோதிகளை மிகச் சரியாக அடையாளம் கண்டு கொண்டேன் என்பது இப்போது தெளிவாகியிருக்க வேண்டும்.

இல்லை, இன்னுமில்லை.

நான் அவர்களை என் விரோதிகளாகப் பாவிக்க முடியாது. ஏனெனில், அவர்கள் பசியிலும் அறியாமையிலும் இருக்கிறார்கள் என்பதை அறிந்துள்ளேன். அவர்களுடைய செயல்களுக்கு நான் அவர்களைப் பொறுப்பாக்க மாட்டேன்.

இந்த வார்த்தைகளில்: "இவர்களை மன்னியுங்கள், தாங்கள் செய்கிறது இன்னதென்று அறியாதிருக்கிறார்களே..."

அந்த மிருகம்தான் என் விரோதி என்றுகூட என்னால் சொல்ல முடியாது.

இல்லை. அந்த மிருகத்தோடு எனக்கு ஏற்பட்ட பரிச்சயத்துக்குப் பிறகு, ஐந்து நாள்கள் மற்றும் இரண்டு சிறையறைகளுக்குப் பிறகு, அவனை என் விரோதி என்று என்னால் அழைக்க முடியாது. ஏனெனில், நானும் அந்த மிருகத்தைப் போல் ஆகிவிடுவேனோ என்று அச்சப்படுகிறேன்.

ஆனால், நான் ஒரு ஆடாகவும் இருக்க விரும்பவில்லை.

அந்த மிருகத்துக்கு அருகில் சென்றால், அவன் இரக்கத்தை வேண்டுகிறான். அவன் வெறுமனே மிருகம் மட்டும்தான். எப்போதும் படபடத்துக்கொண்டிருக்கும் அவனுடைய கண்கள், அவனை முழுமையாக வெறுப்பதற்கு உங்களை அனுமதிப்பதில்லை. உங்களால் ஒரு பைக்கீரியை வெறுக்க முடியாது அல்லது ஒரு கழுதைப்புலியை.

இதுதான் என்னுடைய பலம்; என்னுடைய பலவீனம். என்னுடைய இந்த அறிவார்ந்த மேன்மைதான் அவனுக்கு உடல் சார்ந்த மேன்மையைக் கொடுக்கிறது.

நான் மேலானவன். அதனால், என்னால் அவனைக் கொல்ல முடியாது. அவன் மேலானவன். அதனால், அவனால் என்னைக் கொல்ல முடியும் அல்லது என்னைக் கொல்ல வைக்க முடியும்.

அவனுடைய தோட்டாக்கள் வெற்றாய் இருக்க வேண்டும் என்றுதான் விரும்புகிறேன்.

என்னுடையதுபோல். என்னிடம் வார்த்தைகள் தவிர வேறு எதுவும் இல்லை.

ஆனாலும், என்னை நானே அந்த மிருகத்தோடு அடையாளப் படுத்திக்கொள்ள அனுமதிக்க முடியாது. என்னை நானே எப்போதைக்கும் வெறுக்க வேண்டியிருக்கும்.

அவன் செய்வதை என்னால் ஒருபோதும் செய்ய முடியாது. அல்லது, நான் செய்வதை, என்னால் செய்ய முடிந்ததை, அவனால் ஒருபோதும் செய்ய முடியாது.

நான் இப்படி நம்பிக்கொண்டிருக்கும்வரை, சிறந்தவர்கள் என்னை நினைவில் வைத்திருப்பார்கள்.

இதுதான் என்னுடைய பலம். என்னுடைய மேன்மை.

அந்த மிருகத்தின் பலமென்பது இது குறித்த அடிப்படையைக்கூட அறிந்திராமல் இருப்பதுதான். எவருடைய நினைவுகளிலும் வாழ்வதற்கு ஏக்கம்கொள்ளாமல் இருப்பதுதான். அவன் பிறந்த நாளை அறிந்துகொள்ள முடியாமல் இருப்பது. எப்போதைக்கும் அழிந்துபோக மாட்டேனென்று அவன் நம்பிக்கொண்டிருப்பது.

இதன் விளைவாக, நான் காணாமல்போகிறேன்.

அவர்களும் அப்படித்தான் இருக்கிறார்கள். நான் காணாமல் போகிறேனென்று தெரிந்துகொள்ள முடிவதுதான் என்னுடைய பலமும் பலவீனமும். அவர்களுடைய பலமும் பலவீனமும், எப்போதும் வியப்படையாததும் தெரிந்துகொள்ள விரும்பாததும் தான். அவர்கள் பட்டினியால் சாகாமல் இருப்பதிலிருந்து தங்களைக் காத்துக்கொள்வதில்தான் மும்முரமாக இருக்கிறார்கள். அவர்கள் உண்ண வேண்டுமென்பதற்காகக் கொலை செய்கிறார்கள். எளிமையானது.

யாரோ ஒருவன், பெருவிலிருந்து வந்த அந்தப் பெண்ணுக்கும் அந்த மிருகத்துக்கும் இடையே ஒரு பாலத்தை அமைத்தாக வேண்டியுள்ளது.

கடைசியாக யார் இதற்கு முயன்றிருக்கிறார்கள் என்று நினைத்துப்பார்த்தேன். அது இரண்டாயிரம் ஆண்டுகளுக்கு முன் நடந்திருப்பதைப் பார்க்கிறேன். நான் பார்த்ததைப் பார்த்தபோது, என் ரோமங்கள் சிலிர்த்துநின்றன.

அத்துடன், என்னுடைய துயரத்தில் அந்த அபாயச்சங்கின் பாடலைத் தேடுகிறேன், கேட்கிறேன்.

இதற்காகவும், நான் இதைச் சொல்லத்தான் வேண்டும். சில சமயங்களில் அந்தப் பாடல் இல்லாத ஒன்று என்றும் தோன்றுகிறது. என்னுடைய காலணிகளுக்குள் நான் நுழைந்துகொள்வதற்காக, என்னுடைய நாள்களை நிரப்பிக்கொள்ள, இந்த உலகத்தைப் பார்க்க, இதைத் தாங்கிக்கொள்ள, நானேதான் அதைக் கண்டுபிடித்துள்ளேன் என்றுகூடத் தோன்றுகிறது.

சில சமயங்களில், நான்தான் இந்தக் கேரட்டைக் கண்டு பிடித்துள்ளேன் என்றுகூடத் தோன்றுகிறது.

ஆனாலும், பெரும்பாலான சமயங்களில், நான் அந்தப் பாடலைக் கேட்டுக்கொண்டுதான் இருக்கிறேன்.

46

ஒரூரோவில், கல்லூரி மாணவன் ஒருவன், இந்த பூமியின் பிரதிநிதியாய், முட்டாளான தேவதூதனாய், எழுந்துநின்று இயேசுவின் மூத்த சகோதரனிடம் கேட்பதுபோல் கேட்கிறான்:

“அவென்கார்ட் எழுத்தாளன் என்ற முறையில், நம் நாட்டின் நோய்களை, அடுத்த பத்தாண்டில் தீர்ப்பதுபோல் உங்களால் எளிதான தீர்வுகள் ஏதாவது சொல்ல முடியுமா?”

“நூற்று எண்பது ஜனாதிபதிகள், நூற்று ஐம்பது ஆண்டுகளாக முயன்றுகொண்டிருக்கிறார்கள். அவர்கள் மக்களைக் கொன்றிருக்கிறார்கள், மக்களைப் பட்டினி போட்டிருக்கிறார்கள், மக்களைப் படுகொலை செய்திருக்கிறார்கள், மக்களுக்குச் சேவைபுரிந்திருக்கிறார்கள். நீ கத்துக்குட்டிக் கல்லூரி மாணவன்.

எங்கேயும் காணக்கிடைக்காத ஒரு தீர்வை என்னிடமா கேட்கிறாய்."

ஈரமான கண்களுடன், வெள்ளந்தியான இதயத்துடன் அந்த மனிதன் கேட்கிறான்:

"நாம் பிரேசிலை எதிர்த்துநிற்பது எப்படி? அவர்கள் நம் மீது படையெடுத்து வந்தால்?"

முதல் கேள்விக்கு, சாத்தியமில்லை. ஆனால், இரண்டாவது கேள்விக்கு ஒரு வழி இருக்கிறது:

"பிரேசிலில் எவ்வளவு மக்கள் வாழ்கிறார்கள்?"

"எனக்குத் தெரியாது." அந்த நல்ல மனிதன் நேர்மையாகச் சொன்னான்.

"பொலிவியாவில் எத்தனை பேர் வாழ்கிறார்கள்?"

"அறுபது லட்சம்." அவன் பதில் தந்தான், தன் நெஞ்சை நிமிர்த்திக்கொண்டு. இது மக்கள்தொகைக் கணக்கெடுப்புக்கு முந்தையது.

"பிரேசிலில் 9.6 கோடிக்கு மேல் இருக்கிறார்கள். அவர்கள் நம் மீது படையெடுத்துவந்தால் நாம் ஒவ்வொருவரும் சராசரியாக 16 பிரேசிலியர்களைக் கொல்ல வேண்டியிருக்கும். அதாவது, நாம் ஒருவர்கூட கொல்லப்படாமல் இருக்கும் பட்சத்தில்."

அவன் அதிர்ச்சியடைந்து விழுங்கினான். பிறகு, தீவிர யோசனையில் மௌனமானான்.

அவனுடனான பேச்சை முடிவுக்குக் கொண்டுவந்தேன்:

"யாரோ ஒருவர் ஒருமுறை சொன்னதுபோல், 'நாம் பிரேசிலிய டாங்குகளில் நம்முடைய கடலுக்குத் திரும்புவோம்'."

தவறுகள் அதற்கான விலையை வேண்டிநிற்கும் என்றும், முட்டாள்தனம் அதற்கான விலையையும் நிலத்தையும் ரத்தத்தையும் வேண்டிநிற்கும் என்றும் நான் சொல்லவில்லை. ஏனெனில், நான் இதுபோன்ற விஷயங்களைச் சொல்லிச் சொல்லிச் சலித்துப்போய்விட்டேன்.

அத்துடன், சாம்பல்நிற சூட் போட்டுக்கொண்டு, சிறந்த முறையில் ஆடையணிந்துகொண்டு, பளபளக்கும் டையும் ஒரு

மேஜையும் சிறப்பான அலுவலகமும் கொண்ட, தேசப்பற்றுமிக்க ஒருவனுக்குத் தெரியும். இது போன்ற விஷயங்களைப் பேசுவதென்பது நாட்டுக்குத் துரோகம் செய்வது போன்றதாகும், இல்லையா?

இப்படியான விஷயங்களைச் சொல்வதென்பது தேசத் துரோகமாகும். அதனால்தான், நாம் காணாமல்போகிறோம்.

இதைச் சொல்லாமல் இருப்பதன் மூலம் நாம் நம் தேசத்துக்கு மரணதண்டனை கொடுக்கிறோம்.

இது அவ்வளவு எளிமையானது.

அவென்கார்ட் பத்திரிகையாளர்கள் என்று சொல்லப்படுகிறவர்கள் — அப்பாவி ஏழை மாணவனே — இது போன்ற விஷயங்களைப் பேசினால் சிறைக்குத்தான் போக வேண்டியிருக்கிறது. இது போன்ற விஷயங்களை ஒருபோதும் பேசாத புத்திசாலிகளெல்லாம் ஜனாதிபதி மாளிகைக்குச் செல்கிறார்கள். அவ்வளவு ஏன், அவர்களைக் கௌரவிக்கும் வகையில் சிலைகள்கூட வைக்கப்படுகின்றன.

பிறகு, கடவுளின் தீர்ப்புபோல் அந்தச் சிலைகளெல்லாம் பறவை எச்சத்தால் கௌரவிக்கப்படுகின்றன. நம் கல்லறைகள் எப்போதும் கௌரவப்படுத்தப்படுவதில்லை, வழக்கமான அடையாளமற்ற அனாமதேயர்கள்.

எல்லாவற்றுக்கும் காரண காரியங்கள் உண்டு.

ஆனால், இதையெல்லாம் நாம் யாரிடம் சொல்வது?

விஷயங்களைச் சொல்வதென்று வரும்போது நீ செய்யும் முதல் அபத்தம் என்னவென்றால், நேர்மையாகவும் அக்கறையோடும் நீ ஏதோ பேசி முடித்த பிறகு, ஜன்னலுக்கு வெளியே எட்டிப் பார்க்கிறாய், ஆவலோடு ஒரு எதிரொலியை எதிர்பார்த்து.

எதிரொலி:

விஷயங்களைச் சொல்வதென்று வரும்போது நீ செய்யும் இரண்டாவது அபத்தம் என்னவென்றால், நீ பால்கனியிலிருந்து இறங்கிவந்து, மக்களோடு மக்களாக நடந்துசென்று, நீ சொன்னதைத் திரும்பவும் சொல்லியபடி காத்திருக்கிறாய், இன்னும் ஆவலோடு ஒரு எதிரொலியை எதிர்பார்த்து.

எதிரொலி:

விஷயங்களைச் சொல்வதென்று வரும்போது நீ செய்யும் அடுத்த அபத்தம் என்னவென்றால், வெட்டவெளியில் நீ அதை மறுபடியும் சொல்கிறாய், யார் கேட்க வேண்டுமோ அவர்களிடம் நேரடியாக. ஒரு துப்பாக்கியைப் போல் உன்னுடைய வார்த்தைகளைக் குறிபார்க்கிறாய். பிறகு உன் காதுகளைக் கூர்மையாக்கிக்கொள்கிறாய், இன்னும் ஓரளவு ஆவலோடு எதிரொலியை எதிர்பார்த்து.

எதிரொலி:

கடைசி அபத்தம் எல்லாவற்றைக் காட்டிலும் புரிந்து கொள்வதற்கும் ஏற்றுக்கொள்வதற்கும் மிகவும் சிரமமானது, உன் வாழ்க்கை முழுவதுமாக நிகழ்த்தப்பட்ட பின், ஏறக்குறைய மூச்சு நின்றுபோகவிருக்கும் அந்தத் தருணத்தில், நீ அதே வார்த்தைகளைச் சொல்கிறாய், மேலும் ஆவலோடு உன் காதுகளைக் கூர்மையாக்கிக்கொள்கிறாய், எதிரொலிக்காகக் காத்திருக்கிறாய்.

எதிரொலி:

47

இங்கு வேறு சில அபத்தங்களும் உண்டு: பணக்காரர்கள் எப்போதும் கெட்டவர்கள், ஏழைகள் எப்போதும் நல்லவர்கள். தன்னடக்கம் கொண்டவர்கள் எப்போதும் நம்பிக்கைக்குரியவர்கள், அதிகாரம் கொண்டவர்கள் எப்போதும் ஒழுக்கங்கெட்டவர்கள். சல்லிக்காசு இல்லாதவர்கள் சொர்க்கத்தை அடைவார்கள், நன்றாக உடையணிபவர்கள் நரகத்துக்குப் போவார்கள்.

இது சிக்கிக்கொள்ள மிக மோசமான வலையாகிறது. ஏனெனில், இது நூற்றாண்டுகள் நிலைக்கக்கூடியது. இரண்டு வாழ்க்கை அளவுக்கு. ஒரு மனிதன் நல்ல நிலையில் இல்லாமல் இருப்பதால், அவனுக்கு மிகக் குறைவான சாத்தியங்களே உள்ளன என்பதால், அதைச் சாத்தியப்படுத்தும் சூழலும் சொற்பமாகவே உள்ளன என்பதால், வேறு எதற்காக இல்லையென்றாலும், அவன் நல்ல மனிதன் என்று நம்புவதால் நாம் இந்த வலைக்குள் சிக்கிக்கொள்கிறோம்.

தன்னடக்கம் கொண்ட இந்த மக்கள்திரள் என்னுடைய தியாகத்துக்குத் தகுதியானவர்கள். மயிரு!

சிறந்த, அன்பான மக்கள், என்னுடைய மரணத்துக்கு விளக்கம் கொடுத்து நியாயப்படுத்துகிறார்கள்.

துன்பப்பட்டுக்கொண்டிருக்கும் மக்கள்திரள்தான் என்னுடைய ரத்தத்தை வேண்டிநிற்கிறார்கள்.

என் குழந்தைகளுடையதையும்.

மக்கள்திரள், துடிப்புள்ள இந்தக் கூட்டம், மாபெரும் வார்த்தைகளின் விடியலின்போது எடுத்துவைக்கும் அடிகள் இந்தப் பூமியை நடுங்கவைக்கும்.

சராசரி அறிவுள்ள ஒருவன், இந்தக் கதையை இருபது ஆண்டுகளுக்கு நம்பி அவனுடைய வாழ்க்கையை வீணடித்துக்கொள்ள முடியும். மக்கள்திரளுக்காகத் தூய்மையானவன் என்று தன்னைத்தானே சொல்லிக்கொள்ள முடியும், அதாவது ஓர் இரண்டாம்தர புனிதத் தியாகியின் நிலையை அவன் அடையும்வரை.

ஆனால், எல்லாம் சொல்லியும் செய்தும் முடிக்கப்பட்ட பின்:

நெப்போலியன்: "வரலாறு என்பது மக்களுடைய ரத்தத்தால்தான் எழுதப்படுகிறது."

ஸ்டாலின்: "மூன்று கோடியே ஐம்பது லட்சம் மரணங்களே இருபத்தாறு கோடி மக்களின் நம்பிக்கைக்கான விலையாகிறது."

மக்கள்திரள்.

ஒருவேளை, இந்த வெளிப்படையான உண்மையைக் கற்றுக்கொள்ள, நீ நீண்டகாலம் வாழ வேண்டியிருக்கலாம்: மக்களுக்காக. மக்களிடம். மக்களின்றி.

இந்த அபத்தத்திலிருந்துதான் பல அபத்த உரைகள் தொடர்கின்றன:

மிகவும் சகஜமான ஒன்று: ஒவ்வொரு ஆட்சியாளரும் அவருக்கேற்ற மக்களைத்தான் பெற்றிருக்கிறார்கள்.

அதாகப்பட்டது: மக்கள் தங்களுக்கேற்ற ஆட்சியாளர்களைத்தான் பெற்றிருக்கிறார்கள்.

அத்துடன், அதற்குத் தகுதியான கிறுக்கித்தள்ளும் எழுத்தாளர்கள்.

சில ஆட்சியாளர்கள் தூக்கில் தொங்கவிடப்படுகிறார்கள். பெரும்பாலான கிறுக்கும் எழுத்தாளர்கள் ஒதுக்கித் தள்ளப்படுகிறார்கள்.

நியாயம் நியாயமானதுதான்.

விஷவாயு மரணம் மூன்று நிமிடம் தாக்குப்பிடிக்கிறது. நூலகங்களில் புத்தகங்கள் முப்பது ஆண்டுகளுக்குக் கனவு காண்கின்றன. மக்கள் முப்பது நூற்றாண்டுகளாக அவதிப்பட்டுக் கொண்டிருக்கிறார்கள்.

இவையெல்லாமே துயரங்களும் கஷ்டங்களும் பற்றியவை மட்டும்தான் என்றால், நான் என்னுடையதை முடித்துக் கொள்கிறேன். இது வலி தருகிறது.

ரொம்ப நியாயமானது.

தூக்கிலிடப்பட்ட மனிதர்கள், நிராகரிக்கப்பட்ட மனிதர்கள், எக்காலத்துக்கும் துயரத்திலுள்ள மனிதர்கள்: நம்முடைய அபத்தங்களுக்கும் தவறான கேரட்டுகளுக்கும் நாம் கொடுக்கக்கூடிய விலை இதுதான்.

வரலாற்றின் குருட்டுப்பாதையில்...

யார்தான் இந்தப் பாதையில் நடக்கவில்லை, அவனுடைய அதிர்ஷ்டமற்ற நிலையைச் சுமந்துகொண்டு, காலுடைந்த நாய்போல் நொண்டிக்கொண்டு.

மாபெரும் அபத்தம்: மக்கள் சகலமும் தங்களுக்காகச் செய்யப்படுவதாக நம்புகிறார்கள். மாறாக, தனிமனிதர்கள் ஒருபோதும் மக்களுக்காக உழைப்பதில்லை.

மாபெரும் மனிதர்களோ அல்லது தன்னடக்கமானவர்களோ, அதிகாரம் கொண்டவர்களோ அல்லது இசைக்கோர்ப்பாளர்களோ இதைச் செய்வதில்லை.

ஒவ்வொரு தனிமனிதனும் தன்னுடைய கேரட்டைத் துரத்திக் கொண்டிருக்க, மக்கள்திரள் என்பது ஒரு சாக்குத்தான்.

ஒரு கூட்டுப்புழு, பட்டாம்பூச்சியாக மாறுவதற்கு.

ஒரு ராணுவ அதிகாரி, ஜனாதிபதியாவதற்கு.

ஒரு கிறுக்கு எழுத்தாளன், தன்னுடைய வார்த்தைகளைக் கொண்டு பூத்தையல் போடுவதற்கு.

“விளையாட்டுத்தனமான இனம்.”

விளையாட்டுத்தனமான மனிதன்.

விளையாட்டுத்தனமான மக்கள்.

எல்லாமே மாற வேண்டியிருக்கிறது, அப்படியே இருப்பதற்காக.

ஆனால், எது முக்கியமென்றால், இந்த உன்னத விளையாட்டைப் புரிந்துகொள்வதுதான்.

அவர்கள் சொல்கிறார்கள்.

48

அப்போது காலை நான்கு மணி. நான் என்னுடைய அபத்தமான பூத்தையலைப் போட்டுக்கொண்டிருந்தேன். அப்போது நான் கதவில் இதைக் கேட்கிறேன்: டொக்டொக், டொக்டொக், டொக்டொக்.

இந்த நாட்டில் காலை நான்கு மணிக்கு, உன் கதவில் டொக்டொக், டொக்டொக், டொக்டொக் என்று நீ கேட்கிறாய் என்றால், நீ மோசமானதைத்தான் எதிர்பார்க்க முடியும்.

போலிஸ்தான், எனக்குள் நான் சொல்லிக்கொள்கிறேன். இப்போது நான் என்ன செய்துவிட்டேன், நான் என்ன எழுதிவிட்டேன்?

கதவு: டொக்டொக், டொக்டொக், டொக்டொக்.

ஒரு துக்ககரமான சத்தம், ஒன்பதாவது நாள்போல்.

நான் தயங்குகிறேன். வியர்க்கிறேன். நடுங்குகிறேன். இது ஒரு திருடனாக இருக்க வேண்டும் என்று விரும்பினேன். நான் எனக்குள்ளாகச் சிந்தித்துக்கொண்டிருந்தேன்.

ஆனால், மிக மெல்லிய டொக்டொக்குகள் தொடர்ந்து கொண்டிருந்தன. மிகத் தெளிவாக: டொக்டொக், டொக்டொக், டொக்டொக்.

பிறகு: உம்முடைய சித்தம் பரமண்டலத்திலே செய்யப்படுகிறது போல்... நான் சொல்லிக்கொண்டே கதவை மிகச் சிறிய அளவுக்குத் திறக்கிறேன். அங்கு அவர் சோர்வுற்று நின்றுகொண்டிருந்தார். நூற்றாண்டு நூற்றாண்டுகளாய்த் தேய்ந்துபோய். ஆனால், அது அவர்தான்.

அதே விலகிநிற்கும் தாடி, பொன்னிறத்தில். தோள்வரை நீண்டிருக்கும் அதே தலைமுடி, அதே வெண்ணிறம், சந்திர ஒளியில். அதே கண்கள்: ஊடுருவக்கூடியவை, அன்பானவை, சோகமானவை. அதே வெற்றுக்கால்கள்.

ஒரு பேயைக் கண்டு அஞ்சி என்னுடைய பாட்டி கத்துவதுபோல் கத்துகிறேன்:

"இயேசுவே!"

அவர் பேசவில்லை. அவர் ஏதோ கேட்பதுபோல் வெறுமனே என்னைப் பார்த்துக்கொண்டிருக்கிறார். ஒரு கோரிக்கை. ஒரு கெஞ்சல்.

"கடவுளே!" நான் சொல்கிறேன், அச்சத்துடன்.

அவர் ஏதும் சொல்லவில்லை. அங்குதான் இருக்கிறார், வாயிற்படியில் நின்றுகொண்டு. ஏனெனில், வரலாறும் மனிதனின் நினைவாற்றலும் தவறாகிப்போயின: அவர்கள் யூதாஸைக் கண்டுபிடித்தார்கள். ஆனால், யூதாஸ் எப்போதுமே இருந்ததில்லை.

"எஜமானே!" நான் சொல்கிறேன், தொண்டை அடைத்துக் கொண்டதுபோல்.

அவருடைய கண்கள் என்னை இறுக்கின. நான் தயங்குகிறேன். ஆனால் இல்லை, என்னால் இதைச் செய்ய முடியாது, ஒருபோதும். நானா? முடியவே முடியாது. என்னால் முடியாது.

"கிறிஸ்துவே!" நான் முணுமுணுக்கிறேன்.

ஆனால், அவருக்கு ஏற்கெனவே தெரிந்திருக்கிறது. அவர் திரும்பி, அடுத்த வீட்டுக் கதவை நோக்கிப் போகிறார்.

நான், வெகுதொலைவில் அந்தக் கதவின் சத்தத்தைக் கேட்கிறேன்: டொக்டொக், டொக்டொக், டொக்டொக்.

அவர்கள் தவறிழைத்துவிட்டார்கள். எனக்குக் கத்த வேண்டும்போல் இருந்தது. இருபது நூற்றாண்டுகளுக்கு ஒரு தவறு நிலைத்திருக்கிறது என்று நினைத்தேன், பிரமித்துப்போய். ஏதேனும் செய், ஏதேனும் செய் என்று தீர்மானமாகச் சொல்லிக் கொண்டேன்.

ஆனால், தெரு வெறிச்சோடிக்கிடந்தது. சந்திரன் எல்லாவற்றையும் வெண்ணிறத்தில் மூழ்கடித்திருந்தது. வெண்மையான நிழல், தெருவில் இருந்தவையெல்லாம் வெண்மையில் கரைந்துபோயின.

இது சாத்தியமேயில்லை என்று எனக்குள் சொல்லிக்கொண்டேன். நான் ரொம்பவும் அசதியுற்று இருக்கிறேன் என்று காரணம் கற்பித்தேன். ஆனால், இங்கு அவர் இருந்தார். நான் வியந்தேன். நீ அளவுக்கு அதிகமாக வேலைபார்ப்பதால்தான் என்று எனக்குள் சொல்லிக்கொள்ள முயன்றேன்.

ஆனால், புகைத்துக்கொண்டிருந்தபோது, நான் யோசித்தேன்: இது சாத்தியமேயில்லை. பிறகுதான் எனக்குத் தெரிந்தது.

முதன்முறையாக, மக்கள் என்ன செய்ய வேண்டுமோ அதை அவர்கள் செய்யவில்லை. இது சாத்தியமே இல்லாதது. நான் இப்போது சொல்கிறேன்.

ஒவ்வொரு மனிதனும் அவனுக்கான பாடலுக்குத் தகுதியானவன் தான்.

மக்கள் எப்போதும் அவர்கள் செய்ய வேண்டியதிலிருந்து தவறியதே இல்லை.

அவர்கள் எப்போதும், மிகச் சிறந்த சாக்குப்போக்குகளைத்தான் கொடுத்துக்கொண்டிருக்கிறார்கள்.

49

ஆனால், பார், டன்:

"எந்த ஒரு மனிதனும் தீவல்ல."

ஓ, நான் ஏற்றுக்கொள்கிறேன், சந்தேகத்துக்கு இடமில்லாமல். எனக்கு அவர்கள் தேவைதான். ஒவ்வொரு மரணத்தோடும் நான் கொஞ்சம்போல் மரணிக்கிறேன். ஒவ்வொரு துயரத்தோடும் நான் கொஞ்சம்போல் துயரப்படுகிறேன்.

இருக்க வேண்டியவையெல்லாம் இல்லாமல்போனதற்காக, வலியால் என் கண்கள் குளமாகின்றன. அந்தப் பாடலுக்காக என்னால் முடிந்ததைச் செய்து, என்னுடைய சிறு பங்கை நான் செலுத்துகிறேன்.

விளையாட்டுத்தனமான மனிதன்.

இது ஹான்ஸ் ஷ்மித்தின் கதை.

ஷ்மித், ஜாதகம் பார்த்துக் கணிக்கக்கூடியவன்.

ஹான்ஸி, வைமார் குடியரசுக்கு வரைபடங்கள் செய்து கொடுப்பவன்.

அத்துடன் ஃப்யூரருக்கும்.

இரண்டு வரைபடங்களும், இறுதியில் ஜெர்மானிய மக்களுக்கானவைதான்.

ஜெர்மானிய மக்கள் எல்லாவற்றையும் இழந்துவிட்டதுபோல் தோன்றிய நிலையில், ஹிட்லருக்கு கபல்ஸ் படித்துக்காட்டினான். பெர்லினில் இருந்த சான்சலர் சுரங்க அறையில், ஹர் அடால்ஃப்பின் மரணத்துக்கு இரண்டு நாள்கள் முன்பு, வோல்க்ஸ்டர்மில் ரஷ்யர்கள், ஒவ்வொரு கல்லையும் குறுகலான சந்துகளையும் தங்களின் கட்டுப்பாட்டுக்குள் கொண்டுவந்தபோது, ஜெர்மானிய மக்களோடு — வயதானவர்களும் குழந்தைகளும் — போரிட்டுக்கொண்டிருந்தபோது:

“மிக அற்புதமான தகவல் ஒன்று நம் கவனத்துக்கு வந்துள்ளது. இரண்டு கணிப்புகளும் 1939-ஐத்தான் யுத்தத்தின் தொடக்கமாகக் காட்டுகின்றன. 1941 வரையில் நிலைத்திருக்கும் வெற்றிகள். அதைத் தொடர்ந்து வரிசையாக ஏற்படும் பின்னடைவுகள். பிறகு, 1945 இன் முதல் சில மாதங்களுக்கு மிக மோசமான நிலை, அதுவும் குறிப்பாக ஏப்ரல் முன்பாதியில்.

ஏப்ரல் பின்பாதியில் நாம் தற்காலிக வெற்றியை அனுபவிப்போம். பிறகு, ஆகஸ்ட் வரையில் ஒரு தேக்கநிலையும் அமைதியும் நிலவும். இதைத் தொடர்ந்து மூன்று ஆண்டுகள் ஜெர்மனிக்கு மிக மோசமான காலகட்டம். ஆனாலும், 1948 இன் தொடக்கத்தி லிருந்து அவள் மீண்டும் எழுந்துவருவாள்.”

பிறகு: மார்ஷல்

மக்களிடையே ரட்சகர்கள் மட்டுமே தங்களுடைய இருப்புக்கான காரணங்களைக் கொண்டிருக்கவில்லை. அந்த மிருகங்களின் எஜமானர்களும் கொண்டிருக்கிறார்கள். நல்லது: 1950 வாக்கில் ஃபியூரர் செய்ததை ஜெர்மானிய மக்களால் நம்பவே முடியவில்லை. 1960 வாக்கில் ஃபிரிட்ஸ் வெறும் நாட்டார் நாயகன்தானென்று சத்தியம் செய்தார்கள். 1970 வாக்கில் ஜெர்மானிய மார்க் ஏறக்குறைய டாலருக்குச் சமமானதாக இருந்தது. 1980 வாக்கில் அது டாலரைக் காட்டிலும் பலமானதாக இருந்தது.

1990 வாக்கில் ஃபியூரர் என்பவன் தூங்க மறுக்கும் குழந்தைகளுக்குப் பயம்காட்டப் பயன்படுத்தப்படும் ஒரு கொடூரச் சூனியக்காரனாக இருப்பான்.

மக்கள் சாகாவரம் பெற்றவர்கள். அவர்களைப் பற்றிக் கவலைப்படுவதற்கு ஏதுமில்லை.

பிரச்சினை மாபெரும் மனுஷகுமாரன் பற்றியதல்ல.

பிரச்சினை மனுஷகுமாரன் பற்றியது.

அவன்தான் அது: பேசக்கூடிய இருகால் பிராணி.

அவன், என் வீட்டுக்கு எதிரே உள்ள தெருவில் வசிக்கும் அந்த மனிதன். தயக்கத்தைக் காட்டும் அந்த மனிதன்.

அவன், குழந்தைகளும் கடன்களும் கற்பனைகளும் லட்சியங்களும் அச்சங்களும் கொண்ட அந்த மனிதன்.

அவன், இந்தப் பிரபஞ்சத்தை இயக்கிக்கொண்டிருக்கும் அந்த மனிதன்.

எப்போதும், இதுபோல் சொல்ல முடியாத அனாதை:

"பிதாவே, என்னை ஏன் கைவிட்டீர்?"

அவன், அதுதான்.

50

எதிரெதிரில் உள்ள இரண்டு கண்ணாடிகளில் காணப்படும் பிம்பங்கள்தான் மனுஷகுமாரன் என்றால், நாம் ஏன் இவ்வளவு துன்பப்பட வேண்டும்?

அவன் ஏன், எப்போதும் அடைய முடியாத கடற்கரையைத் தூக்கிக்கொண்டிருக்க வேண்டும்?

அவன் ஏன், இல்லாதது என்று அறிந்திருந்தபோதும், ஒரு நட்சத்திரத்தைக் கற்பனை செய்து பார்க்க வேண்டும்?

அவன் ஏன், இரண்டும் இரண்டும் ஐந்து என்று நம்ப வேண்டும்? அவனுக்கு ஏன் இப்படியாக இருக்கத் தேவைப்படுகிறது, எக்காலத்துக்கும் இரண்டும் இரண்டும் நான்காகத்தான் இருக்கும் என்றபோதும்?

ஏன் அந்தப் பாடலை மௌனமாக்க முடியாமல்போகிறது?

ஐந்து

51

சகோதர சகோதரிகளே, நாம் எப்போதும் தன்னுடைய வாலையே துரத்திக்கொண்டே, சுற்றிச்சுற்றி வட்டமடித்துக்கொண்டே இருக்கும் நாயைப் போன்றவர்கள்தான்.

இந்தத் துயரம் தொடர்ந்துகொண்டிருக்கிறது. இன்னும் தொடர்ந்து கொண்டிருக்கிறது. அதாவது, ஒரு கவிஞன் எழுதியதுபோல்:

'வானில் என்ன உள்ளதோ, அதேதான் ஒவ்வொரு சொட்டு நீரிலும் உள்ளது.'

ஆக, ஆமாம், நான் இங்குதான் இருக்கிறேன், எப்போதைக்குமாக என்னுடைய வாலைத் துரத்திக்கொண்டும் வட்டமடித்துக் கொண்டும் இருக்கிறேன்.

பிறகு ஆமாம், நாம் எல்லோரும் இங்குதான் இருக்கிறோம். முடிவே இல்லாமல் நம்முடைய கூட்டுவாலைத் துரத்திக்கொண்டு.

பிறகு, இது தொடர்ந்துகொண்டிருக்கிறது, ஆமாம் அந்தத் துயரம் தொடர்ந்துகொண்டே இருக்கிறது.

அவர் 1912 இல் பிறந்தபோது, இப்படியாகத்தான் இருந்தது. எல் சாக்கோவுக்குச் சென்றார், நெஞ்சில் ஒரு தோட்டாவைத் தாங்கிக்கொண்டு திரும்பிவந்தார். ஒருநாள் தன்னந்தனியே தேவாலயத்துக்குள் நுழைந்தார், வரிசையில் வெளியேறிவந்தார், நாங்கள் வந்துகொண்டிருப்பதைப் பார்த்தார், நாங்கள் என்னவாக இருக்கிறோம் என்று பார்த்த மாத்திரத்தில் ஊகித்தார், இரண்டும் இரண்டும் ஐந்து என்று நாங்கள் நம்ப வேண்டும் என்று விரும்பினார். அவர் என்ன செய்ய வேண்டுமோ அதையெல்லாம் செய்தார், என்றாலும் தோற்றுப்போனார். அவர் என்ன

செய்ய வேண்டுமோ அதையெல்லாம் செய்திருந்தபோதும் அவர் தோற்றுப்போனார். முடிவே இல்லாமல் என்னையும் மற்றவர்களையும் சுற்றிக்கொண்டே இருந்தார், அவருடைய வாலைக் கடித்துக்கொண்டு.

இப்படியாகத்தான் நானும் வட்டமடிக்கத் தொடங்கினேன். நான் வெளியேறிக்கொண்டிருக்கிறேன் என்று நினைத்திருந்தபோதும் வட்டமடித்துக்கொண்டிருந்தேன் மீண்டும் வட்டமடித்துக்கொண்டு, சொன்னதையே மீண்டும் சொல்லிக்கொண்டு, கொஞ்சம் கூடுதலாகச் சொல்ல முயன்றுகொண்டு, எனக்குப் பின் வந்தவர்கள் எப்படி வந்தார்கள் என்று பார்த்துக்கொண்டு, சற்றே சோகமான அவர்களுடைய புன்சிரிப்பைச் சிரித்துக்கொண்டு, பிடிவாதத்தோடு இரண்டும் இரண்டும் ஐந்து என்று நம்பிக்கொண்டு, சுற்றுவதற்கும் வாலைப் புரிந்துகொள்வதற்கும் அங்கேயேதான் வட்டமடித்துக்கொண்டிருந்தேன். இப்படியாகத் தான் எனக்கு இது தெரிந்தது. முடிவேயில்லாமல் மீண்டும் மீண்டும் மற்றவர்களை வட்டமடித்துக்கொண்டே, நான் என்னுடைய வாலைக் கடித்துக்கொண்டிருக்கிறேன்.

இப்படியாகத்தான், எனக்குப் பின் வந்தவர்களை நான் பார்க்கிறேன், அவ்வளவு சிறுவனாக ஆச்சரியத்தோடு, "எனக்குச் சொல், நம்மிடமிருந்து அவர்கள் எடுத்துச்சென்ற கடல் எங்கே உள்ளது..." நான் படித்த புத்தகங்களைப் படித்துக்கொண்டு, நான் பாடிய பாடல்களைப் பாடிக்கொண்டு, நான் சிந்தித்ததைச் சிந்தித்துக்கொண்டு, பூனா ஏரியில் சூரிய ஒளியடித்தபோது வீசிய காற்றில் மகிழ்ச்சியாக இருந்துகொண்டு, நான் சாப்பிட்டதைச் சாப்பிட்டுக்கொண்டு, நான் சுவாசித்ததைச் சுவாசித்துக்கொண்டு, அவர்களுடைய மூத்தவர்கள் சொன்ன கதைகளில், கதைகளென்று சொல்லப்பட்டவை – கட்டுக்கதைகள், தவறான கதைகள், உண்மையான, நேர்மையான கதைகள் – நான் உணர்ந்ததுபோல் ஒரு உடைப்பு, ஒரு இடைவெளி, ஒரு வெடிப்பு, காயப்படுத்தும் ஏதோ ஒன்று, தவறாகிப்போன ஏதோ ஒன்று, எப்போதும் சரிசெய்ய முடியாத ஏதோ ஒன்று, அதுவாகவே இருக்கப்போகும் ஏதோ ஒன்றில் ஏதோ தவறு இருக்கிறது என்பதை உணர்ந்துகொண்டு... இப்படியாகத்தான், அவர்களை நான் பார்க்கிறேன், இப்படியாகத்தான் அவர்கள் அங்கு நின்றுகொண்டிருக்கிறார்கள், சின்னஞ்சிறுசுகளாக, இளசுகளாக வட்டமடித்துக்கொண்டு, தன்னந்தனியாக, முடிவே

இல்லாமல் மற்றவர்களுடைய வாலைத் துரத்திக்கொண்டு, வட்டமடித்துக்கொண்டு: ஏனெனில், அவர்கள் உணர்வதும் பார்ப்பதும் கேட்பதும் அவர்களுடைய இதயத்தை நிரப்பக்கூடியதாக இல்லை. இல்லை, அது போதுமானதாக இல்லை, உந்துதல் தரக்கூடியதாக இல்லை. அப்படி இருக்கவும் முடியாது. ஆனால், அப்படித்தான் இருக்கிறது. அத்துடன் அது வலியைக் கொடுக்கிறது.

அத்துடன் என்னுடன் பேசக்கூடியவர்கள் – இருபத்தியொரு புத்தகங்கள் எழுதியுள்ள அந்த மனிதன், ஒவ்வொரு நாளுமாக, ஒவ்வொரு மணிநேரமுமாக (ஒவ்வொரு அடியுமாக) இந்தத் துயரத்தை மனனம் செய்துகொண்டிருக்கும் அந்த மனிதன், துரோகத்துக்குப் பின் துரோகம் என்று எல்லாவற்றையும் நினைவுபடுத்த முடிந்த அந்த மனிதன், க்வீட்டோவில் அர்த்தமே இல்லாத விவாதத்தில் வெற்றிபெற்ற அந்த மனிதன், இந்தக் குருட்டுப் பாதையிலிருந்து வெளியேற உள்ள ஒரே வழி ரத்தம் சிந்துவதுதான் என்று நம்பிக்கொண்டிருந்த அந்த மனிதன், அதனால் ரத்தத்தில் குளித்த அவன்... முடிவில், அவர்கள் எல்லோரும் அவர்களுடையதைத்தான் வட்டமடித்துக்கொண்டிருந்தார்கள்: முடிவே இல்லாத நம்முடைய வாலைத் துரத்திக்கொண்டும்; மற்றவர்களுடையதை நான் பார்ப்பதுபோல், மற்றவர்கள் என்னுடையதைப் பார்த்துக்கொண்டு, பாதி வருத்தத்தோடும் பாதி கோபத்தோடும் விரோதத்தோடும் சலிப்போடும், அனாதைகளாக, நிர்வாணமான அனாதைகளாக. நமக்கான நேரம் இன்னும் வரவில்லை என்பதை உணர்ந்தவர்களாக, வராது என்பதை உணர்ந்தவர்களக, நாமாகவே அந்த மணியோசையை மௌனமாக்கிவிட்டோம் என்ற குற்றவுணர்வு கொண்டவர்களாக இன்னும் தொடர முடிகிறது, தொடர்ந்துகொண்டிருக்க முடிகிறது, நம்முடைய வாலைத் துரத்திக்கொண்டிருக்க முடிகிறது. நம்முடைய தலையை நிமிர்த்திக்கொண்டு, ஒருசில விஷயங்களைச் சொல்லிக்கொண்டு, அந்த உடைப்பை, அந்த வெடிப்பை, அந்தத் துயரத்தை உணர்ந்துகொண்டு, கூட்டுவாலைத் தொடர்ந்து துரத்திக்கொண்டிருக்க முடிகிறது. அதே இடத்தில், அதே சந்தேகத்தோடும், அதே வருத்தத்தோடும், நமக்கு வாய்த்த அதே பாதையைக் கைக்கொண்டு, அதே நீண்ட துயரத்தோடு. அவ்வளவு கொடூரமான, அவ்வளவு உணர்வுகளற்றதை

நம்முடைய பூர்வீகச் சொத்தாக நாம் பெற்றுள்ளதால், நாமும் இதைத்தான் நம்முடையதாகவும் கொடுக்க முடியும்.

சில ரத்த உறவுகள், கடவுளின் சீற்றம்போல் அவ்வளவு கனமானவை.

52

இதுதான் நம்மைப் பிணைத்துவைக்கிறது: தோல்வி.

சலிப்பே இல்லாமல் நம் கூட்டுவாலைத் துரத்திக்கொண்டிருப்பது.

அதே சந்தேகத்தில் ஆணியடித்தது போன்று, பல நூற்றாண்டுகளாக வட்டமடித்துக்கொண்டே இருப்பதற்கான ஆற்றல்.

ஒவ்வொரு நாளும் சூரிய அஸ்தமனத்தில் புன்னகைக்கக்கூடிய திறமை, நம்முடைய குழந்தைகளின் கண்களைப் பார்த்து அவர்களுடையதுபோல் கள்ளங்கபடமற்றதாக வைத்திருப்பதற்கான நம்முடைய முனைப்புகள்.

செய்கைகள், பாடல்கள், வார்த்தைகள் என்று நம்முடைய கண்டுபிடிப்புகள். பிறகு, ஓய்வெடுத்தல். ஒவ்வொருவரும் உண்மையிலேயே களைத்துப்போய் இருப்பதுபோல் நிம்மதியாக உறங்கப்போகும் நம்முடைய மரபு.

ஏறக்குறைய வெட்கம் ஏதுமில்லாமல் தொடர்ந்துகொண்டிருந்த இந்தத் துயரத்தை, இன்னும் தொடர்ந்துகொண்டிருக்கும் இந்தத் துயரத்தை ஏற்றுக்கொள்வதற்கான விருப்பம்.

உடந்தையாயிருப்பது.

ஏனெனில், எந்தச் சுற்றில் நாம் நேர்மையைக் கொன்று போட்டோம்?

எந்தச் சுற்றில், முற்றுமுழுவதுமாக, இதைத் தவிர வேறெதையும் விட்டுச்செல்வதில்லை என்ற தீர்மானத்துக்கு வந்தோம்?

எப்போது, கேட்பதற்கும் மறப்பதற்கும் மறுப்பதற்கும் மீண்டும் மீண்டும் வட்டமடித்துக்கொண்டே இருப்பதற்கும், நம்மை நாமே சபித்துக்கொள்ளும் இந்தச் சிந்தனையை நாம் ஏற்றுக்கொள்வது நடந்தது?

எப்போது, எந்த இருண்ட நேரத்தில், நம்மை அழித்துக்கொள்வதைத் தவிர, வேறு எதற்கும் கத்தியை உருவியெடுப்பதில்லை என்ற முடிவை எடுத்தோம்?

எப்போது, எந்தச் சுற்றில் இந்தத் துயரம் எப்போதும், எப்போதும் நிலைத்துநிற்க விரும்பி, நம்முடைய உண்மையை அந்த நொடியைத் தள்ளிப்போட்டுக்கொண்டே இருக்க விரும்பினோம்?

எப்போது, நாம் நமக்குள் சண்டையிடுவதை நிறுத்தி, நமக்காகச் சண்டையிடத் தொடங்கப்போகிறோம்?

எப்போது, இந்தப் பிரம்மாண்டமான புண் ஆறப்போகிறது. இந்த வடு ஏறக்குறைய முழுவதுமாக மறைந்துபோகுமளவுக்கு, எப்போது நாம் அதற்குக் கட்டுப்போடப்போகிறோம்?

எப்போது, வட்டமடிப்பதை நிறுத்தி நேராக நடக்கப்போகிறோம், அதாவது, சூரியனுக்குக் கீழ் நமக்கான இடத்தைத் தேடி?

எப்போது, நாம் ஒவ்வொருவரும் நாம் பகிர்ந்துகொள்ளும் அவமானங்களை, மிரண்டுபோயிருக்கும் மற்றவர்களின் கண்களுக்குள் பார்க்கப்போகிறோம், அதனால், தொடர்ந்து வட்டமடித்துக்கொண்டிருப்பது தேவையில்லாமல்போவதற்கு?

எப்போது, இந்தக் கடுமையான வலி, முடிவே இல்லாத நம்முடைய துயரம், நம்முடைய தளர்ந்த நடை, நாம் எப்போதும் மறுத்துவரும் நம் மீதான பழி, உண்மையிலேயே சோர்வடைய, இறுதியாக சற்றே ஓய்வெடுக்க, நம்மைத் தொடர்ந்து வரக்கூடியவர்களுக்குத் தெளிவான தொடுவானத்தை விட்டுச்செல்ல, இதையெல்லாம் முற்றுமுழுவதுமாகக் குணப்படுத்த, நேரம் வந்துவிட்டதென்று தீர்மானிக்கப்போகிறோம்?

எப்போது, நாம் இந்த மோசமான சந்தேகத்தை விட்டுத்தொலைக்க, முற்றுமுழுவதுமாக விட்டுத்தொலைக்க, ஒரே வீச்சில் காலத்தைத் துண்டிக்க இன்னும் நேரம் வரவில்லையென்று மறுக்கத் தொடங்கினோம்?

எப்போது, நாம் நாமாக இருப்பதுபோல் பாசாங்கு செய்வதற்குப் பதில், நாம் நாமாக இருக்கப்போகிறோம்?

எப்போது, இந்தக் கீழ்த்தரமான ஏளனம், நாம் காயப்படுத்தும், நம்மைக் காயப்படுத்தும் இந்த அன்றாட ஏளனம், தந்தையிடமிருந்து மகனுக்கு என்று கடந்துவரும் இந்த ஏளனம்,

முடிவே இல்லாத ஏளனம், நம்முடைய தலைவிதியைத் தீர்மானிக்கும் இந்த ஏளனம் முடிவுக்கு வரும்?

எப்போது, தற்பெருமையை நாம் மீண்டும் கண்டெடுக்கப் போகிறோம்?

எப்போது, நமக்குப் பின்னே வரும் தலைமுறையை நாம் மதிக்கக் கற்றுக்கொள்ளப்போகிறோம்?

எப்போது, ஒரு குழந்தை, அதனுடைய குழந்தையிடம், அது தன் தந்தையிடமிருந்து கேட்ட கதையைவிட வித்தியாசமான கதையைச் சொல்லப்போகிறது?

எப்போது, நம்முடைய வீரத்தை வெளிப்படுத்தும் காலம் வரும்? எப்போது?

ஓ! அந்தப் பாடலைக் கேட்க வேண்டுமென்று சபிக்கப்பட்டதால் தான், இது அவ்வளவு கசப்பாக இருக்கிறது.

53

இருந்தாலும், குற்றம்புரிந்த ஒரே ஒரு ஆன்மாவைக்கூட என் வாழ்நாளில் நான் பார்த்ததில்லை.

இல்லாத அரூபக் கைகால்களுடன் நான் வந்தபோது, என் மகன் '...நம்முடைய கடல் எங்கிருக்கிறது?' என்று கேட்ட கேள்விக்கு, வழக்கமாகச் சொல்வதைச் சொல்லிக்கொண்டும், செய்வதைச் செய்துகொண்டும், மற்றவர்கள் சொல்வதையே சொல்லிக்கொண்டிருக்கும் நான் குற்றமற்றவன். மற்றவர்கள் சொல்லிக்கொண்டிருப்பதை, எழுதிக்கொண்டிருப்பதைத்தான் சொன்னேன். நகரச் சதுக்கங்களில், கிராமங்களில் போட்ட கோஷங்களைத்தான் சொன்னேன். தாள லயத்தோடு பாட்டெழுதி, இசையமைத்துப் பாடி, உதடுகள் மூடியபடி அவர்கள் என்ன விளக்கம் கொடுத்தார்களோ அதைத்தான் சொன்னேன். நாம் எல்லோரும், நாம் செய்வதைத்தான் செய்துகொண்டிருக்கிறோம், எப்போதும் எந்தக் குற்றவுணர்வும் இல்லாமல்.

நம் துயரத்தின் இதயம், இதுதான்.

நாம் எல்லோரும் குற்றமற்றவர்கள்.

நாம் எல்லோரும், நாம் செய்துகொண்டிருப்பதைத்தான் செய்துகொண்டிருக்கிறோம், நாம் எல்லோரும் செய்ததைத்தான் செய்தோம், நாம் எல்லோரும் செய்யப்போவதைத்தான் செய்யப்போகிறோம், குற்றவுணர்வற்று வாழ்வதற்காகவும், தொடர்ந்துகொண்டிருக்கும், இன்னும் தொடர்ந்துகொண்டிருக்கும் இந்தத் தனிமையின் துயரத்திலிருந்து வெளியேறுவதற்காகவும்.

என்ன ஒரு புதிர். குற்றமற்றவர்களாக இருக்கும் நாம், நம்மைக் குற்றவாளிகளாகக் கருதிக்கொள்வது.

எப்படிப்பட்ட விதி நம்முடையது, நமக்குள்ளாக மிக ஆழமாக, தவிர்க்க முடியாமல், அரித்துக்கொண்டிருக்கும் காயத்தைச் சுமந்துகொண்டே, நாம் குற்றமற்றவர்கள் என்று அறிந்துகொள்வது.

எப்படிப்பட்ட மனிதர்கள் நாம், இந்தப் புதிரைத் தீர்ப்பதற்கும், நம்முடைய விதியை மாற்றியமைப்பதற்கும் நம்முடைய உயிரைக் கொடுக்கக்கூடத் தயாராக இருக்கும் நாம் எப்படிப்பட்ட மனிதர்கள். மரணிக்க வேண்டிய நாம், தொடர்ந்து வாழ்ந்துகொண்டிருக்கிறோம், கடலை உழுதுகொண்டு.

எவ்வளவு வித்தியாசமானவர்கள் நாம், தற்காத்துக்கொள்ளும் உயிரிகளைக் கொண்ட இந்த உலகத்தில், நம்மை நாமே தொடர்ந்து அழித்துக்கொள்வதில் திறமை கொண்டவர்களாக இருப்பது.

எப்படிப்பட்ட அறுதியிட்ட முடிவை நாம் கொண்டுள்ளோம், நாம் எல்லோரும் புத்திசாலிகள்தான் என்று தெரிந்திருந்தும், நாம் எல்லோரும் தவறாகிப்போனோம் என்பதை அறிந்திருந்தும்.

எப்படிப்பட்ட தரிசனத்தை நாம் கொண்டுள்ளோம், மிகத் தெளிவாக உண்மையைப் பார்க்கக்கூடிய நாம், மிக எளிதாகக் கானல்நீரைப் பின்தொடர்ந்துபோகிறோம்.

எப்படிப்பட்ட தனிமையில் நாம் வாழ்ந்துகொண்டிருக்கிறோம், நம்முடைய தனிமையை நமக்குள்ளாக ஏற்றுக்கொள்ள மறுத்துக்கொண்டு.

இப்படியாக, நாம் தொடர்ந்துகொண்டிருக்கிறோம், நம்முடைய குற்றமற்ற தன்மையில் வட்டமடித்துக்கொண்டு, எதிரிகளை முகம் கொண்டு பார்க்க முடியாதவர்களாக. ஆனாலும், ஒரே

ஒரு ஆறுதல் உண்டு: தனிமனிதர்கள் இறந்துபோகிறார்கள். ஆனால், மனித இனம் இறந்துபோவதில்லை. எந்த ஒரு தனிமனிதனுக்கும், எத்தகைய ஒரு துயரமும் ஒரு நூற்றாண்டுக்கு மேல் நிலைத்திருக்க முடியாது.

நம்முடைய குற்றமற்ற தன்மை என்பது உண்மையில் அரக்கத்தனமானது.

அது ஒவ்வொரு தியாகத்தையும் ஏறக்குறைய அர்த்தமற்றதாக்கி விட்டது.

அது ஒவ்வொரு லட்சியத்தையும் ஏறக்குறைய பலவீனப் படுத்திவிட்டது.

அது ஒவ்வொரு அத்துமீறலையும் மிகைப்படுத்திவிட்டது.

அது கடவுளின் பள்ளத்தாக்கை, துயரத்தின் தரிசுநிலமாக மாற்றிவிட்டது.

மேலும், இது எல்லாவற்றையும் சமன்படுத்திவிட்டது: நாடகத்தனமோ... அல்லது கோமாளித்தனமோ, தீவிரத்தனமோ அல்லது அற்பத்தனமோ, அல்லது உன்னதத்தனமோ அல்லது கொடூரத்தனமோ இல்லாமல் ஆக்கிவிட்டது.

நாம்தான் என்று நாம் உறுதிப்படுத்துகிறோம், ஆனால் நாம் நாமல்ல.

இது, உடந்தையாயிருப்பதுதான்.

ஆனாலும், நான் அழுத்திச்சொல்கிறேன்: நான் இன்னும் அதைக் கேட்டுக்கொண்டிருக்கிறேன்.

54

நான் இதை மேற்கோள் காட்டுவதற்குக் காரணம்... ஒருவேளை, இலக்கியப் பரிசு பெறுவதற்காக இருக்கலாம்.

மேற்கோள்:

> *"...உலகின் எல்லா நகரங்களிலும் ஏழை மக்களைப் பார்க்க முடியும். ஆனால், நம்முடைய சுரங்கத் தொழிலாளிகளின் துயரமென்பது அதற்கான ஒரு சூழலைக் கொண்டுள்ளது. குளிரும் தொடர்ந்து வீசும் காற்றும் சுவாரசியமாக மனிதனை*

உதாசீனப்படுத்துகின்றன. அது நிறமற்றது. இயற்கை சாம்பல் நிறத்தில் ஆடை அணிந்திருந்தது. தாது, பூமியின் மையத்தை மாசுபடுத்தி மலடாக்கிவிட்டது. நான்காயிரம், ஐந்தாயிரம் மீட்டர்களுக்கு மேலாக, எதுவுமே விளைவதில்லை. புல்பூண்டுகூட முளைக்காத நிலத்தில்தான் சுரங்கத் தொழிலாளிகளின் கொட்டகைகள் இருக்கின்றன.

மனிதனால் கோபமூட்டப்பட்ட மலைகள், அவனை ஒழித்துக்கட்ட விரும்புகின்றன. கனிமங்களில் கரைந்த தண்ணீர் விஷமாய்ப் பாய்ந்தோடுகிறது. சுரங்கத்துக்குள் மஞ்சள் நிறத்தில் நாற்றமடிக்கும் திரவம், கோபக்யூரா என்றழைக்கப்படுவது, தொடர்ந்து சொட்டிக்கொண்டிருக்கிறது. அது சுரங்கத் தொழிலாளிகளின் ஆடைகளை எரித்து ஓட்டைகள் போடுகிறது.

பல நூறு கிலோ மீட்டர்களுக்கு அப்பால், நதிகளும் மீன்களும் இயந்திரங்கள் வெளியே தள்ளும் விஷத்தால் மரணிக்கின்றன. தாது எடுக்கப்பட்டு கொண்டுசெல்லப்படுகிறது. இதனால் மண் மாசுபடுகிறது, செல்வம் வறுமையாக்கப்படுகிறது. பிறகு அங்கே குளிரில், புல்கூட முளைக்கத் துணியாத இந்த இடத்தில், மலைகளின் மார்பகங்களில் பாதுகாப்பாக இருக்க, நம் சுரங்கத் தொழிலாளிகள் பாதுகாப்பான இடத்தைத் தேடிக் கொண்டிருக்கிறார்கள்.

சிறையறைகள்போல், ஓர் ஒழுங்குக்குள் வரிசையாக இருக்கும் கொட்டகைகள். முரட்டுத்தனமான கொட்டகைகள். பழைய செய்தித்தாள்களால் மறைக்கப்பட்டு, கல்லாலான, மண்ணாலான சுவர்கள். துத்தநாகக் கூரைகள், குப்பையான தரைகள். தற்காலிகப் படுக்கைவிரிப்பில், குவியலாகக் கிடக்கும் குடும்பங்கள், பம்பாவிலிருந்து வீசும் காற்று இடைவெளிகளுக்குள் நுழைந்து தாக்கும்போது, அவர்கள் உறைந்துபோகவில்லை என்றாலும் மூச்சுத்திணறிப்போகிறார்கள்.

மிகவும் பாதுகாப்பான, அந்தச் சுவர்களுக்குப் பின் பசியோடு மறைந்திருக்கும் மக்கள் பலவீனமான சுவாசப்பையோடு வேலைபார்க்கிறார்கள், இருபத்து நான்கு மணிநேரமும். பெயிந்தீக்வாத்ரோ.

(பெரிய சுரங்கங்களில் மூன்று ஷிப்ட் வேலை தொடர்ந்து நடக்கும். 'பெயிந்தீக்வாத்ரோ' என்பது சுரங்கத்துக்குள் இருபத்து நான்கு மணிநேர வேலையைக் குறிக்கும். இந்த வேலையைப் பார்ப்பதற்குத் தொழிலாளிகளோடு ஒப்பந்தங்கள் போடப்படுகின்றன அல்லது வேலையில் இருப்பவர்கள் இதைச் செய்வதற்கு மற்ற தொழிலாளிகளை வாடகைக்கு எடுக்கிறார்கள். மக்கீபூரா அல்லது தற்காலிகத் தொழிலாளிகள், பறையர்கள் போன்றவர்கள். இவர்களுக்கு உரிமைகள் ஏதும் கிடையாது என்பதோடு இவர்கள் காலனியக் காலத்திலிருந்து மீன்கதோஸ் அல்லது மீதாயோஸ் என்றழைக்கப்பட்டவர்களின் நேரடி வாரிசுகளாகிறார்கள். தற்போது ஆயிரக்கணக்கான மீன்கதோஸ் தேசியமயமாக்கப்பட்ட சுரங்கங்களில் வேலைபார்க்கிறார்கள்.)

அங்கு இறந்த காலமும் கிடையாது, எதிர்காலமும் கிடையாது. முழுவதுமாக ஆக்கிரமிக்கக்கூடிய துயரம் மட்டுமே. ஏதோ ஒரு மூலையில் ஒதுக்கப்பட்டுள்ள முகாம் வெறுமனே அங்கு உள்ளது. அதற்குப் பின்னால் தனிமை நிறைந்துள்ளது. அதற்குள் வறுமை நிறைந்துள்ளது.

முடிவே இல்லாமல் தொடர்ந்துகொண்டிருக்கும் இந்தத் துயரத்தில் வசிப்பவர்களைப் பார்க்கும்போது, ஜார் ஆட்சியில் இருந்த கிராமங்கள்தான் நினைவுக்கு வருகின்றன. ஏனெனில், அவர்களும் இதுபோல்தான் ஒதுக்கிவைக்கப்பட்டிருந்தார்கள். முடிவே இல்லாத தண்டனையை அனுபவித்துக்கொண்டு. சுரங்கத் தொழிலாளிகளை நாடுகடத்துவது என்பது இதுதான்.

(மீன்கதோஸ் = கட்டாய ஊழியம் அல்லது பொதுக் காரியத்துக்குக் கூலிக்கு அமர்த்தப்படும் இந்தியர்கள்.)

55

அந்த மனிதர் செரீகோ அல்மாராஸ். யாரும் அவரைக் கொல்லவில்லை, அவராகவே அவரைக் கொன்றுகொண்டார், சட்டபூர்வமாக: அல்சர் நோய். அவரொன்றும் தற்கொலை செய்துகொள்ளவில்லை. நிச்சயமாக, அவரொன்றும் தற்கொலை செய்துகொள்ளக்கூடியவரும் இல்லை. ஆனால், அவருடைய மரணம் இயற்கையானதுமல்ல. இது எப்படிச் சாத்தியம்? நாற்பதில்? நாற்பது வயதில் மரணிப்பது பெரும் குற்றமாகும்.

ஆனால், நாற்பது ஆண்டுகள் சுயமரியாதை இல்லாமல் வாழ்வதும் பெரும் குற்றம்தான். அதனால்: அல்சர். அல்மராஸ் குற்றமற்றவர். அவர் கூட்டாளியல்ல, அவர் ஒரு சாட்சி.

இப்போது, அவருக்காக அவ்வளவு ஏங்குகிறேன். அல்மராஸ், என் நண்பனே: எனக்கு அவர் அறிமுகமில்லை. இருந்தாலும் அவருக்காக ஏங்குகிறேன். சீஸர் வலேஹோவுக்காக நான் ஏங்கும் அளவுக்கு.

இருந்தும், நான் தன்னந்தனியாகத்தான் இருக்கிறேன்.

56

என்னைக் கொல்ல விரும்புகிறவர்களை, அவர்களால் முடிந்தால் என்னைக் கொல்லக்கூடியவர்களை, நான் வெறுக்க வேண்டுமென்றுதான் விரும்புகிறேன். ஏனெனில், நான் அவர்களுடைய விரோதியென்று அவர்கள் நம்புகிறார்கள்.

நான் நண்பர்களை நம்புவதை நிறுத்த வேண்டுமென்று விரும்புகிறேன். இரண்டும் இரண்டும் ஐந்து என்றும், ஒருவன் மகிழ்ச்சியாக இருக்க முடியுமென்றும், ஒருவன் தன்னுடன் இருப்பவனை நேசிக்க வேண்டுமென்றும், ஒரு சிறந்த பத்தியைப் படிக்காமல் தூங்கப்போகக் கூடாதென்றும் எனக்குக் கற்றுக்கொடுத்த அரைப்பைத்தியங்கள், நண்பர்கள். அவர்களுடைய துயரங்கள் என்னைத் தூக்கமிழக்கச் செய்தன. ஆனாலும், என் நண்பர்களை நம்புவதை என்னால் நிறுத்த முடியவில்லை. என்னால் முடியாது, அதை நான் செய்ய மாட்டேன்.

நான் மற்றவர்கள் உணர்வதுபோல் உணர வேண்டுமென்று விரும்புகிறேன். தொல்லை கொடுப்பவர்களை நான் வெறுக்க வேண்டுமென்றுதான் விரும்புகிறேன்.

என்னால் முடியாது.

சில சமயங்களில், அவர்களை வெறுக்க வேண்டுமென்று தோன்றுகிறது. ஆனால், என்னால் முடியவில்லை.

ஒருவேளை, வெறுமனே ஒருவேளை, தனிப்பட்ட முறையில் புலம்பலாம்.

ஆனால், அவ்வளவுதான்.

மனிதன் அப்படித்தான்.

அதனால், என்னைக் கொன்றுவிடுங்கள்.

என்னால் முடியாது. என்னுடைய கற்பனை, அந்த மிருகத்தின் மூளைக்குள் என்னை அடக்கிவைக்கப் பார்க்கிறது. அது என்னை அந்த மிருகம்போல் சிந்திக்கத் தூண்டுகிறது. அது என்னை அந்த மிருகமாக ஆக்குகிறது.

அந்த மிருகம்போல் பொய்க் காரணங்களைக் கண்டுபிடிக்க வைக்கிறது. நான் குற்றமற்றவன். அந்த மிருகம்போல்: முன்தேதியிட்ட பாவம்.

ஓ! என்ன எழவு இது... அந்த மிருகம் என்னைக் கொல்லப் போகிறான். ஆனால், என்னால் அவனை வெறுக்க முடியவில்லை.

அந்தப் பாடல், என் மண்டைக்குள் கோரமாக எதிரொலிக்கிறது.

இவையெல்லாம், நான் படிக்கத் தொடங்கிய பின்னரே தொடங்கியது என்பதுதான் விசித்திரமாக இருக்கிறது.

அது பிரகாசமான வெயில் கொண்ட மதியப்பொழுது.

அப்போது, நான் குழந்தை.

இப்போதும், அப்படியேதான் இருக்கிறேன், அவ்வளவுதான்.

அந்த மிருகம் வீறுநடை போடுகிறது.

அத்துடன், வெற்றிபெறுகிறது.

மற்றவர்கள் பிணங்கள் மீது காட்டும் வெறுப்பை எப்போதும் கற்றுக்கொள்ள முடியாமல்.

முழுமையாக எல்லாவற்றையும் வெறுக்க முடியாமல், முகம் தெரியாதவர்களின் மரணத்தில் துன்புற்றுக்கொண்டு இங்கு இருப்பது.

பின், எதற்காகப் படிக்க வேண்டும்?

நான் ஏன் உறங்கிவிடக் கூடாது, இறுதியாக?

இறுதியாக.

தெருவின் கடைசி வளைவில் அற்புதமான நறுமணம்.

இறுதியாக.

அழகான வார்த்தை.

ஆமாம்.

ஆனால், இல்லை: தெரு முடிவுக்கு வரவில்லை.

கடைசிக் கால்தடம் இன்னும் பதிக்கப்படவில்லை.

செஸ்டர்டன்: துயரம் என்னவென்றால் விஷயங்கள் தர்க்கத்துக்கு உட்பட்டதுபோல் தோன்றுகிறது. ஆனால், அப்படியில்லை.

இதுதான் பிழை.

விஷயங்கள் தர்க்கத்துக்கு உட்பட்டதென்று நினைப்பது.

அதற்கு அர்த்தம் கொடுக்க முயல்வது, காரணங்கள் உண்டு என்று நம்புவது.

தீர்ப்பு வழங்கக்கூடியவர்கள் பற்றி நினைத்துக்கொண்டிருப்பது.

நாம் பலவீனத்தைத்தான் பூர்வீகச் சொத்தாகப் பெற்றுள்ளோம்.

ஆனால், நமக்கான பரிசு அதற்கு அப்பால்தான் கிடக்கிறது.

இது உண்மை என்பதில்லை: நம்மால் வேறு மாதிரி நம்பிக்கை கொள்ள முடியவில்லை.

இல்லையென்றால், பிறகு...

இப்போது எல்லாம் ஒன்றுசேர்ந்து:

அபாயச்சங்கின் பாடல்.

இப்போது, திரை.

57

உறையவைக்கும் அந்த இரவில், சந்திரன் ஏறக்குறைய சூரியன்போல் பிரகாசித்துக்கொண்டிருந்தது.

மூடியிருந்த பூக்கள் பெருமூச்சுவிட்டன.

என்னுடைய சகோதர சகோதரிகளும் உறங்கிக்கொண்டிருந்தார்கள்; குற்றமற்றவர்களாக.

மற்ற பிரபஞ்சங்களில் சூரியன் பிரகாசித்துக்கொண்டிருந்தது. வேறு எந்த உச்சியைக் காட்டிலும் அங்கே பத்தாயிரத்துக்கு அதிகமான நட்சத்திரக் கூட்டங்கள்.

என் நகரத்தின் கண்கள் சிமிட்டுகின்றன, வானத்தின் பிரதிபலிப்பு.

ஜன்னல் அருகே நின்றுகொண்டு புகைத்துக்கொண்டிருக்கிறேன், நடுங்கிக்கொண்டு.

என் குழந்தைகளைப் பார்க்கிறேன், கனவு நிலத்தின் ஊடாகப் பயணித்துக்கொண்டு.

பூங்காவில் ஒரு பூனை குறுக்கே ஓடுகிறது.

தொலைவில் ஒரு நாய் குரைக்கிறது.

ஒரு சேவல்.

என்னுடைய இந்த வானம் வெளிப்படையாக உறைந்துபோய்க் கிடக்கிறது. நிலவில் உள்ள மலைகள் பார்ப்பதற்கு — அதை, அவர்கள் எப்படிச் சொல்கிறார்கள்? — அவை அப்படியே இங்குள்ளவைபோல் இருக்கின்றன.

நான் புகைக்கிறேன், ஜன்னலுக்கு வெளியே பார்க்கிறேன், என் குழந்தைகளின் மூச்சொலியைக் கேட்கிறேன்.

நான் மகிழ்ச்சியாக இருக்கிறேன்.

என்னுடைய மலையை மூடியிருக்கும் பனித்துளிகள் எக்காலத்துக்குமாகக் கண்சிமிட்டிக்கொண்டிருக்க, இதுதான் என்னுடைய நாடு என்று எனக்குள் சொல்லிக்கொள்கிறேன்.

நான் ஒருபோதும், எப்போதும் வேறொருவனாக இருக்க விரும்பியதில்லை.

நான் எவ்வளவு பெரிய முட்டாளாக இருக்க வேண்டும் என்று நினைத்துப்பார்த்தேன். எனக்கு என்ன ஆனது?

ஒன்றுமில்லை, மனிதா.

நீ இந்த நாட்டை நேசிக்கிறாய்.

அவ்வளவுதான்.

வேறெதுவாக இருக்க முடியும்?

58

நிவோலைஸ்?

நாம் நிவோலைஸ் செய்வோம்.

என்னுடைய ‘கம்யூனிஸம்’, பெலாவூந்தேவின் விந்திலிருந்தும், ஸ்டர்ன் மற்றும் லீமாவில் சீன நாளிதழ்களால் கவனிக்கப்பட்டும் வெளியானதை அடிப்படையாகக் கொண்டு பிறந்ததாகும். தெற்கு சீன மொழியான கான்டனீஸில் வெளிவந்த சீனப் பத்திரிகைகளைப் பொறுத்தவரை, அதன் கம்யூனிஸ ஆதரவுப் பிரச்சாரம் சீனத்தன்மை கொண்டதாகவே எனக்குப் பட்டது. வில்கின்சன் வேறு மாதிரி சொல்லக்கூடும். அவளைக் கேட்டுப்பார், இப்போது அவள் மான்டவடேயோவில் இருக்கிறாள்.

ஆறு மணிநேரத்தில் பெருவைச் சேர்ந்தவர்களும் பிரிட்டிஷ்காரர்களும் மறுக்க முடியாமல், என்னுடைய கம்யூனிஸம் குறித்த ஒத்த கருத்துக்குத் துல்லியமாக வந்தடைந்தார்கள்.

மிக மரியாதையுடன், நான் வேலையிலிருந்து நீக்கப்பட்டதாக ஒரு துண்டுக் காகிதம் என்னிடம் தெரிவித்தது. மிகத் தெளிவான, வறண்டுபோன ஒரு கட்டளை, வைஸ்ராயின் கட்டுப்பாட்டிலுள்ள எங்கும், ஒரு சண்டைக்கார கம்யூனிஸ்ட்டுக்கு ஒருவரும் வேலை கொடுக்காதவாறு பார்த்துக்கொண்டது. இரண்டு கையெழுத்துகளில் அவர்கள் என்னைப் பட்டினிக்குள் தள்ளிவிட்டார்கள்.

பத்தாயிரத்து எண்ணூறு மணிநேரம் என்னுடைய பட்டினி நீடித்தது.

மிகவும் சங்கடப்படுத்தக்கூடிய பட்டினி, உன்னுடைய அடிவயிற்றில் ஒட்டிக்கொண்ட அட்டை போன்று.

உன்னுடைய ஈறுகளெல்லாம் அழுகி நாற்றமெடுப்பது போன்று, நம்பிக்கைகளெல்லாம் வறண்டுபோனது போன்று.

நான் முதலில் அதைக் கவனிக்கவில்லை. வேலையை விட்டுப் புன்னகையோடு நீக்கப்பட்ட பின், கொடுக்கப்பட்ட அந்தப் பணம் எனக்குச் சிறு புதையல்போல் தோன்றியது. அதுவும் நீ இளைஞனாக இருக்கும்போது, தன்னம்பிக்கை சற்றுக்

கூடுதலாகத்தான் இருக்கும். நிஜமாகவே சில பெயர்களுக்குப் பின்னால் கரும்புள்ளி வைக்கப்படும் என்று நான் நினைத்துப் பார்த்ததுகூடக் கிடையாது...

அதை யார்தான் நினைத்துப் பார்த்திருக்க முடியும்? இத்யாதி.

ஆக, நான் அந்தப் பணத்தையெல்லாம் என்னுடைய தாய்க்கும் அந்த முட்டைத் தலையனுக்கும் செலவழித்தேன்.

ஹூயாம்பனியில் கோடை நாள்களைத் திட்டமிட்டதைக் காட்டிலும் கூடுதலாகக் கழித்தோம்.

அவர்கள் லா பாஸ் திரும்பிய பிறகு, நான் நடுத்தெருவில் அல்லது அதற்கு ஓரடி பின்னே நின்றுகொண்டிருந்தேன்.

மாதங்கள் கரைந்துபோனதைப் போலவே, பொருள்களும் உறவுகளும் கரைந்துபோயின.

இருபத்தியொன்றாவது மாடியில் நல்ல குடியிருப்பு. என்னுடைய பச்சை மற்றும் நீலநிற அற்புதமான சூட்டுகள். என்னுடைய ஆடம்பரமான டைகள். என்னுடைய அழகான காலணிகள் மற்றும் அவ்வளவு அழகில்லாத காலணிகள். என்னுடைய ஆவணங்கள். நான் ஆரோக்கியமாக இருக்கப் பயன்படுத்திய என்னுடைய மிதிவண்டி. என்னுடைய விலையுயர்ந்த இசை கேட்கும் சாதனங்கள். என்னுடைய ட்ரான்சிஸ்டர். என்னுடைய போர்வைகள்.

என்னுடைய நண்பர்கள்.

எல்லாமே, என்னுடைய புத்தகங்கள் தவிர.

ஒருநாள், இரண்டுக்கு இரண்டு அளவுச் சுவரில் உள்ள ஒரு பொந்தின் ஊடாக, புத்தகக் குவியல்கள், ஒரு தரைவிரிப்பு, இரண்டு நீலநிற ஜீன்ஸ், காலணி மற்றும் பச்சைநிறச் சட்டை ஆகியவற்றோடு நான் கிடந்தேன்.

அந்தப் பொந்து, ஒரு மாதிரியான ஜன்னல் என்பது உங்களுக்குத் தெரியும், உணவகங்களில் உள்ளது போன்று. மரத்தாலான ஒரு கதவு விரிக்கப்படும், பொந்தின் கீழ்ப்பகுதியில் சாப்பாட்டுத் தட்டு இருக்கும்.

நான் அதில் ஐந்தாயிரத்து நாற்பது மணித்துளிகளைக் கழித்தேன்.

இரவில் மட்டுமே நான் வெளியே சென்றேன். பூங்காவுக்கு நடந்துசென்று, சிதறிக்கிடந்த குப்பைமேட்டிலிருந்து சாம்பல்நிறக் கடலைப் பார்த்தேன், புகைத்தேன், சிந்தித்தேன், நிதானமாக நடைபோட்டேன்.

பகல் வேளைகளில், சில நண்பர்கள் மொழிபெயர்ப்புக்காக வந்து பார்த்து, அதற்காகக் கிழிந்த நோட்டுகளைக் கொடுப்பார்கள். நான் அந்த நோட்டுகளைத் தெருவோரம் உள்ள தள்ளுவண்டிகளில் உணவுக்காக அல்லது சாக்லேட் கட்டிகளுக்காக அல்லது கருத்த புகையிலை — இன்கா சிகரெட்டுகளுக்காகப் பரிமாறிக்கொண்டேன்.

இங்குதான் என்னுடைய தாடியில் நரைத்த முடிகள் இருப்பதைக் கண்டுபிடித்தேன். என்னுடைய தாடி சிவப்பு நிறத்தில் இருக்கும். அல்லது அப்படி இருந்தது. இந்தச் சிந்தனை மிக மோசமான உணர்வை ஏற்படுத்தியது. உன்னை அறியாமலேயே நீ உன்னோடு உரத்த குரலில் பேசத் தொடங்கும் சாத்தியங்கள் கொண்டது. இதைக் கவனிக்காமல், இங்குதான் நான் மற்றொரு மோசமான நாவல் ஒன்றை எழுதினேன். தோராயமான தலைப்பு: ‘மண்’.

லீமாவின் சாம்பல்நிற உலகத்தில், கடல்மண் எல்லாவற்றிலும் படிவதைக் கண்டேன். குடிநீர்க் குவளைகள், தலை, தாடி, தட்டச்சு இயந்திரம், படுக்கை விரிப்பு. இப்போதெல்லாம் சொல்வதுபோல், ஒருவித மாய யதார்த்தத் தன்மையோடு. அந்தக் கருங்குப்பை, கடல்களால் தூக்கியடிக்கப்பட்ட கிளிஞ்சல்கள் மிக எளிதாக இதயங்கள் மீதும், ஆன்மாக்கள் மீதும், சட்டைப்பைகள் மீதும், தேவாலயங்கள் மீதும், குழந்தைகள் மீதும் படையெடுத்தன.

என்னுடைய நாவல் ‘மண்’ என் கழுத்துவரை வந்தபோது, நான் எழுதுவதை நிறுத்தினேன். ஏனெனில், நான் மூச்சுத்திணற விரும்பவில்லை.

நான் சொல்லவருவது, நான் பைத்தியமாக விரும்பவில்லை.

எனக்குப் பைத்தியம் பிடிக்கவில்லைதான், குறைந்தபட்சம் அதிகாரபூர்வமாக.

ஏனெனில், என்னுடைய பொந்து-கொண்ட-அந்தச்-சுவரின்-உரிமையாளர், என்னை வெளியே தள்ளினாள்.

நண்பர்கள் என்னைக் கண்டுபிடிக்க முடியாமல்போனது. என்னுடைய புத்தகங்களை என் நண்பன் ஒருவனின் வீட்டில் வைத்துவிட்டு, தெருவில் சுற்றத் தொடங்கினேன்.

நான், நீலநிற ஜீன்ஸ், முடியப்பட்ட நீண்ட முடி, பச்சைநிறச் சட்டை மற்றும் தட்டச்சு செய்யப்பட்ட குப்பைக் காகிதங்களின் கட்டு — லீகல் அளவு, அலுவலகத்திலிருந்து எடுத்துவந்தது ஆகியவற்றுடன் நிழல்களில் சுற்றினேன்.

நான் மூன்று நாள்கள் சுற்றிக்கொண்டிருந்தேன்.

எல்லாம் தொலைந்துபோயின, அந்தப் பாடலைத் தவிர.

59

ஏழு ஆண்டுகள் கழித்து அந்தக் காகிதக் கட்டுகள் — இரு வண்ண அட்டையோடு மொத்தமாக அச்சேறிய ஒன்றாக மாறிய பிறகு, நான் தங்க நகையொன்றை லா பாஸ் மேயரிடமிருந்து பரிசாகப் பெற்ற பிறகு, அது சோக்கீயபூவின் ஹெமிங்வே என்று என்னை நம்பவைத்தது.

அந்த லீகல் அளவு குப்பைக் காகிதங்கள், ஒன்பதாயிரம் பிரதிகள் விற்றுப்போயின.

நான் அந்த லீகல் அளவு குப்பைக் காகிதக் கட்டுக்குள் அடைபட்டுப்போனேன். நான் எப்போதைக்குமாக, அங்குதான் இருக்க வேண்டிவரும், நம்பிக்கையற்று, எல்லாவற்றையும் நிராகரிக்கும் இளைஞன்.

இனி எப்போதும் வாழ்க்கை என்பது கிண்ணத்துப் பால் என்ற நம்பிக்கையுடன், இந்த உலகத்துக்குள் நுழைந்து, யாருக்காக இந்த மணி ஒலிக்கிறது என்று பார்த்துக்கொண்டிருக்கும் ஒரு குழந்தையாக நான் இருக்கப்போவதில்லை.

மகிழ்ச்சியாக இருப்பதற்குப் பதில், மேலும் எரிச்சலோடு, தூங்கிவழியும் தெருக்களில் என் நாள்களைக் கழித்துக் கொண்டிருந்தேன். சவத்தனமான அன்றாடத்துக்குள் புதைந்துபோய், பிரம்மாண்டமான சலிப்புக்கு இரையாகி, எத்தகைய எதிரொலியையும் அறுவடை செய்ய முடியாமல் சபிக்கப்பட்டவனாக இருந்தேன்.

என்னால் அதைத் தவிர்க்க முடியாமல்போனது. நான் கண்ணாடியில் என்னைப் பார்த்துக்கொண்டேன். அங்கே காற்புள்ளி மற்றும் அடைப்புக்குறிகளுக்கு மத்தியில் மிகச் சரியாகச் செல்ல முடியாத என்னுடைய ஏக்கங்களைப் பார்த்தேன்: ஏனெனில், என்னால் அந்தக் குழந்தைக்கு எப்படியோ உயிரூட்ட முடிந்ததால், நான் எப்போதும் அந்தக் குழந்தையில் உயிர்வாழ்ந்துகொண்டிருப்பேன். இந்தக் கணப்பொழுதில் கண்ணீர்க்குட்டையை விட்டு விலகிப்போவதென்ற சிந்தனை அவ்வளவு ஒன்றும் மோசமாக இல்லை. எப்படியிருந்தாலும்.

பட்டாம்பூச்சியாக ஒருபோதும் ஆக முடியாது என்றபோது, எதற்காகக் கூட்டுப்புழுவாகப் பிறக்க வேண்டும்? இத்யாதி.

எப்படியிருப்பினும் அன்பின் சங்கிலி, இப்போது கதவுக்குப் பூட்டுப்போட்டுவிட்டது.

ஆக, எதுவும் இல்லை: நான் மக்கள்-தொடர்புப்-புன்னகையை என் முகத்தில் ஒட்டிக்கொண்டு, வெளியே வீதிக்குப் போகிறேன்.

எல்லாவற்றையும்விட இதுதான் மிக மோசமானது: தவறான இடத்தில் தவறான காலத்தில் பிறப்பதென்பது...

60

அவனுடைய வயதுக்கு அவன் உயரமாக இருந்தான். ஒல்லியாக இருந்தான், பூனைபோல் பச்சைநிறக் கண்களைக் கொண்டிருந்தான், நீண்ட இமைகள், அடர்த்தியான புருவங்கள்: இந்த உலகிலேயே அவன்தான் மிக அழகான குழந்தை. அவன், என்னுடைய மகன். தீர்க்கமானவன், துணிச்சலானவன்.

அவன் பொதுவாக வார்த்தைகளை மிகச் சரியாகத் தேர்ந்தெடுக்கக்கூடியவன். ஆனாலும், பெரும்பாலும் அவன் மௌனமாக இருக்கவே விரும்புகிறான். மற்றவர்கள் அவனைப் புரிந்துகொள்ளாமல் இருப்பதற்கு இந்த மொழிதான் சிறந்தது என்று எப்படி இவ்வளவு சீக்கிரத்தில் கற்றுக்கொண்டானென எனக்குத் தெரியவில்லை. அவன் அவ்வளவாகப் பேசுவதில்லை. பேசுவதில் சோர்ந்துபோகிறான். அதுவும், தன்னை விளக்குவதற்கு அதிகமாக வார்த்தைகள் தேவைப்படும் என்று அவன் நினைப்பதாக நான் கருதுகிறேன். அதனால், அவன் மௌனமாக இருக்கவே விரும்புகிறான். அவனுடைய மௌனங்களை

அர்த்தப்படுத்த நாங்கள் கற்றுக்கொள்ள வேண்டுமே என்று கடவுளிடம் பிரார்த்திக்கிறோம். அவனைச் சுற்றியுள்ள உலகத்தைக் கோழைத்தனமும் இல்லாமல், துணிச்சலும் இல்லாமல், அமைதியாக ஆராய்ந்து, யாரையும் தொந்தரவு செய்யாமலும், யாராலும் தொந்தரவுசெய்யப்படுவதை விரும்பாமலும் வாழ்க்கையின் மீது காதல்கொள்ளக் கற்றுக்கொண்டிருக்கிறான்.

என்னுடைய ராட்சஸன் குறித்து அவன் ஓரளவு அறிந்திருக்கிறான். நான் ஒன்றும் நயமானவன் இல்லை என்றாலும், அவன் என்னை நேசித்தான்: அவன் வேறொரு தந்தையை விரும்பியிருக்கக்கூடும் என்ற அச்சம் என்னிடம் எப்போதும் உண்டு. விசித்திரமான சிந்தனைகளில் ஈடுபடாத வேறொரு தந்தை. சில சமயங்களில் என் நையாண்டிகள் என்னை அமைதியாக இருக்குமாறு அவனைச் சொல்லவைக்கின்றன, 'என்ன பைத்தியக்காரத்தனம், அவர் இருப்பதுபோல் அவரை இருக்கவைக்கிறது' என்று அவனுக்குள் அவன் கேட்டுக்கொண்டிருக்கக்கூடும். ஆனாலும், இந்த மர்மங்கள் எல்லாவற்றையும் மீறி அவன் என்னை நேசிப்பதை உணர்ந்திருந்தான்.

ஆனாலும், நிச்சயமாக இந்தப் புதிர்களுக்கான பதில், நானும் அவனும் பேசுவதற்குப் போதுமான அளவு நேரம் கிடைக்கும் பட்சத்தில் கண்டுபிடிக்கப்படலாம். அது அவனுடையது மற்றும் என்னுடையது, வேறு எவருடையதும் இல்லை.

இரவில் சில வார்த்தைகளை ரகசியமாகச் சொல்ல வருகிறானென்றால், அதற்குக் காரணம், அன்று அவன் சிறு குழந்தையாக இருந்தபோது, முன்கதவைத் திறந்து, வெளியே அந்திநீலம் தரித்த மலையைப் பார்த்து என்னிடம் கேட்டான்:

"டாடி... நம்மிடமிருந்து சிலியர்கள் எடுத்துச்சென்ற கடல் எங்கே? இங்குதான் இருக்கிறதா? இந்த இடத்திலா அல்லது தொலைவில், மிகத் தொலைவில் இருக்கிறதா?"

ஆறு

61

சகித்துக்கொள்வது ஒன்றும் அவ்வளவு கடினமல்ல: என்னுடைய பொழுது காலை ஒன்பதரைக்கு, நான் எழுந்துகொள்ளும்போது தொடங்குகிறது. மேலும், நான் பல ஆண்டுகள் சுதந்திரமானவனாகவே இருந்ததால், நான் விருப்பப்பட்டபோது வேலைக்குப் போகலாம். நான் ஆடையணிந்துகொள்கிறேன். மினீயாபொலிஸில் வாங்கிய எலக்ட்ரிக் ரேசர் கொண்டு சவரம் செய்துகொள்கிறேன். அப்புறம் நான் விருப்பப்பட்டால் நான்கைந்து சிகரெட்டுகளோடு, இரண்டு அல்லது மூன்று கப் காபி குடிக்கிறேன். அதனால் என்ன? நான் வேலைக்குப் போனாலும் இதே விஷயத்தைத்தான் செய்துகொண்டிருக்கிறேன். ஆராய்ந்து ஒரு முடிவுக்கு வந்தால், எல்லோரும் இப்படித்தான் செய்கிறார்கள். என்னால் முடிந்தால் பணம் வசூலிக்கிறேன், என்னால் முடிந்தால் பணம் கட்டுகிறேன்.

அவ்வளவுதான், முழுமையாகப் பத்து மணிநேரம். நான் அலுவலகத்தில் மதிய உணவு எடுத்துக்கொள்கிறேன், ஏனெனில் நான் தனியே சாப்பிடுவதற்குப் பழக்கப்பட்டுவிட்டேன். அதற்குப் பிறகு, ஆறு அல்லது ஏழு மணிவரை செய்வதையே மேலும் செய்கிறேன். அதற்குப் பிறகு, நான் எப்போதும் ஆச்சரியப்பட்டுப்போகிறேன்: ஏற்கெனவே மணி ஒன்பதாகிவிட்டதா? நான் எனக்குள் சத்தமாகச் சொல்லிக் கொள்கிறேன்.

எனக்கு நல்ல நாள்களும் உண்டு, கெட்ட நாள்களும் உண்டு. எனக்குத் தெரிந்ததுதான், இயல்பில் நான் வியாபாரியல்ல — இன்று எக்சிகியூட்டிவ் என்று அழைக்கப்படுகிறார்கள். நான் அதற்கு ஏற்றவனில்லை. ஆனாலும், நான் அதைச்

செய்திருக்கிறேன். என்னை இங்கு வந்து நீங்கள் பார்த்திருந்தால் நம்பியிருக்கக்கூடும். நான் காலியான கைப்பெட்டியோடுதான் தொடங்கினேன். மூன்று ஆண்டுகளில் எனக்குத் தேவையான எல்லாவற்றையும் வாங்கினேன்: புகைப்படங்கள் கழுவ ஒரு இருட்டறை, ஒரு எலக்ட்ரிக் தட்டச்சு இயந்திரம், கூடுதலாக ஒரு மேஜை, கூடுதலாக அறைகலன்கள், கூடுதலாக நாற்காலிகள், இரண்டு தொலைபேசிகள், புத்தகங்கள், புத்தகங்கள், புத்தகங்கள் லாரி கொள்ளுமளவுக்கு. என்னிடம் ரசீதுகள் இருந்தன, என்னுடையவை மற்றும் பிறருடையவை. நான் கடிதங்களை டிக்டேட் செய்கிறேன், கடிதங்களைத் திருத்துகிறேன், கடிதங்களில் கையெழுத்திடுகிறேன். நான் புகைப்படங்கள் எடுக்கிறேன், புகைப்படங்களைக் கழுவுகிறேன், புகைப்படங்களை நகலெடுக்கிறேன், புகைப்படங்களைப் பெரிதாக்குகிறேன்... நான் பணம் வசூலிக்கிறேன், பணம் கட்டுகிறேன். இவையெல்லாமே எளிதானவை, எல்லா சமயத்திலும் ஒரே மாதிரியானவை. ஒவ்வொரு நாளும் இதேதான்.

எனக்கொரு காரியதரிசி உண்டு. கணக்காளர் ஒருவர், வரைபடமெழுதுபவர் ஒருவர், பணம் வசூலிப்பவர் ஒருவர், செய்தி கொண்டுசெல்பவர் ஒருவர். என் இருக்கையில் அமர்ந்துகொண்டு பைத்தியக்காரத்தனமாக வரிசையில் மக்கள் வருவதும் போவதுமாக இருப்பதைப் பார்த்துக்கொண்டிருக்கிறேன். ஒவ்வொருவரிடமும் ஒரு சொந்தக் கதை. நான் வியாபாரம் செய்ய வெளியே சென்றால் – ஏனெனில், இறுதியாக நான் வியாபாரம் செய்யக் கற்றுக்கொண்டேன், நான் விற்பனை செய்கிறேன். விற்பனை செய்வது என் தொழில். நான் அதை நன்றாகக் கற்றுக்கொண்டேன்.

ஏழு அல்லது எட்டு அல்லது ஒன்பது மணிக்கு நான் வெளியேறி, தெருவைக் கடந்து என்னுடைய காருக்குள் நுழைகிறேன். என் குடும்பத்தார் என் கன்னங்களில் முத்தங்கொடுக்கிறார்கள், என் மீது அக்கறைகாட்டுகிறார்கள், என்னை நேசிக்கிறவர்கள், நான் எப்படி இருக்கிறேன் என்று கேட்கிறார்கள். நானும் கேட்கிறேன்: எப்படி இருக்கிறீர்கள்? பிறகு, காரில் வீட்டுக்கு வந்துசேர்கிறோம். நீங்கள் மட்டும் கார் கண்ணாடி வழியே பார்த்தீர்களானால் பொறாமைகொள்வீர்கள்: இது உண்மையல்ல, உண்மையாக இருக்க முடியாது. இந்தக் குடும்பம் அப்படியே திரைப்படங்களில் காண்பதுபோல் இருக்கிறது என்று நீங்கள் சொல்லக்கூடும். மிகத்

துல்லியமாகத் திரைப்படங்களில் காண்பதுபோல்தான்: என் குடும்பம் பற்றி உங்களுக்குத் தெரிந்திருக்குமானால் நீங்கள் நிச்சயம் பொறாமைப்பட்டிருப்பீர்கள்.

நாங்கள் வீடு வந்துசேர்ந்து, இரவு உணவு எடுத்துக்கொள்கிறோம், பிறகு குழந்தைகள், அம்மா அப்பா விளையாட்டு அல்லது கண்ணாமூச்சி விளையாட்டு விளையாடுகிறார்கள் அல்லது நாங்கள் தொலைக்காட்சி பார்க்கிறோம், ஜோக்கடித்துச் சிரிக்கிறோம். அப்போது அது நள்ளிரவாகிவிடுகிறது. எல்லோரும் நிம்மதியாகப் படுக்கப்போகிறோம், நாய் உள்பட. அப்புறம் நாளை, மற்றுமொரு நாள். ஓ, மனிதா... இவ்வளவு சிறப்பாக இருக்குமென்று நீ நினைத்துக்கூடப் பார்த்திருக்க மாட்டாய்.

62

ஆனால், நீ படுத்துத் தூங்குவதற்கு முன், இமைகளை நீ மூடுவதற்கு முன், அங்கே படுப்பதற்கு முன், கூரைகளில் படியும் சந்திரவொளியைப் பார்த்துக்கொண்டே, நீயே உன்னை விமர்சித்துக்கொள்கிறாய்: இன்றும் எனக்கு எழுதுவதற்கு நேரம் கிடைக்கவில்லை என்று சொல்லிக்கொள்கிறாய். சுத்தமாகவும் பத்திரமாகவும் வைக்கப்பட்டிருக்கும் வெற்றுக் காகிதங்கள் அங்குதான் கிடக்கின்றன. நீ எழுந்துகொண்டு சொல்கிறாய்: வா மனிதா, இப்போது நேரம் அப்படியொன்றும் ஆகிவிடவில்லை, முயன்றுபார்.

அப்போது: டாடி... சத்தம் போடாதே, என்னால் தூங்க முடியவில்லை.

பிறகு: படுக்க வாங்க டாடி... என்ன செய்துகொண்டிருக்கிறீர்கள்?

இறுதியாக: டாடி இது போதும்... ரொம்ப நேரமாகிவிட்டது.

சரி, சரி... நீ சொல்கிறாய், நான் வருகிறேன். பிறகு, நீ போய்ப் படுத்துக்கொண்டு கூரையைப் பார்த்துக்கொண்டிருக்கிறாய். நீ இன்னும் அதைக் கேட்டுக்கொண்டிருக்கிறாய். எழவு, நீ இன்னும் அதைக் கேட்டுக்கொண்டிருக்கிறாய். அத்துடன், ஒரே ஒரு ஜீவனிடம்கூட, காலையில் ஏன் இவ்வளவு தாமதமாக எழுந்துகொள்கிறாய் என்பதைப் பகிர்ந்துகொண்டதே கிடையாது.

ஏனெனில், தட்டச்சு இயந்திரத்தின் முன் உட்காருவதற்கு உனக்கு எப்போதும், எப்போதுமே நேரம் கிடைப்பதில்லை. அத்துடன், உன்னை யாரும் நம்பப்போவதில்லை என்றாலும், இப்படியாகத்தான் எல்லாமே சாம்பலாக மாறிப்போகின்றன.

ஏனெனில், எழவு பிடித்த இதையெல்லாம், எந்தக் கொம்பனாலும் தடுத்துநிறுத்த முடியாது.

அத்துடன், நீ ஒரே ஒரு நாள் மகிழ்ச்சியாக இருக்க முடியும். உன்னுடைய இறுதி நாளன்று.

'டாடி ரொம்ப நேரமாகிவிட்டது' என்றோ, 'படுக்க வா' என்றோ இல்லாமல்போகும் சமயங்களும் உண்டுதான் என்றபோதும்.

சில சமயங்களில் இது பகல் நேரத்தில்கூட நடப்பதுண்டு: 'இதற்கான பணத்தைக் கட்டு' என்பதோ, 'இதை எப்படிச் செய்வது' என்பதோ அங்கு இல்லாதபோது. உன்னைத் தொந்தரவுசெய்வதற்கு எவரும் உன்னிடம் வராதபோது, நீ இறந்துபோனவன்போல் உணர்ந்த நாள்களும் உண்டு.

பிறகு, ஆமாம், இரண்டு அல்லது மூன்று பக்கங்கள் எழுதப்படுவதுண்டு. நிச்சயமாகத் தரமில்லாததுதான். ஏனெனில், இந்தத் தொழிலில் நீ பாதி பைத்தியக்காரனாகவும் பாதி புத்திசாலியாகவும் இருக்க வேண்டியுள்ளது. ஆனாலும், பக்கங்கள் எழுதப்படுகின்றன.

எல்லாவற்றுக்கும் மேலாக, உன்னுடைய மனசாட்சியை நீ அமைதிப்படுத்த.

ஆனால், அவை தரமில்லாதவை. ஏனெனில், ஒரு மந்திரவாதியின் சாதுர்யத்தோடு மூட்டை தூக்குபவன் மூட்டைகளை மேலும் கீழும் தூக்கிவைப்பது என்பது, கணக்குவழக்குகளைச் சரிபார்ப்பது போன்றதோ, தரையைப் பளிச்சிடச்செய்யும் வேலையைப் போன்றதோ, ஒரு மோட்டார் வண்டியை இயக்குவது போன்றதோ அல்ல.

63

ஆனால், பொழுது விடிந்த பின் பார்ப்பதற்கு எல்லாம் வேறு விதமாகத் தெரிகிறது: ஏன் கவலைப்பட வேண்டும்? இதனால்

என்ன மாறிவிடப்போகிறது? எத்தனை பேர் இதை முயன்று பார்த்திருக்கிறார்கள்?

அத்துடன், இதனால் என்ன பயன்?

உன்னுடையதைக் காட்டிலும், மொட்டுவிட்டு வளர்ந்து கொண்டிருக்கும், அந்த மூன்று வாழ்க்கை உனக்கு முக்கியமானது இல்லையா? அண்மைக் காலங்களில், கீழ் நோக்கிப் போய்க்கொண்டிருப்பது உனக்குத் தெரிந்ததுதானே? ஏன் இதையெல்லாம் விட்டுத்தொலைக்கக் கூடாது? ஏன் விலகிக்கொள்ளக் கூடாது? இன்று ஒரு பத்தி, ஒரு வாரம் கழித்து மற்றொரு பத்தியென்று எழுதுவதன் மூலம் நீ காத்திரமாக எதையும் செய்ய முடியாது. முக்கியமானதாக எதுவும் இருக்காது அல்லது நிலைத்துநிற்பதற்குத் தகுதியுடையதாக இருக்காது... ஏன் விட்டுத்தொலைக்கக் கூடாது? ஏன் கூடாது, எழவு பிடித்த முட்டாளே?

ஐயோ, என்ன ஒரு பூச்சிக்கடி.

பொழுது விடிந்தவுடன், உன் மனசாட்சி உன்னை உறுத்துகிறது. ஏனெனில், இன்று நீ வேலைக்குச் சென்றாக வேண்டும். அல்லது இன்று நீ குழந்தைகளை நகரத்துக்கு வெளியே அழைத்துச்செல்ல வேண்டும் அல்லது நீ முக்கியமான ஒப்பந்தமொன்றில் கையெழுத்திட்டாக வேண்டும் அல்லது உன் கடனை இன்று நீ அடைத்தாக வேண்டும் அல்லது இன்று காலை முழுவதும் நீ தூங்கிவிட்டாய், முன்னிரவு முழுவதும் உன் மனசாட்சியைச் சமாதானப்படுத்த வேண்டியிருந்ததால். அத்துடன் இது இப்படித்தான் இருக்கிறது. இன்று இது உன்னைத் தொந்தரவுசெய்கிறது.

நல்ல விஷயம்தான், இது.

64

கேடயத்தில் விரிசல் விழுந்துவிட்டது கிஹோத்தே, என் நண்பனே, அதனால் நீ குடிக்கிறாய்.

சில இரவுகள் நீ காணாமல்போகிறாய், ஓடிப்போகிறாய், தப்பித்துப்போகிறாய்.

நீ இப்படியே தொடர முடியாது. நீ உன்னுடைய அந்தப் பாடலுக்கும், மொட்டுவிட்டு வளர்ந்துகொண்டிருக்கும் மூன்று வாழ்க்கைக்கும் இடையே உன்னைப் பரப்பிக்கொள்ள முடியாது: அவர்கள் உன்னிடம் கேட்கும் பொருள்களுக்கு, வேண்டிநிற்கும் அன்புக்கு, சிரிப்புகளுக்கு, பாராட்டுகளுக்கு, கவனங்களுக்கு. எல்லாவற்றுக்கும் மேலாக நேரம், இப்போது உன்னிடம் மிகக் குறைவாக இருக்கும் நேரத்தை. சான் மார்ட்டின் பிளாசாவில் உன் கால்களுக்கு இடையில் உன்னுடைய மூட்டையோடு நீ உட்கார்ந்திருக்க, அவர்களுக்காக நீ நேரம் ஒதுக்க வேண்டியுள்ளது.

நீ குடிக்கிறாய். காலைப் பதிப்புக்காக நடைபாதையில் உறங்கிக் கொண்டிருக்கும் செய்தித்தாள்கள் விநியோகிப்பவர்களோடு பேசுவதற்கும், பெஞ்சுகளில் உட்கார்ந்திருக்கும் பயனற்றுப்போன குடிகாரர்களோடு பேசுவதற்கும், அந்த இரவு அவர்கள் உறைந்துபோவார்கள் என்று பந்தயம் கட்டுவதற்கும், அவர்களுடைய பிரகாசமான நாள்களை நினைவுபடுத்திக் கண்ணீர்விடும் ஓரங்கட்டப்பட்ட அரசியல்வாதிகளோடு பேசுவதற்கும், அமைதியாகக் குடிப்பவர்களோடு — ஏனெனில், இவர்கள் குடிப்பதை விரும்புகிறவர்கள், கடையை இழுத்து மூடும் நேரம் வந்த பிறகும் தொடர்ந்து குடித்துக்கொண்டிருப்பவர்கள், மேஜை மீது சாய்ந்துவிடுபவர்கள், இவர்களோடெல்லாம் பேசுவதற்கும், நீ சில இரவுகள் தப்பித்துப்போகிறாய். ஒரு டாக்சி டிரைவர் இப்படிச் சொல்கிறார்: 'நீங்கள் எழுதியதை நான் படித்திருக்கிறேன், இனி எழுதுவதில்லை என்ற முடிவுக்கு நீங்கள் வருவதற்கு முன்... நாம் எல் எஸ்தாதியோ பிளாசாவில் குடிப்போம்.' விவாகரத்து பெற்று தனியே வாழ்பவர்களுக்கும், போதைக்கு அடிமையானவர்களுக்கும், அச்சம் தரும் பெண்களுக்கும், தொலைந்துபோன மனிதர்களுக்கும், சியர்ஸ்!

நீ சால்ஜாப்பு சொல்கிறாய்: நான் என் மக்களோடு பேசியாக வேண்டும். யுங்காஸ்க்குப் போய்க்கொண்டிருக்கும் லாரி டிரைவர் எப்படி உணர்கிறான், பட்டினிகிடக்கும் பாலியல் தொழிலாளி எப்படி உணர்கிறாள், உடனடிப் பணத்துக்காக மூட்டைகளைத் தூக்கிப்போடும்போது ஒரு குடிகாரன் என்ன சொல்கிறான், தெரு வியாபாரி எதை முணுமுணுத்துக்கொண்டிருக்கிறான், இரவின் அரூபம் எத்தகைய சாபங்களைக் கொண்டுவந்து சேர்க்கிறதென்று எனக்குத் தெரிய வேண்டும்.

உண்மைதான்: அவர்கள் உன்னைத்தான் குற்றம் சொல்வார்கள், அது நியாயமானதுதான். அவர்கள் அந்தப் பாடலைக் கேட்பதில்லை.

அவர்களால் உன்னைப் புரிந்துகொள்ள முடியாது: அப்படியே திரைப்படத்தில் வருவது போன்ற குடும்பம். ஆனால், நீ குடிக்கிறாய், ஓரளவுக்கு மதிக்கப்படக்கூடியவன், அவ்வளவு ஒன்றும் வயதாகாதவன். ஆனால், நீ குடிக்கிறாய். 'நீயே உன்னுடைய நையாண்டிச் சித்திரமாக இருக்கிறாய்', அவர்கள் உன்னிடம் இப்படிச் சொல்கிறார்கள்.

நீ உன்னைத் தற்காத்துக்கொள்ள முயல்கிறாய்: உண்மையில் நாம் எல்லோருமே நையாண்டிச் சித்திரங்கள்தான்.

அவர்கள் விவாதிக்கிறார்கள்: நீ ஏன் குடிக்கிறாய்? இது மனதிடம் சம்பந்தப்பட்ட...

நீ உறுதியெடுக்கிறாய்: நான் இனி ஒருபோதும் குடிக்க மாட்டேன்.

நீ உன் காதுகளை மூடிக்கொள்கிறாய், ஏனெனில் நீ சொன்னது எதிரொலிக்க, நீ மறுபடியும் அதையே கேட்க வேண்டியிருக்கிறது.

அது அங்குதான் இருக்கிறது. பல காலங்களாக.

நீ அதற்குத் துரோகம் இழைத்துவிட்டாய்.

இது அப்படித்தான் இருக்கிறது.

அதனால்தான், இப்படி இருப்பதுபோல் இருக்கிறது.

இந்த நொடியில், இந்த இடத்தில் என் மகன் தோன்றுகிறான்.

நான் தட்டச்சு இயந்திரம் பயன்படுத்தியது அவனை எழுப்பி விட்டது. அவனுடைய கண்கள் பாதிதான் திறந்துகிடக்கின்றன.

ஆனாலும், அவன் உன் அருகில் வந்து, சொல்கிறான்:

'டாடி, இன்னும் நீங்கள் முடிக்கவில்லையா?'

ஒரு நிமிடம்.

கூரையைப் பார்ப்பதற்கான நேரம் வந்துவிட்டது.

ஏனெனில், இன்றிரவு சந்திர ஒளியேதுமில்லை.

ஏனெனில், நீ இன்னும் அதைக் கேட்டுக்கொண்டிருக்கிறாய். நீ இன்னும் அதைக் கேட்டுக்கொண்டிருக்கிறாய்.

எப்படியான கேரட்.

நான் அல்மராவை நினைத்துப்பார்க்கிறேன். சலஸார் போண்டி பற்றியும்.

நாற்பதில் அல்சர், நாற்பதில் கேன்சர், நாற்பதில் மரணம். இது தற்கொலையில்லை என்றால் வேறு என்னவாம்?

65

மூன்றாவது நாள் இரவில், முதல் தண்டனை வழங்கப்பட்டது.

சோகமான மழைத்தூறல், கூரைகளிலிருந்து சூடான நீர்த்துளிகளைச் சொட்டிக்கொண்டிருந்தது. நான் இருண்டுகிடந்த தெருவில் நடந்துகொண்டிருந்தபோது, என்னுடைய பொருள்கள், நடைபாதையில் எகிறி விழுந்துகொண்டிருப்பதை, நம்ப முடியாமல் பார்த்தேன். கிழிந்த துணிகள், காகிதங்கள் என்று அபத்தமான சேகரிப்புகள். ஒரு பழைய மரத்தின் மீது திறந்திருந்த கதவின் வெளிச்சம் பாய்ந்து, தெருவில் போட்டிருந்த வட்டத்தில் அவையெல்லாம் வந்துவிழுந்தன. மக்கள் நகர்ந்துபோனார்கள், நின்றார்கள், கேட்டார்கள். என்னுடைய கெட்ட பழக்கத்தை வீட்டின் சொந்தக்காரக் கிழவி சபிப்பதைக் கேட்டார்கள். ‘பாவப்பட்ட பெண்மணி’ என்று நான் அப்போது நினைத்ததை எண்ணிப்பார்த்தேன். ‘எப்படியிருந்தாலும், அவள் சொல்வது சரிதான்.’

நடைபாதையில் பொருள்கள் வந்துகுவிவது நின்றுபோனது. கண்களை விரித்துவைத்துக்கொண்டு பார்க்கும் ஒரு சிறு கும்பல் கூடியது. பிறகு நான் நிதானமான அசைவுகளோடு, யோசனையில் இருப்பவன்போல், கிழிந்த ஆடைகள் மற்றும் புத்தகக் குவியல்கள் மீது தலைகுனிந்து அமர்ந்துகொண்டேன்.

ஃபூயிலின், ‘ஹிஸ்டரி ஆப் ஃபிலாஸபி’, 1955 இல் நான் மாணவனாக இருந்தபோது வாங்கியது. செபாஸ்தியானின், ‘லீமா லா ஓரீப்ளே’. அவர் இறந்த பின் வாங்கப்பட்டது, அப்போது அவர் இறந்துவிட்டார் என்று எனக்குத் தெரியாது என்றபோதும். பிறகு என்னுடைய காகிதக்கட்டு, லீகல்

அளவு. ஒரு தோலினாலான ஜாக்கெட், நான் பொலிவியாவில் வாங்கியது. ஒரு... இத்யாதி... இத்யாதி...

நான் அந்த ஜாக்கெட்டை அணிந்துகொண்டேன். புத்தகங்களைப் பொறுக்கியெடுத்துக்கொண்டேன். சில கைக்குட்டைகளை என் கால்சட்டைப்பைக்குள் திணித்துக்கொண்டேன். ஒரு சட்டையை எடுத்து எல்லாவற்றையும் ஒன்றாகக் கட்டினேன். இதற்கு மேல் அதில் ஏதும் கொள்ளாதென்பதால், நான் கிளம்பி நடக்கத் தொடங்கினேன். கூடியிருந்தவர்கள் தொடர்ந்து காத்திருந்தார்கள். ஆனால், நான் தெருமுனையை அடைவதற்குள், மிச்சமிருந்த குப்பைகளுக்குப் போட்டாபோட்டி போட்டார்கள். அதில் அவ்வளவாக ஒன்றுமில்லை.

இரவுகளில், கேம்போ தே மார்த்தேவில் மக்கள் மரங்களுக்குக் கீழ் உறங்குவார்கள், ஏதோ ஒரு மாயத்தின் பிடியில் சிக்குண்டதுபோல் ஒவ்வொரு இரவிலும், ஒவ்வொரு முனையிலும். கல்வி அமைச்சகத்தின் அருகிலுள்ள நடைபாதைகள் குப்பைக்குவியல்களாலும் விசித்திரமான பொட்டலங்களாலும் நாய்களாலும் பிச்சைக்காரர்களாலும் பூனைகளாலும் நிரம்பிவழியும். எது ஒன்றையும் தேர்ந்தெடுப்பதில்லை என்று முடிவுக்கு வந்த எல்லோருக்குமான ஓய்விடமாக அது மாறியிருந்தது. சான் மார்ட்டின் பிளாஸாவையும் எல் காலவ்வையும் இணைக்கும் மூன்று நீண்ட நிழற்சாலைகள் அங்கிருந்தன. இரவுகளில் அவை இருண்ட பிணமாகக் கிடக்கும். பகலில் குப்பைகளாலும் வெப்பத்தாலும் நிறைந்திருக்கும். சான் இசீத்ரோவுக்குப் அருகில் இருந்த பூங்காக்களில் பிண வாடை அடிப்பதோடு, இரவில் பிரம்மாண்டமானதாகவும் பிணமாகவும் கிடக்கும்; பகலில் வெறுமையாகவும் சலிப்பூட்டுவதாகவும் பரந்துகிடக்கும்.

மூன்று பகல் மற்றும் மூன்று இரவு என்று, நீங்கள் லீமா நகரத்தை முற்றிலும் மேலும்கீழுமாக அளந்துவிடலாம். என்னுடைய மூட்டை என்னை இம்சைப்படுத்தியது. ஏனெனில், என்னுடைய விரல்கள் அதை நழுவவிட்டன. என்னால் அதைக் கட்டுப்படுத்த முடியவில்லை. இருந்தாலும், நான் அதை ஒரு மூலையில் விட்டுவிட விரும்பவில்லை: நாய்க்குடை போன்று குப்பைமேடுகள், அற்புதமான இடங்களில், அவமானப்படுத்தும்

விதமாய்த் தோன்றுகின்றன. என்னுடைய காகிதங்கள் அத்தகைய தலைவிதிக்கு ஆட்படுவதை நான் விரும்பவில்லை.

அண்மையில் நடந்த அவருடைய மரணத்துக்காக செபாஸ்தியானை நான் திட்டித்தீர்த்தேன். என்னுடைய பல கேள்விகளுக்கு நல்ல விடைகளைக் கொண்டிருந்த என் சிறந்த நண்பர். என்னுடைய காகிதங்களை ஒருநாள் அவர் தன் கைகளில் வைத்திருந்தார். ஆனால், அதை ஆய்வுசெய்வதாக அவர் கொடுத்த வாக்குறுதியைக் காப்பாற்றும் முன்னே, அவர் இறந்துபோனார். நான் லா பாஸ் பற்றி நினைத்துப்பார்தேன். நான் அங்கு இல்லாமல்போனதற்கான காரணம் என்னவாக இருக்கும் என்று எனக்கு நானே கேட்டுக்கொண்டேன். லீமாவை முகர்ந்துபார்த்தேன். சப்தங்கள் ஏதுமில்லாத யுத்தத்தில், ஈரம் ததும்பிய சந்துகள் குறுக்கிட்டன. என் நினைவுகளில் ஒவ்வொரு தெருவையும் ஒவ்வொரு நிழற்சாலையையும் ஒவ்வொரு நிழலையும் எடைபோட்டுப் பார்த்தேன். மருத்துவர்கள் முடிவேயில்லாமல் வரிசையாகப் பரிசோதனைகளை மேற்கொண்ட என்னுடைய இரண்டு ஆண்டுத் தூக்கமில்லா இரவுகளுக்கான காரணத்தைக் கண்டுபிடிக்க முயன்றேன். அதாவது, நான் வேறு வழியில்லாமல், இரவில் விழித்திருந்து, பகலில் தூங்குவதென்ற முடிவுக்கு வரும்வரை. இறுதியாகத் தூக்கத்தில் நடக்கும் பழக்கம் என்னை எங்கே கொண்டுவந்துவிட்டிருக்கிறதென்று ஒவ்வொரு அடியாக என் தலைவிதியை ஆராயத் தொடங்கினேன்: எத்தகைய சோகமான, எத்தகைய அபத்தமான முடிவுக்குக் கொண்டுவிட்டிருக்கிறது. என் மண்டையில் இத்தகைய சிந்தனைகளோடு என்னுடைய வாலிபப் பருவத்தைத் தொடங்கிய, அதே தெருக்களை வந்தடைந்தேன். சான் மார்ட்டினுக்கு அருகிலுள்ள பழைய காலனித் தெருக்கள், வயதான விலைமாதர்களாலும், சல்லிக்காசில்லாத சோம்பேறிகளாலும், நோயுற்றுக்கிடக்கும் ஹோட்டல்களாலும் நிரம்பியிருந்தன. மதிப்புக்குரிய கனவான்கள் பகலில் மேலும்கீழும் போய்வந்துகொண்டிருக்க, அச்சமுள்ள இதயத்தைக் கொண்ட ஜீவன்கள், இரவு நேரங்களில் முற்றிலுமாகத் தவிர்க்கும் தெருக்கள். அச்சதுக்கத்தில் குப்பையாக வளர்ந்திருந்த புற்கள் மீது, மந்திரித்துவிட்டதுபோல் உட்கார்ந்திருந்தேன். கண்சிமிட்டிக்கொண்டிருந்த விளக்குகளையும் அழகான பெண்களையும் ஆண்களின் பூப்போட்ட சட்டைகளையும் நள்ளிரவில் அச்சதுக்கத்தைக் கடக்கும் பைத்தியக்காரர்களின்

கண்களையும் நான் பார்த்துக்கொண்டிருந்தேன் என்றாலும், நான் எதையும் பார்க்கவில்லை; உணர்வுகளற்று, சிந்தனைகளற்று, தோற்றுப்போய் அமுக்கப்பட்டு, உண்மையிலேயே தோற்றுப்போய்விட்டதாக நானே புலம்பிக்கொண்டு: கனவுகள் எல்லாம் கனவுகளே தவிர வேறு எதுவும் இல்லை என்பதுபோல்.

ஆனால், அப்படியும் என்னால் அதை நம்ப முடியவில்லை. எங்கே பார்ப்பதென்று தெரியாமல் நான் அங்கு உட்கார்ந்திருந்தபோதுகூட, என்னால் அதை ஏற்றுக்கொள்ள முடியவில்லை. முதல் முறை இருந்ததுபோல், இனி ஒருபோதும் இருக்கப்போவதில்லை. எதேச்சையாக நான் அந்தப் புத்தகக் கடைக்குள் நுழைய நேரிட்டபோது, எவருமே அறிந்திராத முகமில்லாத என்னை, எவரையும் அறிந்திராத என்னை, அவர்கள் லா பிரென்ஸாவுக்கு அனுப்பிவைத்தபோது, லீமாவை நான் வெற்றிகொள்வது தொடங்கியது. ஏனெனில், இம்முறை எனக்கு எல்லோரையும் தெரியும், எல்லோருக்கும் என்னைத் தெரியும். அந்தச் செய்தியறையில், ஒவ்வொரு செய்தித்தாள் செய்தியறையிலும், பிறகு தெருக்களில். 'எப்படியிருக்கிறாய் மனிதா' என்று மக்களை நலம் விசாரிக்க, நான் வீதியில்தான் கற்றுக்கொண்டேன். யாரோ ஒருவன், எப்போதோ ஒருமுறை என்னுடைய கட்டுரைகள் எல்லாவற்றையும் சேகரித்துவைத்திருப்பதாகச் சொன்னதும் இந்தத் தெருக்களில்தான்.

இப்போது நான் முத்திரை குத்தப்பட்டுள்ளேன். நான் ஒரு கம்யூனிஸ்ட். நான் மீண்டும் ஒரு தட்டச்சு இயந்திரத்தைக் கேட்டுப்பெற முடியாது அல்லது மிகச் சாதாரண வேலையொன்றில்கூடச் சேர முடியாது. நான் திருப்பி அனுப்பப்படுவேன். மக்கள் என்னை அடையாளம் காண்கிறார்கள். இறந்துபோனவன் மீண்டும் உயிரோடு வந்திருப்பதுபோல் என்னைக் கண்டு ஆச்சரியப்படுகிறார்கள். என்னுடன் நடப்பதற்கு தயக்கம்காட்டுகிறார்கள்.

புல் தரையில் படுத்துக்கொண்டு, லா கோல்மேனாவைப் பார்த்தேன். இவ்வுலகம் வெறுமையாக இருக்கிறது. இதில், எனக்கென்று இடமேதுமில்லை. நான் அரசியல் தொற்றுநோயால் பீடிக்கப்பட்டவன்போல் அவதிப்பட்டேன். தெரிந்த முகங்கள் என்னை ஏறெடுத்துப்பார்க்காமல் கடந்துபோயின. ஏனெனில், எவரும் தங்கள் நண்பனைத் தரையிலோ நிழலிலோ தேட

மாட்டார்கள். விலக்கிவைக்கப்பட்டதால், என் முகம் புகையாக மாறிவிட்டது. ஒரு கரும்புள்ளி, கடந்த ஓராயிரம் நாள்களாக என்னுடைய பாதையில் வந்தவர்களின் நினைவுகளையெல்லாம் சுக்குநூறாக்கிவிட்டது. ஆக, இரவின் வெதுவெதுப்பான தூறலில், விடிந்த பின் பொலிவா ஹோட்டலின் மங்கலான விளக்குகளைப் பார்த்தபடி சில மணிநேரம் உட்கார்ந்திருந்தேன். என்னுடைய குப்பை மூட்டை என் கால்களுக்கு அடியில் இருந்தது. எதன் ஒன்றின் மீதும் நம்பிக்கை வைப்பதற்கு எனக்கு ஏதுமில்லை. சூரியன் உதிப்பதைப் பார்ப்பதில் எனக்கு எந்த விருப்பமுமில்லை.

66

மேலும் பத்து ஆண்டுகள் கூடியவனாக, அதே முட்டாள் தனத்தோடு, அதே நம்பிக்கையோடு, இப்போது வசதியான நாற்காலியில் உட்கார்ந்துகொண்டிருந்தேன். இன்னும் என்னுடைய ரோசீனாந்தே தட்டச்சு இயந்திரத்தை நம்பிக்கொண்டு.

இது, நான் பயன்படுத்தி வீணான மூன்றாவது தட்டச்சு இயந்திரம். என் தந்தையின் தட்டச்சு இயந்திரத்தில்தான் நான் என்னுடைய மிகச் சிறந்த படைப்பை எழுதியுள்ளேன் என்று த்ரீஸ்தன் ஒருமுறை சொல்லியிருந்தபோதும், அது கணக்கில் வராது. நான் எழுதியதில் எது சிறந்தது என்று கடவுளுக்குத்தான் தெரியும். வீட்டைவிட்டு என் பெற்றோர் கிளம்பிய அன்று, நான் அதையும் என்னுடைய மற்ற பொருள்களோடு விட்டுவிட்டுக் கிளம்பினேன். பொருள்களையும் காகிதங்களையும் வாழ்க்கை மறைந்துபோக வைத்தது.

என்னுடைய முதல் தட்டச்சு இயந்திரத்தை நான் லீமாவில் வாங்கினேன். நான்கு ஆண்டுகள் தாக்குப்பிடித்தது. லீமா செய்தித்தாள்களுக்காக முட்டாள்தனமான கட்டுரைகள் எழுதியெழுதி, வயதானதால், ஃபிலடெல்ஃபியாவிலுள்ள அழுக்காக இருண்டுகிடந்த ஹோட்டலில் காலாவதியானது. இரண்டாவது நான் பனாமாவில் வாங்கியது. அதுவும் நான்கு ஆண்டுகள் தாக்குப்பிடித்தது. ஒரு திருட்டு மெக்கானிக், சரிசெய்ய முடியுமென்று பொய் சொல்லி அதை ஒழித்துக்கட்டினான். இப்போது என்னிடம் இருப்பதிலும், சில வார்த்தைகள் நழுவிப்போகின்றன. ஏனெனில், என்னுடைய

குழந்தைகள், அரைப்-பக்க-நீளக்-கதைகளுக்காக எழுத்துகளைக் குதறியெடுத்துவிட்டார்கள்.

இப்போது, நான் கண்ணாடி நோக்கி ஐந்து அடி எடுத்துவைப்பேன் என்றால், லீமாவில் அன்றிரவு எத்தகைய முகபாவனையைக் கொண்டிருந்தேனோ, அதே முகபாவத்தை என்னால் பார்க்க முடியும். ஏனெனில், அதுதான் தெருவின் முட்டு, வெளியேற வழியிருக்கிறது என்று நான் நினைத்திருந்தபோதும். அத்துடன் வழியும் இருந்தது.

மற்றொரு தளத்தில், அந்தக் குறுகிய சந்தில், சூரியனை முழுவதுமாக மறைக்கக்கூடிய சுவரை என்னால் ஓரளவு பார்க்க முடிந்தது.

இரண்டு சிறையறைகள்; மூன்று குழந்தைகள்

இறுதியாக, விரல்கள் பலத்தை இழக்க, தட்டச்சு இயந்திர வார்த்தைகள் இரவில் உயிரற்ற எதிரொலிகளை எழுப்புகின்றன. முடிவில், நான் கீழே வெறிச்சோடிக்கிடக்கும் தெருவைப் பார்க்கிறேன். தெருமுனையைக் கணநேரம் பார்க்கிறேன், ஏதோ காலடிச் சத்தங்கள் நெருங்கிவருவதாகக் கற்பனை செய்ய முயல்கிறேன். எவ்விதச் சத்தத்தையும் நான் கேட்கவில்லை என்று எனக்குத் தெரிந்தபோதும். என் கற்பனை சிறகடிக்கிறது. நான் நினைத்திருப்பதைக் காட்டிலும், உலகம் வேறுவிதமாகத்தான் வடிவமைக்கப்பட்டிருக்கிறது. நான்தான் தவறாகப் புரிந்துகொண்டிருக்கிறேன். நான் எவற்றின் மீதெல்லாம் நம்பிக்கை வைத்திருந்தேனோ, அவையெல்லாம் ஒன்றுமில்லாமல்போயின. ஒருவேளை நானும் அப்படித்தான்.

67

நாம் நிவோலைஸ் செய்வோம்.

ஜிம்.

இயற்கையாகவே, ரிக்ஷா வண்டி இழுப்பவன் அதில் உட்கார்ந்திருப்பவனின் கண்களை எப்படி நேருக்குநேர் பார்க்க முடியாதோ, ஒரு கேக் தயாரிப்பாளனின் கண்களை அதைச் சாப்பிடுகிறவன் எப்படி நேருக்குநேர் பார்க்க முடியாதோ,

அதுபோலவே, ஜிம்மின் கண்களை என்னால் நேருக்குநேர் பார்க்க முடியாது.

இருந்தாலும், சில சமயங்களில் எங்களால் விஷயங்களைப் பேசிக்கொள்ள முடியும்.

ஜிம், நியூயார்க் நகரில் பான் அம் கட்டடத்துக்கு அருகில் ஒரு மதுக்கூடம் வைத்திருந்தான்.

சில ஆண்டுகளுக்கு முன்புவரை, நான் ஒவ்வொரு ஆறு மாதத்துக்கும் அல்லது அதுபோல் நியூயார்க் நகரத்தைக் கடக்கும்போதெல்லாம், ஜிம்மைப் பார்க்கச்செல்வதுண்டு. ஏனெனில், ஐந்து ஆண்டுகளுக்கு முன், நான் 36 ஆவது தெருவில், எரிச்சலூட்டக்கூடிய ஹோட்டலில் தங்கியிருந்து, அமெரிக்கச் செய்தித்தாள்கள் பற்றி எழுதிக்கொண்டிருந்தபோது, நாங்கள் நண்பர்களானோம்.

“ஹே...” ஜிம் உணர்ச்சி பொங்கச் சொல்வான். “ஹே...”

“ஹாய்...” நானும் அதே உணர்ச்சி பொங்கச் சொல்வேன். “ஹாய்...”

பிறகு, அருகில் வருவான்: பற்பசை விளம்பரத்தில் வருவது போன்ற பற்கள், சாக்கர் விளையாட்டு வீரனின் புஜங்கள், ஜூஜிட்சூ சண்டைவீரனின் கைகள், ஓட்டப்பந்தய வீரனின் பொக்கிஷம் போன்ற இடை, நகரும்போது மெல்லிய சத்தம் எழுப்பும் நாற்காலி வண்டியில் தொங்கிக்கொண்டிருக்கும் அவனது உயிரற்ற கால்கள்.

“வழக்கம்போல்தானே?” அவன் கேட்கக்கூடும். ஆறு மாதங்கள் என்பது ஆறு மாதங்கள்தான் என்றபோதும்.

“வழக்கம்போல்தான்.” நான் புன்னகைக்கக்கூடும்.

எனக்குக் குடிப்பதற்கு போர்பன் விஸ்கியும், ஜிஞ்சர் சோடாவும் கொடுத்துவிட்டு, மதுக்கூடத்தின் மற்றொரு முனைக்குப் போய்விடுவான். ஜிம், மிக அற்புதமான மனிதன். அவனுடைய நண்பனாக இருப்பது இதமான அனுபவம். ஹே... ஹே மற்றும் ஹாய்... ஹாய்...

அதுபோன்ற சமயங்களில் ஒருமுறை, வெளியே பனி பெய்து கொண்டிருந்ததால், பாதி உறைந்துபோன நிலையில் அங்கு வந்துசேர்ந்தபோது, பனி வழக்கமான வாடிக்கையாளர்களை

மிரட்டி வரவிடாமல் செய்திருப்பதைக் கண்டேன். அது வழக்கமானதில்லை. இறுதியாக நாங்கள், பேசத் தொடங்கினோம்.

நான் எங்கிருந்து வருகிறேனென்று ஊகிப்பதில், அவன் மூன்று முறை தோற்றுப்போனான், இரண்டு முறை உலக வரைபடத்தில் இடத்தைக் குறிப்பிட முயன்றபோது. உங்களுக்கு எப்படி என்று எனக்குத் தெரியாது. ஆனால், என்னைப் பொறுத்தமட்டில் உலகத்திலுள்ள எந்தவொரு நகரமானாலும், அது இரண்டேயிரண்டு கதவுகளை மட்டுமே கொண்டிருப்பதாக நினைக்கிறேன். உங்கள் வீட்டுக்கான கதவு, உங்கள் வேலைக்கான கதவு. சில புதிய முகங்கள், நாம் எப்போதும் மறக்காத நண்பர்களின் முகங்கள், நாம் அன்றாடம் கடக்கும் சில தெருமுனைகள், நாம் வேறு வழியாகச் சென்றுவிட்டால் வழிதவறச் செய்யும் முனைகள், அவ்வளவுதான். நீங்கள் என்ன வேண்டுமென்றாலும் சொல்லுங்கள், இப்படித்தான் இருக்கிறது. நீங்கள் வையாச்சாவில் வாழ்ந்தாலும், டோக்கியோவில் வாழ்ந்தாலும். எப்படியிருந்தாலும் எங்களிடையே பொதுவானவை சில இருந்தன. ஜிம்மின் அறைப் பொருள்களுக்குத் தன்னுடைய சில மாதச் சேமிப்புகளைக் கொடுக்க வேண்டியிருந்தது. இரண்டு அறைகளுக்கு வாடகை கொடுக்க ஒவ்வொரு நாளும் நான்கு மணிநேரம் தீவிரமாக உழைக்க வேண்டியிருந்தது: எங்களிடையே பொதுவானவை இவ்வளவுதான்.

ஜிம்முக்கு அவ்வளவாக இவ்வுலகம் பற்றித் தெரியாது: அவன், ப்ரூக்ளினில் பிறந்தவன். ஸைகானில் தன்னுடைய கால்களை இழந்தவன். அவனுக்கு சான் ஃபிரான்சிஸ்கோவைக்கூடத் தெரியாது. ஏனெனில், விமானம் அங்கே தரையிறங்காமல் மேலாகவே பறந்துசென்றது. அவனுக்கு ஸைகான் பற்றி அதிகம் நினைவில் இல்லை. ஏனெனில், அவன் இறுதிக் கட்டத்தில்தான் அங்கே சென்றான்.

“பன்னிரண்டு நாள் கழித்து.” அவன் தன் கைகளைத் தட்டினான். “எல்லாம் முடிந்துவிட்டது, நாங்கள் கிளம்பிவிட்டோம்.”

நான் என்னுடைய போர்பன் விஸ்கியையே பார்த்துக் கொண்டிருப்பதைப் பிடித்துவிட்டான். அது அவனை அதிர்ச்சிக்குள்ளாக்கியது.

“நான் வருத்தப்படுகிறேன் என்று மட்டும் நினைக்காதே.” அவன் கோபமாகச் சொன்னான். “நான் என்னுடைய கால்களை எதற்கும் பிரயோஜனமின்றி இழந்துவிட்டேன் என்று ஒரு

நொடிப்பொழுதும் நினைக்காதே. நான் ப்ரூக்ளின் சாம்பியன், முழுநேர விளையாட்டு வீரனாக மாறியிருக்க முடியும். ஆனாலும், எந்தப் பிரயோஜனமுமில்லாமல் இந்தக் கால்களை இழந்தேன் என்று மட்டும் நினைக்காதே, நண்பா. முன்பு நான் அப்படி நினைத்ததுண்டு, ஸ்ட்ரெச்சரில் இருந்தபோது, மருத்துவமனையில் இருந்தபோது. ஏனெனில், அவர்கள் என்னிடம் இருந்த மிகப் பெரும் நம்பிக்கையை எடுத்துவிட்டார்கள்... நான் வீடு திரும்பிவந்து, பூங்காவில் என் குழந்தைகளைப் பார்க்கும்வரை நானும் அப்படித்தான் நினைத்துக்கொண்டிருந்தேன். பிறகுதான், நான் உணர்ந்துகொண்டேன், அவர்களுடைய கண்களில் இன்னமும் அதே பார்வைதான் இருந்தது. ஏனெனில், நான் இந்த உலகத்தின் வேறொரு பகுதியில் என்னுடைய கால்களை இழந்திருக்கிறேன். ஆனால், நான் இதை உணர்ந்துகொண்டேன். எப்படியோ அவர்களுடைய கண்களில் அந்தப் பார்வை நிலைத்திருக்க, நான் என் கால்களை விலையாய்க் கொடுத்திருக்கிறேன். என்னுடைய கால்கள், நெருங்கிய நண்பர்களுடைய கைகள், அத்துடன் என் நண்பர்களின் கண்கள், எல்லா இடங்களிலும் நாங்கள் விட்டுவந்த சிலுவைகள்... அவர்களுடைய பார்வைக்கு என் கால்களை விலையாய்க் கொடுத்துள்ளேன். உனக்குத் தெரியுமா? என்னுடைய உயிரற்ற இந்தக் கால்களால், லட்சக்கணக்கான குழந்தைகளின் கண்களில் இந்தப் பார்வைக்கான உரிமை கிடைத்துள்ளது. ஏனெனில், நான் அதை விலையாய்க் கொடுக்கவில்லை என்றால், ஒருவேளை இந்தக் குழந்தைகளெல்லாம் அவர்களுடைய இந்தப் பார்வையை இழக்க வேண்டியிருந்திருக்கலாம். நாங்கள் அந்தக் கேடுகெட்டவர்களை அங்கேயே நிறுத்திவைத்தோம். அவர்கள் அங்கேயே தங்கிப்போனார்கள். உண்மைதான், அவர்கள் இங்கு வருவதற்கு முயன்றார்கள். ஆனால், அவர்கள் இங்கு ஒருபோதும் வர மாட்டார்கள் என்று உனக்குத் தெரியும். அவர்கள் ஒருபோதும் இங்கு வர முடியாது. ஏனெனில், இங்குள்ள குழந்தைகளுக்குத் தெரியும், என் கால்களை அவர்களுடைய அந்தப் பார்வைக்காக நான் இழந்துள்ளேன் என்று. உனக்குத் தெரியுமா, எனக்காக அவர்கள் தங்கள் உயிரையும் கொடுப்பார்கள், தேவைப்பட்டால் அந்தப் பார்வையைத் தக்கவைத்துக்கொள்ள... சற்றே கடினமானது, ஏனெனில் இந்த உலகத்தின் எஜமானனாக இருப்பது சிரமமானதுதான்... ஆனால், தோற்றுப்போவதைக் காட்டிலும், கேவலமானது ஏதுமில்லை. என்னுடைய கால்கள்

இந்தக் குழந்தைகள் தோற்றுப்போனவர்களல்ல என்று உறுதிப்படுத்துகின்றன."

அவன் சிரித்தான், அவனுடைய கண்கள் பிரகாசமானவை. "இன்னும் வேண்டுமா?"

நான், ஆம் என்றேன். பண்பாடுகளுக்கு இடையேயான உரையாடல் என்பது எளிதான விஷயம் அல்ல. நீங்கள் அதற்காக உழைக்க வேண்டும். அவனுடைய கைகளைப் பார்த்து நான் பயந்துபோனேன், மிகப் பெரியது, மிக அருகில் இருந்தது, மிகக் கனமானது. என்னுடைய உடனடி நிலைப்பாட்டை அவன் புரிந்துகொண்டான். நாங்கள் இருவரும் முயன்று, பல மணிநேரம் அந்த ஸைகான் விஷயம் குறித்து ஆயிரம் விதமான பார்வையில் உரையாடிக்கொண்டிருந்தோம், பைத்தியக்காரர்கள்போல் விவாதித்துக்கொண்டிருந்தோம். ஏனெனில், நான் சொன்னதுபோல், பதுங்குக் குழியில் ஒரே பக்கத்தில் ஒருபோதும் இருக்க முடியாதவர்கள் நாங்கள். ஆனாலும், எங்களால் பேசிக்கொள்ள முடியும். அந்த அளவுக்கு எங்களால் முடிந்தது.

விசித்திரமாக இருக்கிறது: நான் ஜிம்மை மிக நீண்ட காலங்களுக்கு நினைவில் வைத்திருப்பது.

68

ஆனால், ஜிம் தவறாகப் புரிந்துகொண்டிருக்கிறான். அவனுடைய குழந்தைகளின் — இந்த உலகத்தின் எஜமானர்களின் — கண்களில் உள்ளதைக் காட்டிலும் மிகச் சிறந்த பார்வையொன்று இருக்கிறது. அவனுடைய குழந்தைகளின் கண்களைப் போலவே, அவ்வளவு தெள்ளத்தெளிவாக இருந்ததோடு மட்டுமல்லாமல் மேலும் சுத்தமான, கபடமற்றதான, தீர்க்கமான ஒன்று இருந்தது. அது என் மகனின் கண்களிலுள்ள பார்வை. கடலைப் பற்றிக் கேட்ட என் மகன், ஒரு மூலையில் உட்கார்ந்து அழுதவன், இப்போது ஒரு பூனைபோல், ஜாக்கிரதையாகச் சுற்றிக்கொண்டிருப்பவன், யாரையும் தொந்தரவுசெய்யாமலும், எவரும் தொந்தரவுசெய்வதை அனுமதிக்காமலும்.

இது மேலானது, ஏனெனில் அவன் ஏற்கெனவே அந்த மிருகத்தைச் சந்தித்திருக்கிறான். ஒருவேளை நான் அந்த மிருகத்தைக் கண்டு

அச்சம் கொண்டதுபோல் அல்லாமல் அவன் தொடர்ந்து வாழ்ந்துகொண்டிருக்கிறான்.

இது மேலானது, ஏனெனில் மிகப் பெரிய பழைய பொய்கள் அவனைத் தொந்தரவுசெய்வதை அவன் விரும்பவில்லை.

ஒருவேளை, என்றோ ஒருநாள் அவன் தனிமையை உணரலாம், நிச்சயமாக. ஆனால், எனக்குச் சந்தேகமாகத்தான் இருக்கிறது.

அவனுடைய பார்வை மேலானது. ஏனெனில், அது குற்றமற்றது. அது இந்த உலகத்தினுடைய எஜமானர்களின் கண்களைக் காட்டிலும் மேலானது. ஏனெனில், அவனை நாம் பழிக்க முடியாது என்பதோடு, எந்தப் பழிகளையும் அவன் தன்னுடைய பூர்வீகச் சொத்தாகப் பெற்றிருக்கவில்லை. அவனுடைய பார்வையில் இன்னும் ஓர் இசைவுத்தன்மையுள்ளது. ஒருவேளை எந்த மனிதனாலும் அதைத் தொடவோ, அதை அழிக்கவோ முடியாமல்போகலாம்.

நிச்சயமாக அவன் உடந்தையானவன் அல்ல.

69

என் மகனுடைய விரோதி இன்னமும் அங்குதான் இருக்கிறான். வழக்கமான அரசதிகாரிகள் அலுவலகத்தில், மரணதண்டனையை நிறைவேற்றும் இவனைப் போன்றவர்களால் நசுக்கப்பட்ட அவனுடைய கைகளைப் பார்த்துக்கொண்டு.

அவனுடைய கண்கள் அதனுடைய பிடியிலிருந்து விலகிச் சுவரை முறைத்துக்கொண்டிருந்தன. துருத்திக்கொண்டிருக்கும் மேல்வாய் எலும்புக்கு மேலாக உள்ள துளைகளில், சீற்றத்தின் பொறிகள் இரண்டு தோன்றின.

ஒருவேளை அவன், அவனுடைய பழைய சிறையறையை நினைத்துக்கொண்டிருக்கலாம். சிறைக்கம்பிகளுக்குப் பின்னால் அவன் இருந்தபோதும் அவன் மீது பொழிந்த, தாங்க முடியாத அந்த வலியை அவன் இன்னமும் உணர்ந்துகொண்டிருக்கலாம். அவன் அந்தக் கூண்டிலிருந்து வெளியேறியபோதும், எலும்பும்தோலுமாய், நம்பிக்கைகள் உடைபட்டுக் காணப்பட்டான். இந்த வலி எல்லாவற்றையும் கொன்றுவிட்டது. இப்போது மிச்சமிருப்பதெல்லாம், பழைய கரடிபோல் பொருள்களை அள்ளிக்கொள்ளும்

தேவையும், முடிவே இல்லாத இந்த யுத்தம் பற்றிய அவனது பார்வையும்தான். அதில் பலியானவர்களும் மரணதண்டனையை நிறைவேற்றுகிறவர்களும் மட்டும்தான் இருக்கிறார்கள்.

இந்த உலகத்தில் மரணதண்டனையை நிறைவேற்றுவதன் மூலமே ஒருவன் உயிர்வாழ முடியும்.

காட்டுமிராண்டியான, முகமில்லாத இந்தப் போர்வீரன்தான், இருபது நூற்றாண்டுகளாக நம்முடைய பொது நினைவின் வாரிசாக இருக்கிறான். சாதாரணக் குடிமகனின் உடையில் மாறுவேடம் பூண்டு, அவனுடைய சீருடையைத் தவறாகப் பயன்படுத்தி, அவன் கற்ற மனோபாவத்தை நிலைநிறுத்தச் செய்கிறான். அவனுடைய மற்றொரு மாறுவேடம், தொழில்முறைக் குற்றங்களுக்கு உடந்தையாவதை உத்தரவாதப்படுத்தி, அவனை மனிதத்தன்மையற்றவனாக்கி அவனுடைய தனித்தன்மையை மறுதலிக்கிறது. அவன் பார்ப்பதற்கு ஒரு விலாங்கு மீன்போல் அவ்வளவு உணர்வற்று இருப்பதோடு, ஓர் இயந்திரத்தின் அக்கறையற்ற தன்மையையும் நகலெடுக்கிறான்; கடலுக்கப்பால் தொலைதூரத்திலிருந்து கொண்டுவரப்பட்ட வல்லுநர்களால் பயிற்றுவிக்கப்படுகிறான்; அவன் அறிவியலையும் கலைகளையும் நடைமுறைப்படுத்துவதில் உள்ள துல்லியம்தான், நம் காலத்துக்கான மிகத் தெளிவான குறிகளாக இருக்கின்றன.

அவன் எழுந்துநின்றபோது, கோபத்தில் நடுங்கிக்கொண்டே வெறிபிடித்தவன்போல் கத்துகிறான்:

"ஒரு வார்த்தை, இன்னும் ஒரேயொரு வார்த்தை, அத்துடன்..."

இருந்தும், அடித்தொண்டையிலிருந்து வரும் இந்தக் கத்தல்கூடப் பயிற்றுவிக்கப்பட்டதுபோல்தான் உள்ளது. நான் அவனுடைய பிடியில்தான் உள்ளேனென்று மிகத் தெளிவாக அவனுக்குத் தெரியும்: இந்த இருண்ட சிறையறையில் அல்லது வெளியேயுள்ள பிரம்மாண்டமான சிறையறையில்.

வெறுமனே அவனால் கொலை செய்ய முடியும் என்பதில்தான் அவனுடைய மேன்மை அடங்கியிருக்கிறது; அவனது விரோதிகளால் ஒருபோதும் அவனை கொலை செய்ய முடியாது என்பதில்தான் அவனுடைய மேன்மை அடங்கியிருப்பதாக அவன் நம்புகிறான் என்பதால், அவன் எப்போதும் வெற்றிபெறுகிறவனாக இருப்பானென்று நம்புவது ஏறக்குறைய சாத்தியமில்லாமல் இருக்கிறது.

70

புனைவுகளின் பலவீனம்:

ஒரு மனிதனின் மகன், ஒவ்வொரு நாளும் வீரத்தை வெளிப்படுத்துவது என்பது மிகவும் சாதாரணமானதாகவும், நேரடித்தன்மை கொண்டதாகவும், சில சமயங்களில் சலிப்பூட்டுவதாகவும்தான் இருக்கிறது, இல்லையா?

இது துண்டுதுண்டாக இருப்பதைக் கடந்துவிடவில்லை என்றாலும்கூட, இப்பிரபஞ்சத்தைத் தக்கவைத்துக்கொள்ள உதவுகிறது, நம்முடைய பிரபஞ்சத்தை.

நீ உனக்குள்ளாகச் சொல்லிக்கொள்கிறாய்: '...ஆனால், இந்த மனிதன் என்னைப் போன்று சாதாரணமானவன்தான் என்றால், எப்படி இவனால் இந்த உலகத்தைக் காப்பாற்ற முடியும்.'

'நான் வேறு மாதிரியான சாகசத்தை விரும்புகிறேன். தடிமனான புத்தகங்களில் காணப்படும் சாகசம்.' யாரோ ஒருவன் சொல்கிறான்.

ஆனால், நாம் ஒருசில நிமிடங்களுக்கு, நம்முடைய தலைவர்கள், கடற்கொள்ளையர்கள், மிகப் பெரிய கம்பெனிகளை உருவாக்கியவர்கள், பேரரசைத் தோற்றுவித்தவர்கள், கைகோர்த்திருக்கும் தோழர்கள், அச்சம் என்பதையே அறிந்திராத படைத்தளபதிகள், தாய்நாட்டுப் போர்வீரர்கள் என்று எல்லோரையும் மறந்துவிடுவோம்.

இன்று, ஏதோ ஒரு உந்துதலில், ஒரு மனிதனின் மகனுக்கு நம்முடைய மரியாதைகளைத் தெரிவித்துக்கொள்வோம்.

ஆமாம், கூன் விழுந்த முதுகோடு தெருவில் நடந்து கொண்டிருப்பவன், குழந்தைகள் கொண்டவன், அவர்களைப் படிக்கவைப்பவன், பட்ட கடன்களைத் திருப்பிக்கொடுப்பவன், நாளை எல்லாம் வேறுவிதமாக இருக்குமென்று நம்புகிறவன்.

வெறுமனே, இந்தப் பிரபஞ்சத்தைத் தாங்கிநிறுத்துவதற்காக.

'முகமில்லாத நாயகனே, உனக்கு என்னுடைய மரியாதைகள்.'

இப்போது: நாம், சற்றுத் தேவலாம்போல் உணர்கிறோம்.

ஏழு

71

எல்லாவற்றையும் கணக்கிலெடுத்துக்கொண்ட பிறகு, எவ்விதத் தயக்கமுமில்லாமல் என்னால் இதைச் சொல்ல முடியும்: எல்லாவற்றையும் மீறி, நான் மகிழ்ச்சியாக இருந்த தருணங்களும் இருந்தன. இதற்கு மேல் என்ன இருக்கிறது? நான் மகிழ்ச்சியாக இருப்பதற்குக் காரணம், நான் என்னுடைய மூன்று குழந்தைகளால் சிறைப்படுத்தப்பட்டுள்ளேன். அவர்கள் வளர்ந்துகொண்டிருக்கும் ஒவ்வொரு நாளும், எனக்கு மகிழ்ச்சியைக் கொடுத்திருக்கிறார்கள். இந்த உலகத்துக்கு ஒவ்வொருவராக வந்து, ஒவ்வொரு நாளும் எனக்கு மகிழ்ச்சியைக் கொடுத்திருக்கிறார்கள். இது வெளிப்படுத்தப்பட முடியாத அதிர்ச்சி.

மகிழ்ச்சி என்பது உங்களுக்குத் தெரிந்திருக்கும், நாம் பகிர்ந்து கொள்ளும் தருணங்களால் ஆனது.

தண்டனைகள் பற்றி:

"யார் அமெரிக்காவைக் கண்டுபிடித்தது?"

அவள், ஏதோ மிகப் பெரிய குற்றம் செய்துவிட்டதுபோல் அஞ்சிக்கொண்டே: "அது நான் இல்லை."

அப்போது, அவளுக்கு மூன்று வயது.

"நான் இனி பள்ளிக்கூடம் போகப்போவதில்லை. ஆசிரியர் என்னென்னவோ கேட்கிறார், எனக்கு எதுவுமே தெரியவில்லை."

அப்போது அவனுக்கு ஐந்து வயது. நான்கு வயதாக இருந்தபோது, அவள்:

"உங்களிடம் என்னுடைய இசைப்பாடல்கள் பற்றிச் சொல்கிறேன், என்னுடைய நம்பிக்கைகள், கனவுகள்..."

இவற்றையெல்லாம் ஒருவர் மறந்துபோகலாம். ஆனால், இவற்றால்தான் நாம் வாழ்ந்துகொண்டிருக்கிறோம். இவற்றால்தான் தொடர்ந்து வாழ்ந்துகொண்டும் இருப்போம்.

இப்படியாக, இந்த வெளிச்சத்தில் என்னுடைய நாள்களைப் பார்க்கும்போது, இந்த நான்கு சுவர்களுக்குள் என்னைக் கட்டிப்போட்டிருக்கும், முட்டாள்தனமான சங்கிலிகளென்று ஏதுமில்லை.

நான் சிந்திக்கத் தொடங்கினால் மட்டும்தான்.

மூவரையும் வளர்ந்தவர்களாகக் கற்பனை செய்து பார்க்கும்போது மட்டும்தான்.

அத்துடன், இனி வரும் நாள்கள் பற்றி நான் சிந்திக்கும்போது மட்டும்தான்.

ஆனால், இப்போதைக்கு இது அவ்வளவு அழகாக இருக்கிறது. நான் 'லிட்டில் ரெட் இந்தியன் கேர்ள்'ளின் சாகசங்களையும், 'பிக் பேட் பலூன்' கதையைச் சொல்லியும் இரவுகளைக் கழிக்கிறேன். அத்துடன், நாள்களை அவர்கள் அவ்வளவு பேராவலுடன் விழுங்குவதை உணராமலும் அறியாமலும் நான் கேட்கிறேன், பார்க்கிறேன். இந்த உலகத்தின், அவர்களுடைய உலகத்தின் ஒரு பகுதியாகிறார்கள். அதைத் தெரிந்துகொள்கிறார்கள், அதைக் கைக்கொள்கிறார்கள். என்னுடைய காலத்தில் நான் செய்ததுபோல்.

எப்படியிருந்தாலும், ஒரு நாள் வரும், அப்போது அவர்கள் சொல்லக்கூடும், உணராமலும் அறியாமலும்: 'நான் இங்கிருந்து வந்தவன்.' அவர்கள் புரிந்துகொள்வார்கள், என்னுடைய காலத்தில் நான் புரிந்துகொண்டதுபோல். அதாவது, அவர்கள் தவறானதைத் தேர்ந்தெடுத்திருக்கிறார்கள் என்றும், அவர்கள் அந்த நாளின் கதவை அடைத்துவிட்டார்கள் என்றும், அவர்கள், அவர்களுக்கும், அவர்களுடைய குழந்தைகளுக்கும், குழந்தைகளின் குழந்தைகளுக்கும், நசுக்கப்பட்டவர்களின் நிலைமையைத்தான், சுரண்டப்பட்டவர்களின் நிலைமையைத்தான், தொடர்ந்து கொள்ளையடிக்கப்படுகிறவர்களின் நிலைமையைத்தான், மெல்லிய ரொட்டித் துண்டுகளைத்தான், சரியில்லாத

வாழ்க்கையை வாழ்ந்துகொண்டிருப்பவர்களின் சோகத்தைத்தான் தேர்ந்தெடுத்திருக்கிறார்கள் என்றும். அவர்கள் எப்போதுமே சரியாக இருக்கப்போவதில்லை என்றும், எப்போதும் எதுவும் அவர்கள் நிலையை மாற்றப்போவதில்லை என்றும் நாம் நம்முடைய காலத்தில் கண்டெடுத்ததுபோல், அவர்களும் கண்டெடுப்பார்கள்.

இதில், விசித்திரம் என்னவென்றால், அவர்கள் அவர்களுடைய நிலைமையை நேசிக்கக் கற்றுக்கொள்வார்கள்.

பார்சிலோனியாவில் எனக்கு என்ன நடந்ததோ அதுபோல்தான் நடக்கும். சூரியனுக்குக் கீழ் எனக்கான ஓர் இடத்தைக் கண்டுபிடிக்க, வடக்கைத் துருவியகழலாமா என்று ஆழ்ந்து சிந்தித்துக்கொண்டிருந்தபோது — ஏனென்று என்னால் புரிந்து கொள்ள முடியாமல் — இரவுக்குத் திரும்பிவிடுவதென்ற முடிவுக்கு வந்தேன். இரவின் மற்றொரு குடிமகனாக இருப்பது என்று தீர்மானித்தேன். என்னுடைய வற்றாத துக்கத்தை அவர்களுடன் பகிர்ந்துகொள்வதற்காக, நான் இரவின் குடிமகன்தான் என்பதை அறிந்துகொண்டு.

எல்லா இடங்களிலும் ‘லிட்டில் ரெட் இந்தியன் கேர்ள்’, ‘பிக் பேட் பலூன்’ போன்ற கதைகளைச் சொல்லி போதிக்கப்படும் கலகத்தன்மையை நிராகரிக்க நாம் கற்றுக்கொள்ள வேண்டியுள்ளது. இந்தக் கதைகளின் பெயர்கள் கோடிட்டுக்காட்டுவதுபோல், மகிழ்ச்சியான கதைகள்தான். அதன் பிறகு, மகிழ்ச்சியானது, குதூகலமானது, இந்த வாழ்க்கை. எப்படித் தெரிகிறதோ அதுபோல். அதாவது, இரவின் குடியுரிமை என்பது நம் கண்களில் சோகத்தின் திரையைக் கொடுக்கிறது என்பதை நாம் உணர்ந்துகொள்ளும் காலம்வரை.

எல்லோருடைய கண்களும். நீங்கள் செய்ய வேண்டியதெல்லாம் தெருவில் இறங்கிப் பார்க்க வேண்டும், அவ்வளவுதான்.

ஒருவன் அந்தக் கண்களில் தன்னை அடையாளம் கண்டுகொண்ட பின், எப்படி அவனால் எந்தவொரு அரசுப் பதவியையும் ஏற்க முடியும்?

என்னைக் கடந்துபோகும்போது, என்னுடைய நண்பர்கள் என்னைப் பார்த்துக் கண்சிமிட்டுகிறார்கள். நான் தோற்றுப் போனவனென்று கருதுகிறார்கள்.

உங்களுக்குத் தெரியும், நான் அப்படியும் இருக்கலாம்.

தி லிட்டில் ரெட் இந்தியன் கேர்ள், பிக் பேட் பலூன் சிறுகதைகளைக் கொண்டு உன்னால், உன்னுடைய தோல்வியை நெய்துகொள்ள முடியும் என்று யாரால் கற்பனை செய்து பார்த்திருக்க முடியும்?

72

...அவர்கள் என்று வரும்போது, என் நண்பனே அவர்களுடைய தவறான கல்விக்கு பிரெஞ்சுதான் காரணம் என்ற முடிவுக்கு வந்தோம். புத்திசாலியான பிரெஞ்சுக்காரர்கள், இங்கு இருக்கிறார்கள்தான். இந்தப் பகுதியை வென்றவர்களாகப் பாவித்துக்கொண்டு, உழப்படாத குழந்தைகளின் ஆன்மாக்களில், அவர்களுடைய பண்பாட்டை விதைக்கிறார்கள். மிகச் சரியாக ஒரு காலத்தில், அவர்களுடைய தோலின் நிறம் இந்த வேறுபாட்டை வெளிப்படுத்திவிடும்.

அவர்கள் புரிந்துகொள்வார்கள், நான் புரிந்துகொண்டதுபோல், அவர்களுக்குச் சொந்தமானதென்று எங்கும் ஏதுமில்லை. இங்கும் அவர்கள் அந்நியர்கள்தான். ஏனெனில், அவர்களுக்கு பிரெஞ்சு இதயம்தான் பொருத்தப்பட்டுள்ளது. இருந்தும் அவர்கள், பிரான்ஸ் நாட்டைச் சேர்ந்தவர்களும் இல்லை. ஏனெனில், அவர்கள் அங்கே பிரான்ஸில் பிறக்காதவர்கள் அல்ல. எனக்கும் இதுதான் நடந்தது. இறுதியில் அவர்கள் பிரெஞ்சு பேசுவது மட்டும்தான் நடக்கப்போகிறது.

இருந்தாலும், இதற்கு மாற்று என்ன?

பிரெஞ்சு அறிந்திருப்பதால், அவர்கள் பகலின் குடியுரிமையை வெல்ல முடியும் என்ற நம்பிக்கை இன்னும் இருக்கிறது. பிறகு, இரவின் விருந்தாளியாகத் திரும்பிக்கொள்ளலாமென்று என்னை நானே தேற்றிக்கொண்டேன்.

இது இப்படி நடப்பதில்லையென்று எனக்குத் தெரிந்திருந்த போதும். நான் அவர்களை மற்ற இடங்களில் சந்திக்கும்போது, என்னுடைய சகோதர, சகோதரிகளை, பழைய செய்தித் தாளையோ, காலாவதியாகிப்போன பத்திரிகையையோ அல்லது மலைகளின் புகைப்படத்தையோ கேட்கிறார்கள்... இங்கே, என்னுடைய மாபெரும் குடும்பத்தின் சகோதர, சகோதரிகள் ஏதும்

செய்யாமல், எந்த நோக்கமும் இல்லாமல், ஒருவரிடமிருந்து ஒருவர் திருடிக்கொண்டிருக்கிறார்கள். எப்போதும், ஒருபோதும் எதையும் மாற்றுவதில்லை. மற்ற இடங்களில், அவர்கள் எங்கிருந்தாலும், அவர்கள் இழந்ததைக் குறித்துப் புலம்புகிறார்கள். வறுமையையும் சுரண்டலையும் கண்டு புலம்புகிறார்கள் அல்லது தங்களையே தேவடியாத்தனமாக்கிக்கொள்கிறார்கள்: அந்நிய உச்சரிப்புகளை நாக்கில் கொண்டுவந்து, சகல விதங்களிலும் உருமாற்றம்கொள்கிறார்கள். தோலின் நிறத்தைத் தவிர... அவர்கள் தொலைந்துபோனவர்களின் படையைச் சேர்ந்தவர்கள்.

தனிமனிதனாகவும், கூட்டாகவும் தற்கொலை செய்துகொள்வதற்கு நம்மை உழைக்க நிர்பந்திக்கும் நிலையில், நாம் எல்லோரும் ஒன்றுதான் என்பதை நம்மைக் கொண்டே மறுதலிக்கப்படும் நிலையில், நம்முடைய சோகம் என்பது நம் வயிற்றில் ஒரு ரொட்டித் துண்டைப் போட்டுக்கொள்வதற்கு நாம் கொடுக்கும் விலைபோல் தெரிகிறது.

நாம் எல்லோரும் இதில் ஒன்றுபோல் இருக்கிறோம்: இதில் வேறுபடுவதெல்லாம், இந்த மறுதலிப்பின் தீவிரமும், ரொட்டித்துண்டின் தரமும்தான்.

இந்த மறுதலிப்பை நம்மால் ஒருபோதும் ஒதுக்கித்தள்ள முடிவதில்லை.

அல்லது, வேறு வழிகளில் நமக்கான ரொட்டித்துண்டை நம்மால் சம்பாதிக்க முடிவதில்லை.

இப்படியாகத்தான், நான் சிறையைத் தேர்ந்தெடுத்தேன். அவர்களுக்கு வித்தியாசமான ஏதோ ஒன்றைக் கற்றுக்கொடுக்க முயன்றேன்: நீ பிறந்த இடத்தில்தான் நீ சௌகரியமாக உணர முடியும். நான் அவர்களிடம் சொல்கிறேன்: நீ எந்த இடத்தைச் சேர்ந்தவனென்று உணர்கிறாயோ, அங்குதான் நீ வளர முடியும். என்னுடைய தந்தையைப் போல் நானும் இந்த முயற்சியில் தோற்றுப்போவேன் என்று எனக்குத் தெரியும்.

பிறந்த இடம் என்பது அவர்களுக்கும் எனக்கும் என்னுடைய தந்தைக்கும், எங்களுடைய இதயங்களில் பதிந்துவிட்ட நிரந்தரமான ரணமாகும். பெரிய துயரம். கொடூரமான துர்பாக்கியம் நிறைந்த பள்ளம்.

என்னுடைய துயரம் என்னவென்றால், எப்போதும் இருப்பதுபோல், இப்போதும் இருக்கும் இந்தத் துயரத்தை என் பூர்வீகச் சொத்தாகப் பெற்றதுதான்.

என்னுடைய அவமானம் என்னவென்றால், அதே துயரத்தை, என்னுடைய குழந்தைகளுக்கு நான் விட்டுப்போவதுதான்.

என்னுடைய துரோகம் என்னவென்றால், இவையெல்லாம் தெரிந்திருந்தும், இதை மாற்றுவதற்கு நான் செய்ய வேண்டியதைச் செய்யாமல் இருப்பது.

நான், துயரங்களும் தியாகங்களும் வீரமும் நிறைந்த நிகழ்காலத்திலிருந்து உருப்பெறக்கூடிய எதிர்காலத்தைத் தேர்ந்தெடுப்பதற்குப் பதிலாக, எதிர்காலமற்ற மகிழ்ச்சிகளும் குதூகலங்களும் நிறைந்த நிகழ்காலத்தைத் தேர்ந்தெடுத்தேன்.

இந்தத் தேர்வு, இனவாதத்தையும் நியாயமற்றதையும் தற்கொலையையும் தன்னையே அழித்துக்கொள்ளும் சமூகத்தையும் நமக்கு விளக்குவதாக இருக்கிறது. இது என்னுடைய தனிப்பட்ட தேர்வு மட்டுமல்ல; இது நம் தேசப்பண்பின் பகுதியாக இருக்கிறது.

மாற்றுதான் என்ன? நான் கேட்கிறேன்.

எனக்குத் தெரியும், ஏனெனில் சிலர் என்னை ஏளனம் செய்வதை நான் ஏற்கெனவே பார்த்திருக்கிறேன். என்னுடைய கேள்விகள் ஏதோ ஒருவிதத்தில் எல்லா மாற்றங்களையும் நிராகரிப்பதாகக் குற்றஞ்சாட்டுவதைப் பார்த்திருக்கிறேன்.

அவர்கள் என்னிடம் கோட்பாடுகள் பற்றிப் பேசுகிறார்கள். முகமறியா நாயகர்கள் பற்றிய வீரம் செறிந்த பாடல்களை எனக்குப் பாடிக்காட்டுகிறார்கள். மாற்றங்களை அடையாளம்காண, ஒருவன் தடிமனான புத்தகங்களைப் படிக்க வேண்டுமென்று என்னிடம் சொல்கிறார்கள்.

இதற்கெல்லாம் நான், இப்போது இருபது வயது கூடியவனாகச் சொல்கிறேன்: என் நண்பனே, ரிபப்ளிக்கேத்தாவும், நம்முடைய அரசியல் சுதந்திரத்துக்காக வழி அமைத்துக்கொடுத்த ஃபிரீடம்-ரைடர்ஸும் படித்த தடிமனான புத்தகங்களை என்னிடம் காட்டு. வியட்னாமின் மவுன்டன்யார்டர்கள் படித்த தடிமனான புத்தகத்தை என்னிடம் காட்டு, என் நண்பனே. கியூபாவின்

சியர்ரா மாஸ்த்ரா படித்த தடிமனான புத்தகத்தை என்னிடம் காட்டு, நண்பனே.

நண்பர்களே, என்னிடம் இனிமேலும் புளுகாதீர்கள்.

அவர்களுக்குத் தடிமனான புத்தகம் எதுவும் தேவைப்படவில்லை.

நிச்சயமாக இல்லை.

நமக்கு மத்தியில் அவன் செய்யும் கொலை — நமக்கெல்லாம் யார் என்று தெரியும் — எதேச்சையாக மட்டும் நடப்பதில்லை, எப்படியிருந்தாலும்.

அவன்.

அது, சகோதர, சகோதரிகளே நம்முடைய உடந்தைத்தனம்.

நாம் பிறந்ததிலிருந்து இந்த உடந்தைத்தனமும் நம்முடன் வந்துகொண்டிருக்கிறது என்பதோடு, நாம் சாகும் அந்த நாள்வரை நம்முடன் வந்துகொண்டுதான் இருக்கும்.

ஒன்றாக.

எல்லாமுமாக.

73

மிஸ்டர் தேசியப் பாதுகாப்பு அதிகாரி அவர்களே, நான் மேலே சொன்னவை, நான் என்னவாக இருந்தேன் என்பதற்கான, இருக்கிறேன் என்பதற்கான அல்லது என்றுமே கம்யூனிஸ்ட்டாக இருக்கப்போவதில்லை என்பதற்கான ஒப்புதல் வாக்குமூலம் அல்ல.

நான் அழுத்திச் சொல்கிறேன்: நான் ஒரு கம்யூனிஸ்ட்டாக இருந்ததும் இல்லை, இருக்கவும் இல்லை, இனி இருக்கப் போவதும் இல்லை.

ஏனெனில், அது என்னுடைய பிரச்சினையல்ல.

என்னுடைய பிரச்சினை என் மக்களுக்கு எப்படி உணவளிப்பது என்பதுதான்.

இந்த நரகத்தில் அவர்களுக்கு எப்படி உணவளிப்பது.

உணவளிப்பது. அவர்களுக்கு.

இவ்வளவுதான். ஒரு வார்த்தையில் சொல்வதென்றால்.

அத்துடன் சகோதரனே, நீ சொல்லும் வார்த்தைகளைக் கொண்டு, நீ பேசும் வார்த்தைகளைக் கொண்டு, பாதி வெறிச்சோடிக்கிடக்கும் நகரச் சதுக்கங்களில் கோஷம் எழுப்பிக்கொண்டு என்ன செய்ய முடியுமென்று கொஞ்சம் யோசித்துப்பார். வெறுப்பைத் தூண்டும் உன்னுடைய வழிமுறைகள் ஒரு ரொட்டித்துண்டும் ஒரு பீரும் ஒரு துப்பாக்கியும் பெறுவதற்கு மட்டும்தான்.

கோட்பாடுகள்.

சகோதரர்களே, இங்கே பாருங்கள், நான் ஏற்கெனவே சொல்லியிருக்கிறேன், நாம் ஒருவர் மீது மற்றொருவர் கொண்டுள்ள அன்பில், பகிர்ந்துகொள்வதற்கு நம்மிடம் விரோதம் இருக்கிறதென்று.

இந்தச் சகோதரத்துவமும் அளவே இல்லாத விரோதமும் ஒழுங்கற்ற முறையில் உற்பத்தியாகும்போதுதான் பற்றாக்குறைக்குக் கொண்டுவிடுகிறது: தங்கள் துயரத்தை எப்படி வெளிப்படுத்துவது என்றுகூடக் கற்றுக்கொள்ளாத, பின்தங்கியிருக்கும் நம் சகோதர சகோதரிகள் மத்தியில்.

நம்முடைய குற்றவுணர்வுகளுக்குக் காரணமாக இருக்கும் அவர்களிடையே, விரோதமென்பதும் இல்லை, நம்பிக்கையென்பதும் இல்லை, நாளையென்பதும் இல்லை.

அவர்களைப் பற்றிப் பிறகு நினைத்துப்பார்க்கலாம், அதாவது உன்னுடைய ரொட்டியை உன் வாயில் வைத்துக்கொள்ளும்போது.

இல்லை.

அந்தப் பாடல் இல்லாமல் வாழ்வது அவ்வளவு எளிதல்ல.

அதற்கான விலை உண்டு, சகோதரனே.

74

நான் சொல்லிக்கொண்டிருப்பதுபோல்:

தொடர் அச்சம் என்னைக் கந்தலாக்கியது. எல்லாவற்றுக்கும் மேலாக அந்த மிருகம், அதற்குப் படிக்கச் சந்தர்ப்பம் கிடைப்பதற்கு முன்னதாகவே, என்னைக் கொன்றுவிடக்கூடும். முதல் சிறையறையில் அடைபட்டுக்கிடந்தபோது, முற்றத்துக்குக்

குறுக்காக அந்த மிருகத்தைப் பார்த்துக்கொண்டே, என்னுடைய குற்றத்தை மீண்டும் கட்டமைக்க முயன்றேன்: 'இக்குழப்பத்துக்கெல்லாம் காரணம் அரசாங்கத்தின் உயர்மட்டத்தில் காணப்படும் ஊழல்தான்.' நான் இதை முன்னரே சொல்லியிருக்கிறேன்.

நம் நாட்டில், விமானத்திலிருந்து, நிர்வாணமாகப் புனித ஏரிகளில் உயிரோடு மக்கள் தள்ளிவிடப்படும்போது, என் அதிர்ஷ்டத்தாலும் என் நண்பர்களாலும் நான் சிறையில் இருந்த காலம் நினைத்துப்பார்க்கக்கூடத் தகுதியானதல்ல என்றும் நான் சொல்லியிருக்கிறேன். இப்படியிருக்க, இத்தகைய சிறையறைகளை நாம் சிலுவையைச் சுமந்துசென்ற இயேசுவின் துயரத்தோடு ஒப்பிட முடியாதுதானே, முடியுமா?

ஆனால், உண்மையான அச்சம் அந்த மிருகத்தோடு அடையாளப்படுத்தப்பட்டு இறந்துபோவோமா என்பதுதான்.

எப்படியிருந்தாலும், என்னுடைய வாசிப்பு செல்வச் செழிப்புக்கான திறவுகோலை — அப்படி ஒன்று இருக்கும்பட்சத்தில் — என்னிடம் கொடுக்கவில்லை. இருந்தாலும், என்னுடைய வன்முறையானது ஏற்றுக்கொள்ளக்கூடிய விவாத முறையாக எனக்கு ஒருபோதும் இருந்ததில்லை, என் மீது வன்முறை ஏவப்பட்டபோதும்கூட அல்லது நான் பட்டினிகிடக்க நிர்பந்திக்கப்பட்டபோதும்கூட அல்லது நான் ஏமாற்றப்பட்டு, களவாடப்பட்டபோதும்கூட அல்லது நான் இரவின் நிர்வாணமான குடிமகன் என்பதை உணர்ந்துகொண்டபோதும்கூட.

ஆனால், நான் அங்கு, அப்போது அந்த மிருகத்தின் தயவில் இருந்தேன்.

எத்தகைய விசித்திரமான செருக்கு, மரணத்தின் மீதான அச்சத்தை இவ்வளவு ஏளனப்படுத்தியது. மிருகங்களுக்கு மத்தியில் ஒரு மிருகமாக மரணிப்பது.

ஆனால், நாம் அந்த மிருகத்தின் கைதியாக இருக்கும்போது, வேறு எப்படி எதிர்வினையாற்ற முடியும்?

"அவர்கள் என் அருகில்கூட வர மாட்டார்கள்." நான் சத்தியம் செய்தேன். அந்த மிருகம் என் அருகில் வர மாட்டான்.

எதிர்பாராத விதமாய் அந்த மிருகம் இங்கே வந்தால் எப்படி எதிர்வினையாற்றுவது என்று எந்த முன்தயாரிப்பும் இல்லாமல், புகைக்கூண்டுபோல் புகைத்துக்கொண்டு, பெரியபெரிய அடிகள் எடுத்துவைத்து சுவருக்குச் சுவரென்று நடந்துகொண்டிருந்தேன். அவன் இதழியல் பற்றிச் சில பாடங்களை என்னுள் திணிப்பான், தவளையாகும்வரை தொடர்ந்து அடித்துக்கொண்டிருப்பான்.

எதிர்பார்ப்பதுபோல், இது போன்ற சமயங்களில் எப்படி நடந்துகொள்ள வேண்டுமென்று இந்த உலகத்தில் எனக்குக் கற்றுக்கொடுத்தவர்கள் என்னுடைய நண்பர்களும், என்னுடன் வேலைபார்த்தவர்களும்தான்: அவர்களும் மல்யுத்தம் செய்தார்கள், நான் செய்வதுபோல், வார்த்தைகளைக் கொண்டு.

ஆக, இது உடைந்துபோவது தொடர்பான கேள்வியென்றால், நான் முடிவுசெய்தேன்: எனக்கே உரிய முறையில் நான் உடைந்துபோவதுதான் மிகச் சிறந்த முறையாக இருக்கும்.

நான் என் சூரியக் கண்ணாடியை உடைத்து, என் கையை வெட்டிக்கொள்ள முயன்றேன்.

75

ஒரு காட்சி: ஏழுக்கு ஐந்து அளவிலான ஓர் அறை. மெல்லிய மரத்தாலான தரையைக் கொண்டிருந்தது. இது, ஒருகாலத்தில் — அவ்வளவாகப் பிந்தி இருக்க முடியாது — நல்ல முறையில் இருந்திருக்க வேண்டும். தெருவைப் பார்த்திருந்த ஜன்னல்கள், செங்கற்களால் மூடப்பட்டிருந்தன; தாழ்வாரத்தைப் பார்த்திருந்த ஜன்னல், ஒரு பலகையால் மூடப்பட்டிருந்தது; ஒரு மூலையில் உடைந்துபோன ஒரு மரக்கட்டில்; ஒயர்களால் கட்டப்பட்டிருந்த நீளமான முதுகைக் கொண்ட உடைந்துபோன ஒரு நாற்காலி. சுவர்களில் இளஞ்சிவப்பில் ஒட்டப்பட்டிருந்த காகிதம் நகங்கள், விரல்கள் மற்றும் சீப்புகள் கொண்டு கிறுக்கப்பட்ட படங்களால், விநோதமான வாசகங்களால் நிறைந்திருந்தது. சுவர்களிலும் கூரைகளிலும் தரைகளிலும் உறைந்துபோன ரத்தம், காய்ந்துபோன மலம் மற்றும் சிறுநீரின் தடயங்கள். சந்தேகத்துக்கு இடமில்லாமல், நிரந்தரமாகச் சூரிய ஒளிக்கீற்றில் தெரியக்கூடிய, நிர்வாணமான கால்தடங்கள். பழைய மரப்பலகையில் மின்சார அடுப்பின் கால்பதிப்புகள். ஒயர் வலையில் தொங்கிக்கொண்டிருக்கும் எரியாத மின்விளக்கு.

குளிரின் மணம், வெண்ணிற அல்லிப்பூக்களின் மணம். கோரமான வலிகள், வேதனைகளின் மூச்சுக்காற்று. ஒரு மூலையில் அலறல்களின் மௌனமான எதிரொலிகள். இதுதான், அந்த மிருகத்தின் ராஜ்ஜியம். சகோதர சகோதரிகளே: நீங்கள் கட்டும் வரிப்பணம் எல்லாம் இதற்குத்தான் போகிறது.

உங்களுடைய கையை வெட்டிக்கொள்வது சிரமமான காரியம். நீங்கள் உறுதியாகவும் தீர்மானமாகவும் வெட்டிக்கொள்ள வேண்டும். ஆனாலும், அது ஒன்றும் சாத்தியமில்லாதது இல்லை. அது பிடிவாதம் சம்பந்தப்பட்டது. பீறிட்டு வரும் ரத்தத்தின் சிவப்புக்கறை, பழைய கறுப்புக்கறையோடு சேர்ந்துகொள்கிறது. ரத்தத்தின் இதமான சூட்டை உங்களுடைய கைகளில், உங்களுடைய வெள்ளைச் சட்டையின் முழுக்கையின் நுனியில், உங்களுடைய நாகரிகமான கால்சட்டையில், உங்களுடைய தொடையில் உணர முடிகிறது. சூரிய ஒளிக்கீற்று தரையில் பிரதிபலிக்க, அந்த மஞ்சள் ஒளியில் தூசுகளின் நடனம் கண்சிமிட்டலில் காணாமல்போகிறது. இரவு எல்லாவற்றையும் ஆக்கிரமித்திருந்தது. கொஞ்சம்கொஞ்சமாக இருள்.

ஆனாலும், நான் உறுதியாகச் சொல்கிறேன். அந்த மிருகம், என் அருகில் வர மாட்டான்.

76

அவள் உறங்கிக்கொண்டிருக்கிறாள்.

பத்து ஆண்டுகளுக்கு முன், குறுகலான ஓர் இருண்ட அறையில், அவன் ஒரு பெண்ணின் குரலைக் கேட்கிறான்.

“டெலிபோன்!”

பிறகு அவளுடைய குரல், மிகத் தொலைவிலிருந்து:

“வருகிறேனென்று சொன்னாய், ஆனால் நீ வரவில்லை.”

நான் எப்படித் திரும்பிப்போக முடியும்? என்னால் திரும்பிப்போக முடியாது. என்னால் பதினொரு மாதங்களுக்கு வேலைபார்க்க முடியவில்லை. என்னுடைய சிவப்புத் தாடியில் வெள்ளை முடிகள் துளிர்விட்ட மோசமான மாதங்கள் அவை. நான் உடைந்துகிடந்த ஒரு பழைய கட்டிலில் நீட்டிப்படுத்து என் பகல் பொழுதுகளைக் கழித்துக்கொண்டிருந்தேன். இரவுகளில்

ஒரு நரியைப் போல், வெறிச்சோடிக்கிடந்த தெருக்களில் நடந்துகொண்டிருந்தேன். என்னால் திரும்பப்போக முடியாது.

"வருகிறேனென்று உறுதியளித்ததுபோல், நீ வரவில்லை என்பதால், நான் அங்கு வரப்போகிறேன். நான் இருபத்து மூன்றாம் தேதி மாலை நான்கு மணிக்கு அங்கு வந்துசேர்வேன்."

இது பைத்தியக்காரத்தனம் என்று நினைத்துக்கொண்டேன். அவர்கள் அவளை அனுமதிக்க மாட்டார்கள். இவ்வளவு தூரம் இங்கு வந்து, நான் எந்த நிலையில் இருக்கிறேன் என்று அவள் அறிந்தால்... இல்லை, அவள் வர மாட்டாள். நான் என்னுடைய குகைக்குத் திரும்பினேன், என்னுடைய கட்டிலுக்கு. அவள் வர மாட்டாள். நான் பலமுறை நினைத்துப்பார்த்தேன்: இது முட்டாள்தனம்.

ஆனால், அவள் வந்தாள். பொறியிலிருந்து நான் வெளியேற உதவினாள். என்னைக் குளிப்பாட்டினாள், என்னைச் சுத்தம் செய்தாள், ஒரு குழந்தையிடம் பேசுவதுபோல் என்னிடம் பேசினாள், என்னைக் காப்பாற்றினாள்.

நான் வேலை தேடி வெளியே புறப்படத் தொடங்கினேன், மறுபடியும்.

அவள் இன்னமும் இங்குதான் இருக்கிறாள், பத்து ஆண்டுகள் கழிந்த பிறகும். தாமதமாகும்போதெல்லாம்: "எப்போது நீ உறங்கப்போகிறாய்? படுக்க வா. இப்போது நீ எழுதுவதை நிறுத்து. நீ நாளைக்கு அதைத் தொடரலாம்."

நாங்கள் முழு நிர்வாணமாகத்தான் தொடங்கினோம், ஏழை. நாங்கள் எப்படியோ தாக்குப்பிடித்தோம், ஏழைகளைப் போலவே, சற்றுக் குறைவான நிர்வாணத்தோடு. எங்கள் குழந்தைகளை அவள் பெற்றெடுத்தாள். அவள் இங்கு இருக்கிறாள், என்னுடன். என்னால் தூங்க முடியவில்லை, ஏனெனில் நான் இன்னும் என்னுடைய தட்டச்சு இயந்திரத்தைத் தட்டிக்கொண்டிருக்கிறேன்.

ஆனால், கடவுளுக்குத்தான் நன்றி சொல்ல வேண்டும், அவள் இங்கு இருக்கிறாள்.

அதுதான் முக்கியமானது.

77

பிறகு, அதைத் தொடர்ந்து வந்த பிரச்சினைகளும், ஏன் அதற்கு முந்தைய பிரச்சினைகளும் உன் கேடயத்தில் விரிசல் ஏற்படுத்தியிருந்தன: நீ குடிக்கிறாய்.

அதனால்தான் இப்போது, இந்த நொடியில் அவள் வந்து புட்டியை எடுத்துக்கொண்டு போகிறாள்.

அவளால், என்னுடைய கெட்ட பழக்கத்தைப் புரிந்துகொள்ள முடியவில்லை.

அவளால், கேடயத்தில் ஏற்பட்ட விரிசலைப் புரிந்துகொள்ள முடியவில்லை.

ஆனால், அவள்தான் சரி.

அவளுக்கு இருக்கக்கூடிய ஒரே ஆதாயம் என்னவென்றால், அவளால் தூங்க முடிகிறது.

ஒருவேளை, அவளுடைய பாடல் வித்தியாசமானதாக இருக்கலாம்.

ஒருவேளை, இருக்கலாம்.

78

"எப்படியிருக்கிறாய்?"

ஹொராஸே க்ளவ்தியோ, மஞ்சள்நிற ரெயின் கோட் அணிந்திருக்கும் ஒரு யானை. தூறிக்கொண்டிருந்த மழையில், அவன் கைகளைக் கோட் பைக்குள் விட்டிருந்தான். பனிக்கட்டி போன்ற நீலநிறக் கண்கள், தடிமனான கண்ணாடி.

ஆச்சரியத்தோடு, நான் அவனைப் பார்க்கிறேன். இவனைப் பார்ப்பேன் என்று நான் கொஞ்சமும் எதிர்பார்க்கவில்லை. அவன் பாதி-நம்பிக்கையற்ற புன்னகையை உதிர்த்தான், ஏறக்குறைய கூச்சத்தோடு.

நாம் இப்போது கிளம்பலாம் என்று சொன்னேன்.

"நீ எங்கேயும் போகிற எண்ணத்தில் இருப்பதுபோல் தெரியவில்லை."

இல்லை.

"நான் வீட்டுக்குப் போகிறேன்."

நன்றாகத்தான் இருக்கிறது. நான் வீட்டுக்குப் போகவில்லை.

"நான் உனக்குக் காபி வாங்கித் தரட்டுமா?"

கடந்த காலத்தில் இவனிடம் மூன்று முறை வேலை பார்த்திருக்கிறேன். அதனால், இவனை நான் அறிவேன். பார்ப்பதற்குச் சாந்தமாக இருந்தான். ஒருவேளை அந்த இரவில், அவன் தனிமையாக உணர்ந்திருக்கலாம்.

சரி... நன்றி.

நான் எழுந்துநின்றேன். இன்னும் தீர்மானிக்க முடியாததால், சான் மார்ட்டினைக் கடக்கும்போதும் அவனுக்குப் பின்தங்கித்தான் நடந்தேன். சில பகுதிகள் கடந்து, ஒரு சீன உணவகத்துக்குள் நுழையும்வரையிலும் அவனுடைய பிரம்மாண்டமான பின்பகுதியைப் பார்த்துக்கொண்டே அவனைப் பற்றி நினைத்துப் பார்த்தேன்.

இரண்டு ஆண்டுகளுக்கு முன், கிறிஸ்துமஸின்போது, நானும் அவனும் ஒன்றாக இருந்தோம். ஒரு பிணவறையில் இரவு முழுவதும் பிணங்களைப் பார்த்துக்கொண்டு, சலிப்பூட்டுகிற அவனுடைய ஜோக்குகளைக் கேட்டுக்கொண்டு. நான் லீமாவில் ஒண்டியாக வசித்துவந்தேன். அவன் அப்படியில்லை. தந்தி இயந்திரம், அந்தக் கணத்துக்கான தறிக்கெட்ட கோபம், வேலையைவிட்டு நான் நீக்கப்படுதல், உடனடியாக மறுபடியும் சேர்த்துக்கொள்ளப்படுதல், பிறகு இதமான பீர்... எங்களை இரவு முழுக்க அலுவலகத்தில் இருக்கவைக்கும் அவனுடைய கேடுகெட்ட பழக்கம். ஏனெனில், தெருக்கோடியிலுள்ள உணவகத்தில் எங்களுக்குக் காலை உணவு வாங்கிக்கொடுப்பது அவனுக்கு மிகவும் பிடித்தமானது. அவன் இளைஞனாக இருந்தான், தன்போக்கானவன், முக்கியமானவன், இனிமையற்றவன், முரட்டுத்தனமானவன், திறமையானவன். அவனுடைய வாழ்க்கையும் என்னுடையதும் அடிக்கடி சந்தித்துக்கொண்டன. இப்போது இங்கிருக்கிறான், காலை நடைக்காக வந்தவன். மிகப் பிரம்மாண்டமான உருண்டை வெண்ணெய்த் தலையில் மிகச் சிறிதளவு மஞ்சள் நிறத்தில் முடிகள், கசங்கிக்கிடந்த விலை உயர்ந்த நீலநிற சூட் பையில்

அவன் கைகளை விட்டிருந்தான். ஆடம்பரமான டை — ஒருவேளை அழுக்கு படிந்திருக்கலாம், அளவுக்கு அதிகமாகச் செல்லம் கொடுக்கப்பட்ட குழந்தை. கன்னங்கள், தொலைதூரப் பார்வை, ஜப்பானிய கமாண்டோ கண்ணாடிகளுக்குப் பின் நீலநிற இடுக்குகள்.

அவன் எதையோ கொண்டுவரச் சொன்னான், ஒரு கப் காபி. கைமூட்டுகளை மேஜை மீது ஊன்றிக்கொண்டு ஆவலோடு என்னைப் பார்த்தான். நாற்காலியில், என்னுடைய மூட்டையைப் பார்த்தான், மற்றதையெல்லாம் ஊகித்துக்கொண்டான். நான் சிகரெட் பற்றவைத்தேன். அவன் காத்திருந்தான்: என் காபிக்கான விலை, என்னுடைய கதை.

ஒரு சிறுகதை: ஒரு நியாயவானின் வசவுகளையும், பயனற்ற கோப உணர்ச்சிகளையும் அவன் மீது வீசியெறிந்தேன். எனக்குக் கொடுக்கப்பட்ட தண்டனைக்கு எதிர்ப்பு தெரிவித்தேன். எனக்குப் பெருவில் கொடுக்கப்பட்ட தண்டனைக்கும், நான் அதில் பட்ட நீண்ட துன்பங்களுக்கும்: லீமாவில் பைத்தியக்காரர்கள், பயனற்றவர்கள், பாலியல் தொழிலாளிகள், சீர்கெட்டவர்கள் மத்தியில் இரவு வாழ்க்கை வாழ வேண்டியிருந்ததற்கு எதிர்ப்புத் தெரிவித்தேன். என்னுடைய நீண்ட பயணத்துக்கும், என்னை மூட்டைகட்டி அனுப்பிவைத்த தற்செயலான நிகழ்வுகளுக்கும் எதிர்ப்பைத் தெரிவித்தேன். நான் எங்கே பிறந்தேனோ அங்கே பிறந்த காரணத்தால், அநீதிகளால் நிரம்பிய கடினமான, அபத்தமான காலைகளில் நான் நடக்க வேண்டியிருந்ததற்கு எதிர்ப்பைத் தெரிவித்தேன். என்னுடைய இரண்டு சிறப்பான ஆண்டுகள் குறித்துப் பேசினேன்: தூதரகம் மற்றும் செய்தித்தாள். புரையேறும்வரை சிரித்துக்கொண்டே, பெலாவூந்தேவின் விந்து விஷயத்தை எடுத்துரைத்தேன். நண்பர்கள் என்னை அனாதையாக்கிவிட்டார்கள் என்று குறிப்பிட்டேன். என்னுடைய தண்டனைகளை எதிர்கொண்ட வழிகளை, கரும்புள்ளி குத்தப்பட்ட பிறகு அதிலிருந்து விலகி ஏதேனும் ஒரு வேலை தேடியதையெல்லாம் கோடிட்டுக்காட்டினேன். வாழ்க்கையை இனிமையாக வைத்திருக்கக்கூடிய பொருள்களைப் பெரும் சங்கடத்தோடு ஒவ்வொன்றாக இழக்க நேர்ந்ததைப் பட்டியலிட்டேன். வாங்கியபோது அதிக விலை கொண்டிருந்த அந்தப் பொருள்கள், அடகுவைக்கும்போது பிரயோஜனமற்று இருந்தன. நான் சொன்னேன்: நான் தீர்மானமாக இருக்கிறேன்,

அவர்களுக்கு எதிராக ஒருவன் நிற்கும்போது — அவர்களென்று யாரைக் குறிப்பிடுகிறாய் என்று உறுதியில்லாமல் கேட்டான் — உன்னால் வெல்ல முடியாது, நீ என்ன செய்தாலும்.

ஜன்னல்களற்ற அறையில் எனது பகல்கள், இரவுகள் குறித்தும் பணத்துக்காகவும் கருத்த புகையிலைச் சிகரெட்டுகளை, சாக்லேட்டுகளை, தெருக்கோடியில் விற்கப்பட்ட மாமிசத் துண்டுகளைக் காசு கொடுத்து வாங்க மொழிபெயர்ப்புகளை விற்றது குறித்தும் சுருக்கமாகத் திரட்டிச் சொன்னேன். கடற்கரையில் இரவெல்லாம் சுற்றிக்கொண்டிருந்த சோகமான நீண்ட கதையை எனக்கு நானே சொல்லிக்கொள்வதுபோல் சொன்னேன். போகிறபோக்கில், என்னை ஆட்டிப்படைத்த என் நினைவுகளில் ஒலித்த உரத்த குரல்கள் குறித்தும் சொன்னேன். அத்துடன் நான் அவனிடம் சொன்னேன்: ‘இனியும் போராடுவதற்குச் சக்தியேதும் இல்லாததால் கிடைத்ததை ஏற்றுக்கொள்வதென்ற முடிக்கு வந்து... இப்படித்தான் எல்லாமும் முடிகிறது.’ என்னுடைய சிகரெட் கங்கு முதல், காகித மூட்டை வரை.

அவன் நீண்ட நேரம் ஒரேயொரு வார்த்தைகூடப் பேசவில்லை. பிறகு, ஓர் உந்துதலில் ஏதோ முடிவுக்கு வந்தான். ஒருசில சிறு வெள்ளை நிற மாயப்பைகளை மேஜை மீது விரித்தான். அத்துடன், அவனுடைய மலையளவு பிளாஸ்டிக் உறைகள் குறித்து இப்படிச் சொன்னான்:

“எதன் மீது நீ இவ்வளவு கசப்பாக இருக்கிறாய்? இதுதான் சிறந்த விடையாகும்.”

கோபம் தலைக்கேற, நான் போப்பாண்டவர் தன்மையைப் பெற்றேன். மினீயாபொலிஸிலுள்ள அவனுடைய பிரம்மாண்டமான வீடு, அவனுடைய கோடிகள், அவனுடைய முத்திரை, அவனுடைய மத்தியகாலப் பிரபுக்கள் அணியும் கோட் எல்லாவற்றுக்கும் அவனைக் கடிந்துகொண்டேன். என்னை நசுக்கும் அதே அமைப்புதான் அவனுடைய நலனுக்காக உழைக்கிறதென்றும், அதன் பயனை அனுபவிப்பவனாகவும், அதன் வாரிசாகவும் அவன் இருக்கிறானென்றும் குற்றம் சாட்டினேன். அவனுடைய திறமைகளை, படிப்பை, புத்திசாலித்தனத்தை வீணடித்துக்கொண்டிருக்கிறான் என்றேன். ஓ, நான் மட்டும் அவனாக இருந்திருந்தால் என்று என் மூளையின்

ஒரு இருண்ட மூலையில், ஏதோ ஒரு குரல் முணுமுணுத்தது. ஒரே ஒரு ஆண்டு மட்டும் எனக்குக் கிடைத்திருந்தால், அவன் கொள்ளையடித்த ஆண்டுகளில் ஒன்றேயொன்று! மழைத்தூறலும் வறுமையும், பைத்தியக்காரத்தனமும் கொடூரமும் நிறைந்த அவனுடைய உலகத்துக்காகவும் அவனுக்காகவும், அவன் ஓர் எழுத்தாளனாகவும் பத்திரிகையாளனாகவும் இன்னமும் இணைந்திருப்பதாலும், அவன் அதிகபட்சம் இருபது வயதைக் கடந்திருக்க மாட்டான் என்பதாலும், அவன் ஆற்ற வேண்டிய கடமைகள் பற்றி மிகக் கடுமையாகப் பேசினேன். மேலும், நான் துணிச்சலோடு அவனுடைய போதைப் பழக்கத்தை அவமதித்தேன். பிறகு, அந்தச் சிறிய பிளாஸ்டிக் உறைகளை அருவருப்போடு முறைத்துப்பார்த்துக்கொண்டிருந்தேன். தொழில்ரீதியான நண்பர்களிடம் அச்சத்தையும் துக்கத்தையும் தற்கொலையையும் கண்ணீரையும் விதைத்த அந்தச் சிறிய பிளாஸ்டிக் உறைகள் குறித்து எனக்குத் தெரியும்.

எல்லாம் முடிந்த பின்பும், அவன் ஏதும் சொல்லவில்லை. நான் சொல்வதையெல்லாம் கேட்டுக்கொண்டிருந்தான், அமைதியாகவும் நிதானமாகவும். நான் முடிக்கக் காத்திருந்தான். அவன் அந்த பிளாஸ்டிக் உறைகளைத் திரும்ப எடுத்து, அவனுடைய சட்டைப்பைக்குள் வைத்துக்கொண்டான். படிய வாரப்பட்ட தலையைத் தொங்கவிட்டான். பிறகு, எழுந்துநின்றான்.

“நாளை என்னைத் தொலைபேசியில் தொடர்புகொள்.”

கிளம்பிப்போவதற்குத் தயாரானவன், திடீரென்று ஏதோ ஒன்றை நினைத்துக்கொண்டதுபோல் திரும்பிவந்து மேஜை மீது கொஞ்சம் பணத்தை வைத்தான்.

“நிச்சயமாக, இது கடன்தான்.”

தன்னந்தனியாக, நான் நல்ல சிகரெட் பெட்டி ஒன்றைக் கொண்டுவரச் சொன்னேன். என்னுடைய கால்களை நன்றாக விரித்துவைத்துக்கொண்டு, இரண்டாவது முறையாகக் காபி கொண்டுவரச் சொன்னேன். என் மூளை வெற்றாகக் கிடந்தது.

நான் வெளியே வந்தபோது, இருட்டு அதன் இறுதித் தாக்குதலை நடத்திக்கொண்டிருந்தது. நகரத்தின் வழக்கமான தீவிரம் தொடங்கிவிட்டது. அசதி என்னை முழுமையாக ஆட்கொண்டது.

நான் சைனா டவுனிலுள்ள ஓரியன்டல் ஹோட்டலில் அறையொன்று எடுத்தேன். முன்னர், சில சமயங்களில் இதுதான் என்னுடைய சரணாலயமாக இருந்தது. நான் இங்கு சௌகரியமாக உணர்ந்தேன். பகல் முழுவதும் உறங்கினேன். ஏனெனில், மற்ற எல்லோரும் உறங்கப்போகும்போதுதான் ஹொஸே க்ளவ்தியோவுக்கு விடியல். ஹொஸே க்ளவ்தியோ எனக்குக் கொடுத்த கடைசி வேலையும் அதுதான்.

சூரியன் மறைந்த பிறகு, நான் என் முகத்தைக் கழுவிக்கொண்டேன். நான் மறுபடியும் அதைக் கேட்டேன். அது அங்கேயேதான் இருந்தது.

என்னுடைய அழுக்குத் துணிமூட்டைக்கும் கந்தல் காகிதங்களுக்கும் மத்தியில்.

79

ஓர் ஆண்டு கழித்து, அவ்வளவு அதிகம் இல்லையென்றாலும், போதிய அளவு தின்றுவிட்டு, நியூயார்க் நகரின் வடக்காக ஒரு கொட்டகையில், நாங்கள் உள்ளாடைகளுடன் அமர்ந்து நெருப்பைப் பார்த்துக்கொண்டிருந்தோம். பனித்துளிகள், மிகப் பெரிய சந்திரன்.

இது ஹாரியின் கொட்டகை. ஆனாலும், ஹொஸே க்ளவ்தியோ எங்களோடு இரவு உணவுக்குச் சேர்ந்துகொள்ள வரும்வரை அவன் வருவது குறித்து எங்களுக்குத் தெரியாது. நான் ஹொஸே க்ளவ்தியோவின் பணத்தில், ஹாரியின் பணத்தில் பயணித்துக்கொண்டிருந்தேன். பதினான்கு மாதங்களில் நான் பார்த்த இடங்களை, பேட்டிகளை, தனிமையை, குடித்துவிட்டு அடித்த கும்மாளங்களை, பெண்களை, வாசிப்புகளை மற்றும் பயணங்களில் பகலின் குடிமகனாகப் பார்த்ததையெல்லாம் ஜீரணிக்க முயன்றுகொண்டிருந்தேன். ஹொஸே க்ளவ்தியோ வந்தான், அவனுடைய விடுமுறையில். ஹாரி தூங்கிக்கொண்டிருந்தான். அப்போது, மாலைப் பொழுது முடிவுக்கு வந்துகொண்டிருந்தது. குடிப்பதும் உண்பதும், நீண்ட மகிழ்ச்சியான தருணங்களும் ஏறக்குறைய முடிவுக்கு வந்துகொண்டிருந்தன.

அவனுடைய தடிமனான கண்ணாடிகளின் ஊடாக என்னை மீண்டும் பார்த்தான். அமைதியான பார்வை. உணர்ச்சியற்ற நீலநிற இடுக்குகள். குழந்தையின் கன்னங்கள்.

"நமக்கு இங்கு எதுவும் இல்லை... எனக்கு ஏதுமில்லை." அவனிடமிருந்து அவனுடைய அபிப்ராயத்தைப் பிடுங்குவதற்காகச் சொன்னேன்.

எப்போதும்போலவே அவன் என்னைப் பார்த்துக்கொண்டிருந்தான். ஏதும் சொல்லவில்லை.

"இவர்கள் நமக்கு மிகப் பெரிய மாமிசத்துண்டைக் காட்டுகிறார்கள். ஆனாலும், நாம் இரவிலிருந்து வரும் விருந்தாளிகள்தான். பகலைப் பார்ப்பதற்கு அழைக்கப்பட்ட, கொடுத்துவைத்த இரவின் குடிமகன்கள். எது கடைசி வார்த்தை? அதாவது, நான் பாதி-கடவுள்களின் உலகத்தைப் பார்க்க வந்த பாதி-மனிதனா? அவர்கள் எனக்குப் பகலின் குடிமகனுக்கானதைக் காட்டியதென்பது, என்னால் அவர்களை ஒருபோதும் எதிர்த்துநிற்க முடியாதென்றும் அதனால் நான் திரும்ப என்னுடைய இரவுக்குச் செல்ல வேண்டும் என்றும் எனக்குக் கற்றுக்கொடுக்கத்தானா? நான் என்ன செய்ய வேண்டும்?"

"அது ஒவ்வொரு மனிதனின் மனசாட்சி சார்ந்த பிரச்சினை." அவன் மெல்லிய குரலில் சொன்னான்.

சிறிது நேரம் கழித்து அவன் குடிப்பதை முடித்துக்கெண்டான். "குட் நைட்..." என்று எழுந்துகொண்டான். தடிமனான, வெண்ணெயாலான, ஆடைகளற்ற, பிரம்மாண்டமான ராட்சஸன் அவன். அவன் திரும்பியபோது, வடு ஒன்றைப் பார்த்தேன். பச்சைப் பாம்புபோல் கழுத்திலிருந்து தொடங்கிப் பிட்டங்களுக்கு இடையில் முடிந்தது...

"ஹொஸே க்ளவ்தியோ..."

திரும்பிப் பார்க்காமலேயே, அவன் அதைப் பற்றி என்னிடம் சொன்னான்:

"ஒரு விபத்து, வலி. இப்படியாகத்தான் இந்தச் சிறு வெள்ளைப் பைகள் சமாச்சாரம் தொடங்கியது. அதே சமாச்சாரம்தான் உன்னை இங்கே கொண்டுவந்தது."

அத்துடன், அவன் படுக்கச்சென்றான்.

அடுத்த நாள் காலையில், போய்வருகிறேன் என்று சொல்லிக்கொள்ளாமலேயே கிளம்பிப்போனான். ஏனெனில், நான் அப்போது உறங்கிக்கொண்டிருப்பதாக நினைத்திருந்தான். நான் அவனை மறுபடியும் பார்க்கவே இல்லை. அவனுடைய குரலை மட்டுமே கேட்டேன். சில ஆண்டுகள் கழித்து, விமான நிலையத்திலிருந்து தொலைபேசியில் தொடர்புகொண்டபோது,

“என்னை இவ்வளவு சீக்கிரம் எழுப்புவதற்கு உனக்கு எவ்வளவு துணிச்சல் இருக்க வேண்டும்” என்று சொல்லி இணைப்பைத் துண்டித்தான். அப்போது நேரம் மாலை மூன்று மணி.

நான் என் விமானத்துக்குச் சென்றேன், என் மலைகளுக்குத் திரும்பிச்சென்றேன், எரிச்சலோடு. ஏனெனில், இவ்வளவும் கொடுத்தவன், அவனுடைய நட்பை மட்டும் எனக்குக் கொடுக்க மறுத்தான்.

தனிப்பட்ட முறையில் ஏதும் இருப்பதாக நான் நினைக்கவில்லை. அவனுடைய வாழ்க்கையை வாழ்ந்துகொண்டிருப்பதில், அவன் ஓய்வு ஒழிச்சலின்றி இருந்தான். அவனுக்குக் கொடுக்க என்னிடம் ஏதுமில்லை.

நான் இப்போது அதே விஷயத்தைத்தான் அனுபவித்துக் கொண்டிருக்கிறேன். என்னால் அவனைப் புரிந்துகொள்ள முடிகிறது. இறுதியாக, ஹொரஸே க்ளவ்தியோ ஏன் என் நண்பனாகவில்லை என்பதைப் புரிந்துகொண்டேன். ஏன் சலஸார், என்னுடைய அந்தக் காகிதக் கட்டுகளை விவாதிப்பதற்கு முன்னரே இறந்துபோக வேண்டும்.

தனிப்பட்ட முறையில் ஏதுமில்லை.

இது, சாதாரணமாகச் சொல்வதென்றால், தான் என்ற அகங்காரத்தில், இந்த உலகத்துக்கு எதிராக நீ சலிப்போடு முன்வைக்கும் தற்காப்பில் பல விஷயங்கள் குறித்துத் தனிமையில், மௌனத்தில் நாம் கற்றுக்கொள்கிறோம். மற்றவர்கள் எவராலும் கற்றுக்கொடுக்க முடியாத விஷயங்கள். எழுதுவது என்ற கெட்ட பழக்கம்போல்.

அல்லது அந்தப் பாடல்போல்.

80

எதேச்சையாக, நான் அவனை எட்டு ஆண்டுகளுக்குப் பிறகு பார்த்தேன். கொமெர்ஸியோ தெருவில், அதாவது அவனுடைய புத்தகத்தைப் பார்த்தேன்.

அழகான கண்ணாடிக்குப் பின்னால், நடுவாந்தரமாக. என்னையே பார்த்துக்கொண்டிருப்பது போன்று, முகத்துக்கு முகம். அவன் என்னைக் கடிந்துகொள்வதுபோல் உணர்ந்தேன்.

ஏனெனில், எப்போதும் என்ன செய்ய வேண்டுமென அவன் அறிந்திருந்தான் என்று அவனுடைய புத்தகம் சொல்லியது. தான் ஒரு இரவின் குடிமகன்தான் என்பதை அவன் எப்போதும் அறிந்திருந்தான். அவன் சலுகைகளோடு பிறந்தவன், பெரும் செல்வத்துக்குச் சொந்தக்காரன். இந்த அமைப்பின் பயனைப் பெற்றுக்கொள்கிறவனாகவும் அதன் வாரிசாகவும் இருக்கும் அவனுக்கு எப்போதும் தெரிந்திருந்தது, அவன் போராடிக்கொண்டிருக்கும் ஒரு இரவின் குடிமகன்.

இப்போது இங்கிருக்கிறான், தடிமனான கண்ணாடியுடன், குழந்தைக் கன்னங்களுடன். கண்களில் சுழன்றுகொண்டிருந்த நீலநிற ஐஸ்கட்டி, அவன் முகம் என்று அணிந்துகொண்டிருக்கும் முகமூடியை வெளிப்படுத்தியது, அவனுடைய புத்தகங்களின் பட்டியலுக்கு மேலாக.

கடைசியாக அவனுக்கு நியூயார்க்கில் என்ன தெரிந்திருந்ததோ, அது எனக்கும் தெரியவந்தது — என்னுடைய நண்பனாக இருக்க அவன் விரும்பாததற்குக் காரணம்.

அவன் எப்போதும், இரண்டு சிறையறைகள் மற்றும் மூன்று குழந்தைகளுக்கு இடையில் கைதியாக இருந்ததில்லை.

அவன் நேசிப்பதற்கு வேறொரு வழியை வைத்திருக்க வேண்டும்.

அவன் அவனுடைய சுதந்திரத்துக்கான பாதையைக் கண்டு பிடித்திருக்க வேண்டும்.

என்னுடையதை என்னால் ஒருபோதும் கண்டுபிடிக்க முடியவில்லை.

எட்டு

81

அவர் 1912 இல் பிறந்தார். எந்த இடத்தைச் சேர்ந்தவர் என்பதில் அவர் ஒருபோதும் உறுதியாய் இருந்ததே இல்லை. ஒருவேளை, தான் எந்தொரு இடத்தையும் சேர்ந்தவனில்லை என்று கண்டறிவதற்கு முன்னரே அவர் இறந்துபோயிருக்கலாம். அல்லது, ஒருவேளை தான் இந்த இடத்தைச் சேர்ந்தவன்தான் என்று சொன்னதும் சரியாக இருந்திருக்கலாம். எப்படியிருந்தாலும் அவர் ஒரு விசித்திரமான பிறப்பாக இருந்தார்: மத்தியதர வர்க்கம் என்று ஒன்று இல்லாதபோது, அவர் மத்தியதர வர்க்கத்தைச் சேர்ந்தவராக இருந்தார். அத்துடன் அவர் அச்சுப் பிறழாத கனவானாகவும் இருந்தார். ஒரே ஒரு முக்கியமான விஷயத்தைத் தவிர: அவர் எப்போதும் ஒட்டாண்டியாக இருந்தார். அவர் படித்த மனிதராக இருந்தார். ஆனாலும் அவருடைய கல்வி, அவர் எங்கு வாழ்கிறார் என்பதை உள்ளடக்கியதாகவும் இருந்தது. இது, நடைமுறைக்குச் சற்றும் பொருந்தாததாக இருந்தது.

அவர் வெள்ளையர். இது சாதகமானதாக இருந்திருக்க வேண்டும். அவர் ஒரு மெஸ்டிஸோ. அஹீ மீதான, ஹல்பவைக்கா மீதான அவரது காதல்தான் இதை வெளிப்படுத்தியது. இந்தக் கலப்பு எப்போதோ நடந்துவிட்டது, சல்டாவில், எப்போதோ. ஆனால், அது அங்கு நடந்தது. அது நடந்தது அங்குதான்.

அவர் எனக்குக் கற்றுக்கொடுத்தார்: ‘ஒருபோதும் அரசியலில் மட்டும் தலையை நுழைக்காதே. ஏனெனில், அது கண்ணியமான மனிதர்களுக்கானது இல்லை.’ ஆறாவது முறையாக அவர் இதைச் சொன்னபோது நான் பதில் சொன்னேன், அப்போது நான் எப்படிப் படிப்பதென்று அறிந்திருந்தேன்: ‘ஆனால், அரசியலைக் கண்ணியமற்றவர்களிடம் கொடுத்துவிட்டால், இந்த

நாட்டை அவர்களுக்குத் தங்கத்தட்டில் வைத்துக் கொடுப்பதற்குச் சமமாகும்.' அவருக்கு என்ன பதில் சொல்வதென்று தெரியவில்லை.

அவருடைய சாகசம் தோட்டாக்களோடு சம்பந்தப்பட்டதல்ல. அது ரொட்டித்துண்டுகளோடு சம்பந்தப்பட்டது. நாற்பது ஆண்டுகளாக மேஜை மீது அவர் வைத்திருந்த ரொட்டித்துண்டுகள். தோற்றுப்போன, உடைந்துபோன மனிதன், அவரது இதயம் துயரத்தால் வெடித்தது.

அவர் நல்லவர்: கடவுள் மீது பற்றுள்ளவர். பின்னாள்களில் விஷயங்கள் மனிதனின் பிடியிலிருந்து கைநழுவிப்போகும்போது, அவை கடவுளின் கரங்களில்தான் இருக்குமென்று நம்பினார். மிகையானதையெல்லாம் மிகைப்படுத்தும், அவரைப் போல் இல்லாத அவருடைய மனைவி, 'அமைதியாய் இரு' என்று சொல்லக்கூடும். மனைவியின் இந்த வார்த்தைகள், பித்தளையைத் தங்கமாக்கும் மாயத்தன்மையைக் கொண்டிருக்கும்.

ஆனால், அவர் நிஜமாகவே தவறாகப் புரிந்துகொண்டிருந்தார்.

அவர் ஏன் போருக்குச் சென்றாரென்று எனக்குத் தெரியவில்லை. குடிமைக் கடமை பற்றியெல்லாம் அவர் எப்போதும் ஏதேனும் சொன்னதாக என்னால் நினைத்துப்பார்க்க முடியவில்லை. அதே காரணங்களுக்காகத்தான் பாலியல் தேவை குறித்தும் அவர் ஒருபோதும் எங்களிடம் பேசியதில்லை: ஒருவேளை குழந்தைகளோடு இதைப் பற்றி எப்படிப் பேசுவதென்று அவருக்குத் தெரியாமல் இருந்திருக்கலாம். இருந்தும், ஒருநாள் நாங்கள் பூங்காவில் சாக்கர் விளையாடிக்கொண்டிருந்தபோது, அவருடைய அக்குளில் தேசப்பற்றுக்கான அடையாளத்தைக் கண்டேன்: பராகுவேவின் இயந்திரத் துப்பாக்கி, ஒரு தோட்டாத் துண்டை அங்கே தள்ளியிருந்தது. பிறகு, அவருடைய வாழ்க்கை முழுக்க அது அங்குதான் இருந்தது. அது குறித்துக் கொஞ்சம்போல் மற்றவர்கள் என்னிடம் சொல்லியிருக்கிறார்கள் என்றாலும், அவர் ஒரே ஒரு வார்த்தைகூட அது குறித்து மூச்சுவிட்டதில்லை.

அவர் சொன்னார் என்பதற்காக, செய்துகொண்டிருக்கும் எதையும் நான் செய்துகொண்டிருக்கவில்லை. அவர் செய்து கொண்டிருப்பதை நான் பார்த்திருப்பதால்தான் நான் செய்து கொண்டிருக்கிறேன்.

அத்துடன், அவர் என்ன செய்தாரென்று மற்றவர்கள் என்னிடம் சொல்லியிருப்பதாலும், அவர் என்ன செய்தாரென்று அவருடைய மனைவி, அதாவது என்னுடைய தாய் சொல்லியிருப்பதாலும்தான். அவர் உயிரோடு இருந்தபோது, அவரை ஏதோ ஒரு கோமாளி என்பதாக எடுத்துக்கொண்டதால், அவருடைய மரணத்துக்குப் பிறகுதான் நான் அவரைத் தீவிரமாக எதிர்கொள்ளத் தொடங்கினேன். ஏனெனில், கற்றுக்கொள்வதற்கு ஏதோ இருக்கிறது என்றும் இப்படியாகக் கற்றுக்கொள்ளும் விஷயங்கள் ஒருபோதும் மாறப்போவதில்லை என்றும் நான் கற்றுக்கொள்வதற்கு முன்னரே நான் கற்றுக்கொண்ட விஷயங்கள் நிறைய இருந்தன.

ஆனால், நான் அவருடைய அடியொற்றி நடந்த நிழல் மட்டுமே. சில சமயங்களில் நான் அதற்கருகில்கூட வர முடியாதென்று நினைத்ததுண்டு. அவருடைய தனிமையின் சாலையில்தான் நாங்கள் எல்லோரும் அவரைத் தொடர்ந்தோம். ஆனால், அவருடைய தனிமை மேலும் ஆழமானது. ஏனெனில், அவர் எங்களுக்குச் செய்ததற்கு இணையாக நாங்கள் யாரும் அவருக்கு ஏதும் செய்ததில்லை: எங்களுக்கு அவர் மகிழ்ச்சியான குழந்தைப் பருவத்தைக் கொடுத்தார். அல்லது ஒருவேளை எங்களுக்கு அவர் அதை மட்டும்தான் கொடுத்தார் என்றுகூட நாங்கள் நினைத்தோம். ஒருவேளை, அவர் எங்களுக்கு அதையும் கொடுக்கவில்லை என்று நாங்கள் கண்டுபிடிப்பதில் ஈடுபட்டிருந்திருக்கலாம். இருந்தாலும், அவர் கொடுத்தார் என்றே நினைக்கிறேன். எப்படியிருந்தாலும், அவர் எனக்கு அதைக் கொடுத்தார்.

அவருடைய தனிமை மிக ஆழமானது. ஏனெனில், என்னுடைய காலத்திலேயே அவரைப் போன்ற ஒருவரைக் காண முடியாமல் இருக்கும்போது, அவருடைய காலத்தில் எப்படி இருந்திருக்குமென்று என்னால் இன்று கற்பனை செய்து பார்க்க முடிகிறது. அன்று தலைக்கு மேல் ஒரு கூரை வேண்டும் என்று கேட்பதே, நிலவைக் கேட்பதாகப் பார்க்கப்பட்டது. கருத்த தோல் உடையவர்கள் கல்லூரிகளுக்குச் சென்றது கிடையாது. எங்களுடைய பணக்கார மாமாக்கள், கொடுத்தனுப்பும் பழ மூட்டைகளைத் தூக்கிக்கொண்டு வரும் இந்தியன், வாயிற்படியில் நாய்க்குட்டியுடன்தான் உறங்குவான். சில காலைகளில் மூட்டை

முழுவதும் பனியால் மறைக்கப்பட்டிருக்கும். வாழ்க்கை எங்களுக்கு இலகுவாகத்தான் இருந்தது.

அவர் சரியான விஷயங்களைத்தான் செய்தாரென்று என்னால் உறுதியாகச் சொல்ல முடியாது. ஒருவேளை அவர் என்ன செய்திருக்க வேண்டுமென்று நினைத்தாரோ, அதைச் செய்ய முயன்றிருக்கக்கூடும். எனக்குத் தெரியும், அதில் அவர் வெற்றிபெறவில்லை என்றுதான் அவர் நினைத்தார். ஏனெனில், தோல்வி நிச்சயமானதென்று அவர் உறுதிப்படுத்திக்கொண்டதுதான் அவரைக் கொன்றது என்றும் எனக்குத் தெரியும். இருந்தாலும், அவருடைய விதவை சொல்வதுபோல, அவர் அதில் தவறாகிப்போயிருக்கலாம். ஒருவேளை அவருடைய குறி தவறிவிட்டதென்ற சிந்தனையோடு அவர் இறந்துபோயிருக்கலாம். ஒருவேளை எங்களுடைய சந்தேகங்களை நிவர்த்திசெய்துகொள்ள எங்களுக்கு இருபது ஆண்டுகள் தேவைப்பட்டிருக்கலாம். இன்று அது என்னவாக இருக்கிறது, எப்படியாக இருந்தது, நாங்கள் என்னவாக ஆகியுள்ளோம் என்பதையெல்லாம் பார்க்கும்போது, கடைசிவரை அவர் தவறாகிப்போனார் என்றுதான் நினைக்கத் தோன்றுகிறது. ஒருவேளை அவர் என்ன செய்திருக்க வேண்டுமோ, அதை மட்டுமே செய்திருக்கலாம். ஆனாலும், எவ்விதச் சுவடும் இல்லாமல் அவர் ஒன்றும் முற்றுமுழுவதுமாக மறைந்துபோய்விடவில்லை. முழுமையாக இல்லை.

தனிப்பட்ட முறையில், இந்த இடத்தை நேசிப்பதற்கு, என்னிடம் காரணங்கள் ஏதுமில்லை, தர்க்கரீதியான காரணங்களும் இல்லை. நான் நேசிக்கிறேன் என்றாலும், இதைப் பற்றிச் சிந்திப்பதை நிறுத்தும்போது, நான் இந்த இடத்தை நேசித்திருக்கக் கூடாதென்றும் தோன்றுகிறது.

ஒருவேளை அவரிடம் விடை இருந்திருக்கலாம். ஒருவேளை அது அவருக்குப் போதுமானதாகவும் இருந்திருக்கலாம். எதிர்பார்த்ததுபோல் விஷயங்கள் நடக்காததற்குக் காரணம், அந்த விடை அவ்வளவு சரியான ஒன்றாக இல்லாமலும் இருந்திருக்கலாம்.

அவருடைய பங்கை அவர் செய்தார். மற்றவர்கள்தான் அவரைக் கைவிட்டார்கள். இது அவ்வளவு எளிமையானது. ஆனாலும், இந்த இடத்தைச் சேர்ந்தவர் என்பதில் அவர் அவ்வளவு

உறுதியாக இருந்தார். எப்படியிருந்தாலும், அவருடைய நண்பர்களும் இதையேதான் சொல்லியிருப்பார்கள்: அவருக்கு இரண்டு நண்பர்கள். அதில் புத்திசாலியானவன் பிரேசிலுக்குச் சென்றான். முட்டாள் ஒருவன் அவரைப் போல் இறந்துபோனான்; நிர்வாணமாக, நோய்வாய்ப்பட்டு, தொங்கவிடப்பட்டு, உறிஞ்சப்பட்டு — அவருடைய இதயம் துயரத்தில் மூழ்கியிருக்க.

ஆமாம், அவர் சுரங்கப் பொறியாளர்தான். அவர் வேறு என்னவாக இருந்திருக்க முடியும்? பொறிக்கப்பட்ட அவரது சாகசத்தன்மை என்பது மற்றவர்களான நமக்கு, வெறும் வார்த்தைகளாக மட்டுமே இருக்கும்: எண்ணெய்க்குழாய்கள், தகரம், கந்தகக் கல், மின்சாரக் கேபிள்கள், வரிசையாக மணல்மேடுகள். ஒருநாள், அவருடன் அந்தப் பெரிய மலைக்குச் சென்றேன். ஆனால், அதற்குள் அவருடைய இதயம் எங்கோ தொலைந்துபோக, நாங்கள் திரும்ப வேண்டியிருந்தது. சில சமயங்களில், மற்றவர்களுடைய சொத்துகளை அளந்து முடித்துவிட்டு, விடியற்காலையில் உறைந்தும் தன்னந்தனியாகவும் அவர் வீட்டுக்கு நடந்துவருவதைப் பார்த்திருக்கிறேன். ஒட்டகமும் ஊசியும் உவமையில் சொல்லப்பட்டிருக்கும் உண்மை என்பது, சூரியன்போல் அவ்வளவு பிரகாசமாக அவருடைய வாழ்க்கையில் இருந்தது. அதனால், அவர் ஊசியின் காது வழியாக ஒட்டகத்தைத் தள்ளிவிட முயன்றுகொண்டிருந்தார். ஆனால், அது அவ்வளவு எளிதல்ல. எவ்வழியில் பார்த்தாலும், அது அவ்வளவு எளிதல்ல.

நான் பார்த்த முதல் மரணம், அவருடையதுதான். அத்துடன், அவர் எனக்கு என்னவாக இருந்தார் என்பதாலும், எனக்கு என்னவாக இன்றும் இருக்கிறார் என்பதாலும், அவர் நாள்தோறும் என்னுள் இறந்துகொண்டிருக்கிறார். அவரது மரணம் மரணிப்பதை நிறுத்துவதே இல்லை. ஒரு மரணத்தை மீண்டும்மீண்டும் வாழ்ந்து அனுபவிப்பதற்கு, அவருடைய மரணம் என்னைச் சபித்துவிட்டது.

ஒவ்வொரு காலையிலும், அவர் உயிரோடு இருக்கிறார். ஒவ்வொரு மதியமும் அவர் இறந்துபோகிறார். அவர் இறந்துவிட்டார் என்று நான் நினைக்கும்போதெல்லாம், அவர் இறந்துபோகாமல் இருக்கிறார். ஏனெனில், ஒவ்வொரு காலையிலும் நான் அவரை நினைத்து, ஒவ்வொரு மதியத்திலும்

அவரைப் புதைத்துவிடுகிறேன். இருந்தாலும், நான் எழுப்புவதற்காக அவர் காத்துக்கொண்டிருப்பதுபோல், மீண்டும் நான் அவரை நினைத்துப்பார்க்கிறேன். அவர் இறந்ததுபோல் அவர் இறந்ததால், நான் இறக்கும்வரை அவர் இறந்துபோக மாட்டார்.

ஒருசில நாள்களில், நான் அவர் குறித்து நல்ல விதமாக நினைக்கிறேன். வேறு சில நாள்களில், வேறு விதமாக நினைக்கிறேன். சில சமயங்களில் நான் அவரை விமர்சிக்கிறேன், அவரை இகழ்கிறேன். சில சமயங்களில் நான் அவரைப் போற்றுகிறேன். சில சமயங்களில் விஷயங்கள் அவருக்கு எப்படியாக இருந்திருக்கும் என்று தெரியாமல் விழிக்கிறேன். ஆனாலும், அவர் இங்கு, இப்போது, என்னுடன் இருக்கிறார்: இறந்துபோய், இருந்தும் உயிருடன். ஏனெனில், அவர் சிரிப்பதை நான் பார்க்கிறேன். நான் குழந்தையாய் இருந்தபோதே — என்னுடைய மனசாட்சி குறும்புத்தனத்தோடும் குழப்பத்தோடும் இருந்தபோதே — அந்த மனிதருக்கு எப்படி ஒரு குழந்தைபோல் சிரிப்பதென்று தெரியும். அவர் சிரித்தார். ஆக, ஒரு குழந்தையின் கண்களைக் கொண்டே, இறந்துபோன என் தந்தையை நான் பார்க்கிறேன். ஒருவேளை, அவர் தவறாகப் புரிந்துகொண்டிருக்கலாம். ஏன், ஒருவேளை என் மீதான அவரது அன்பைக்கூட அவர் தவறாகப் புரிந்துகொண்டிருக்கலாம். ஆனாலும், இன்றுவரை நீடித்துநிலைத்திருக்கக்கூடிய அளவுக்கு, என் மீது அவர் அவ்வளவு அன்பு கொண்டிருந்தார்.

இப்படியாகத்தான் நாங்கள் பிணைக்கப்பட்டுள்ளோம். அவர் என்னோடு, ஏனெனில் என் மீது அவர் அவ்வளவு அன்பு கொண்டிருந்தார். நான் அவரோடு, என்னால் அவர் மீது அந்த அளவுக்கு அன்புகொள்ள முடியாததால்.

அதனால்தான் நான், நான் சொல்வதுபோல், அந்த மனிதரின் நிழலாகக்கூட இருக்க முடியாது.

82

இரவு கழிந்த பிறகும் ஏதும் நடக்கவில்லை: ரத்தம் என் சட்டையில் உறைந்துபோனது. முழுக்கையின் முனை கொஞ்சம்போல் அழுக்கேறியிருந்தது. அத்துடன் வெட்டிக்கொண்டது எரிச்சலும் கொடுத்ததால், நான் விழித்துக்கொண்டேன். என்னால் செய்ய

முடியவில்லை. என்னால் ஒருபோதும் செய்யவும் முடியாது. ஏனெனில், கடல் எங்கே என்று அவன் என்னிடம் கேட்டதுபோல் கனவுகண்டேன். சிலியர்கள் எங்களிடமிருந்து எடுத்துக்கொண்ட அந்தக் கடல். அத்துடன், என் உடல் இதற்கு மேலும் ரத்தத்தை வெளியேற்ற மறுத்ததால், நானொரு முட்டாள்போல் உணர்ந்தேன். என்னுடைய சட்டையின் முழுக்கை முனை சிவப்பானது. என்னுடைய காயம் தானாக மூடிக்கொண்டது. சாசுவதமான, சோகமான, ஏறக்குறைய சத்தங்களற்ற மழை பெய்துகொண்டிருந்தது: பெரிய சிறையறை இருட்டாகவும் வெறுமையாகவும் இருந்தது.

நான் ஆறு அடிகள் எடுத்துவைத்தேன். கீழே இருந்த முற்றத்தைக் கதவின் ஊடாக எட்டிப்பார்த்தேன். பெண்ணொருத்தி உணவு, காபி, அப்பி விற்றுக்கொண்டிருந்தாள். காவலர்கள் மழையிலிருந்து ஒதுங்குவதற்காக, சுவரில் சாய்ந்து நின்றுகொண்டிருந்தார்கள். அவர்களுடைய வேலை அவர்களுக்கு அசதியைக் கொடுப்பதே இல்லை. ஒருசில மணிநேரங்கள் காத்திருக்கிறார்கள், ஒருசில மணிநேரங்கள் கொலை செய்கிறார்கள், அடிக்கிறார்கள் அல்லது வெறுமனே சிறையறைகளில் உள்ளவர்களை அச்சம்கொள்ள வைக்கிறார்கள். சில சமயங்களில் அவர்கள் போய்விடுகிறார்கள். பிறகு, கூடுதலாக ஒருவனை அழைத்துவருகிறார்கள். அல்லது சிலரை அழைத்துக்கொண்டுவருகிறார்கள். அவர்கள் தங்களை அடையாளப்படுத்திக்கொள்வதில்லை. அவர்கள் செய்ய வேண்டியிருக்கும் குற்றச் செயல்களுக்கு வித்தியாசமான அணுகுமுறையைக் கொண்டிருக்கிறார்கள். ‘எங்களை நாங்கள் அடையாளப்படுத்திக்கொள்ளக் கூடாது என்பதுதான் எங்களுக்கான கட்டளை’ என்று அவர்கள் சொல்கிறார்கள். சில சமயங்களில் அவர்கள் அழைக்கப்படுகிறார்கள். பிறகு, ஒரு சிறையறைக்குள் புகுந்துகொள்கிறார்கள். பிறகு, யாரோ கதறுவதையும் அடித்தொண்டையிலிருந்து வீறிடுவதையும் முனகுவதையும் நீங்கள் கேட்கிறீர்கள்.

சிறையறையில் அரைத்தூக்கத்தில் இருப்பவர்களை எழுப்புவதற்காக இரவு நேரங்களில், அவர்கள் கனமான சாவிக்கொத்தை ஆட்டிக்கொண்டே நடக்கிறார்கள். சங்கிலிகள் மீதும் பூட்டுகள் மீதும் அதை மோதவிடுகிறார்கள். கதவை எட்டி உதைக்கிறார்கள். விரும்புவதுபோல் கம்பிக் கதவுகளைத் திறக்கிறார்கள், பூட்டுகிறார்கள். அவர்கள்

மதுபானங்கள் எதுவும் வைத்திருப்பதில்லை. அவர்கள் ஆயுதங்கள் வைத்திருக்கிறார்கள். ஏதோ ஒரு சமயத்தில், ஒரு பெயரை உரக்கச் சொல்கிறார்கள். எப்போதும் ஒரு மனிதன் எழுந்துநிற்கிறான், அவனுடைய படுக்கையைச் சரிசெய்கிறான், பொருள்களை மூட்டைகட்டுகிறான், வெளியேறுகிறான். சில வார்த்தைகளை முணுமுணுக்கிறான், அவனுடைய சிகரெட்டுகளை விட்டுச்செல்கிறான், மறைந்துபோகிறான். பகல் பொழுதெல்லாம், நீ செய்யக்கூடியது மேலும்கீழும் நடப்பதுதான், கூண்டுக்குள் நடப்பது அல்லது முற்றத்தில். அல்லது சிறுநீர் கழிக்க மூலைக்குச் செல்வது.

எங்களுக்குப் போர்வைகள் கொண்டுவரப்பட்டபோது, அதை எங்களிடம் கொடுத்தார்கள். ஆனால் சிகரெட்டுகள், பணம், பிஸ்கட் போன்றவற்றைத் திருடிக்கொள்கிறார்கள். பிறகு, அதையே சிறையில் இருப்பவர்களுக்கு விற்கிறார்கள். அவர்கள் பொதுவாகத் திடகாத்திரமாக இருக்கிறார்கள். தடித்தும் முரட்டுத்தனமாகவும் இருக்கிறார்கள். அவர்களுடைய மிருகத்தனமான முகபாவனை மட்டும்தான், நீங்கள் வேறு ஒரு நாட்டில் பிறந்திருக்க வேண்டும் என்ற எண்ணத்தை உங்களுக்குள் தோற்றுவிக்கிறது.

நம்முடைய உடற்கூறுகளை, அவர்களுடையதோடு ஒப்பிட்டுப் பார்ப்பதே கேவலமாகும். தாடை எலும்புகள். அத்துடன், வெளியே, பிரகாசமான சூரிய ஒளியில், குடைநிழல் கொண்ட தாழ்வாரங்களில், நண்பர்களோடு பீர் அருந்தும்போது நாம் வழக்கமாகச் சாப்பிடும் டின்-உணவுகளை இங்கும் சாப்பிடுவது கொடூரமான தலைவிதிதான். இது, அவர்களையும் நம்மையும் உறவினர்களாக்கியுள்ளது என்பது மிகக் கேவலம்தான்.

ஒவ்வொரு மணித்துளியும் அவர்களை வேவுபார்ப்பதும், அவர்களுடைய அன்றாட வேலைகளைக் கூர்ந்து கவனிப்பதும், நீ மிருகக்காட்சிச் சாலையில் இருப்பதுபோலவும், உன்னுடைய கூண்டிலிருந்து அவர்களைப் பார்த்துக்கொண்டிருப்பதுபோலவும் தான் உன்னை உணரவைக்கிறது. அது ஒருசில மணிநேரங்களை எடுத்துக்கொள்ளலாம், ஒருவேளை ஒருசில நாள்கள் எடுத்துக்கொள்ளலாம், அவ்வளவுதான். ஆனால், அது உன்னுள் ஊடுருவிவிடுகிறது, ஏற்றுக்கொள்வது மிகச் சிரமமானது என்றபோதும். நான் துன்புறுத்தப்படவில்லை; என்னுடைய

சொந்த ரத்தத்தை நான் பார்க்க வேண்டியிருக்கவில்லை. அல்லது நான் வீறிட்டு அலறி இரக்கத்தைக் கோரிநிற்க வேண்டியிருக்கவில்லை. என்னுடையது மிகச் சிறிய பாடம்தான்.

இந்த உலகம் பிரம்மாண்டமான, காட்டுமிராண்டித்தனமான ஒரு கூண்டுதான் என்று நான் கற்றுக்கொள்ள வேண்டியிருந்தது. இந்த இருபது நூற்றாண்டுகளில், எதுவும் மாறிவிடவில்லை. நான் என்னுடைய பாடத்தைக் கற்றுவிட்டேன் என்றால், நான் மீண்டும் தெருக்களில் இறங்கி வெளியே பெரிய கூண்டில் உயிர்வாழலாம். நான் அவர்களை உளவுபார்க்க வேண்டுமென்று அவர்கள் விரும்புவதால்தான், நான் அவர்களை உளவுபார்த்துக்கொண்டிருக்கிறேன் என்று எனக்குத் தெரியும். இந்த இருண்ட சிறையறையில் இருக்கும் என்னை அந்த மிருகம் மறந்துவிடவில்லை. ஏனெனில், ஒவ்வொரு முறையும் அந்த மிருகம் என் சிறையறையைக் கடக்கும்போது, அவர்கள் எல்லோரும் உள்ளே பாய்ந்து, எனக்கு இதழியலில் கொஞ்சம் பாடம் எடுக்கக்கூடும் என்று நான் அஞ்சிநடுங்க வேண்டுமென்று எதிர்பார்க்கிறார்கள். இதுதான் அவர்களுடைய எண்ணம். அது வேலையும் செய்தது. அவர்களுக்கும் தெரியும், எனக்கும் தெரியும்: என்னுடைய மூத்திரக் கொட்டைகளைப் பலப்படுத்திக்கொள்ள என்னிடம் எந்தவொரு கோட்பாடும் இல்லை. நான் வெறுப்பை உக்கிரமாக உதிர்ப்பவனுமில்லை, அடிப்படைவாதியுமில்லை. நான் மிகத் துல்லியமாக ஏதோ ஒன்றைச் செய்திருக்கிறேன், எழுதியிருக்கிறேன். ஆனால், துல்லியமாக எழுதுவதென்பது மிக ஆடம்பரமானது. யாராலும், அதற்கான விலையைக் கொடுக்க முடியாது. தற்காலிகமாகத் தன்னுடைய கையில் அதிகாரத்தை வைத்திருப்பவனுக்கு, நான் எரிச்சலைத்தான் கொடுத்திருக்கிறேன். முக்கியமான ஒருவரின் மூக்கில் நான் ஒரு கொசுவாக இருந்திருக்கிறேன்.

இப்படியாக, என்னுடைய பாடம் முன்னேறியது. இப்போதைக்குப் பசியும் தாகமும்தான். இரண்டு நாள்களுக்குப் பசியோடும் தாகத்தோடும் இருப்பது ஒன்றுமே இல்லை. சிகரெட் இல்லாமல், குளிரில் சுவர்களுக்கு இடையில் மேலும்கீழும் நடந்துகொண்டிருப்பது, சுவர்களை வெறும் கரங்களால் தட்டிக் கொடுத்துக்கொண்டிருப்பதுதான் அவஸ்தை.

நான் என்னுடைய சட்டையின் முழுக்கையை மடித்து விட்டுக்கொண்டேன். ஏனெனில், நான் என்ன செய்ய முயன்றிருக்கிறேன் என்று அவர்கள் தெரிந்துகொள்ளக் கூடாது என்று நினைத்தேன். எனக்குக் குளிராக இருந்தது. என்னுடைய மேல்கோட்டை அணிந்துகொண்டேன். நான் நிர்வாணமாக உணர்ந்தேன். சவமாய். வெறுமையாய், அந்த மிருகத்தின் அழுத்தத்தில்.

அப்படியென்றால் பாடம் இதுதான்: நீ இங்குதான் பிறந்தாய் என்பதால், உனக்கு உரிமைகள் ஏதும் கிடையாது. அத்துடன் உனக்கு அதிர்ஷ்டம் இருந்தால் நீ சீக்கிரமாகச் சுட்டுக் கொல்லப்படுவாய்.

நீ ஒருபோதும் பிறக்கவேயில்லை, நீ ஒருபோதும் வாழவே யில்லை, நீ ஒருபோதும் எதுவாகவும் இருந்ததேயில்லை. ஏனெனில், நீ இங்கிருக்கிறாய். நீ ஒருவேளை, மீண்டும் வீதிகளில் நடந்தால் அந்த மிருகத்துக்கு நீ நன்றிக்கடன்பட்டிருக்கிறாய் என்பதை நிச்சயமாகத் தெரிந்துகொள்ள வேண்டும். அவன் சலுகைகாட்டியுள்ளான். இறுதியாக, உன்னுடைய பத்தாயிரம் நாள்களுக்குப் பிறகு, இதைத் தவிர வேறெதுவுமில்லை என்று நீ கற்றுக்கொள்ள வேண்டும்: கூண்டு, இது அல்லது அது; நகரத்தில் அல்லது உலகத்தில். அத்துடன், அந்த மிருகம் எப்போதும் சுவருக்கு அந்தப் பக்கத்தில்தான் இருக்கிறான். நீ கற்றுக்கொள்வாய்: நீ படித்ததெல்லாம் அசதியைத் தருகிற நோய்க்கட்டிகள்தான். நீ நினைவில் வைத்திருப்பாய்: நீ பார்த்ததெல்லாம் கழுத்தில் இருக்கும் அர்த்தமற்ற கட்டிதான். நீ ஏற்றுக்கொள்வாய்: சிந்திப்பதென்பது எரிச்சலை ஏற்படுத்தக்கூடிய புண். தற்பெருமை? எல்லாத் தற்பெருமைகளும் இங்கு முடிவடைகின்றன. ஒருவன் கையில் புத்தகங்களை ஏந்தியிருப்பதைக் காட்டிலும், அந்த மிருகமாகப் பிறந்திருந்தால் மேலாக இருந்திருக்கும்.

இதுதான் அந்தப் பாடம்.

சுவரில் சாய்ந்துகொண்டிருக்கும் அவர்கள்தான், குளிரின் கீழாக, அமைதியாக, முடிவே இல்லாத மழையில் கூண்டுக்கும் முற்றத்துக்கும் இடையே சோம்பேறித்தனத்தோடு நடந்துகொண்டிருக்கும் அவர்கள்தான், இவ்வுலகின் எஜமானர்கள். இது அவர்களுடைய உலகம். அவர்கள் கடந்துபோவதை,

சாப்பிடுவதை, சிரிப்பதை புகைப்பதை, நீ பார்த்துக்கொண்டிருக்க வேண்டும். இறுதியாக நீ இதைக் கற்றுக்கொள்ளும்வரை: அவர்களுடைய உலகம் இத்தகையதுதான்.

உன் உலகம்.

வேறு உலகம் ஏதுமில்லை.

83

பன்னிரண்டு ஆண்டுகளுக்கு முன் பத்திரிகையாளன் என்ற அடையாள அட்டையோடு நீ டாடனை வார இறுதி நாள்களில் சந்தித்தாய், சதுரங்க ஆட்டம் ஆடுவதற்கு. அதே சிறைதான், ஒருவேளை சற்றுப் பெரிதாகவும், மேலும் கொடூரமான ஒன்றாகவும் இருக்கலாம். ஆனால், அதேதான். டாடன் ஒரு வழக்கமான குற்றவாளி. புத்திசாலியான, சுத்தமான, பண்பட்ட, பிரபலமான, ஆனால் வழக்கமான குற்றவாளி. திருடன், வழிப்பறிக்கொள்ளையன், பிக்பாக்கெட் அடிப்பவன், நல்ல மனிதன். அவன் தெருக்களில் கற்றவன். அவன் அசாதாரணமான புத்திசாலி. அவனது விதி நிச்சயிக்கப்பட்டுவிட்டது: அந்த வார இறுதி நாள்களில் நாங்கள் சதுரங்க ஆட்டம் ஆடும்போது, ஒரே விஷயத்தைத்தான் அவன் திரும்பத்திரும்பச் சொல்லிக்கொண்டிருப்பான்:

"நான் பிணமாவதுதான் இங்கிருந்து வெளியேறுவதற்கான ஒரே வழி."

அவன் தொடர்ந்து விளையாடிக்கொண்டிருந்தான். அரட்டையடித்தான், காரமில்லாத புகையிலை கொண்ட சிகரெட் பிடித்தான், பிரெஞ்சு வாசனைத் திரவியங்கள் போட்டுக்கொண்டான், வேடிக்கையான கதைகளைச் சேகரித்துக் கொண்டிருந்தான்.

அவனுடைய தொழில் அனுபவம் மிக நீண்டது. முப்பது ஆண்டுகளுக்கும் மேலாகத் தொடர்வது. அவனுடைய தொழில் குறித்த கதைகள் கட்டுக்கதை நாயகன் கதைகள்போல் இருந்தன. தப்பித்தல், வங்கிக்கொள்ளை, மிகத் துல்லியமாகக் கொள்ளையடிப்பது, சுரங்கங்கள், ஸ்பைடர்மேன், உயரத்திலிருந்து குதிப்பது, பிரபலமான நகைகள், பிரமிக்கவைக்கக்கூடிய கொள்ளையடிக்கப்பட்ட பொருள்கள். அவனுடைய பலவீனம்:

கொலை செய்ய மறுப்பது, அவசியமே இல்லாமல் ரத்தம் சிந்த மறுப்பது. கொடூரச் செயல்கள் செய்ய மறுப்பது. அவனுடைய மூளை அவனைப் பல பத்தாண்டுகளுக்குக் காப்பாற்றிவந்துள்ளது: அவனுடைய வக்கீல்கள் அவனுடைய கட்டளைகளைத்தான் நிறைவேற்றினார்கள். சட்டத்தால், இந்தக் கட்டுக்கதை நாயகனான டாடனை, ஒரு வழக்கமான குற்றவாளியை, சட்டத்தால் தொடக்கூட முடியவில்லை.

அவர்கள், அவனைக் கொன்றுபோட்டார்கள். ஓரிரவு, அவர்கள் அவனை அழைத்துச்செல்ல வந்தார்கள். அவன் கதவின் கம்பிகளை இறுகப்பிடித்துக்கொண்டு, அவர்கள் தன்னைக் கொல்லப்போவதாகக் கதறினான். அவர்கள் அவனுடைய விரல்களின் பிடியைத் தாக்கினார்கள். அவனை நினைவிழக்கச் செய்தார்கள். கூண்டை மாற்றினார்கள், அவனுடைய விரோதிகளோடு அவனை அடைத்துப் பூட்டினார்கள்.

சில இரவுகள் கழித்து, அவனுடைய புதிய சிறையறைக் கதவு மிக அசாத்தியமான முறையில் திறந்துகொண்டது. மிக அசாத்தியமான முறையில். ஏனெனில், அவனுடைய விரோதிகள் அவர்களுடைய சிறையறைக்கும் முற்றத்துக்கும் இடையே சுதந்திரமாகச் சுற்றிக்கொண்டிருந்தார்கள். கடைசியாக, கட்டுக்கதை நாயகனான அந்த டாடனோடு, சட்டம் அதன் கணக்கைச் சரிசெய்துகொண்டது.

அவன் சிறைச்சாலையின் மூன்றாவது மாடியிலிருந்து, மரண ஓலம் எழுப்பியபடி இறந்துபோனான். சில மணிநேரங்களுக்கு உயிரைப் பிடித்திருந்தான். அவனுடைய எலும்புக்கூட்டின் மீது போர்த்தப்பட்டிருந்ததன் ஊடாக இவ்வுலகத்தைப் பார்த்தான். நான் நினைத்துக்கொண்டேன்:

“…பிணமாகத்தான்.”

இதுதான் அவனுடைய உலகம், என்னுடைய உலகம், நம்முடைய உலகம்.

வேறு உலகம் ஏதுமில்லை.

84

டாடனின் போர்வையில், ஆனால் அவனுடைய கட்டுக்கதை நாயக பிம்பம் ஏதுமில்லாமல், ஒவ்வொரு நாளும் ஒரு சிறையிலிருந்து மற்றொன்று என அவனுடைய அனுபவங்கள் இல்லாமல், காவலாளிகள், சட்டரீதியான குற்றங்கள் என டாடனாக இருக்கக்கூடிய பழக்கமில்லாமல், என்னுடைய சிறையறையிலிருந்து வெளியே உள்ள முற்றத்துக்கு உள்ள தூரம் மிகச் சரியாக அவனுடையதுபோல் இருந்தது என்பதை நம்புவது மிகக் கடினமானதாகத்தான் இருந்தது. சிதைக்கப்பட்ட, உருக்குலைந்துபோன அவனது முகத்தில் இருந்த கண்கள், இந்த உலகத்தைப் பார்த்துக்கொண்டிருந்ததை மட்டுமே என்னால் நினைவில் கொண்டுவர முடிந்தது. அவனுடைய மூளை எப்படிக் கண்சிமிட்டாமல் இருக்கக் கட்டளை கொடுத்தது என்பது ஆச்சரியமாகவும் இருக்கிறது. அந்தப் பாடலை இயற்றக்கூடிய அளவுக்கான கற்பனைத்திறன் டாடனின் மரணத்தையும் அனுபவித்திருக்கும். ஒரு முறையல்ல, ஆயிரம் முறை. அந்த மிருகத்துக்கு அத்தகைய கற்பனைகள் நிச்சயம் சாத்தியமில்லை. அதனால்தான், அவன் மிருகமாக இருக்கிறான். அவனிடத்தில் ஏதேனும் கற்பனை இருக்குமானால், அவன் எப்போதும், எப்போதைக்கும் மிருகமாக இருக்க மாட்டான்.

வாழ்க்கையின் மதிக்கத்தக்க புகலிடமாகக் கற்பனையைக் கொண்டிருக்கும் ஒரு மனிதனுக்கு, டாடனின் மரணம் அவனுள் மீண்டும்மீண்டும் தோன்றியபடியே இருக்கும். இரவும் பகலும் மழையிலும் பூட்டப்பட்ட சிறையறையிலும். அவனுடைய மூளை எதைக் கற்பனை செய்துகொண்டிருந்ததோ, அது சட்டென்று வலிந்து திறந்துகொள்கிறது.

இரவு சாய்ந்தபோது, டாடன் போல் மரணிப்பது என்ற சிந்தனை ஏற்றுக்கொள்ளக்கூடியதாக இருந்தது. மிருதுவான, அன்னியோன்னியமான, கண்டுபிடிப்பதற்குச் சிரமப்படக்கூடிய எதிர்ப்புணர்வு மட்டும் அங்கே படபடத்தது. என்னுடைய சிந்தனையின் ஒரு மூலையில், தொலைதூரத்தில்.

இது நியாயமில்லை என்று சொன்னேன், நான் டாடன் இல்லை. என்னை இப்படித்தான் நடத்தப்போகிறார்கள் என்றால், எங்கே போய்க்கொண்டிருக்கிறோம் என்று எந்த அறிகுறியும் இல்லாமல்

வெளியே ஓடிக்கொண்டிருக்கும் என் சகோதர, சகோதரிகளுக்கு என்ன நம்பிக்கைகள் இருக்க முடியும்.

பிறகு, இறுதியாக, நான் ஏன் வஞ்சிக்கப்பட்டேன்? ஏன் இந்த உலகம், நம்முடைய இந்த உலகம், வித்தியாசமானது என்று என்னிடம் சொல்லப்பட்டது? யார் இவ்வளவு உன்னதங்களைக் கண்டுபிடித்தது? எவ்வளவு கனவுகள், எவ்வளவு தவறான லட்சியங்கள்? ஏன் இவையெல்லாம் ஒரு விளையாட்டின் விதிமுறைகள்தான் என்று எவருமே என்னிடம் சொல்லவில்லை?

எல்லாவற்றுக்கும் மேலாக, சரியான சமயத்தில், நான் ஏன் எச்சரிக்கப்படவில்லை: நான் குழந்தைகளைப் பெற்றுக் கொள்வதற்கு முன்? இனி என்னுடைய வாழ்க்கையும் மரணமும், என் கையில் இல்லாதபோது. பத்தாயிரம் நாள்களாக ஏன் எவருமே, நம்முடைய உலகம் எப்படிப்பட்டதென்று ஒருபோதும் என்னிடம் சொல்லவில்லை?

இரண்டு சிறையறைகள்; மூன்று குழந்தைகள்.

இரவு நேரத்தில் எல்லாமும் ஏதோ சந்தர்ப்பவசத்தால் ஆனதென்று நம்பிக்கையின் நிழலில் நான் அடைக்கலம் கொண்டிருப்பதைக் கண்டேன். அவர்கள் விருப்பப்படுவதுபோல் செய்துகொள்ளட்டும், செய்வதற்கு ஏதுமில்லை என்று என்னுடைய மூளை சொன்னது. நீ உயிரோடு இருந்தால், உயிரோடு இருப்பதற்கான குற்றவுணர்வு கொண்டிராமல் இருக்க முயற்சிசெய். அவர்கள் உன்னைக் கொன்றுபோட்டால், செத்துப்போகும் குற்றவுணர்வு கொண்டிராமல் இருக்க முயற்சிசெய். என் கையில் ஏற்படுத்திக்கொண்ட வெட்டுக் காயத்தைத் தொட்டுப்பார்த்தேன். அவமானமாக இருந்தது. நான் பந்துபோல் என்னைச் சுருட்டிக்கொண்டு, தரையில் படுத்தேன். ஜன்னல் வழியே திருட்டுத்தனமாய்ப் பாய்ந்த மெல்லிய ஒளியை வெறித்துப் பார்த்துக்கொண்டிருந்தேன்.

புதிதாக ஒரு கருத்து, என் சிந்தனையைக் கவ்விக்கொண்டது: ஒருவன் எப்போதும் தன்னுடைய கட்டுப்பாட்டுக்குள் இருப்பதில்லை. ஒருவனுடைய மரணம் பற்றிய அச்சத்தைக் காட்டிலும் பெரிய அச்சங்கள் நிச்சயமாக இருக்கின்றன.

அவர்கள், எனக்கு ஆயுள்தண்டனையைக் கொடுக்கப்போகிறார்கள் என்று அப்போது நான் உணரவில்லை.

நான், அப்போதுதான் ஒன்றைக் கற்றுக்கொள்ளத் தொடங்கினேன். மற்றவர்களின் கைதியாக இருந்தாலும், நம்முடைய சுதந்திரத்தால் நாம் கட்டிப்போடப்பட்டுள்ளோம்.

எவ்வளவு அபத்தமானது, இந்தச் சுதந்திரம் என்ற கருத்து.

செய்வதறியாமல் சிறைப்பட்டிருக்கும் நான், என்னுடைய குருதிக்குழாயில் ஓடும் ரத்தத்தால் விலங்கிடப்பட்டிருக்கிறேன்.

எவ்வளவு அபத்தமானது, நம்முடைய ரத்தத்தை நாமே தேர்ந்தெடுத்துக்கொள்ள முடியாமல் இருப்பது. அத்துடன், அதை நேசிப்பது எவ்வளவு மனிதத்தன்மையற்றதாக இருக்கிறது.

நம்முடைய ரத்தம்.

85

மிஸிஸிப்பி கரையோரத்தை நினைத்துப்பார்க்கிறேன். எல்லாவற்றையும் எங்களுக்குக் காண்பிக்க வேண்டும் என்ற உள்ளார்ந்த உந்துதலில், என் நண்பர்கள் அவர்களுடைய ஏழை மக்களையும் எங்களுக்குக் காண்பிக்க விரும்பினார்கள். செல்வச் செழிப்போடு இருக்கிறோமே என்ற அவமானத்தில், சுற்றுலாப் பயணிகளின் மகிழ்ச்சிக்காகச் சில பகுதிகளை வறுமைக்காக ஒதுக்கிவைத்திருந்தார்கள்.

மிஸிஸிப்பி கரையோரத்திலும் கடவுள்களால் சபிக்கப்பட்ட பிற இடங்களிலும் என்னதான் நடக்கிறது என்று உங்களால் எளிதாகக் கண்டுபிடிக்க முடியும். மிஸிஸிப்பி கரையோரத்தின் 'நாம் பிரபலமான மனிதர்களைப் போற்றுவோம்' என்பது, 'லீமா லா ஓரிப்ளே'வுக்குச் சமமானது. இதைக் கண்டுபிடிப்பதொன்றும் அவ்வளவு சிரமமானதும் அல்ல. அவ்வளவு ஒன்றும் விலை உயர்ந்ததுமல்ல.

நீங்கள் அந்த நதிக்கரையோரம் சென்றால், தங்களுடைய தலைவிதிக்குத் தள்ளப்பட்டிருக்கும் வெள்ளையர்கள் நகரம் ஒன்றில், அவர்களுடைய புகைப்பிடிக்கும் குழாய்களோடும் தொலைந்துபோன பார்வைகளோடும் உள்ள பூர்வகுடிகளை உங்களால் பார்க்க முடியும். பலவீனமான மூளையும், பலவீனமான கைகால்களும் கொண்ட, சரியாகப் பேச முடியாமல் உருக்குலைந்த உடல்களைக் கொண்டிருக்கும் குழந்தைகள்:

மௌன வதம் | 199

அவர்களுடைய ஒரு கை மற்றொன்றைக் காட்டிலும் நீளமாக இருந்தது, சிலர் வழுக்கைத் தலையோடு இருக்கிறார்கள், மற்றவர்கள் கோணல் கண் கொண்டிருக்கிறார்கள், பலர் பற்கள் இல்லாமல் இருந்தார்கள், பல அடி நீளமுள்ள கயிறு சிக்குண்டு கிடப்பதுபோல் கால்களைக் கொண்டிருக்கிறார்கள். அவர்களுடைய தலை எப்போதும் தொங்கிக்கிடந்தது. ஏனெனில், அவர்களால் அதை நிமிர்த்த முடியாது. அந்த இடம் முழுவதுமாக முதியவர்களால், குழந்தைகளால் நிரம்பியிருந்தது. ஏனெனில், குழந்தைகளும் முதியவர்களும்தான் இவ்விடத்தை விட்டு வெளியேற முடியாதவர்கள்.

பயணிகள் இவர்களைப் பார்க்க, பார்ப்பதற்கு மட்டுமே, வேகமாகப் போகிறார்கள். வேறு எதற்குமல்ல. இவர்கள்தான் செல்வச்செழிப்புக்கான விசித்திரமான வகைமாதிரிகள். இவர்களுடைய காற்றில், தண்ணீரில், மணலில் அல்லது அடிமணலில் திருடுவதற்கு என்று ஏதுவும் இருக்கவில்லை. அதனால்தான் அங்கே தொழிற்சாலைகள் ஏதுமில்லை; ஹோட்டல்கள், நகரங்கள் என்று ஏதுமில்லை. அல்லது உண்மைதான், அங்கு இரக்கம் என்பதும் இல்லை. மலிவான கொடூரத்தைச் சிறிதளவு எடுத்துக்கொள்ள, உலகம் ஆடம்பரமான கார்களில் இவர்களைக் கடந்துபோகிறது. மிகப் பெரிய கார்களில் குழந்தை குட்டிகளோடு சுற்றுலா வருகிற கிரிங்கோக்கள், ஆரோக்கியமான பற்களும், பொறாமைப்படக்கூடிய அளவுக்குத் திடமான உடலும் கொண்டிருக்கிறார்கள். அவ்வப்போது கிழவிகளும் குழந்தைகளும் புகைப்படம் எடுக்க காரிலிருந்து கீழிறங்குவதை இவர்கள் மௌனமாகப் பார்த்துக் கொண்டிருக்கிறார்கள்.

செல்வச்செழிப்பான ஒரு நிலத்துக்கு நீங்கள் விருந்தாளியாக இருக்கும்போது, அதுவும், பல மாதங்கள் ஹாலிடே இன், ஹில்டன் போன்ற ஹோட்டல்களில் கழித்திருக்கிறீர்கள் என்றால், இந்த கிரிங்கோக்கள் அவர்களுடைய மிகப் பெரிய கார்களில் எப்படி நடந்துகொள்கிறார்களோ, அதுபோலத்தான் நீங்களும் நடந்துகொள்வீர்கள். உருக்குலைந்த குழந்தைகள், கண் இல்லாத, பேச முடியாத, அசிங்கமான முதியவர்கள் என்று ஏன் உங்களுக்கு இப்படிக் காட்டப்பட வேண்டும்?

மிஸிஸிப்பி நதிக்கரையில் ஒரு நாள் முழுக்கக் கழித்த பின், உங்களுடைய அருமைக் கடவுள் உங்களுக்குக் கைகால்கள் எல்லாவற்றையும் சரியான இடத்தில் வைத்திருப்பதற்கும், உங்களுடைய கண்கள் புண்ணாகிச் சீழ் வழியாமல் இருப்பதற்கும், ஒருபோதும் விடியாத இரவைத் தவிர்த்து மற்றதைப் பார்க்க முடிந்தமைக்கும், உங்கள் கைகால்களை எளிதாக அசைக்க முடிகிறது என்பதற்கும், ஏன் மேற்கத்தியத் தீவுக் குளங்களில் நீச்சலடிக்கவும் நடனமாடவும் கொடுத்துவைத்தவர்கள் என்ற உணர்வோடு வெளியேறுவது எவ்வளவு இதமான ஓர் அனுபவமாக இருந்தது.

இந்தப் பயணம், உலகிலேயே மிகப் பணக்கார நாட்டுப் பார்வையாளர்களுக்குத் தன்னை விற்றுக்கொள்வதற்கான மற்றொரு வழியாகும். வறுமை இன்னும் மறைந்துவிடவில்லை. அதனால், செல்வத்தை வெற்றிகொள்வது அவ்வளவு எளிதானதல்ல என்பதைத்தான் இது உணர்த்த முயல்கிறது. பாராட்டத்தக்கது, இல்லையா?

இதில் மோசமான பகுதி என்பது, மறுபடியும் உன்னுடைய கற்பனையாகத்தான் இருக்கிறது: நான் அந்தக் குழந்தைகளில் ஒருவனாக இருந்திருந்தால்? ஓ, நான் எவ்வளவு அதிர்ஷ்டசாலி, அவ்வாறு இல்லாமல் இருப்பதற்கு. இப்போது: நாம் மியாமிக்குச் செல்வோம். இதில் முட்டாள்தனமான பகுதி என்பது, மறுபடியும் இதையெல்லாம் நினைவில் வைத்திருப்பதுதான். இதையெல்லாம் நினைவில் வைத்திருப்பதால் என்ன நன்மை உண்டாகப்போகிறது? இதில் மிக மோசமான பகுதி, மிஸிஸிப்பி நதிக்கரையிலுள்ள மிகச் சிறுவர்களுக்கும் மிக முதியவர்களுக்கும் இந்த வார்த்தைகளுக்கான அர்த்தமென்பது பார்வையாளர்களாக நம்மால் ஒருபோதும் புரிந்துகொள்ள முடியாது என்ற நிச்சயத்தன்மைதான். இது எப்போதும் இப்படித்தான் இருக்கிறது.

நம்பிக்கை என்பது எப்போதைக்கும் இல்லாத ஒன்றாக இருக்கிறது என்றே நான் சொல்கிறேன். ஏனெனில், செல்வந்தர்கள் இங்குள்ள செல்வத்தைத் திருடுவதற்காக ஒருபோதும் வரப்போவதில்லை: இங்கு எந்தச் செல்வங்களும் இல்லை. கடந்த இருநூறு ஆண்டுகளாக இங்கு ஏதும் கண்டுபிடிக்கப்படவில்லை. அதனால் இங்கு எப்போதும், எந்த வளர்ச்சியும் இருக்கப்போவதில்லை. சீழால் மறைக்கப்பட்ட கண்களைச் சரிசெய்ய இங்கு ஒருவரும்

வரப்போவதில்லை. சுற்றுலாப் பயணிகளுக்குக் கொடூரத்தை விற்பதற்கு மட்டுமே இந்தக் கண்கள் பயன்படுகின்றன. ஒரு புகைப்படத்துக்கு ஒரு டாலர்.

நம்மிடமிருந்து முற்றிலும் வேறுபட்டதாக இருக்கும் இது, எப்போதுக்குமானது, முழுமுற்றானது.

இதுவே மனிதனின் அளவுகோலாகிறது: ஓநாயிலிருந்து மனிதனுக்கு.

86

நான் சான்டா க்ரூஸுக்கு வடக்கில் உள்ள கிராமங்களை நினைத்துப்பார்க்கிறேன். என் மேலதிகாரியுடைய நண்பனின் ஜெட் விமானத்தில் நாங்கள், பசுமையான சவானஸ் மீது பறந்துகொண்டிருந்தோம்: வானில் இசை, பனாமா தொப்பிகள், சிரிப்பொலிகள், விஸ்கி. இது வேறொரு நாடுபோல் இருந்தது. அவன் சான்டா க்ரூஸைச் சேர்ந்தவன். அதனால், அங்குள்ள வளர்ச்சிகள் எல்லாவற்றையும் எங்களுக்குக் காட்டிப் பெருமைப்பட்டுக்கொண்டான். இங்கிருந்து திருடுவதற்குச் செல்வம் இருந்தது. அதனால், செல்வம் இங்கு வளர்ச்சியைச் சாத்தியப்படுத்தியிருக்கிறது.

அன்று மிகவும் கிளர்ச்சியூட்டிய நாளாக இருந்தது. நான் மகிழ்ச்சியாக இருந்தேன்.

ஆனால், அந்த நாளின் இறுதிப் பகுதியில், ஒரு பனைமரத்துக்கு அடியில், எங்களுடைய முழுக்கைச் சட்டையோடு, அழகான பெண்களைப் பார்த்துக்கொண்டே நாங்கள் சாப்பிட்டுக் கொண்டிருந்தபோது, ஏதோ ஒரு மறைவிலிருந்து சிறுவன் ஒருவன் வந்து எல்லாவற்றையும் நாசம் செய்தான். அவன் அமைதியாக முன்னே அடியெடுத்துவைத்து, என் பாதங்களுக்கு முன் மண்டியிட்டு, என் காலணியைச் சுத்தம் செய்யத் தொடங்கினான். நான் அவனுடைய நெஞ்சைப் பார்த்தேன், மொட்டையடிக்கப்பட்டிருந்த அவனது தலையைக் கவனித்தேன். அவனுடைய கண்களில் இருந்த வயது முதிர்ந்த பார்வை, உலகம் முழுவதும் உள்ள ஏழைக் குழந்தைகளின் கண்களைப் போலவே இருந்தன. அது, அவனுக்கு முன் எத்தகைய வாழ்க்கை உள்ளதென்று எனக்குக் காட்டியது.

நான்கே வாக்கியங்களில், என் மேலதிகாரி ஊதிவிட்ட நம்பிக்கைகளின் காற்றை இறக்கிவிட்டேன். ஏனெனில், அன்றைய நாள், நாங்கள் பறந்து பார்த்ததென்பது இந்தச் சிறுவனுக்கு எப்போதுமே சாத்தியமில்லாதது. இது என்னுடைய நண்பர்களுக்கானது, பகலில் குடிமகனாய் இருப்பவர்களுக்கு. இந்தச் சிறுவன் இரவின் குடிமகன், என்னைப் போல்.

பிற்பாடு, நாங்கள் அதே இடங்களுக்கு நடந்துசென்றபோது, கவலைகொள்ளத் தொடங்கினோம். இங்கு வளர்ச்சியென்பது மண்ணைத்தான் உற்பத்தி செய்துகொண்டிருந்தது. அவர்களிடம் சிறிதளவு நம்பிக்கை தென்பட்டது. ஆனாலும், பழங்களும் தேக்குகளும் கொள்ளையடிக்கப்பட்ட பின், இவ்விடம் கூடிய சீக்கிரத்தில் பாலைவனமாகிவிடும் என்று எங்களிடம் சொன்னார்கள். நாங்கள் சிவப்பு மண் மீது நடந்தோம். பழைய ஆள்கள் சொல்வதைக் கேட்டோம்: ‘முன்பெல்லாம் இதுபோல் இந்த எழவு தூசுகள் ஒருபோதும் இருந்ததில்லை.’ செல்வத்தின் வரலாறு பாலைவனமாகத்தான் இருக்க முடியும் என்பதைக் கண்டுபிடித்தோம்.

வானிலிருந்து பார்க்கும்போது, பசுமையாகவும் காடுகளாகவும் இருக்கும் எல்லாமும் காலணியைச் சுத்தம் செய்த அந்தச் சிறுவன் தாத்தாவாக மாறுவதற்கு முன்னதாகவே, போதுமான அளவு இருக்கிறது என்று உணர்வதற்கு முன்னதாகவே, இந்த மண் எல்லாவற்றையும் வறுமையைக் கொண்டிருக்கும் மற்றுமொரு திட்டாக மாற்றிவிடும்.

யதார்த்தமாக, நாங்கள் ஒருவரிடமும் ஒரு வார்த்தையும் பேசவில்லை. வளர்ச்சியை விமர்சிக்க எங்களுக்கு எவ்வளவு திமிர் இருக்க வேண்டும்? அது தேசப்பற்றற்ற செயலாகத்தான் இருந்திருக்கும். ஆனால், அருமைக் கடவுளால் கைவிடப்படாத இடங்களில்கூட வறுமையின் திட்டுகளையும் பாலைவனத்தையும் தவிர வேறு எதையும் விட்டுவைக்காத நம்முடைய உலகம், எப்படிப்பட்ட உலகமாக இருக்க முடியும்?

என்னுடைய மலைகளுக்கு நான் திரும்புவதற்கு முன், நான் மீண்டும் ஒருமுறை மேல்ஜாக்கெட் அணிந்துகொள்ளாமல், வெட்டவெளியில் உணவு எடுத்துக்கொண்டிருந்தேன். காலணியைச் சுத்தம் செய்த அந்தச் சிறுவனை நான் மறுபடியும் பார்த்தேன். அவனுடைய நம்பிக்கைகள் என்றுமே பூர்த்தியாகப்போவதில்லை

என்று எனக்குள் சொல்லிக்கொண்டேன். என்னுடையது சிலவேனும் பூர்த்தியானதைப் பார்த்திருக்கிறேன். ஏனெனில், நான் அதிர்ஷ்டசாலி: அந்தச் சிறுவனின் வாழ்க்கையிலுள்ள 'ஒருபோதுமில்லை' என்பதை ஒருபோதும் அறிந்திராதவன் நான்.

அந்தச் சிறுவனுடைய 'ஒருபோதுமில்லை' என்பது நம்முடையதிலிருந்து வேறுபட்டது. ஏனெனில், அது முழுமுற்றானது.

87

பிறகு, சில இரவுகள் படித்த பின், அங்கே பாலைவனம் வருவது உறுதியானது. எவரும் படிக்காத புத்தகங்கள்.

அத்துடன் அவர்கள் சொல்வது சரி.

படித்திருந்தாலும், நம்மால் என்ன செய்ய முடியும்?

ஏதுமில்லை.

தேவைக்கு அதிகமாக என்றொரு நாளை நாம் பார்ப்பதற்கு முன்னதாகவே, வளர்ச்சி நம்முடைய நிலங்களை அளக்க முடியாத பாலைவனங்களாக மாற்றிவிடும்.

வருங்காலத்துப் பாலைவனங்கள்தான் மக்களோடு சேர்ந்து அணிவகுப்புகளில் நான் கலந்துகொள்வதைத் தடுத்து நிறுத்துகின்றன.

88

இரவில், தீக்கு முன்னால் பீர் அருந்திக்கொண்டே, குறுந்தாடி வைத்திருந்த ஓவியன் ஒருவன், ஊர்ஜிதப்படுத்த முடியாத வதந்தி ஒன்றை என்னிடம் சொன்னான்:

அவன் சொல்கிறான்: பகலின் குடிமகனான மருத்துவர்கள், வாழ்நாளை நீட்டிக்கக்கூடிய மிக அற்புதமான மருந்து ஒன்றைக் கண்டுபிடித்திருக்கிறார்களாம். கழுத்துக்குக் கீழ் ஒரு சுரப்பி இருக்கிறதாம். அதிலிருந்து மிக அற்புதமான நீர்ப்பசையை உறிஞ்சி எடுக்க முடியுமாம். அதைக் கொண்டுதான், அந்த மருந்து தயாரிக்கப்படுகிறதாம். இங்கிருக்கும் மருத்துவர்கள் சிலர்

அனாதைகள், கைவிடப்பட்டவர்கள், ஆதரவற்ற குழந்தைகள், தேவையற்ற குழந்தைகள் ஆகியோரின் கழுத்துகளிலிருந்து அந்த நீர்ப்பசையை உறிஞ்சி எடுக்கிறார்களாம். பிறகு, வெளிநாடுகளில் இருக்கும் அவர்களின் சகாக்களுக்கு அதை விற்றுவிடுகிறார்களாம்.

பிறகு, அந்தக் குழந்தைகளால் அவர்களுடைய தலையை நிமிர்த்தவே முடிவதில்லையாம், எப்போதும் முடியாதாம். அவர்கள் படுத்துக்கிடக்கிறார்கள் மருத்துவமனைகளில், அழுக்கான படுக்கைகளில். அவர்கள் மரணிக்கும்வரை.

மிகச் சிறிய அளவிலான இந்த அற்புதமான நீர்ப்பசை பெரும் செல்வத்தை ஈட்டக்கூடியதாம்.

இந்த உலகத்தில் உள்ள செல்வந்தர்கள் நூறு வயதுக்கு மேலாக முடியுமாம்.

அந்த ஓவியன், இந்தக் கதை உண்மையென்று சத்தியம் செய்தான். இது போன்ற விஷயங்களுக்கு நாம் என்ன செய்ய முடியும்?

ஒன்றுமில்லை.

மிஸிஸிப்பி நதிக்கரையில் குழந்தைகளைப் பார்க்கும்போதும், சான்டா க்ரூஸில் காலணியைச் சுத்தம் செய்யும் சிறுவனைப் பார்க்கும்போதும் இதேதான் நடக்கிறது.

நட்சத்திரங்கள் நிறைந்த வானத்தை அண்ணாந்துபார்க்கிறாய். அத்தகைய குழந்தைகளில் நீயும் ஒருவனாக இல்லாமல் போனதற்காக உன் தலைவிதிக்கு நன்றி சொல்கிறாய். பிறகு, மற்றுமொரு பீர் கொண்டுவர உத்தரவிடுகிறாய்.

89

இப்படியிருக்க, ஒருவன் எப்படிக் கோட்பாடுகள் குறித்தெல்லாம் பேச முடியும்?

இனி ஒருபோதும் தங்கள் தலையை நிமிர்த்த முடியாத குழந்தைகளால் இந்த உலகம் நிரம்பியிருக்கிறது. இயந்திரங்கள் காற்றையும் கடலையும் விஷமாக்குகின்றன. பாலைவனங்கள் உருவாக்கப்படுகின்றன. மனிதன், ஓநாயிடமிருந்து வந்த மனிதன், நிஜமாகவே இந்தப் பூமியை விழுங்கிக்கொண்டிருக்கிறான்.

கடல்களுக்கும் உறைந்துபோன மேட்டுநிலத்துக்கும் பாலைவனத்துக்கும் இடையே இயற்கையாகத் தோன்றியிருந்த ஒரு பள்ளத்தில், வானில் இரண்டாயிரம் அடி உயரத்தில் பறக்கும்போது பார்க்க முடியாத நிலத்திரட்டில், சில மனிதர்கள் வெறிச்சோடிக்கிடக்கும் நகரச் சதுக்கங்களில் அடித்தொண்டையிலிருந்து உரை நிகழ்த்துகிறார்கள். அவர்களுடைய சகோதரர்களைக் குறிபார்த்து ஆயுதத்தைப் பயன்படுத்துகிறார்கள். முட்டாள்தனமான, முடிவே இல்லாத போராட்டத்தை நடத்துவதில் அவர்களுக்குள்ளாகத் திருப்திப்பட்டுக்கொள்கிறார்கள். அவர்கள் ஊளையிடுகிறார்கள். ஒருவரையொருவர் வெறுக்கிறார்கள், ஒருவரையொருவர் அவமானப்படுத்துகிறார்கள், கொள்ளையடிக்கிறார்கள், கொலை செய்கிறார்கள், அழிக்கிறார்கள், சிரிக்கிறார்கள், அணைத்துக்கொள்கிறார்கள். பிறகு, அவர்களுடைய விரோதத்துக்கும் அவர்களுடைய சிரிப்புக்குமான காரணத்தை மறந்துபோகிறார்கள். அவர்கள், ஒருவரிடமிருந்து ஒருவர் திருடுகிறார்கள். ஏனெனில், திருடுவதற்கோ அவமானப்படுத்துவதற்கோ, வேறு எவரையும் அவர்களால் கண்டுபிடிக்க முடியவில்லை.

அவர்கள் கண்டுபிடிக்கிறார்கள், மறந்துபோகிறார்கள், மீண்டும் கண்டுபிடிக்கிறார்கள், அவர்களுடைய குற்றங்களை, அவர்களுடைய குற்றமற்ற தன்மைகளை.

பிறகு யாரால் முடிகிறதோ, அவர்கள் மட்டும் இரண்டு நாள்களுக்கு, மிச்சமிருப்பதை விருந்துண்ணுகிறார்கள்.

90

ஆனால், பிறகு இடைநிறுத்தம். பால்கா நோக்கிய வீதியில் நீ தப்பித்து ஓடுகிறாய். அதன் உச்சியில் நிற்கிறாய். அங்கிருந்து மலைகளின் தந்தையை உன்னால் பார்க்க முடிகிறது. சில ரொட்டித்துண்டுகளை நீ உன் வாயில் போட்டுக்கொள்கிறாய்: ஒரு மாமிசத்துண்டு, ஒரு பழம். வானத்தை உன் கைகளால் தொடுகிறாய்.

அத்துடன், அங்கே சூரியனுக்குக் கீழாக, குளிர்ச்சியான காற்றுக்குக் கீழாக, மனித உழைப்பின் சூடான வியர்வையிலிருந்து வெகுதொலைவு விலகிவந்து, இவ்வுலகின் அழகில் — நம்முடைய

உலகம் — ஒவ்வொரு உரோமத் துவாரத்தில் மூழ்கியிருக்க, நீ லிட்டில் ரெட் இந்தியன் கேர்ளின் கடைசி சாகசங்களையும், பிக் பேட் பலூனோடு அவளது போராட்டத்தையும் சொல்கிறாய்.

குழந்தைகளின் சிரிப்பொலிகள் காற்றின் ஊடாகப் பாய்கின்றன.

இல்லிமானி, அதனுடைய ஆணித்தரமான அழகையும், உணர்ச்சிகளை வெளிப்படுத்தாத பண்பையும் உன் மீது சுமத்துகிறது. நீ நம்பிக்கைகளை நெய்யத் தொடங்குகிறாய். ஏனெனில், உன்னுடைய நம்பிக்கைகள் பாதி உறக்கத்தில் இருக்கின்றன.

நீ உனக்குள் சொல்லிக்கொள்கிறாய்: இது மாறியாக வேண்டும், இது மாறியாக வேண்டும், என்றோ ஒருநாள்...

உலகத்துக்கு வயது கூடிக்கொண்டிருக்கிறது. ஆனாலும் அது, பிரத்யேக மந்திரத்தன்மை எதையோ கொண்டிருக்கிறது. அது, ஒவ்வொரு நாளும் புதிதாக விடிகிறது. முன்னிரவின் வலியிலிருந்து பிறந்த புத்தம்புதிய குழந்தை. இன்னும் குற்றமற்ற தன்மை என்பது அழிந்துவிடவில்லை: அது சமவெளியில் குழந்தைகளின் சிரிப்பொலிகளோடு மிதந்துகொண்டிருக்கிறது. எந்த மனிதனின் பாதங்களும் இதுவரை மிதிக்காத பாதையை அது கண்டுபிடிக்கிறது.

இந்த நிலம், என்னுடைய இந்த நிலம்தான், என் மகிழ்ச்சியின் ஊற்று.

நீ உனக்குள் சொல்லிக்கொள்கிறாய்: நான் எவ்வளவு அதிர்ஷ்டசாலி, இந்த நிலத்தில் பிறந்ததற்கு...

பெரும் அபத்தத்தை ஏற்றுக்கொள்வதன் மூலம் நீ ஒரு நொடிப் பொழுது மகிழ்ச்சியாக இருக்கிறாய்.

நான் இந்த உலகத்தைத் தவிர வேறெங்கும் இருந்திருக்க முடியாது என்பதுபோல்.

ஒன்பது

91

கடலை, நம்முடைய கடலை, பொலிவியா பயன்படுத்த அனுமதிப்பது ஏற்றுக்கொள்ளத்தக்கதென்று கார்டர் சொல்கிறார், இன்றைய செய்தித்தாளில்.

ஆனால், லூயிஸ் சீஸர் கண்காட்சிக் கூடத்தில், கார்டரின் சகக் குடிமகன் ஒருவன் இப்படிச் சொல்கிறான்:

'உங்களுக்குக் கடல் தேவையில்லை. நூறு ஆண்டுகளாக நீங்கள் கடல் இல்லாமல் வாழ்ந்துகொண்டிருக்கிறீர்கள். ஏன் உங்களால் இன்னும் ஆயிரம் ஆண்டுகளுக்கு வாழ முடியாது?'

மழை தூறிக்கொண்டிருந்தது.

'எப்படியிருந்தாலும், மக்களாக உங்களுக்குக் கடல் குறித்த பிரக்ஞை என்று ஏதும் கிடையாது.' தெருக்கள் சோகத்தில் கிடந்தன, இருண்டுபோய்.

'கடல் குறித்து உங்களுக்குப் பிரக்ஞையுள்ளது என்பதை நிரூபிக்க நீங்கள் எதுவும் செய்யவில்லை. நீங்கள் அறிவீர்கள் என்றோ, உணர்கிறீர்கள் என்றோ, உங்களிடமிருந்து துண்டிக்கப்பட்டதால் கவலைகொள்கிறீர்கள் என்றோ, நீங்கள் இன்னும் நிரூபிக்கவில்லை.'

குன்றுகளில் தீச்சுவாலைகள்.

'ஒருவேளை, நீங்கள் எப்போதைக்கும் நிலங்களால் சூழ்ந்த மக்களாகவே இருக்க முடியும்.'

சான் ஹ்வனின் இரவு, ஆண்டில் மிகக் குளிரான இரவு. அதுவும், மழை பெய்துகொண்டிருந்தது.

‘நான் அட்மிரலின் அறிக்கையைப் படித்தேன். கடலுக்குப் பதிலாக வான்தளம் ஈடுசெய்யும் என்று அவர் நிரூபித்துள்ளார்’ — ‘பெர்லினில் உள்ளது போன்ற ஒன்றா?’ என்று நான் கிண்டலாகக் கேட்கிறேன் — ‘அது எல்லாப் பிரச்சினைகளையும் தீர்த்துவிடும்.’

இந்தச் சங்கதியில் உள்ள பிரச்சினை என்னவென்றால், இந்த மனிதர் கார்டரின் காதுகளை வான்ஸ் மூலம் நெருங்கிவிடுவார். இவர் அவருக்காக வேலைபார்க்கிறார்.

தொலைவில் வாணவேடிக்கைகள், கறுப்புப் போர்வைக்குள் மறைந்துபோயின.

‘நான் ஒரு ஆண்டாக இங்குதான் இருக்கிறேன். கொடிகளுடனும் வண்ணமயமான மெழுகுவர்த்திகளுடனும் ஊர்வலங்கள் போவதை மட்டுமே நான் பார்த்துக்கொண்டிருக்கிறேன். அடித்தொண்டையிலிருந்து எழுப்பப்படும் கோஷங்களை மட்டுமே நான் கேட்டுக்கொண்டிருக்கிறேன்.’

நான் வழக்கமாகச் செய்வதுபோல், தீச்சுவாலையில் குதித்துவிட வேண்டுமென்று விரும்பினேன். கொஞ்சம் குத்துகள் விட்டு, நெருப்புக்கு அருகில் செல்ல வேண்டுமென்று விரும்பினேன்.

‘அடுத்த நாள், காகிதக்கொடிகளும் பல வண்ணத்திலான மெழுகுவர்த்திகளும் நடைபாதைகள் எங்கும் குப்பைகளாக இருப்பதை மட்டும்தான் நான் பார்க்கிறேன்.’

நாளை, பூங்கா ஐஸ் சிற்பங்களைக் கொண்டிருக்கும்.

‘இவைதான் கடல் மீதான உங்கள் உரிமைக்காக நீங்கள் முன்வைக்கும் வாதங்களா? இவை மட்டும்தான் உங்களுடைய வாதங்களா?’

காட்டில் இருப்பது இதைவிடச் சிறப்பாக இருக்கும். கீழாக இருக்கும் மேகங்கள் மீது பிரம்மாண்டமான தீச்சுவாலைகளும் நம்முடைய அகன்ற நிழல்களும் படர்ந்தன. காடுகள் அடர்த்தியான உணர்வுகளால் நிரம்பியிருந்தன.

‘சிறிய காகிதக்கொடிகளோடு, பல வண்ணத்திலான மெழுகு வர்த்திகளோடு, உணர்ச்சிபொங்க, வெறுமனே உணர்ச்சிபொங்க கோஷம் போடுவது, இவ்வளவுதானா?’

'இல்லை' என்று நான் சொல்கிறேன், 'நிச்சயமாக இல்லை.'

ஒரு கப் சூடான அப்பி, ஒரு பெண்ணின் கை, எங்களது மகிழ்ச்சியான இசை: சான் ஹ்வன். சில சமயங்களில் நாங்கள் இரவு முழுக்க நடனமாடுவதுண்டு.

'நான் உனக்குத் தெரியப்படுத்த விரும்புகிறேன். இந்த விஷயம் குறித்து நான் ஓரளவு படித்திருக்கிறேன்.'

அந்த மிருகம், அடுத்து எப்போது தாக்குவான்?

'சொல்லப்போனால், இந்த விஷயம் குறித்து எனக்குக் கிடைத்த எல்லாவற்றையும் நான் படித்துவிட்டேன்.' நான் அவனைப் பார்க்கிறேன். அவன் புன்னகைக்கிறான்: 'எனக்கு இந்த நாடு பிடித்திருப்பதால், நான் இந்த நாட்டை நேசிக்கத் தொடங்கியுள்ளேன்.'

எப்போது, நமக்கான 'நீண்ட வாள்களின் இரவு'களைப் பார்க்கப்போகிறோம்.

92

இரண்டு வாரங்கள் கழித்து, டாக்டர் எஸ்பாதாவின் படுமோசமான பேச்சைக் கேட்ட பிறகு, அவர் தொடர்கிறார், எங்கு விட்டாரோ அங்கிருந்து தொடர்கிறார்: '...வேறெதுவும் இல்லாமல் வெறும் உணர்ச்சிபூர்வமான கோஷங்கள் எழுப்புவதன் மூலமாகக் கடலை மீட்க முடியுமா? ஏனெனில், நான் உணர்ச்சிவசப்பட்ட தன்மையைத்தான் எங்கும் பார்க்கிறேன். நான் படித்தவையெல்லாம் உணர்ச்சிவசப்பட்டவையாக இருக்கின்றன, பாடல்களாக இருக்கின்றன. கல்விப்புலம் சார்ந்த சட்டவாதம். ஒரு யானையின் ஞாபக சக்தியைக் கொண்டிருக்கும் மக்கள்: '6.15 மணிக்கு இதமான சூரியனின் மழைக்காலப் பொழுது ஒன்றில், சான்சிலர், ...' அவர் சிரிக்கிறார்.

'விரிவான ஒரேயொரு கதை ஓராயிரம் முறை சொல்லப்படுகிறது. ஆனால், அதற்கு மேல் ஏதும் கிடையாது. காரணங்கள், வாதங்கள்? எண்ணிக்கைகள்? புள்ளிவிவரங்கள்?'

நான் நினைத்துக்கொண்டேன்: முகங்கள்? பசி? மனித இனம்? அவன் முடிக்கிறான்: 'உணர்ச்சியைத் தவிர வேறெதுவும் இல்லை.'

“எங்களுடைய குறிக்கோள் நியாயமானது.”

‘இதைத்தான் அவர்கள் எல்லோரும் சொல்கிறார்கள். ஆனால், அதை நிரூபிப்பதில்லை.’

“கிடைப்பதைச் சுருட்டிக்கொள்வதால், அது சட்டபூர்வமாக அங்கீகரிக்கப்பட்டதாகிவிடுமா?”

‘தோற்றுப்போனவர்களின் துயரம்: தைவான்.’

“தைவான்?”

‘அந்தச் சூழ்நிலை தனிப்பட்ட முறையில் என்னை ரொம்பவும் சங்கடப்படுத்துகிறது. ஆனாலும், ஒருவனால் எப்படி மாவோவின் வெற்றியை உதாசீனப்படுத்த முடியும்? மாவோ வென்றார். தைவான் சீனாவானது.’

தோற்றுப்போனவர்களின் துயரம்.

‘பலமும் ஒரு வாதம்தான்.’

“அதை நாங்கள் ஒருபோதும் ஏற்றுக்கொள்ள முடியாது.”

‘ஆனால், உங்களுடைய அன்றாட வாழ்வில் பலம் மிக முக்கியப் பங்காற்றியிருக்கிறது. பலமும் வன்முறையும்: முழுமுற்றான விழுமியங்கள். உங்களுடைய உள்ளூர் மரபில், பலத்துக்கும் வன்முறைக்கும் பங்கில்லையென்று என்னிடம் சொல்ல விரும்புகிறாயா? இங்குள்ள ஒரே சட்டம், பலத்தைப் பிரயோகிப்பதுதான். இங்குள்ள சட்டமென்பது, பலத்தின் ஊடாக நடைமுறைப்படுத்தும் சட்டம்தான்... இங்கு மட்டுமல்ல, நீ அறிந்ததுபோல், உலகம் முழுவதும் உள்ள பல இடங்களில்...’

நான் நினைத்துக்கொள்கிறேன்: இது மிருகத்தின் ஆட்சி.

வேறொரு இரவில், வானம் பழுத்த பல வண்ணத்தில் எரிந்து கொண்டிருந்தது. வேறொரு இரவில்.

எனக்கு நினைவிருக்கிறது. எனக்கு நெருப்பில் குதித்துவிட வேண்டும் என்பதுபோல் தோன்றியது. குதிக்கச் சென்றேன், ஆனால்... குதிக்கப்போனவன் பின்வாங்கிக்கொண்டேன். இப்போது குதி, கடைசி இரவுக்கு முன், நீண்ட வாள்களின் இரவுக்கு முன்.

'நீங்கள் ஏதேனும் கற்றிருக்கிறீர்கள் என்றால்...' அவர் தயங்குகிறார். ஆனால், அதைச் சொல்லிவிடுகிறார்: '...நீங்கள் பலத்தை மதிக்கக் கற்றுக்கொண்டிருக்கிறீர்கள். முரட்டுத்தனமான, குருட்டுத்தனமான, தன்னிச்சையான பலம். ஒரு நூற்றாண்டுக்கும் மேலாக இப்படித்தான் இருந்துகொண்டிருக்கிறது.'

"இது மிருகத்தின் ஆட்சி."

'ஓ, தமாயோ. அறியப்படாத உன்னதம்.'

உணர்ச்சிகள். உணர்ச்சிகள். நான் நினைத்துப்பார்க்கிறேன்: எங்களுக்குக் கடலின் தேவை உள்ளதென்பதை நிரூபிப்பதற்கு வேறென்ன வாதங்கள் தேவைப்படுகின்றன.

"எங்களுடைய உரிமையை நிலைநாட்டுவது அப்படியொன்றும் சிரமமான காரியமல்ல. உலகத்தில் இதுவரை பிரசுரிக்கப்பட்ட உலக வரைபடங்கள் அனைத்தும், ஸ்பானிய வரைபடம் முதற்கொண்டு, இதை நிரூபிக்கின்றன."

"ஓ! ஆமாம். நாங்கள் உங்கள் உரிமையைச் சந்தேகிக்கவில்லை."

அவர் தொலைவில் பார்த்துக்கொண்டே, நாகரிகமாகப் புன்னகைக்கிறார்.

'உங்களுக்கு ஏன் கடல் தேவைப்படுகிறது என்பதே என்னுடைய கேள்வியாகிறது. நூறு ஆண்டுகள் என்பது, நூறு ஆண்டுகள்தானே.'

'நல்லது. உங்களுக்கு இங்கு வாக்ஸ்வாகன் வண்டி என்ன விலை என்று தெரியுமா? நீங்கள் வரி ஏதும் கட்டுவதில்லை. ஆனால், நாங்கள் கட்டுகிறோம். ஏற்றுமதி, இறக்குமதி வரியைக் கணக்கிட்டுக்கொண்டால்...'

"ஆமாம், நல்லது. ஆனால், நான் என்ன சொல்லவருகிறேன் என்றால், எல்லாவற்றுக்கும் நீங்கள்தான் பொறுப்பேற்க வேண்டும்."

"அன்புக்குரிய ஐயா, எங்களுடைய சுரங்கத் தொழிலாளிகள் எப்படி வாழ்கிறார்களென்று உங்களுக்குத் தெரியுமா?"

'இல்லை. அவர்களைச் சந்திக்க ஒருபோதும் நான் அனுமதிக்கப் பட்டதில்லை.'

"எங்கள் சுரங்கத் தொழிலாளிகள் சராசரியாக எத்தனை ஆண்டுகள் வாழ்கிறார்கள் என்று உங்களுக்குத் தெரியுமா?"

'நாற்பத்து மூன்று, இல்லையா? இதை என்னால் நம்ப முடியவில்லை.'

"ஆனால், அதுதான் உண்மை."

'நம்ப முடியவில்லை, நம்ப முடியவில்லை, மிக மோசம்.'

"உங்களுக்குத் தெரியுமா? அமெரிக்காவில் அய்தீ தவிர எங்களுடைய நாடுதான், மிக ஏழையான நாடு."

'ஒரு துயரமான வரலாறு அதற்கான விலையை எப்போதும் கொண்டிருக்கும்.'

"துயரமான... துயரமான, ஏன், வீரம் செறிந்ததும்கூட. எங்களுக்கான '52 உண்டு, எங்களது புரட்சி. நாங்கள் இன்னும் போராடிக்கொண்டிருக்கிறோம், தன்னந்தனியாக. அதன் பெரும் துயரத்தில், படுமோசமான தனிமையில் உள்ள மக்கள்."

'ஓ... ஆமாம். இது, கோன்ஸலோ வாஸ்க்கீஸ் சொன்னதுதானே, நான் இதை மரீயானோ குமுசியோ எழுத்தில் படித்துள்ளேன்.'

"இதுதான் உண்மை, இதுதான் நேர்மையான உண்மை."

'வாஸ்க்கீஸ் சிறப்பாக எழுதுகிறார். குமிஷியோ சிறப்பாக எழுதுகிறார்.'

அவர் பெருமூச்சுவிட்டுச் சொல்கிறார்: 'ஏன் யாரேனும் ஒருவர் 'கடலுக்கான ஒரு பாதை' என்ற தலைப்பிட்ட புத்தகம் ஒன்று எழுதக் கூடாது? ஏன் யாரேனும் ஒருவர் கடல் மார்க்கம் இல்லாததால் ஏற்பட்ட இழப்பை வெளிக்கொணரக் கூடாது?'

'நிஜமாகவே, கவித்துவத்தையும் சட்டவாதத்தையும் அதிலிருந்து வெளியே வைக்க வேண்டும்...' அவர் அழுத்திச்சொல்கிறார்: 'தகவல்கள். எளிமையான, தெளிவான, வெளிப்படையான தகவல்கள்.'

"எங்களுக்கு இத்தகைய வாதங்கள் தேவைப்படவில்லை. எங்களிடம் உயிருள்ள சாட்சியொன்று இருக்கிறது. அந்த சாட்சி ஒவ்வொரு நாளும் எங்களைக் கடந்துபோகிறது. அவர்கள்

அப்படித்தான் வாழ்கிறார்கள். கண்ணுடையோர் எவரும் அதை மிக எளிதாகப் பார்க்க முடியும். எம் மக்கள்.”

‘பார்த்தாயா? நீ என்ன செய்கிறாய் பார், மீண்டும் கவித்துவ முலாம் பூசுகிறாய்.’

அவர் ஒரு வாய் குடிக்கிறார், நானும் அதையே செய்கிறேன்.

93

மூன்று வாரங்கள் கழித்து, “சகர் விரூத்தா” தொடங்கிய அந்த இரவில், அவர் அதே உரையாடலைத் தொடர்ந்துகொண்டிருந்தார்.

‘லத்தீன் அமெரிக்காவில் அரசியல், அறிவியல்பூர்வமானதில்லை, இல்லையா?’

நான் அவரைப் பின்தொடர்ந்தேன்: நான் அரசியல் குறித்துப் பேசவில்லை, நான் பட்டினிகள் குறித்து, உடைகள் குறித்து, கல்வி குறித்து, நம்பிக்கைகள் குறித்துப் பேசிக்கொண்டிருக்கிறேன்.

‘பொலிவியாவில் எவரும் பட்டினிகிடப்பதில்லை. இங்கே போதுமான அளவு உணவு இல்லை என்ற அர்த்தமில்லை. மக்கள் சரியான முறையில் உணவு எடுத்துக்கொள்ளும் முறையை இன்னும் கற்கவில்லை. அவர்கள் காரமான உணவை உண்கிறார்கள். அவர்களுடைய ரத்தத்தைக் கொதிக்கவைக்கக்கூடிய உணவு. உதாரணத்துக்கு, எவருமே பால் குடிப்பதில்லை.’

நான் ஒரு வாய் குடிக்கிறேன். அவரும் அதையே செய்கிறார்.

“நீ சொன்ன புத்தகம்...”

‘ஆமாம்.’

“...வார்த்தைகள் ஏதுமில்லாமல் படங்களைக் கொண்டிருந்தால் மட்டுமே போதும். புகைப்படங்கள், கடந்த ஒரு நூற்றாண்டின் புகைப்படங்களும், அதற்கான குறிப்புகளும்.”

‘உண்மையாகவா? அப்படியென்றால் அத்தகைய புகைப்படங்களும் குறிப்புகளும் எங்கிருக்கின்றன? அப்படிப்பட்ட ஒரு புத்தகம் கடந்த நூற்றாண்டில் ஒருபோதும் செய்யப்படவில்லை என்று நான் நம்ப வேண்டும் என்று ஏன் எதிர்பார்க்கிறீர்கள்?’

"புள்ளிவிவரங்களும் இருக்கின்றன, கணக்குகள். சமூகவியல் ஆய்வுகள்…"

'உண்மையாகவா? எங்கு?'

'ஏன் அவர்கள், கடவுளின் பாதையில் தங்கள் பயணத்தை மேற்கொள்ளக் கூடாது. ஒவ்வொருவரும் அவரவருடைய பாக்கெட்டில் கடல் குறித்துச் சிறிய பைபிளை வைத்துக்கொண்டு.'

"அத்தகைய புத்தகம் இருக்கிறது." நான் அழுத்திச் சொன்னேன். "ஒருவேளை, அது பல புத்தகங்கள் ஊடாகப் பரவியிருக்கலாம். ஆனால், அது இருக்கிறது. எங்களுடைய மிகப் பெரும் துயரத்தை என்னால் மறக்க முடியவில்லை. ஒரே ஒரு நாளைக்குக்கூட. எங்களுக்கான கடல் மார்க்கத்தின் தேவையை முன்னிறுத்தி — உணர்ச்சிபூர்வமாக மட்டுமல்ல — ஆயிரக்கணக்கானோர் வாதாடியிருக்கிறார்கள். அதனால்தான், நாங்கள் பலவீனமாக இருந்தாலும், எங்களால் எங்களுடைய கோரிக்கையில் முன்னேற முடிகிறது, எங்களுடைய கடல் என்ற கோரிக்கையை முன்வைத்து, எங்களது விவாதங்களின் பலத்தை முன்வைத்து. பொலிவியாவின் கடல் என்ற நியாயமான கோரிக்கை. என்றோ ஒருநாள் நிஜமாகும்."

'பலம் மிக எளிமையான வாதமாகும்.'

"கடல் எங்களுக்குத் தேவை என்பதும் மிக எளிமையானதுதான்."

'ஆனால், எங்கிருக்கிறது? என்னால் அதன் தேவையைப் பார்க்க முடியவில்லை.'

நீங்கள் சலிப்பூட்டுகிறீர்கள், என் அன்புக்குரிய அரசுப் பிரதிநிதி அவர்களே.

"ஒவ்வொரு முகத்திலும், அது உள்ளது. ஒவ்வொரு குழந்தையிடமும் அது உள்ளது. அதை உணர்வதற்கும் தீண்டுவதற்கும் நீங்கள் ஏழையாக இருக்க வேண்டிய அவசியமேதுமில்லை. லட்சக்கணக்கான எங்களுடைய குழந்தைகள் கடலை ஒருபோதும் பார்த்ததேயில்லை."

'சுவிட்சர்லாந்தில்கூட லட்சக்கணக்கானோர் கடலைப் பார்த்ததேயில்லைதான்.'

“லா பாஸ்ஸில் பல பொருள்களின் விலை நியூயார்க்கைவிட அதிகமாக இருக்கிறது. அதற்குக் காரணம், எங்களிடம் கடல் இல்லை.”

‘நேரடியாகச் சொல்கிறேன், இது சந்தேகத்துக்குரியது. உங்களுடைய வரலாற்றை நினைத்துப்பார்.’

“ஆமாம், உண்மைதான். அந்த மிருகத்தின் ஆட்சி. ஆனால், நாங்கள் கடலை இழந்ததும் அந்த மிருகத்தின் ஆட்சிக்குக் காரணமாக இருக்கலாம். ஒருவேளை நாங்கள் கடலை இழக்காமல் இருந்திருந்தால், எங்களிடையேயான மிருகங்களின் நாள்களை அது பெருமளவு குறைத்திருக்கலாம்.”

‘இருக்கலாம்.’

மக்களின், இதயம் நிரம்பிய சிரிப்பு எங்களைச் சங்கடப் படுத்துகிறது.

‘எனக்குச் சொல்லுங்கள்: சான்டா க்ரூஸில் இருக்கும் எத்தனை குழந்தைகள், ஆண்டீயன் சுரங்கத்தைப் பார்த்திருப்பார்கள் என்று நினைக்கிறீர்கள்.’

நான் என் காதுகளைச் சொறிந்துவிட்டுக்கொண்டேன்.

‘இது நல்ல யோசனையாக இருக்கிறது. நீ என்ன நினைக்கிறாய்!’

நான் நினைத்துக்கொண்டேன்: இதற்கெல்லாம் நேரமில்லை. எல்லாம் காலம் கடந்துவிடும்.

’79 இன் வடுக்களைக் காட்டு. எப்போதைக்கும் தொந்தரவு செய்துகொண்டிருக்கும் 79 இனால் உண்டாக்கப்பட்ட காயங்கள். எல்லாக் காயங்களையும் காட்டு: சுரங்கங்களை மட்டுமல்ல. இந்தக் காயங்களை முதலில் மக்களிடம் காட்டுங்கள், பிறகு உலகத்துக்குக் காட்டுங்கள். காட்டுவதும் நிறுவுவதும் ஒன்றல்ல. ஆனாலும், இது ஒரு தொடக்கமாக இருக்கும். இருக்கும் இல்லையா?’

“இது செய்யப்பட்டதுதான். பல புத்தகங்கள், கண்களால் பார்த்தவர்களின் அனுபவங்கள்...”

‘அவை எங்கே இருக்கின்றன? எங்கு? எப்படியிருந்தாலும் படிக்கத் தெரியாத அல்லது படிக்காத ஜனத்தொகைக்குப் புத்தகங்களால் என்ன பயன்? இதைவிடச் சிறந்தது, அதை இசையாக்கலாம்.

உனக்கு இது தோன்றவில்லையா? காணாமல்போன கடல் பற்றி நாட்டார் பாடல்கள் மூலம் கற்பித்து...'

இரவில் ஒளிரும் பூஞ்சை வெடித்து அவை மேகங்களைத் தீப்பிடிக்க வைக்கின்றன, ஒளிரும் பூஞ்சை.

'உலகம் அதனுடைய சொந்தச் சங்கடங்களில் மூழ்கியுள்ளது.'

இன்னும் இரண்டு வாரங்களில் நீண்ட வாள்கள் பளபளக்குமென்று வதந்தி ஒன்று உள்ளது, வதந்தி ஒன்று உள்ளது.

'அரசு பிரச்சார இயந்திரத்தை இந்த வேலைக்கு ஏன் பயன்படுத்திக் கொள்ளக் கூடாது. எங்களைப் பொறுத்தவரை யூ.எஸ்.ஐ.எஸ். என்பது யூ.எஸ்.ஐ.எஸ்.தான்... அது நிக்ஸனுக்கோ கார்டருக்கோ மாண்டேலுக்கோ வேலைபார்ப்பது கிடையாது.'

"ஏனென்று உங்களுக்குத் தெரியுமா?"

'எங்களுடைய கைகள் கட்டப்பட்டுள்ளன. நாங்கள் எல்லாத் தரப்பு மக்களின் தேவைகளுக்கும் மதிப்பு கொடுக்கிறோம். அத்துடன் எல்லா மக்களின் இறையாண்மைக்கும்.'

'ஆமாம்', நான் சொல்கிறேன். 'நீங்கள் எவ்வளவு காலமாக அரசுப் பிரதிநிதியாக இருக்கிறீர்கள்?'

'ஓ, மிக நீண்ட காலமாக.'

"நல்லது. அப்படியென்றால், ஏனென்று உங்களுக்குத் தெரிந்திருக்க வேண்டும்."

94

'நான் ஒரு வரலாற்றுப் பைத்தியம்', என்று அவர் சொன்னார். பெபீதா கோகாடூ இசை நிகழ்ச்சி முடிந்த பின் மீண்டும் தொடங்கினார்: 'நம்முடைய உரையாடல் எனக்கு ஹிட்லரை நினைவுபடுத்துகிறது.'

"என்னது?"

'ஆமாம். ஹிட்லர். தேசத்தை உருவாக்க ஹிட்லர் செய்த முதல் காரியம், இளைஞர்களைக் கட்டுப்படுத்திய சமூகத்தடைகளை உடைத்தெறிந்ததுதான். கிராமங்களிலிருந்து வந்த இளைஞர்கள், நகரங்களில் சமூக சேவை செய்ததை நான் பார்த்திருக்கிறேன்.

அத்துடன், நகரத்துப் பெண்கள் மிகச் சிறிய கிராமங்களில், வயல்களில் ஜெர்மனி முழுவதும் வேலைபார்த்தார்கள்.'

அவர் ஒரு வாய் குடிக்கிறார். நான் வானத்தைப் பார்க்கிறேன்.

'ஒருசில ஆண்டுகளுக்குப் பின், அவன் சொல்வதையெல்லாம் கேட்க அவர்கள் எல்லோரும் தயாராக இருந்தார்கள்.'

"இப்போதுதான், முதல் முறையாக, பொலிவியாவுக்கு ஹிட்லரை உதாரணமாக முன்வைப்பதைக் கேள்விப்படுகிறேன்."

'உண்மைதான், அந்த இளைஞர்கள் வெறிபிடித்தவர்கள்தான்... பிறகு அங்கு முறையற்ற பிறப்பு கடல்போல் பரவிக்கிடந்தது... ஆனாலும், இளைஞர்கள் அவனுக்காக மிகச் சிறந்த முறையில் பணியாற்றினார்கள்... அவர்கள் அவனை நம்பினார்கள். ஒவ்வொரு போர்முனையிலும் அவர்கள் இறந்துகொண்டிருந்தார்கள்...'

அவர் ஒரு வாய் குடிக்கிறார். அவர் சுவரைப் பார்த்துக் கொண்டிருக்கிறார். நான் ஒரு வாய் குடிக்கிறேன். அவரைப் பார்த்துக்கொண்டிருக்கிறேன்.

'ஜெர்மானிய இளைஞர்கள், ஜெர்மனி முழுக்கப் பயணித்தார்கள். அவர்களுக்கு ஜெர்மனியைத் தெரிந்துகொள்ள வேண்டியிருந்தது. அவர்கள் ஜெர்மனிக்காகக் கவலைப்பட்டார்கள்.'

அவர் பெருமூச்சுவிட்டார்.

'பிறகு, அவர்கள் அவனைப் பின்தொடர்ந்தார்கள்.'

"நல்லது... எனக்கு ஹிட்லர்..."

'இல்லை... நிச்சயமாகயில்லை. அவன் ஒரு மனநோயாளி. ஆனால், அந்த இளைஞர்கள் அவனுக்காக இறந்தார்கள். அவனுடைய ஜெர்மனிக்காக.'

"நாங்கள் எல்லோரும் அமெரிக்காவின் ஒரு பகுதிதான். இது ஒன்றும் பிராட்வே இல்லையென்றாலும், நாங்கள் இன்னும் அமெரிக்காவில்தான் இருக்கிறோம். நாங்கள் இரவின் குடிமக்கள்தான். ஆனாலும், விடியலைப் பார்க்கத்தான் போகிறோம்."

'ஓ, ஆமாம். அமெரிக்கா நம்பிக்கைகளுக்கும் நீதிகளுக்குமான நிலப்பரப்புதான். இல்லையா?'

"நான் அதை இன்னும் நம்புகிறேன். நாங்கள் மிக நீண்ட காலம் துன்பப்பட்டுவிட்டோம். இது நிச்சயம் ஒரு முடிவுக்கு வரும், நிச்சயமாக வர..."

'நீ நல்ல மனிதன்', அவர் சொல்கிறார்: 'நான் பாலஸ்தீனியர்களை நினைத்துப்பார்க்கிறேன்.'

"அவர்களைப் பற்றி என்ன?"

'நல்லது. உண்மை என்னவென்றால், வரலாறு நம்மைச் சோர்வடையச் செய்யலாம்.'

"ஓ, ஆமாம்! நமக்கெல்லாம் அதைப் பற்றித் தெரியும். நீங்கள் மசாமாக்ளேவைப் படித்திருக்கிறீர்களா?"

'சிறப்பானது. மிகச் சிறப்பானது.'

அவர் எழுந்துகொள்கிறார். ஜன்னல் திரையூடாக வெளியே பார்க்கிறார். வானம் எரிந்துகொண்டிருந்தது. மக்கள் தேனீக்கள்போல் இயங்கிக்கொண்டிருந்தார்கள். செவ்வாய்க் கிரகவாசிகள்.

'பேச்சு வார்த்தையில்லாமல், எவராலும் நீண்ட காலம் ஆட்சி புரிய முடியாது.'

'எங்களது செய்தித்தாள்கள் எல்லாம் அமெரிக்காவின் முட்டாள்தனமான ஆடம்பரம் என்பதாக ரஷ்யர்கள் நினைக்கிறார்கள். நாம் என்ன நினைக்கிறோம் என்று சொல்வதாலும், நாங்கள் விரும்புவதுபோல் வாழ்வதாலும் விளையக்கூடிய அத்துமீறல்களை அவர்களால் புரிந்துகொள்ள முடியவில்லை. எதுவுமே பேசாமல் ஆபாசமாகவும் அழுக்கேறியும் வாழ்ந்துகொண்டிருந்தாலும்கூட, பாலைவனத்தில் நிர்வாணமாக, காட்டுமிராண்டிகளாக வாழ்ந்துகொண்டிருந்தாலும்கூட."

அவர் திரும்புகிறார். அவருடைய குடியை முடிக்கிறார்.

'அத்துமீறல்கள் என்னை எரிச்சலடைய வைக்கின்றன. ஆனாலும், நான் அதை ஏற்றுக்கொள்கிறேன்: நான் படிக்க வேண்டும் என்று எதைத் தேர்ந்தெடுக்கிறேனோ — என்ன எழவாக வேண்டுமானாலும் இருக்கலாம் — அதைப் படிப்பதற்கும், உலகம் முழுக்க எடுக்கப்படும் திரைப்படங்கள் குறித்து நான் என்ன சொல்ல விரும்புகிறேனோ அதைச் சொல்வதற்கும்.

பேச்சுவார்த்தைகளுக்கான விலையென்பது மேலும் அதிகமான பேச்சுவார்த்தைகள்தான், ஜனநாயகம்.'

'என்னைப் பொறுத்தவரையில், இது அதிகமான விலைதான். ஆனாலும், அவ்வளவு அதிகமல்ல. இனிமையற்றது, ஆனாலும் அவ்வளவு இனிமையற்றதல்ல. இது ஒரு உத்தரவாதம். உத்தரவாதத்துக்கு மேல் ஏதுமில்லை...'

'குட் நைட்...'

"நீங்கள் எங்கிருந்து வருகிறீர்கள்?" நான் விசாரிக்கிறேன்.

'டாலஸ், டெக்ஸஸ்.'

"ஓ! குட் நைட்..."

95

பின்னிணைப்பு 'ஈ'யில் பல நிவோலைஸுக்கான சரக்குகள் இருக்கின்றன.

அதையெல்லாம் பயன்படுத்தும் எண்ணம் எனக்குக் கொஞ்சமும் இல்லை. நீங்கள் என்னை மன்னிக்க வேண்டும். மன்னிப்பீர்களா? நன்றி.

96

அவன் டெய்லர் கடையில் இருந்த கண்ணாடி முன்பு நின்று கொண்டிருந்தான். அளவெடுக்கும்போது, அவன் தன்னையே, தலையிலிருந்து தொடங்கி அளவெடுத்துக்கொண்டான்.

வழுக்கைத் தலை: 'நீ ஏன் உன்னைக் கவனித்துக்கொள்ள மாட்டேன் என்கிறாய்? கொஞ்சம் உன்னைக் கவனித்துக் கொண்டால் பார்ப்பதற்கு நீ இன்னும் நன்றாக இருப்பாய்.' ஏனெனில், தலைமுடித் தைலங்கள் எல்லாம் அறிவில்லாத முட்டாள்களுக்குத்தான். நான் வழுக்கையாகவே இருந்துவிட்டுப் போகிறேன். என்னைத் தனியே விடு. மயிறு குறித்து யார் கவலைப்படப்போகிறார்கள்? ரத்தச் சிவப்பான கண்கள்: உயரமான பகுதிகளில் ஏறக்குறைய எல்லோருடைய கண்களும் சிவப்பாகின்றன. பிறகு, மருத்துவர் பெஸ்காதோர் ஆப்ரேஷன்

செய்ய வேண்டியுள்ளது. ‘நீ ஏன் டாக்டர் பெஸ்காதோரைப் பார்க்கச்செல்லக் கூடாது? நீ உன்னை மேலும் அக்கறையோடு கவனித்துக்கொள்ள வேண்டும்.’ இது என்னை எரிச்சலூட்டுகிறது. அங்கு எப்போதும் குறைந்தது பதினைந்து பேர் தங்களுடைய முறைக்காகக் காத்துக்கிடக்கிறார்கள். நான் வேறொரு சமயத்தில் போகிறேன். மூக்கு: சைனஸ் பிரச்சினை. ‘நீ கடற்கரைப் பகுதிக்குச் சென்றபோது, அங்குள்ள ஈரப்பசை உன்னைப் பாதித்திருக்க வேண்டும். நீ ஏன் இதற்கு ஆபரேஷன் செய்துகொள்ளக் கூடாது? நீ ஏன் உன்னைக் கவனித்துக்கொள்ள மாட்டேன் என்கிறாய்?’ என்னுடைய மூக்கு விரிந்துபோய், பார்ப்பதற்கு ஒரு கோமாளிபோல், டான் ரவூல் போல் இருப்பேன் என்றாலும், நான் அதை அப்படியே விட்டுவிடத்தான் விரும்புகிறேன். நீ இதைத் தெரிந்துகொள். பற்கள்: ‘உனக்கு இங்கு ஒரு ஓட்டையிருக்கிறது. நீ ஏன் ஒரு பல் மருத்துவரிடம் சென்று அந்த ஓட்டையைச் சரிசெய்துகொள்ளக் கூடாது? தயவுசெய்து உன்னைக் கொஞ்சம் கவனித்துக்கொள்.’ அவர் பஞ்சு கொண்டு அதை அடைப்பார். அவர் பஞ்சையெல்லாம் வெளியே எடுப்பார். முடிவேயில்லாமல் மாதக்கணக்கில் பஞ்சு உள்ளே போய்க்கொண்டும் வந்துகொண்டும் இருக்கும்... இப்போது எனக்கு இதற்கெல்லாம் நேரமிருப்பதில்லை. மேலும், அது வலியேதும் கொடுக்கவில்லை. நான் போகிறேன், பிற்பாடு போகிறேன். இத்தோடு என் தலை முடிகிறது.

மார்பு: எங்காவது வலிக்கிறதா? இல்லை. உற்சாகமாக இரு. நீ தாத்தாவாகும்வரை வாழ்ந்துகொண்டிருப்பாய். எழுபதுக்கு மேல்.

வயிறு: சற்று உப்பியிருக்கிறது பார். நீ அதிகம் குடிக்கிறாய். குடல்: ஆங்கிலப் பெரிய எழுத்து எல்லில். இது தாக்குப்பிடிக்கும். வலியேதும் கொடுக்கவில்லை. சில சமயங்களில் வாயுத் தொந்தரவு. அஜீரணம்? எப்போதுமில்லை. என் வயிறு மிக ஒழுங்காகயிருக்கிறது, கடிகாரம்போல். ‘நீ ஏன் உன்னை... உண்மையாகவே இதில் கவலைப்பட ஏதுமில்லை.’ சிறுநீரகம்: சிறப்பாக உள்ளது. ஆண்குறி: டாக்டர் இது எல் காலவ்வில் அறுக்கப்பட்டது. மிக மோசமான காயம். பொறாமை பிடித்த புருஷன் ஒருவன் செய்தது. ஆமாம். ஆனால், வலிக்கிறதா? இல்லை. அது அப்படித்தான் இருக்கிறது. நல்லது — தட்பவெட்பநிலை என்னவாக இருந்தபோதும், அது எப்போதும்

மேற்கு, வடமேற்கு நோக்கித்தான் குறிபார்க்கிறது. ஆனால், வலி இருக்கிறதா? இல்லை டாக்டர், வலி ஏதுமில்லை. நல்லது, உடலுறவு? வாரத்தில் சில முறை. குழந்தைகள்? மூன்று. மற்றவர்கள்? ஆமாம். நன்றி. யூ ஆர் வெல்கம். மூட்டுகள்: மூட்டுக்குக் கீழ் வெளியே விரிந்துகொள்கிறது. உணவு? பாதம்? எரிச்சலூட்டுகிற கால் ஆணி. ஆமாம். வேறு ஏதாவது? இல்லை. ஏதுமில்லை.

நல்லது, அடுத்த வாரம்போல் போட்டுப்பார்க்க வாருங்கள். சரியா? டெய்லர் சொல்கிறான்.

நிறைய சரிசெய்ய வேண்டியிருக்கும் என்று நினைத்துக் கொள்கிறான்.

எப்போது? அவன் கேட்கிறான்.

அவன் கேட்டுக்கொள்கிறான்: ஐந்துக்கு.

நல்லது, அவன் சொல்கிறான்: குட் பை.

அவன் கேட்டுக்கொள்கிறான்: குட் டே.

கண்ணாடியில் ஒரு மனிதன். மனிதன், ஓநாயிடமிருந்து வந்த மனிதன்.

ஆ!

ஊளைச்சத்தம்.

97

ஃபிளாக்கோ: யாரும் உன்னை மௌனமாக்கவில்லை... பிரச்சினை என்னவென்றால், உன்னுடைய பூர்ஷ்வா வாழ்க்கையில் புதிதாக எதுவுமே நடக்காது. நீ என்ன செய்ய முடியும்?

"என்னிடம் சில யோசனைகள் இருக்கின்றன."

ஃபிளாக்கோ: அப்படியென்றால் வேலையைப் பார்.

"பார்க்கிறேன். நான் அதில் வேலைபார்த்துக்கொண்டிருக்கிறேன்."

ஃபிளாக்கோ: ஹா...

"ஆனால், நிச்சயமாக. ஒரு சமயம் நான் உனக்குக் காட்டுகிறேன்."

ஃபிளாக்கோ: அனிடா அனா பற்றிய கதை எப்படி போய்க் கொண்டிருக்கிறது?

"நான் உனக்குக் காபி வாங்கித் தருகிறேன்."

98

பதினொரு ஆண்டுகளுக்கு முன் சிலியைச் சேர்ந்த ஒருவனும், இத்தாலியைச் சேர்ந்த ஒருவனும், அறபு நாட்டைச் சேர்ந்த ஒருவனும், பிரேசிலைச் சேர்ந்த ஒருவனும், யாங்கி ஒருவனும் நானும், பழுத்த பச்சைநிற வேனில், அளவேயில்லாத செல்வத்தை, கடந்துகொண்டிருந்தோம்.

அது மத்திய மேற்கு என்றழைக்கப்பட்டது.

யானையளவு பன்றிகள், இரண்டு தர்பூசணிப் பழ அளவிலான சோளக்கதிர்களின் காதுகள், மலையளவிலான தானியச் சேமிப்புக் கிடங்கு, பார்வையின் ஒரு எல்லையிலிருந்து மற்றொரு எல்லைவரை பழங்கள் நிறைந்த பகுதியின் ஊடாக, இந்தப் பூமியின் முகத்தில் குறுக்காகக் கத்திக்கொண்டு கோடு போட்டதுபோல் நெடுஞ்சாலைகள்.

காலையில் ஆறு மணியிலிருந்து இரவு பதினொரு மணிவரை.

பன்றிகள், சோளக்கதிர்கள், கிடங்குகள், நெடுஞ்சாலைகள்.

அப்போது மதியப்பொழுது, எங்களுக்குப் பசியெடுத்தது.

டென்னெஸி வில்லியம்ஸ் கண்டுபிடித்த ஒரு சிறு கிராமத்துக்குள் நாங்கள் நுழைந்தோம்.

நாம் மதியச் சாப்பாடு சாப்பிடுவோம், நாங்கள் சொல்லிக் கொண்டோம்.

நாங்கள் சாப்பிட்டோம்: ஒரு காசநோயாளிக்கு ஏற்ற உணவாக ஒரு பாத்திரம் முழுக்கக் காய்கறிகள். அன்று இறைச்சி கிடையாது. சோடா: அசைக்க முடியாத பேரரசனான, கோக்கக்கோலா. டீ.

காம்பெஸீனோஸ் — இங்குள்ள விவசாயிகள் இப்படித்தான் அழைக்கப்படுகிறார்கள் — எங்களைச் சந்தேகக்கண் கொண்டு பார்த்தார்கள், ஐமராக்கள்போல். வெளிறிப்போன, ஒளியிழந்த கண்கள், ஐஸ்கட்டியால் செய்யப்பட்டது போன்ற இமைகள்.

காசு போட்டுப் பாடல் கேட்கும் இயந்திரத்தில், எல்விஸ் ப்ரெஸ்லீயின் வேதனைக் குரல்.

நாங்கள் உள்ளே சென்றபோது, எவ்வளவு பசியோடு இருந்தோமோ அதே பசியோடு வெளியே வந்தோம்.

இந்த ஏழை நாடு எப்போதும் ஹல்பவைக்கா பற்றியோ அஹீ பற்றியோ கேள்விப்பட்டதே கிடையாது.

அவர்கள் நிர்பந்தத்தால் உண்கிறார்கள்.

அவ்வளவாக ஒன்றும் இல்லை. ஏனெனில், இதுதான் கடவுளின் விருப்பம்.

அவர்கள் சூரிய உதயத்திலிருந்து அஸ்தமனம்வரை உழைக்கிறார்கள்.

அவர்கள் எருதுபோல் ஆரோக்கியமாக இருக்கிறார்கள். காளைபோல் திடமாக இருக்கிறார்கள். ஞாயிற்றுக்கிழமைகளில் தேவாலயத்தில் பிரார்த்திக்கிறார்கள்.

கடவுள் அவர்களுக்கு அருள்புரிந்துள்ளார்.

அந்தச் சமயத்தில், என்னுடைய கடைவாய்ப்பல்லில் ஓட்டை விழுந்துவிட்டது.

அது அங்கு இன்னும் இருக்கிறது, பதினொரு ஆண்டுகள் கழித்தும்.

மனிதனுக்கு மனிதன் ஓநாயாகிறான். என்னுடைய கடைவாய்ப் பல்லை விட்டுத்தள்ளுங்கள்.

பிறகு, ஒரு பகுதிக்கு ஆறு சோளங்கள் எனக் கொழகொழவென்று இருக்கும் அவர்களுடைய சூப்பை அவர்களே வைத்துக் கொள்ளட்டும்.

அவன் சுரண்டப்படுகிறான் என்பதைக்கூட அவன் அறிந்திருக்க வில்லை.

நெடுஞ்சாலைகள் ஊடே மகிழ்ச்சியாகப் பறந்துகொண்டு நாங்கள் உலகைப் பார்க்கப் புறப்பட்டோம்.

தட்டையான இந்த உலகத்தில், கடவுள் போதுமான அளவுக்கு விதைத்துள்ளார்.

என்னிடம் ஒருபோதும் பேச முயலாத, மீனின் கண்கள் கொண்ட ஒரு விவசாயி.

வெறும் ஹல்பவைக்காவை நினைவில் கொண்டுவருவதற்காகவா இவ்வளவு தூரப் பயணம்?

மனிதன், எவ்வாறாவது அவனையே அளந்துகொள்ள வேண்டுமென்றால், அது அபத்தங்களை உள்வாங்கிக்கொள்ளும் ஆற்றலில்தான் இருக்க முடியும்.

அளவேயில்லாத ஆற்றல்.

செவ்வாய்க்கிரகவாசிகள்போல். நாங்கள் இருளுக்குள் காணாமல் போனோம்.

99

ஆனால், நான் திரும்பவும் போவேன், வெறுமனே அந்த நெடுஞ்சாலைகளைப் பார்ப்பதற்காக மட்டுமே.

போய்வருவது பயனுள்ளதுதான். வெறுமனே அந்த நெடுஞ்சாலைகளுக்காக.

உன்னுடைய பாதங்கள் சற்றே ஓய்வெடுத்துக்கொள்ளட்டும்: நிறைய வாகனங்கள் உள்ளன, நீ உலகத்தைச் சௌகரியமான இருக்கையில் அமர்ந்துகொண்டு சுற்றிவரலாம். ஒரு மனிதன் இந்த அளவுக்குச் சுதந்திரமாக இருப்பதைப் பார்ப்பதுபோல் வேறெந்த நாட்டிலும் நான் பார்த்ததில்லை.

நீங்கள் பறக்கலாம், குதிக்கலாம், உருளலாம், மோதலாம். சுதந்திரமாகச் சாகலாம்.

ஒருவருக்கும் தாத்தா பாட்டிகள் இருப்பதில்லை. எல்லோரும் அவர்கள் இருப்பதுபோல்தான்.

நகர்வது என்பது வாழ்வதாகும், நிற்பது சாவதாகும்.

அங்கு நண்பர்களென்று எதுவும் கிடையாது, அறிந்தவர்கள் மட்டும்தான். அங்கு ரகசியங்களென்று ஏதும் கிடையாது, அந்நியர்கள் மட்டும்தான். அங்கு பொய்களென்று எதுவும் கிடையாது. பொய் சொல்வது காலவிரயம். ஏனெனில், எவர் ஒருவர் சொல்வதையும் எவர் ஒருவரும் கேட்பதில்லை.

அங்கு மறைபொருள் என்று எதுவும் கிடையாது, விமானங்கள் மட்டும்தான். அங்கு நகரங்களென்று எதுவும் கிடையாது, அஸ்தமனத்தில் லட்சக்கணக்கான கண்களுடன் பிரகாசிக்கும் கான்கிரீட் அரக்கர்கள் மட்டும்தான். நாங்கள் எல்லோரும் தன்னந்தனியாக இருக்கிறோம். அதனால்தான், மதுக்கூடங்களில் பேசிக்கொள்கிறோம். அதனால், என்னவாகி விடப்போகிறது? நாங்கள் மற்றொருவரை மீண்டும் ஒருபோதும் பார்க்கப்போவதில்லை. நாங்கள் ரொம்பவும் உண்மையாயிருக்கலாம். ஏனெனில், அது இலவசமானது...

அமெரிக்கா, எங்களை நசுக்குகிறவர்களைக் கொண்டிருக்கும் அமெரிக்கா, நீதான், உன்னை நான் காதலிக்கும்படி செய்தாய்.

இப்போது இரவு நேரம். நான் தொலைதூரப் பேருந்து ஒன்றில் பயணித்துக்கொண்டிருக்கிறேன்.

நான் எங்கே போய்க்கொண்டிருக்கிறேன்: எனக்கு நினைவில்லை. நான் ஏன் போய்க்கொண்டிருக்கிறேன்? எனக்குத் தெரியவில்லை. இதனால் பயனுள்ளதா? யாருக்குத் தெரியும்?

நான் எங்கு இருக்கிறேன் என்று மட்டும் எனக்குத் தெரியும்: அமெரிக்கா.

அமெரிக்காவில் மட்டும்தான், இதுபோல் ஏதோ ஒன்று எனக்கு நடக்கக்கூடும்.

பதினொரு ஆண்டுகளுக்கு முன் நான் பகலின் குடிமகனாக இருந்தபோது.

நான் வாலிபனாயிருந்தேன். மகிழ்ச்சியாக உணர்ந்தேன்.

இன்று, நான் இரவின் குடிமகனாக மறைந்துகொண்டிருக்கிறேன்.

நான் இப்போது வாலிபனாகவும் இல்லை.

அப்புறம், புகைத்துக்கொண்டிருக்கிறேன். நட்சத்திரங்கள் மின்னுவதைப் பார்த்துக்கொண்டிருக்கிறேன். எவ்வளவு நட்சத்திரங்கள் மின்னுகின்றன.

எனக்குத் தகுதியானதை என்னால் கண்டுபிடிக்க முடியவில்லை. நான் என்னவாக உள்ளேனோ, அதுவாக மட்டும்தான்.

100

நாம் நிவோலைஸ் செய்வோம். நிவோலைஸ் செய்வோம்.

திரும்புதல்:

சினம் கொண்ட கடவுள் இந்த உயரத்தில் வாழ்ந்துகொண்டிருக்கிறார். விமானத்திலிருந்து எல்லாமும் அவ்வளவு அழகானவையாகவும் மகிழ்ச்சியூட்டக்கூடியவையாகவும் இருக்கின்றன. ஒவ்வொன்றும் அத்தனை அழகு, ஏன் இதை மறுக்க வேண்டும். லத்தீன் அமெரிக்கா: நாட்டார், மந்திரத்தன்மை, காடு, அழகு, விஸ்தாரம். பூதாகரமான பிரம்மாண்டமான மிருகங்களின் முதுகெலும்பு பனி மறைத்த அண்டீஸ் மலையிலும் அவற்றின் கூர்நகங்கள் அமேஸான் பாறைகளிலும் ஆழப் பதிந்திருக்கின்றன... ஆனால், காலை விடியத் தொடங்கும்போது, நாங்கள் வீட்டுக்குப் பறந்து திரும்பிக்கொண்டிருக்கிறோம். மேலாக, இன்னும் மேலாக. திடீரென்று பிரம்மாண்டமான சொர்க்கம்: இயற்கை அன்னை பேசுகின்ற இரு கால் கொண்டவனின் எதிரியாகிறாள். பிறகு, இந்த நிலங்களின் நிர்வாணமான பூர்வகுடிகளுக்குக்கூட ஒவ்வொன்றும் விரோதமாகிறது, ஒழுங்கற்றதாகிறது, மிரட்டுகிறது, பிரம்மாண்டமானதாக, ஆக்ரோஷமாக, உறைந்துபோய் அச்சமூட்டுவதாக மாறுகிறது.

புனித ஏரி: ஒரு பெருமூச்சில், உலோக மீனின் அடிவயிறு உணர்ச்சியற்ற உங்கள் முகத்தை ஆட்கொள்கிறது. நீலநிறக் கண்ணாடியாக வெளிறிய வானத்தில் மேற்பரப்பில் நாம் விட்டுச்செல்லும் புகைக்கோட்டின் சுவடுகள். ஜன்னல் வழியே பார்க்கும்போது, ஏதோ சிறிய மந்திரக்கோல், உங்களைக் கட்டெறும்பாக மாற்றிவிட்டதுபோல் உணரவைக்கிறது. கடவுள் மீதான அச்சத்தை உங்களுக்குக் கொடுக்கிறது. கடவுள், விளையாட்டுத்தனம் கொண்டவராகவும் கடுஞ்சினம் கொண்டவராகவும் தெரிகிறார். வேறு வார்த்தைகளில்: ஜூபிட்டரை வணங்குவோம். மேற்கிந்தியத் தீவுகளில் இருப்பது இதைவிடச் சிறப்பாக இருந்திருக்குமா?

என்னுடைய நகரம், செங்குத்தான நகரம் அமைந்திருக்கும் பள்ளத்தாக்கு பார்ப்பதற்கு விசித்திரமான ஒன்றாக மட்டுமில்லாமல், இந்தப் பூமியில் பூதாகரமான ஏதோ ஒன்று அதன் பெரிய காலடியைப் பதித்திருப்பதுபோலவும் இருக்கிறது. அதற்குப் பின்னால் மலைகள். அதற்குப் பின்னால் காடு. அதற்குப்

பின்னால்? என் அன்னையே, நான் சித்திரக்குள்ளன்போல் உணர்கிறேன். பூச்சியளவு. பாலியல் நோய் பரப்பும் கிருமி. உறைந்துபோன நீரில் மீன்கள் சிறுநீர் கழிக்கின்றன. பயங்கரம்.

அங்கு யார் வாழ்கிறார்கள்? தாமஸின் மகள், ரோஸ்மேரி கேட்கிறாள். தாமஸ் மத்திய கிழக்கில் உயர்பதவியில் இருப்பவர்.

தந்தை சொல்கிறார்: மூன்று பெரிய கண்களும், பூமியின் பாதியளவு வயிறும் கொண்டு, பெரும் அச்சத்தைத் தரக்கூடிய மிருகத்தின் முலை பசுமையான தாய்க்கு மரியாதை செய்யும் விதத்தில் தொங்கிக்கொண்டிருக்க, அவர்களுடைய கால்களில் பன்னிரண்டு விரல்களும், கைகளில் பன்னிரண்டு விரல்களும் உள்ளன; அவர்களுடைய தலைகள் சந்திரன்போல், ஓட்டையாக இருக்கின்றன. பெபின் ஃபெருலேரோ என்ற துர்தேவதையின் கீழ்த்தரமான உணர்வுகளுக்கு அவர்களுடைய ஆன்மா பலிகொடுக்கப்பட்டிருக்கிறது.

ரோஸ்மேரி: ஓ, முடிந்தால் நாம் அசூன்சியான் சென்றுவருவோம்.

தந்தை சொல்கிறார்: இல்லை. இது உண்மையில்லை. இவையெல்லாம் பெரும் கட்டுக்கதைகள். அங்கு வாழும் மக்கள் எல்லோரையும் போல்தான் வாழ்கிறார்கள். அவர்களும் இரண்டு கால்கள், கைகள், கண்கள், பத்துக் கைவிரல்கள், பத்துக் கால்விரல்கள், ஒரு வயிறு, குழந்தைகள், பேரக்குழந்தைகள், தவணைமுறைப் பட்டுவாடா, சொந்த வீடு வேண்டுமென்ற கனவு ஆகியவற்றைக் கொண்டிருக்கிறார்கள்.

ரோஸ்மேரி: ஓ, நீ நல்ல அப்பாதானே. நாம் அசூன்சியான் சென்றுவருவோம்.

தந்தை: என்னால் முடியாது. தொழிலென்பது தொழில்தான்.

ரோஸ்மேரி: எழவு!

ஆனால், நாங்கள் போனோம்.

ரோஸ்மேரி: நாங்கள் மேட்டு நிலத்தில் மொட்டைத்தலை போன்ற பகுதியை நோக்கிக் கீழிறங்கிக்கொண்டிருந்தோம். எங்களை உரசிச்சென்ற காற்றோடு, முழு மனதின்றிச் சண்டையிட்டுக்கொண்டிருந்தோம். இரும்புத் தகடுகள் நடுக்கம் கொண்டு விசித்திரமான மரண ஓலம் எழுப்பின. மக்களுடைய கைகள் வியர்க்கத் தொடங்கின. கவனச்சிதறல்கள்

ஏதுமில்லாமல், தீர்க்கமாக, மெல்லிய குரலில் பிரார்த்தனைகள் சொல்லப்பட்டன. ஒருசில நிமிடங்களுக்கு, இருக்கைகளுக்கு இடையேயான நடைப்பகுதி முழுவதும் அச்சத்தின் கோயிலாக மாறியது. விமானத்தின் இயந்திரம், உலகிலேயே மிக நீளமான விமானம் தரையிறங்கும் பாதையில், பெரும் துயரத்துக்கு ஒருசில அங்குலங்களே தள்ளியிருந்தபோது, அதை நிறுத்துவதற்கு முயன்றபோது, அது எதிர்த்திசையில் கர்ஜித்தது. விமானம் இறுதியாக நிறுத்தத்துக்கு வந்தது என்றாலும் அது கடைசி ஆணிவரை தொழில்நுட்பச் சிக்கலுக்கு உள்ளானது. மக்கள் பெருமூச்சுவிட்டதைக் கண்டு விமானமும் தன்னை ஆசுவாசப்படுத்திக்கொண்டது. உள்ளே காற்று, இல்லவே இல்லை என்பதுபோல் அவ்வளவு மெல்லியதாக இருந்தது. இன்னும் இறுக்கத்தோடு இருந்த விமானம் அமைதியானது. யாரோ ஒருவன் தன்னுடைய பாதையைக் கண்டுபிடித்துவிட்டதுபோல் பெருமிதத்தில் மகிழ்ந்தது. வெளியே காற்று அதன் முழு சக்தியையும் கொண்டு வீச, அது புக முடியாத இறுக்கமான கதவுகளை அடித்துத் திறந்தது. விமானக் குளிர்சாதனத்தை ஏளனம் செய்தது. ஹவாய பாணியிலான அரைப்பாவாடை அணிந்திருந்த பணிப்பெண்ணின் பாவாடையை உயர்த்தியது. அவளுடைய அழகான கால்களை வெளிக்காட்டியது — நீண்ட நளினமான கால்கள், சாத்தியமேயில்லாத அடர்த்தியான மாநகரம் போன்ற காட்சி. கேபினைச் சுற்றி சாட்டையை விளாசுவதுபோல் காற்றடித்து, அங்கு இருந்தவர்களின் நெஞ்சில் ஐஸ் சுத்தியலைக் கொண்டு அடிப்பதுபோல் பேரடி கொடுத்தது. வாழ்த்துகள் மகனே: வருக. இறக்கைகள் கொண்ட தேவதையின் புன்சிரிப்போடு இருந்த ஒரு தடித்த கிரிங்கோவின் முகம் திடீரென்று ரத்தச் சிவப்பானது. அவனுடைய புன்னகை கோரமாகி, பற்கள் வெளியே தெரிந்தன. அவனுடைய கால்கள் இருக்கைக்கு அடியில் நடுங்கின. அவன் வாயிலிருந்து நுரைதள்ளியது.

“ஆக்சிஜன்!”

இதோ அவன் போகிறான். வெல்கம். இன்னும் ஒரு நொடி தாமதித்திருந்தாலும், ஏதொன்றையும் பார்ப்பதற்கு முன்னால், முப்பது ஆண்டுகளாகப் பழைய கார்களை விற்கும் வியாபாரியாக இருந்தவன், எலும்புக் குவியலாக

மாறியிருப்பான். பாவப்பட்டவன். இப்போது, அவன் சுவாசித்துக்கொண்டிருக்கிறான். விமானப் பணிப்பெண்கள் ஒரு வார்த்தைகூடப் பேசவில்லை. ‘எப்போதும் இதுபோல் ஒருவர் உண்டு, ஒவ்வொரு இறக்கத்திலும் — அதாவது, நாம் அதிர்ஷ்டம் செய்தவர்களாக இருந்தால்’ என்று புத்தியில்லாமல், தாடி வைத்திருந்த பாபி ஜான்சன் பைத்தியக்காரத்தனமாகச் சொல்கிறான். அவன் எலும்பும்தோலுமாகப் பொன் நிறத்தில் இருந்த, கஞ்சா பிடிக்கும் பெண்ணோடும், அவனுடைய டெக்ஸாஸ் தந்தையோடும் இருந்தான். ஆங்! என்றாள் அந்தப் பொன்னிறப் பெண். இதோ, இருக்கைக்கு அடியில் தன்னை மறைத்துக்கொள்கிறாள்.

ஆனாலும், நாங்கள் வந்துசேர்ந்துவிட்டோம். கொலம்பஸ் தன்னுடைய படகின் மேல்தளத்தில் நின்று பார்த்ததுபோல், நான் விமானப் படிக்கட்டின் மேலிருந்து வெளியே பார்க்கிறேன். பிரக்ஞையோடு அல்லது பிரக்ஞையற்று, இந்த உலகத்தை — நம்முடைய உலகத்தை ஆண்டுகொண்டிருக்கும் அந்த அமைதியான கடவுளின் முன்பு மரியாதையோடு தலைவணங்கினேன்: மலைகளின் தாயும் தந்தையுமான, மிகப் பிரம்மாண்டமான இல்லிமானி மலைத்தொடருக்கும் மரணமென்பதே இல்லாத படைப்புகளுக்கும் டைட்டனின் எஜமானர்களுக்கும் நாயகர்களுக்கும் கடவுள்களுக்கும் என் மரியாதையைச் செலுத்துகிறேன். அத்துடன் அமைதியாக இருக்கத் தெரியாத முனைவர் பட்டம் பெற்ற ஒருவன் தன்னுடைய மரியாதையைச் செலுத்துகிறான். தந்தையே, நான் இங்குதான் இருக்கிறேன், திரும்பிவந்துவிட்டேன். இருமலோடு, காய்ச்சலோடு, அசதியுற்று, ஆங்கிலத்தில் உளறிக்கொண்டு, வெட்டித் தூக்கியெறியப்பட்ட ஒரு தோல்வியாக நான் திரும்பிவிட்டேன். தந்தையே, நான் இங்குதான் இருக்கிறேன். ஹிப் ஹிப் ஹுரா! தந்தையே, பெரும் துயரத்திலும் அசதியிலும், மரண ஓலம் எழுப்பிக்கொண்டிருந்த உன்னுடைய மகன் இங்குதான் இருக்கிறேன். ஆக, முட்டாளே நட, வெளியே உறைந்துகொண்டிருக்கிறது.

அதோ, ஹூலியோ. ஹாய் ஹூலியோ! தந்தை இங்கு இல்லை, அவரால் வர முடியவில்லை. ஒரு விபத்து, இருபது ஆண்டுகளுக்கு முன் இறந்துபோனார். தவிர்க்க முடியாமல்

முன்னரே ஒப்புக்கொண்டது மகனே. இங்கு, இப்போது, இதுபோல் நடப்பதுண்டு.

ஹாய், சகோதரனே, பொறுக்கிப்பயலே. அவன் மிக உயரமாக வளர்ந்திருக்கிறான். பார்ப்பதற்கு மரம்போல் இருக்கிறான். பிறகு, இவர்கள் எல்லோரும் யார்? பழக்கப்பட்ட முகங்கள். கடவுளே, இந்த முகங்களுக்கான பெயர்களை என் நினைவில் கொண்டுவர எனக்கு உதவிசெய்யேன். வாயைக் கொடுத்து மாட்டிக்கொள்ளக் கூடாது. சரியா?

பத்து

101

ஆக, நீ கேட்கிறாய்: நம்முடைய புரட்சி எது?

என்ன விஷயம்: துல்லியமான வார்த்தைகள் கொண்டு, வார்த்தைகளின் சாதுர்யத்தில் நூற்றுக்கணக்கான வித்தைகள் செய்வதன் மூலம் ஏளனம் செய்யப்படுவதாகச் சந்தேகப் படுகிறாயா? நீ இதை எதிர்பார்க்கிறாயா: எங்களுக்கு ஏதாவது ஸ்தூலமாகக் கொடு, எங்களுடைய பற்களை அதில் பதிப்பதுபோல்.

புரட்சி என்பது நம்முடைய கைகளை நாம் கட்டிக் கொண்டிருப்பதுதான்.

கைகளைக் கட்டிக்கொள்வோம், நிஜமாகவே.

கைகளைக் கட்டிக்கொள்வோம், இரவும் பகலும்.

மறுப்பது, முயல்வதற்குப் பதிலாக.

கொடுப்பது, எடுத்துக்கொள்வதற்குப் பதிலாக. இங்கு, சுயமாக ஏதுமில்லை.

கோரிக்கைகள் வைப்பதற்குப் பதிலாக, காதுகொடுத்துக் கேட்பது, புரிந்துகொள்வது.

சூரியனுக்குக் கீழ் எந்த இடமும் இல்லாத நாம் எல்லோரும், மெஸ்டிஸோக்கள் உள்பட சமம் என்று புரிந்துகொள்வது.

மெஸ்டிஸோக்களான நாம் தன்னந்தனியாக இருக்கிறோம் என்பதை அறிந்திருப்பது. நாம் எல்லோரும் இந்த உலகத்துக்கு எதிராக, தன்னந்தனியாக.

நம்முடைய தவிர்க்க முடியாத தனிமையைக் கைக்கொள்வது.

நம்முடைய போராட்டங்களை ஏற்றுக்கொள்வது. நம்முடையது, எல்லோருக்கும் எதிரானது, எல்லோருக்கும். கடலைத் திருடியவர்களுக்கு எதிராக மட்டுமல்ல.

ஆனாலும், நம்முடைய கைகளைக் கட்டிக்கொண்டிருப்போம்.

நம்முடைய கைகளைக் கட்டிக்கொள்வோம். நம்முடைய சகோதரர்களின் கொதிக்கும் கொலைவெறி பிடித்த தோட்டாவுக்கு எதிராகவும்.

நம்முடைய கைகளைக் கட்டிக்கொள்வோம், ஆயிரம் நாள்களுக்கு: "கம்யூனிஸ்ட், கலகக்காரன், கடவுள் மறுப்பாளன்!" என்று அந்த மிருகம் ஊளையிட்டுக் கக்கும் வெறுப்புக்கு எதிராக.

ஆனாலும், நாம் ஓராயிரம் நாள்களுக்கு நம்முடைய கைகளைக் கட்டிக்கொள்வோம். நம் கண்களின் சிறு அசைவும் கிடையாது. ஒரு விரல்கூட அசைக்கப்படுவது கிடையாது. மற்றொரு தானியம் அரைக்கப்படுவது கிடையாது. மற்றொரு இயந்திரம் இயக்கப்படுவது கிடையாது. எவரிடமும் பேசுவது கிடையாது. கண்சிமிட்டுவது, முணுமுணுப்பது, முனகுவது – மிக மெல்லியதாக முனகுவதுகூடக் கிடையாது.

பூமியைச் செயலிழக்கச் செய்வது.

விதைப்பதில்லை, அறுவடை செய்வதில்லை, உற்பத்தியில்லை, சுரங்கங்கள் இல்லை, கனிமங்கள் எரிக்கப்படுவதில்லை, உண்பதில்லை, மூச்சுவிடுவதில்லை.

அவர்கள் கற்றுக்கொள்ளும்வரை. அவர்கள் நம்மை நிர்பந்திக்கும் வாழ்க்கையை வாழ்வதைக் காட்டிலும், நமக்குத் தெரிந்த பாதையில் நாம் மரணத்தைத் தேர்ந்தெடுப்போமென்று அவர்களுக்குத் தெரியும்வரை.

நம்முடைய கைகளைக் கட்டிக்கொண்டு மரணிப்போம், வாழ்க்கையை வென்றெடுக்க.

வெறுப்பது கிடையாது. நம்முடைய கொலைகாரர்களை முறைக்காமல் இரக்கத்தோடு பார்ப்பது. அந்த மிருகத்தை நிதானமாகப் பார்ப்பது. நிதானம் என்பது இன்னும் சாத்தியப்படக் கூடியதுதான்.

நம்மைக் கொலை செய்ய அனுமதிப்பது.

ஆனால், கைகளைக் கட்டிக்கொண்டு. மீண்டும் எப்போதும் சுரங்கத்துக்குத் திரும்புவதில்லை. மீண்டும் எப்போதும் தொழிற்சாலைகளைத் திறப்பதில்லை. மீண்டும் எப்போதும் மற்றொரு வார்த்தையை உச்சரிப்பதில்லை. அதாவது, நம்முடைய கைகளைக் கட்டிக்கொண்டிருக்கும் நிலையில், அவர்கள் மடிந்துபோவதைப் பார்க்கும்வரையில், நம்முடைய கைகளை நாம் கட்டிக்கொண்டிருப்போம்.

அவர்கள் மடிந்துபோவார்கள். ஏனெனில், அங்கு ரொட்டிகள் ஏதுமிருக்காது. நம்முடைய ரொட்டி, அவர்களுடைய குழந்தைகளுக்குக் கொடுப்பதற்கு. குளிரிலிருந்து பாதுகாத்துக் கொள்ள நெருப்பு ஏதுமிருக்காது. நாளையிருக்காது, நம்பிக்கையிருக்காது, அவர்களுக்காகட்டும் அல்லது அந்த மிருகங்களுக்காகட்டும். பிறகு அவர்கள் புரிந்துகொள்வார்கள்: வெறுப்பு என்று ஏதுமில்லமல், குற்றம்சாட்டுதல் என்று ஏதுமில்லாமல், வசைச்சொல் என்று ஏதுமில்லாமல் அவர்கள் வீழ்த்தப்படுவதை.

அவர்கள் எப்படிச் சோர்வடைகிறார்கள், நம் நெஞ்சின் மீது துப்பாக்கியை வைத்து.

அவர்கள் எப்படிக் கிளர்ச்சியடைகிறார்கள், நம் தோளின் மீது அவர்களுடைய நோயுற்ற வெறுப்பைச் சுமத்துவதன் மூலம்.

அவர்கள் எப்படிச் சோர்வடைகிறார்கள், நம்மைச் சித்திரவதை செய்வதன் மூலம். நம்மை அழிப்பதற்காக அவர்களது விஞ்ஞானத் திறமைகளை எப்படியெல்லாம் பிரயோகிக்கிறார்கள். நம்முடைய சகோதரர்கள் எவ்வளவு மெதுவாக, எவ்வளவு எவ்வளவு மெதுவாக, கற்றுக்கொள்கிறார்கள். கடந்த ஒன்றரை நூற்றாண்டுகளாக நம்மைக் கொலை செய்துகொண்டிருக்கும் அவர்கள் தோற்கடிக்கப்படுவார்கள். அவர்கள் எப்போதும் தோற்கடிக்கப்பட்டவர்கள்தான்.

இது நம்முடைய ரத்தத்தின் இரவாக இருக்கும்.

வெறுமையான கடந்த காலத்தையும் வெறுமையான எதிர்காலத்தையும் கொண்டிருக்கும் அவர்கள், கைவிரல்களில் எண்ணிவிடக்கூடிய அளவேயான இந்தக் கொலைகாரர்கள், எப்படியோ நம்முடைய வயிற்றுக்குள் புகுந்துகொண்ட வெறிபிடித்த இந்த மிருகங்கள் என்று புரிந்துகொள்வார்கள்.

அவர்களால் நம்மை வெற்றிகொள்ள முடியாது. அவர்கள் ஒருபோதும் நம்மை வெற்றிகொண்டதே கிடையாது. அவர்களுடைய பிரம்மாண்டமான வெற்றிகளென்பது, நம்முடைய சாகாவரமும் நம்முடைய ஆகிருதியும் அனுமதித்த கண்மூடித்தனமான படுகொலைகள் மட்டும்தான்.

நம்முடைய ரத்தத்தைக் கொடுக்க நாம் தயாராக இருப்பதைப் பார்த்து அவர்கள் எப்படி வியந்துபோகிறார்கள்.

அவர்கள் மூழ்கிப்போகும்வரை, நம்முடைய ரத்தத்தில், நம்முடைய குற்றமற்ற ரத்தத்தில் குளிக்க எப்படியெல்லாம் கற்றுக்கொள்கிறார்கள். அச்சத்தில் எப்படியெல்லாம் கற்றுக் கொள்கிறார்கள். அவர்களது பொய்களை நிலைநிறுத்தும் வீண்முயற்சியில் மேலும் மரணங்கள், மேலும் பாதிக்கப்பட்டவர்கள். குழந்தைகளை, ஆண்களை, பெண்களை, வயதானவர்களைக் கூடுதலாக அவர்கள் பலிகொடுக்க வேண்டியுள்ளது.

அது மிக நீண்ட ரத்தத்தின் இரவாகத்தான் இருக்கும்.

ஆனால், இன்றுவரை நீடித்திருக்கும் இந்தத் துயரங்களும் இந்த நீங்காக் கஷ்டங்களும் இனிமேல் இருக்காது.

அதற்கு ஓர் அர்த்தம் இருக்கும்.

அவர்கள் அந்த அர்த்தத்தை, நம்மைக் கொலை செய்யும் அந்த நொடியில் நம்முடைய கண்களில் காண்பார்கள். அவர்களுடைய குற்றம்புரியும் கைகள் அசதியுற்று நடுங்கும்போது, அவர்களுடைய தோலில் அதை உணர்வார்கள். நாம் அவர்களுக்கு வழங்கும் வெறுமையின் பயங்கரவாதம் என்ற தண்டனையை அவர்கள் எதிர்கொள்ளும்போது, அவர்களுடைய ஆன்மாவில் அதை உணர்வார்கள்.

ஏனெனில், ஒன்றரை நூற்றாண்டுகளுக்கு மேலாக அனாதையாக இருப்பதைக் காட்டிலும், அந்நியப்பட்ட உலகத்தில் நம்முடைய தியாகங்களும் நம்முடைய குழந்தைகளின் தியாகங்களும் சூறையாடப்படும் நிலங்களில் அடிமைகளாக இருப்பதைக் காட்டிலும், அடிமைகளாக இருக்கப் பிறந்து எப்போதும் ரொட்டியும் சுயமரியாதையும் இல்லாமல் வாழ்வதைக் காட்டிலும் நமக்காக, நாமாக, ஒருநாள், ஒரே ஒருநாள் இந்தச் சூரியன் நம்முடையது என்று சொல்வது, மேலானதாகும்.

இங்கே பார், நான் சொல்வது அவ்வளவு எளிதானது: புத்தகங்கள் எதையும் படிக்க வேண்டியதில்லை. எதையும் தெரிந்துகொள்ள வேண்டியதில்லை. எதையும் நம்ப வேண்டியதில்லை.

நாம் நம்முடைய மனசாட்சிக்குக் குரல் கொடுத்தாலே போதுமானது.

நம்மை நாமே மதிப்பதற்கு.

நாம் மிருகங்களல்ல, மனிதர்களென்று தீர்மானிப்பதற்கு.

பிறகு... நாம், நம்முடைய கைகளைக் கட்டிக்கொண்டிருப்பது.

அந்த நாள்.

அந்த நாள் விடியும்வரை, நாம் நம் கைகளைக் கட்டிக் கொண்டிருப்பது.

இந்த உலகத்தின் வெறுப்பு நம் மீது வீசப்படும் என்றாலும். கொலைகாரர்கள் நம் பார்வையின் எல்லைவரை நம் ரத்தத்தைக் கொண்டு நிரப்புவார்கள் என்றாலும். அந்த மிருகங்கள் எரிமலையைக் கக்கி, நம் எலும்புகளை இறுக்கி மூச்சுத்திணறவைப்பார்கள் என்றாலும், நடுக்கம் கொண்டு சூரியன் இறந்துபோக முடிவெடுத்தாலும்.

இந்தப் பிரபஞ்சம் முழுவதும் நம்முடைய சாம்பலை வீசியெறிவார்கள் என்றாலும்.

நம்முடைய நினைவுகள் எப்போதைக்குமாக மறைந்துபோகும் என்றாலும்.

இப்படியாகத்தான், நாம் நம்மை மதிக்கக் கற்றுக்கொள்ள வேண்டும்.

இப்படியாகத்தான், நாம் மனிதனாக இருக்க, நம்முடைய உரிமைகளை நேசிக்க வேண்டும்.

இப்படியாகத்தான், நாம் நம்முடைய சுதந்திரத்தை அடைய வேண்டும்.

மேலும், இப்படியாகத்தான், நாம் நம்மை நேசிக்கக் கற்றுக் கொள்ள வேண்டும்... நாம், கொலைகள் செய்யாதவர்கள் என்று நமக்குத் தெரியும். வெறுக்காதவர்கள் அல்லது மற்றவர்களின் தியாகங்களில் வாழாதவர்கள் என்று தெரியும்.

இதுதான் நம்முடைய புரட்சி.

இதுதான் நம்முடையதை நாம் வெற்றிகொள்வதாகும்.

இதுதான் இனக்குழுவைப் பின்னுக்குத்தள்ளி, ஒரு புதிய தேசத்தை உருவாக்குவதற்கான தொடக்கமாகும்.

நாம் என்னவாக இருந்திருக்க வேண்டுமோ, அதுவாக இருக்கத் தொடங்குவதற்கான நாளைக் குறிப்பதாகும்.

நாம் என்னவாக இருந்திருக்க வேண்டுமோ, அதுவாக இல்லாத ஒன்றரை நூற்றாண்டுகளை நிராகரிப்பதாகும்.

நேரடியாக நிராகரிப்பதாகும், ஒரே வீச்சில், எப்போதைக்குமாக நிராகரிப்பதாகும்.

எதுவும் செய்யாமல், நம்முடைய கைகளைக் கட்டிக்கொண்டு.

சாவது, வாழ்க்கையை வெல்வதற்கு.

நாம் கொலை செய்யப்படுவோம், நம்மைப் பின்தொடர்ந்து வருபவர்களுக்கு ஒரு புதிய நாள் உதயமாவதற்கு. இருண்ட நினைவுகளற்ற ஒரு நாள். போலியான வாக்குறுதிகளற்ற ஒரு நாள். கோழைத்தனம், வெற்று வார்த்தைகள், ஆயிரக்கணக்கான சிறுசிறு அவமரியாதைகள் ஏதுமற்ற ஒரு நாள்.

நம் மக்களுக்கான அந்த ஒரு நாள்.

ஏனெனில், இது உண்மை: மக்கள் சாகாவரம் பெற்றவர்கள். அந்த மிருகம் அழியக்கூடியவன்.

உண்மை இதுதான்: அந்த மிருகம் நம்முடைய மௌனமான ஏளனத்தில் மடிந்துபோவான்.

சூரியன் உதித்த பின் நிழல்கள் மறைந்துபோவதுபோல், அந்த மிருகம் மறைந்துபோவான்.

நம்முடைய ரத்தத்தினாலான அந்த இரவு வருத்தம் நிறைந்ததாக இருக்கும்.

ஏனெனில், நம்முடைய தந்தைமார்கள் நமக்குத் துரோகமிழைப்பார்கள். நம்முடைய குழந்தைகள், நம்முடைய சகோதரர்கள், நம்முடைய தாய்மார்கள் நமக்குத் துரோகமிழைப்பார்கள்.

அவர்கள் மிக அழகான வார்த்தைகளைப் பேசுவார்கள். அவர்கள் நம்முடைய ரத்தபந்தங்களின் பசியையும் சொர்க்கத்தின் கீழ் இடமேதுமில்லாமலிருக்கும் நம்முடைய மெஸ்டிஸோக்கள் செய்யக்கூடிய புதிய தியாகங்களையும் நம்முடைய நிம்மதிக்காகவும் தனிப்பட்ட திருப்திக்காகவும் பரிமாறிக்கொள்வார்கள்.

ஆனால், இத்தகைய குரல்களை, இப்படியான பொய்களை, நம்பிக்கைகளை, நம்முடைய சொந்த நம்பிக்கைகளை, நம்முடைய தனிப்பட்ட தேவைகளைப் பூர்த்திசெய்துகொள்ளும் முனைப்புகளை, தனிப்பட்ட சுதந்திரம், நீடித்திருக்கக்கூடிய மனநிறைவு என்று நாம் எல்லாவற்றையும் நிராகரிக்க வேண்டும்.

அந்த நாளை நாம் அடையும்வரை, கட்டிக்கொண்டிருக்கும் நம்முடைய கைகளை அவிழ்க்க நாம் தீர்மானமாக மறுக்க வேண்டும்.

நம்முடைய கைகளை நாம் கட்டியபடி இருக்க வேண்டும்.

பிறகு, நம்மிடையே குறைந்த அளவில் துரோகங்கள் நிறைந்த அந்த நாள் வரும். அவ்வளவு சீக்கிரத்தில் அது வரும். கட்டிக்கொண்டிருக்கும் நம்முடைய கைகளின் மேலாக ரத்தம் ஓடுவதற்கு நாம் எவ்வளவு மனநிறைவுடன் அனுமதிக்கிறோமோ, அவ்வளவு சீக்கிரத்தில் அது வரும். தங்களுடைய கைகளைக் கட்டிக்கொண்டு, மரணத்தைக் கண்டு அஞ்சாமல், உறுதியாக நிற்பவர்கள் கூடக்கூட அது அவ்வளவு சீக்கிரத்தில் வரும்.

ஒரு கெட்ட கனவு மறைந்துபோவதுபோல், அந்த மிருகம் மறைந்துபோவான். கனத்த மழை பெய்வதுபோல் ரத்தம் கொட்டிக்கொண்டிருக்கும், உண்மைதான். ஆனாலும், அந்த நாளின் உதயத்தை நாம் நிச்சயம் காண்போம். அது மிக நீண்ட நாளாக இருக்கும்.

அது நம்முடைய நாளாக இருக்கும்.

நம்முடைய கைகள் அண்டீஸ் மலையைத் தொடும். நம்முடைய கால்கள் கடலில் நீராடும்.

நம்முடைய கடல்.

சகோதர சகோதரிகளே, இதுதான் புரட்சி.

நம்முடைய கைககளைக் கட்டிக்கொண்டிருப்பது.

பூமியைச் செயலிழக்கச் செய்வது.

கைகளைக் கட்டிக்கொண்டு.

எல்லோரும்.

எல்லோரும், சகோதர சகோதரிகளே, எல்லோரும்... நம்முடைய அந்த நாள் உதயமாகும்வரை.

அது உதயமாவதற்கு முன்னால் அல்ல.

ஒரு நொடிக்கு முன்னால் இல்லை. ஒரு மரணம், ஒரு கண்ணீர்ச் சொட்டு, ஒரு பலியாள், அது உதயமாவதற்கு முன்னால் இல்லை.

சகோதர சகோதரிகளே! அது இதை மட்டும்தான் கொண்டிருக்கிறது:

மக்களாக இருந்தவர்கள், இந்த யுத்தத்தை நடத்தி வென்றிருக்கிறார்கள்.

மக்களாக முடியாதவர்கள், இந்த யுத்தத்தை ஒருபோதும் நடத்தியிராதவர்கள், ஒருபோதும் அதை உணர்ந்ததில்லை.

நமக்கு உறுதியிருக்குமாயின், நம்முடைய கைகளை நாம் கட்டிக்கொள்வோம்.

இப்போது.

102

ஆனால், நீங்கள் கேட்கக்கூடும், மிருகங்கள்போல நம்மை அவர்கள் கொலை செய்வதை எப்படி அனுமதிப்பது?

ஆனால், நீ என்ன பேசிக்கொண்டிருக்கிறாய் என்று நீங்கள் முணுமுணுக்கக்கூடும். ஒரு கல்லைக்கூட விட்டெறியாமல் அவர்கள் நம்மைக் கொல்ல எப்படி அனுமதிப்பது?

ஆகவே, இது சாத்தியமில்லாதது என்று நீங்கள் சத்தியம் செய்யக்கூடும். நம்முடைய எதிர்ப்பின் கர்ஜனையில்லாமல், அவர்கள் நம்முடைய விதையை எப்படி அழிக்க அனுமதிக்க முடியும்?

ஆனால், நாம் என்னவாக இருக்கிறோம் என்று நீங்கள் எதிர்ப்பு தெரிவிக்கக்கூடும். என்னவாக: பாவப்பட்ட சிறிய மிருகங்கள், வெறுக்கத்தக்க உயிர்கள், முகமற்ற பொருள்கள், கடவுள் கிடையாது, வெளிச்சம் கிடையாது.

சகோதர சகோதரிகளே, உங்கள் இதயத்தில் கை வையுங்கள், இப்போது:

நாம் என்னவாக இருக்கிறோம்?

என்னவாக இருக்கிறோம், இப்போது?

103

நம்மிடையே மிகவும் பலவீனமாக இருப்பவர்களின் குற்றமற்ற ரத்தத்தைக் கொண்டு எதிர்காலத்தைக் கட்ட முடிவுசெய்திருக்கும் நாம் வேறு எதைத்தான் எதிர்பார்க்க முடியும்?

நம்மிடையே மிகவும் சோகமாக இருப்பவர்களைக் கொல்வது, எரிப்பது, அழிப்பது, சித்திரவதை செய்வதென்ற நம்முடைய இந்த மரபிலிருந்து நாம் எதைக் கட்டப்போகிறோம்? வேறு எந்த நோக்கமுமில்லாமல், நம்முடைய மேஜை மீது ரொட்டிகளை வைப்பதற்காக ஓய்வின்றி உழைத்துத் தியாகம்புரிந்தவர்கள் பற்றி, நம்முடைய அந்த நாளில் என்ன சொல்ல முடியும்?

நிர்வாணமாகவும் நோயுற்றவர்களாகவும் தன்னந்தனியாகவும் இருக்கும் நம்முடைய சகோதரர்கள் மீதான இந்த வெற்றியை மட்டுமே வெற்றியாகக் கணக்கில்கொள்ளும் நாம் நம்மிடமிருந்து பறிக்கப்பட்டதைத் திரும்பப்பெறும் அந்த நர்ளை எந்தச் சகோதரத்துவ ரத்தத்தில் காணப்போகிறோம்?

நம்முடைய நினைவுகளையெல்லாம், தற்போதைய பொய்களாலும் போலிகளாலும் வெட்கங்கெட்டக் குறிக்கோள்களாலும் ஆயிரக்கணக்கான கல்லறைகளில் வேரிட்டிருப்பதை ஒருவரும் நினைவில் வைத்திருக்காதபோது நாம் எத்தகைய பார்வையோடு நம்முடைய எதிர்காலம் பற்றிக் கனவுகாணப்போகிறோம்?

சகோதரர்கள் சகோதரர்களைக் கொலை செய்யும்போது, ஒரு தந்தை தன் குழந்தையிடம் பொய் சொல்லும்போது, ஒரு குழந்தை தன் தந்தையிடமிருந்து திருடும்போது, ஒரு தாய்

எல்லோரிடமிருந்தும் தன்னை மறைத்துக்கொள்ளும்போது, நாம் எப்படி ஒற்றுமை பற்றி நம்பிக்கைகொள்ள முடியும்?

நம் நம்பிக்கைக்கு ஏதேனும் பெயர் வைப்பது இருக்கட்டும், நம்முடைய துயரங்களின் பாவமன்னிப்பை நாம் நிராகரிக்கும் போது, எப்படி நாம் நம்பிக்கை பற்றி நினைத்துப்பார்க்க முடியும்?

நம்முடைய மேஜை மீது ரொட்டியைக் காண்பதற்கு, நம்முடைய சொந்த ரத்தத்தைக் கொலை செய்ய நாம் நிர்பந்திக்கப்படுவது எப்படிப்பட்ட சாபமாக இருக்க முடியும்?

இப்படிப்பட்ட ரொட்டியை ஏற்றுக்கொள்வதோடு, வரவேற்கவும் செய்யும் மேஜை எப்படிப்பட்ட மேஜையாக இருக்க முடியும்?

முடிவே இல்லாத, கருத்த, உறைந்துபோன சோகமான இந்த இரவு நிலைத்திருக்கிறது, இன்னும் நிலைத்திருக்கிறது. எப்போதைக்கும் நிலைத்திருக்கும் போலும் இருக்கிறது. நம்முடைய அந்த நாளை, ஒரே ஒரு நாள், ஆனால், உண்மையில் நம்முடையதான அந்த நாளை அனுமதிக்காதபோது நாம் எப்படி அதைப் பொறுத்துக்கொள்ள முடியும்?

நம்முடைய சகோதர சகோதரிகளின் துயரங்களை நியாயப் படுத்துமளவுக்கு, நம்மிடையே எத்தகைய பூதாகரமான கோபத்தீ பற்றவைக்கப்பட்டுள்ளது?

எப்போதிலிருந்து இந்தத் தலைவிதி?

எப்படி, நாம் இதை உடைப்பது?

எப்படி, நாம் இதை மாற்றுவது?

எப்படி, இறுதியாக, புதிய விடியலை நோக்கி, நம்முடைய மனசாட்சி கேட்கும் அந்தப் புதிய விடியலை நோக்கிப் போகிறவர்களிடம் நாம் இந்த நிழல்களைக் கிழித்தெறிந்து கொடுக்கப்போகிறோம்?

நம்முடைய கைகளைக் கட்டிக்கொண்டு.

இன்று.

104

நம்முடைய ரத்தத்திலான இரவு ஏற்கெனவே நம் மீது உள்ள தென்பது உண்மைதான்.

ஆனால், இந்த ரத்தத்திலான இரவு எந்த அர்த்தமும் இல்லாமல்போகிறது. ஏனெனில், எல்லோரும் இதில் பங்கெடுத்துக்கொள்வதில்லை.

வேண்டுமளவு இருக்கிறதேயென்று சிலர் தங்களுடைய தொந்தியைத் தட்டியபடி போதிக்கிறார்கள்.

பிறகு, அவர்கள் திருப்தி அடைந்தவர்கள்.

பிறகு, அவர்கள் கூக்குரல் எழுப்புகிறார்கள்: பூதம்! துயரத்தில் இருக்கும் மனிதனிடம், இன்னும் துயரம் தொடர்ந்து கொண்டிருக்கும் அந்த மனிதனிடம்.

ஆனால், அவர்கள் எண்ணிக்கையில் குறைவானவர்கள்.

அவர்கள்தான் மிருகங்கள்.

குருட்டு மிருகங்கள்.

நம்முடைய கைகளைக் கட்டிக்கொண்டிருந்தால் அந்த மிருகம் அழிந்துபோகும்.

நாம் நம்முடைய அந்த நாளை உருவாக்குவதற்குத் துணியவில்லை என்பதால்தான் அந்த மிருகம் இன்னும் உயிரோடு இருக்கிறான். அந்த நாள் — எதையும் வேண்டுவதில்லை: கனவுகளும் இல்லை, உறுதிமொழிகளும் இல்லை, நம்பிக்கைகளும் இல்லை. வீரம் செறிந்த தியாகங்களையும், நகரச் சதுக்கங்களில் கூப்பாடுகளையும் அந்த நாள் வேண்டுவதில்லை.

அந்த நாள் பிறப்பதற்குக் காத்துக்கிடக்கிறது. நாம் நம்முடைய கைகளைக் கட்டிக்கொள்ளக் காத்துக்கிடக்கிறது.

எல்லோரும்.

அது, உதயமாவதை நாம் பார்க்கும்வரை.

அது, அவ்வளவு எளிதானது.

ஆனால், அவ்வளவு சிரமமானது.

அவ்வளவு எளிமையானது.

ஆனால், அவ்வளவு பயங்கரமானது.

ஆகவே, சகோதர சகோதரிகளே, வேறு வழிகள் எதுவுமில்லை, வேறு வழிகள் எதுவுமில்லை.

அந்த நாள் வரும்.

அப்போது...

105

சகோதர சகோதரிகளே, நாம் மறந்துவிடக் கூடாது. நாம்தான், அதாவது சாகாவரம் பெற்றவர்களான நாம்தான், 'அப்போது...' என்பதற்கு உண்மையான எஜமானர்களாக இருக்கிறோம்.

ஏனெனில், நாம் என்பது லட்சக்கணக்கான முகங்கள்.

லட்சக்கணக்கான கைகள்.

லட்சக்கணக்கான உயிர்கள்.

அதனால், நாம் அந்த 'அப்போது...' என்பதற்காகக் காத்திருக்க முடியும். ஆனால், அந்த மிருகத்தால் காத்திருக்க முடியாது.

நாளை என்பது நமக்குச் சொந்தமானது.

நம்முடைய மனசாட்சியை வெறுமனே அலசி ஆராய்ந்து, இன்று என்பதை வெறுப்பில்லாமலும் பழிவாங்குதல் இல்லாமலும் நம்மால் கொலை செய்ய முடியும்வரையில்.

கோரமான இந்த இன்று, முடிவே இல்லாத நம்முடைய துயரங்களால் ஆனது.

106

ஃபிளாக்கோ: உன்னிடம் சொல்வதற்கு இனி ஏதுமில்லை. நீ என்ன எதிர்பார்க்கிறாய்? பன்னிரண்டு ஆண்டு பூர்ஷ்வா வாழ்க்கைக்குப் பிறகு? வாயை மூடிக்கொண்டிரு.

ஆனால், என்னிடம் சொல்வதற்கு இருக்கிறது. நிச்சயமாக இருக்கிறது. இந்த நாடு இதற்காகக் காத்திருக்கிறது; சொல்லப் படுவதற்காகக் காத்திருக்கிறது. அத்துடன் நினைத்துப் பார்ப்பதற்கும், ஒவ்வொரு நாளும்...

ஃபிளாக்கோ: உன் லட்சியங்கள் குறித்துச் சிறு அளவுகூட உனக்கு நினைவில் இல்லை... உனக்குத் தேவையானதெல்லாம் ஒரு வீடு, ஒரு கார், ஒரு சம்பளம், ஞாயிற்றுக்கிழமைகளில் லாஸ் யுங்காஸுக்குப் போய்வருவது.

இல்லை, நிச்சயமாக இல்லை. நான் தொடர்ந்து படித்துக்கொண்டிருக்கிறேன். நான் மேலும்மேலும் படித்துக் கொண்டிருக்கிறேன். நான் சில சமயங்களில் எழுதுகிறேன், கொஞ்சம்போல்...

ஃபிளாக்கோ: அனிடா என்ன ஆனாள்? அந்தக் கதை எப்படிப் போய்க்கொண்டிருக்கிறது?

பொலிவியர்களின் புத்தகங்களை பொலிவியர்கள் படிப்பதில்லை. ஏனெனில், பொலிவிய ஆசிரியர்கள் சரியான புத்தகங்களை எழுதுவதில்லை. அதாவது, நமக்கு எத்தகையது தேவைப்படுகிறதோ அத்தகையது...

ஃபிளாக்கோ: நிச்சயமாக! ஆனால், நீ என்ன எழுத வேண்டுமென்று உனக்கு நிச்சயமாகத் தெரிந்திருக்கும்...

இல்லை. ஆனால், அது இன்னும் என் மண்டைக்குள் வட்ட மடித்துக்கொண்டிருக்கிறது. நாய் தன்னுடைய வாலைத் துரத்திக் கொண்டிருப்பதுபோல்.

ஃபிளாக்கோ: நிச்சயமாக, நிச்சயமாக. உன்னுடைய வாலை நீ ஒரு நிமிடத்துக்கு மறந்துவிடு. அனா குறித்த கதை எப்படிப் போய்க்கொண்டிருக்கிறது?

எது?

ஃபிளாக்கோ: அனிடா அனா.

இதைவிடச் சிறந்தது, நான் உனக்குக் காபி வாங்கித் தருகிறேன்.

107

எலும்பும்தோலுமாய் மிஸ் பியாத்ரீஸ் தன்னுடைய அறிவுஜீவிக் கண்ணாடியை அணிந்துகொண்டு: ஆனால், இதற்கு முன் நீங்கள் சொன்னீர்கள் இல்லையா, 'செயல்படு, உன் கைகளைக் கட்டிக்கொண்டு இருப்பது உடந்தையாவது என்று... நீங்கள் சொன்னீர்கள்தானே?'

ஆமாம். நான் சொன்னேன், ஆனால்...

தீவிரமான மிஸ் பியாத்ரீஸ், இதழியலில் சலிப்படையாத மாணவி: நீங்கள் சொன்னீர்களா, இல்லையா?

ஆமாம், ஆனால்...

பியாத்ரீஸ், மூன்று குழந்தைகளின் கட்டுப்பாடுமிக்க தாய்: நீங்கள் உங்களையே மறுத்துப் பேசுகிறீர்கள்.

இல்லை. நிச்சயமாக இல்லை.

சோகமான மிஸ் பியாத்ரீஸ், தவறாகப் புரிந்துகொள்ளப்பட்ட ஓட்டைவாய்: ஓ, ஆமாம். நீங்கள் உங்களையே மறுத்துப் பேசுகிறீர்கள்.

நான் அதை முன்னர் சொன்னேன், ஏனெனில் நம்மால் அந்த முறையில்தான் ஜெயிக்க முடியுமென்று நான் அப்போது நம்பினேன். ஆனால், நான் தவறிழைத்துவிட்டேன். வெற்றி பெறுவதுதான் எல்லாமுமாக ஆகிறது.

அழகான மிஸ் பியாத்ரீஸ், இறுக்கமான உணர்வுகள் கொண்ட பெண்மணி: நீங்கள் சொன்னீர்கள், நீங்கள் சொன்னீர்கள், நீங்கள் சொன்னீர்கள். நீங்களே நீங்கள் சொன்னதை மறுத்துப் பேசுகிறீர்கள். இது நிலையானதாக இல்லை. நிச்சயமாக இல்லை.

ஏழு வயது இளையவனாக இருந்தபோது...

ஹூலியோ: அற்ப விஷயங்கள்!

நான் என்னோடு முரண்பட்டுக்கொள்ளவில்லை... நான் சொல்லவருவது... ஆமாம், நான் என்னோடு முரண்படுகிறேன். இங்கே பார்... நான்...

மிக அழகான மிஸ் பியாத்ரீஸ், பென்சிலைக் கடித்துக்கொண்டே: ஆஹா!

ஹூலியோ: நிலையானதாக இல்லை...

நான் அதைச் சொன்னபோது, நாம் கைகளைக் கட்டிக்கொண்டே இருப்பது உடந்தையாகிவிடுமென்று சொன்னபோது, நம்மால் வன்முறை மூலம் வெல்ல முடியுமென்று நான் நம்பியிருந்தேன். யுத்தமும் வெற்றியும் சாத்தியமென்று நினைத்திருந்தேன்.

நம்முடைய எதிரிகளின் ரத்தம், நம்முடைய ஒன்றரை நூற்றாண்டை அடித்துக்கொண்டுபோய்விடுமென்று...

இனிமையான மிஸ் பியாத்ரீஸ், வருத்தமாகப் புன்னகைத்துக் கொண்டே: இருந்தும் இப்போது...

இப்போது... இப்போது அது சாத்தியமில்லை என்பதாகப் பார்க்கிறேன். யுத்தமுறை என்ற சாலை, நமக்கு மூடப்பட்டிருக்கிறது. அது எந்தப் பயனும் தராது. இத்தனை காலமாகத் தொடர்ந்துகொண்டிருக்கும் துயரத்தை, இன்னும் தொடர்ந்துகொண்டிருக்கும் துயரத்தை, இது மேலும் அதிகப்படுத்தத்தான் செய்யும்.

கொடூரமான மிஸ் பியாத்ரீஸ்: அதனால்... இப்போதென்ன?

இப்போது... இப்போது, செயல்படும் மனிதர்களால் சபிக்கப் பட்டதுதான் நம்முடைய தலைமையென்று உணர்கிறேன்... நான் நினைக்கிறேன், நம்முடைய செயலற்ற தன்மைதான், ஓரளவு ஏழையாய் இருப்பவர்களின், சுரண்டப்படுபவர்களின் தீர்மானமான அக்கறையற்ற தன்மைதான் நம்மை எங்காவது கொண்டுசேர்க்க சாத்தியப்படக்கூடிய வழியாகும்... அங்கே போராட்டம் இருக்குமென்று நினைக்கிறேன். ஆனால், அது செயலற்ற ஒன்றாயிருக்கும். நம்முடைய நெஞ்சை நோக்கிப் பாய்ந்துவரும் தோட்டாவுக்கு எதிராக, நிமிர்ந்துநிற்க வேண்டியிருக்கும். அதற்கு, நம்முடைய கைகளைக் கட்டிக்கொண்டு இருப்பது மட்டுமே போதுமானது.

தர்க்கரீதியான மிஸ் பியாத்ரீஸ்: ஒருவன் கையைக் கட்டிக் கொண்டிருப்பது, உடந்தையாவதற்குச் சமம்.

ஆமாம்... முன்பு. ஆனால், இனி அப்படியல்ல என்று நாம் உணர்ந்திருக்கிறோம். அந்த மிருகத்தை மூச்சுத்திணறவைத்துக் கொல்ல வேண்டும். நம்முடைய மரணத்தைக் கொண்டு உலகத்தை — அந்த மிருகத்தின் உலகத்தை, நம்முடைய உலகத்தையல்ல, செயலிழக்கச் செய்ய வேண்டும்...

ஹூலியோ: நான் இதைத்தான் அற்ப விஷயங்கள் என்று சொல்கிறேன்.

எந்த உணர்ச்சியுமில்லாத மிஸ் பியாத்ரீஸ்: நீங்கள் உங்களையே மறுத்துக்கொள்கிறீர்கள்.

ஆனால், இல்லை: கேளுங்கள்...

அசதியுற்ற மிஸ் பியாத்ரீஸ்: இப்போதென்ன? மேலே சொல்லுங்கள்.

வன்முறை மூலமாக வெல்ல முடியுமென்று நான் முன்பு நம்பியிருந்தேன். ஆனால், நம்மால் முடியாது. அது சாத்தியமே இல்லாதது: இங்கு, கடற்கொள்ளையர்கள் போன்ற மக்களும் இருக்கிறார்கள், ஆடு மேய்ப்பவர்கள் போன்ற மக்களும் இருக்கிறார்கள். ஒரேயொரு வழிதான் இங்கே சாத்தியம்: தன்னுடைய நெஞ்சை நிமிர்த்திக்காட்டி, உலகத்தைச் செயலிழக்கவைப்பது — மற்றவர்களுக்குச் சொந்தமான இந்த உலகத்தை.

மிஸ் பியாத்ரீஸ்: நீங்கள் சொல்ல வருவது...

நான் சொல்ல வருவது, கோட்பாடுகளின் மரணத்துக்கு மணியடிக்கும் காலம் வந்துவிட்டது.

ஹூலியோ: அற்ப விஷயங்கள்!...

புரட்சி: புதிதாக, சுயமான முறையில் காரியங்கள் செய்வதாகும். புதிய பரிணாம வளர்ச்சி சாத்தியமே இல்லை. வித்தியாசமான மேலும் ஒரு சிறந்த சூழ்நிலையை, இன்னும் சிறந்த சூழ்நிலையை உருவாக்குவதைக் காட்டிலும் நிலவுவதை விமர்சிப்பது எளிதானது. நீ நுனிப்புல் மேய்பவன்: நீ எளிமையாகப் பேசுகிறாய், பல விஷயங்களைக் கணக்கில் எடுத்துக்கொள்ளவில்லை.

ஃபிளாக்கோ: நீ அதிகமாகக் குடிக்கிறாய்.

இல்லை, நமக்குச் சாத்தியப்படும் எல்லா உலகங்களிலும் இதுதான் மிகச் சிறந்த உலகமென்று ஏற்றுக்கொள்ள நம்முடைய தர்க்கவாதம் நிர்பந்திக்கும் என்று எனக்குத் தெரியும். ஆனால், என்னுடைய இதயம் இதுவல்ல என்கிறது: இங்கு மிக அதிக அளவிலான துயரங்கள் இருக்கின்றன. வேறு ஒரு வழியிருக்க வேண்டும்... வன்முறை ஊடாக அல்லாமல், எப்படியிருந்தாலும் கிறிஸ்தவம் என்பது...

வெற்றியடைந்தது போன்ற மிஸ் பியாத்ரீஸ்: ஹே!

ஹூலியோ: ஹா...

உங்கள் கைகளைக் கட்டிக்கொண்டு... இது மட்டும் போதும் என்றுதான் சொல்லவருகிறேன்: வெற்றிபெறுவதற்கு. நம்முடைய செயல்பாடுகள் மூலம் நம்மால் வெற்றிபெற முடியவில்லை என்றால், கைகளைக் கட்டிக்கொண்டு வெற்றிபெறுவது: உலகத்தை, அவர்களுடைய உலகத்தை, நெரிப்பதற்குக் கைகளைக் கட்டிக்கொள்வது. எப்படியிருந்தாலும், நாமில்லாமல் அவர்களால் என்ன செய்ய முடியும்? அவர்களுக்காக நாம்தான் உற்பத்தி செய்கிறோம், அவர்களுக்காக நாம்தான் நுகர்கிறோம்... அதனால், வெறுமையான உலகத்தில் அவர்களால் என்ன செய்ய முடியும்?

உணர்வுகளற்ற மிஸ் பியாத்ரீஸ்: நீங்கள் உங்களையே மறுத்துக் கொள்கிறீர்கள்.

ஹூலியோ: நீ மயிரைப் பிளந்துகொண்டிருக்கிறாய்.

ஆனால்... இந்த உலகம் ஊழலால் நிறைந்திருக்கிறது. வேறொரு வழி நிச்சயம் இருக்க வேண்டும்...

வருத்தமான மிஸ் பியாத்ரீஸ்: நீங்கள் சொல்லக்கூடியவை தெளிவாகவும் இருப்பதில்லை.

ஹூலியோ: இந்த உலகம் என்னவாக இருக்கிறதோ, அதுவாகத்தான் இருக்கும். அதுவாகத்தான் இருக்கவும் போகிறது.

கைகளைக் கட்டிக்கொள்!

அவள்: நீ அதிகமாகக் குடிக்கிறாய்.

ஹூலியோ: நீ கோர்வையாக இருப்பதில்லை.

ஃபிளாக்கோ: உன்னுடைய 'ஜனநாயகம்' என்பது காலாவதியாகிக் கொண்டிருக்கிறது...

அவள்: நீ அதிகமாகக் குடிக்கிறாய்.

ஆனால், இது எளிமையானது... முதல் குரல் என்னுடையது, இரண்டாவது நம் எல்லோருக்கும் சொந்தமானது.

அவள்: நீ மிக அதிகமாகக் குடிக்கிறாய். நான் சொன்னது உனக்கு நினைவில் இல்லையா? நீ தேவைப்படும் அளவுக்குத் தூங்குவதில்லை அல்லது நல்ல தூக்கமில்லை.

நீ புகைப்பதைக் கொஞ்சம் குறைத்துக்கொள்ளக் கூடாதா? சில இரவுகள் கொஞ்சம் சீக்கிரமாக ஏன் தூங்கப்போகக் கூடாது? உன் கண்களுக்கடியில் கருமை படர்ந்துள்ளது...

ஃபிளாக்கோ: நீ உன்னையே மறுத்துக்கொள்கிறாய்... நீ உன்னையே மறுத்துக்கொள்கிறாய்...

இது பாலபாடம்: என்னைப் பொறுத்தமட்டில் பேசும் இந்த இருகால் மிருகம் சாகாவரம் பெற்றவன். என்னுடைய இந்த மாபெரும் குடும்பத்தில், இந்த மிருகம் நம்முடைய அற்ப முட்டாள்தனத்தாலும், நம்முடைய அறியாமையாலும், நம்முடைய கோழைத்தனத்தாலும் பிறந்தவன். மக்கள் சாகாவரம் பெற்றவர்கள். மக்கள்... ஃபிளாக்கோ...

ஃபிளாக்கோ: நீ உன்னையே மறுத்துப் பேசுகிறாய், மறுபடியும்.

ஹூலியோ: நீ மயிரைப் பிளந்துகொண்டிருக்கிறாய்.

அவள்: உன்னால் குடிப்பதை நிறுத்த முடியாதா? அது உன்னை மோசமாகப் பாதிக்கிறது...

ஓ, என்ன எழவு இது. அந்த அப்பாயச்சங்கின் பாடல் எவ்வளவு கடினமாக உள்ளது. இல்லையா?

108

அவள்: (திடீரென்று எழுந்துகொண்டு) இன்னும் எவ்வளவு நேரமாகும்?

நான்: இன்னும் கொஞ்ச நேரம்தான்... தூங்கப்போ.

அவள்: என்னால் முடியாது... படுக்கவா.

நான்: என்னால் இப்போது நிறுத்த முடியாது. இன்னும் கொஞ்ச நேரமாகும் சரியா?

அவள்: வேகமாகச் செய்துமுடி.

நான்: ஒரு நிமிடத்தில்.

அவள்:

109

அந்த மிருகம்: துரோகி! அவன் அழுகிப்போகட்டும்.

நான்: தயவுசெய்து வேண்டாம். இது ஒரு புனைவுதான்.

அந்த மிருகம்: ஹா!

நான்: இது புனைவு என்றாலும், என்னுடைய கடமை என்பது...

அந்த மிருகம்: புனைவு என்றால் என்ன?

110

நிலவு பிரகாசித்துக்கொண்டிருந்தது. விரைவில் விடியப்போகிறது.

ஒவ்வொன்றும் அதன் வெண்மையில் ஒளிர்ந்தது. மெல்லிய காற்று சாசுவதமானதையெல்லாம் பார்க்கவைத்தது.

எப்போதைக்கும் வேறு யாருடையதாகவோ இருக்கும் மலைகள் அற்புதமான நீலநிறத்தில் பிரகாசித்தன. மேகங்களின், பனியின் மெல்லிய வெளிக்கோடுகள்.

மலையுச்சியில் விளக்குகள் தனித்துவிடப்பட்ட சோகத்தில் மினுமினுத்துக்கொண்டிருந்தன. சில அணைந்து அணைந்து எரிந்தன.

நான் தனியே நடந்துகொண்டிருக்கிறேன். கைகளைக் கோட்டுக்குள் விட்டுக்கொண்டு. குளிர்க்காற்று என் முகத்தைக் குத்தியெடுத்தது.

பொழுது விடியப்போகிறது. மறுபடியும் நான் நகரத்தின் சந்துகளில் குறிக்கோள் ஏதுமில்லாமல் அலைந்துகொண்டிருந்தேன்.

மீண்டும் ஒருமுறை ஒவ்வொரு நிழலுக்கு முன்பும், ஒவ்வொரு துயரத்துக்கு முன்பும், ஒவ்வொரு நாதியற்ற அழுகைக்கு முன்பும், நடைபாதையில் கிடந்த ஒவ்வொரு உடலுக்கு முன்பும், ஒவ்வொரு வலிக்கும் முனகலுக்கும் முன்பும், ஒவ்வொரு கருத்த கண்களுக்கும் முன்பும் நின்றுகொண்டிருந்தேன். கருத்த கண்கள், அதனுடைய துயரத்தைக் கொட்டிய கண்கள், என்னைப் போன்றவர்களின் கண்களைத் தேடும் கண்கள். பாதையைத் தவறவிட்டதால், காய்ச்சல் கண்டதுபோல் காணப்பட்ட கண்கள்.

தெருவைச் சுத்தம் செய்பவர்கள், அவர்களுடைய துடைப்பம் நிழற்சாலைகளை நக்கும்போது, குனிந்தவாறு அவர்களுக்குள் தெளிவில்லாமல் முணுமுணுத்துக்கொண்டிருந்தார்கள்.

நிதானமாக நடந்து, ஒவ்வொரு மரமாக, ஒவ்வொரு சுவராக, ஒவ்வொரு மனிதனாக — உயிரற்று அல்லது உயிருடன் கவனமாகத் தொட்டுக்கொண்டு, சூரிய ஒளியில் சாம்பல் நிற வெளிச்சம் பிரகாசமாவதைப் பார்த்துக்கொண்டு, முழுமையான காலைப்பொழுதின் குளிர்ச்சியான சூரிய ஒளிக்கீற்றுடன் திறக்கப்படும் அடர்வண்ணங்களிலான பழச்சந்தையின் வெளிச்சத்தில் பாதிக் கண்களை மூடிக்கொண்டு, புத்தம்புதிய மண்வாசனை ஊடாகத் துணிகளாலான கொட்டகைகளுக்கு இடையே நடந்துகொண்டிருக்கும்போது எனக்குத் தெரியவந்தது: நான் வேறு விதமாக இருந்திருக்க முடியாது. நான் வேறொருவனாக இருந்திருக்கவும் முடியாது. என்னுடைய சாலைகள் தவிர எனக்கு வேறு சாலைகள் எதுவும் கிடையாது.

இங்கு மட்டும்தான் எனக்கென்று ஓரிடம் இருக்கிறது, இருக்க முடியும்.

நான் என் அனுபவங்களை வெளியே கொட்டியாக வேண்டும். ஆனாலும், அது எங்கு முடியும் என்று எனக்குத் தெரியாது.

நான் வீட்டுக்குத் திரும்பி நடந்தபோது, அதை ஒவ்வொருவரின் கண்களிலும் பார்த்தேன். எல்லாம் சொல்லப்பட்ட பிறகு, செய்யப்பட்ட பிறகு, இதுதான் அசதி என்பதாக இருக்க வேண்டும்.

நம்முடைய அசதி.

பதினொன்று

111

மூன்றாவது இரவில், விதி விட்ட வழி என்று ஏற்றுக்கொண்டு விசித்திரமாக எதன் மீதும் அக்கறையற்று இருப்பதை உணர்ந்தேன். முழுமையாக நான் அந்த மிருகத்தின் பிடியில் இருக்கிறேன் என்பதால், இதில் என்னால் எதுவுமே செய்ய முடியாதென்று நினைத்தேன். என்னால் கிளர்ச்சி செய்ய முடியாது, ஏனெனில் அவர்கள் என்னை அடித்தே கொன்றுவிடுவார்கள். என் உயிரை நானே எடுத்துக்கொள்ளவும் முடியாது, ஏனெனில் அது அவர்களுக்குப் பெருத்த நிம்மதியைக் கொடுக்கும். அத்துடன் அப்படிச் செய்தால், அது கோழையின் மரணமாகவும் இருக்கும். கோழை ஒருவனைத் தந்தையாகக் கொண்டிருப்பது, எத்தகைய உணர்வை ஏற்படுத்தும்?

ஆனாலும், நான் இங்கிருந்து வெளியேறிவிடுவேன் என்று எனக்குள் சொல்லிக்கொண்டேன், நம்பிக்கையில்லாமல். எப்படியென்று எனக்குத் தெரியாது. ஆனால், அது நடக்கும். கொஞ்சம் தூங்குவதற்கு முயற்சிசெய்.

வெளியே முற்றத்தில், அந்த மிருகம் ஊளையிட்டுக் கொண்டிருந்தான். கண்மண் தெரியாத குடிகாரனான அவன், சங்கிலியைச் சிறையறைக் கம்பிகளில் மோதவிட்டான். ஆறு தோட்டாக்கள் கொண்ட துப்பாக்கியோடு விளையாடிக் கொண்டிருந்தான். அவ்வப்போது கத்திக்கொண்டிருந்தான்.

"கோன்ஸலோஸ், ஹொஸே!"

"இருக்கிறேன்!"

"உன் பொருள்களை எடுத்துக்கொள், வெளியே வா." அந்த மிருகத்தின் ஆட்சி கர்ஜித்தது.

அப்புறம், நாங்கள் குகைவாசிகள், எதுவுமாகவும் இல்லாதவர்கள். ஒருவன் கத்துகிறான்: தாய்நாடு வாழ்க!

அந்த மிருகம் பதில் கொடுக்கிறான்: வாழ்க! முட்டாள்...

இப்படியாக, பிரச்சினை ஏதுமில்லாமல் மூன்றாவது நாள் முடிந்தது.

நீங்கள்: துரோகி! இது போன்ற விஷயங்களை எவரும் உரக்கச் சொல்வதில்லை.

112

ஓ, அந்த மிருகம் எத்தகைய அச்சத்தை நம்முள் படர விட்டிருக்கிறான்!

இருந்தும், இந்த அச்சம் எங்கிருந்து வருகிறது? ஆராய்ந்துபார்த்தால், இறுதியில் இந்த உலகம் ஒரு நரகமாக இருக்குமென்றால், முடிவே இல்லாத ஒன்றுக்கு வழியேற்படுத்தித்தந்த அந்த மிருகத்துக்குத்தான் ஒருவன் நன்றிக்கடன்பட்டிருக்க வேண்டும். இயல்பாகவே, அவனிடம் இரக்கமென்று ஏதுமில்லை. வயிற்றில் உதைக்கிறான், அது வெடித்துப்போகும்வரை. நுரையீரலைத் தண்ணீர் கொண்டு நிரப்புகிறான், கொட்டைகள் உருவிழந்து போகும்வரை அடிக்கிறான், இல்லாத இடத்துக்குக் கடவுச்சீட்டு கொடுக்க. புதிய கண்டுபிடிப்புகளையும் சுயமான வழிமுறைகளையும் கண்டுபிடிக்கிறான்: உறவினர்கள், நண்பர்கள், தெரிந்தவர்களென்று எல்லோரையும் காயப்படுத்துகிறான்.

அவன் பயன்படுத்தும் ஆயுதம் பேரச்சம். அதை மிகுந்த திறமையோடு பிரயோகிக்கிறான். துன்புறுத்தலென்ற மென்மையான கலையை எதிர்பாராத உயரத்துக்குக் கொண்டு சென்றிருக்கிறான். அந்த மிருகத்துக்கு இது தெரியும். மூதுரை ஒன்று: 'மிருகங்களான நாங்கள் எண்ணிக்கையில் குறைவாக இருக்கிறோம், கையளவுதான்; நாங்கள் எவ்வளவு குறைவாக உள்ளோமோ அவ்வளவு அச்சத்தை நாங்கள் பரப்ப வேண்டியுள்ளது.' எல்லோரையும் பேரச்சத்துக்கு உள்ளாக்குவதன் மூலம்தான் அந்த மிருகம் தன்னைத் திடமாக வைத்திருக்க முடியும்.

ஆனால் இது, அது மட்டுமல்ல. அவனுடைய பேரச்சம், ஒரு பெரும் உந்துதலைத் தடுத்துநிறுத்த முடியும்: அவனால் மரணத்துக்குப் பின் நம்மைத் தொடர்ந்து வர முடியாது என்பதால், நாம் எப்போதும் நம்முடைய மரணத்தை முன்வைக்க முடியுமென்பதை அந்த மிருகம் அறிந்திருக்கிறான். அதனால்தான் அவனுடைய மற்ற வியக்கத்தக்க கருவிகளைக் கொண்டு — இந்த நூற்றாண்டின் அறிவியலாளர்கள் நமக்கு விட்டுச்சென்றிருக்கும் பாரம்பரியம் — அவன் எதிரிகளின் மனதை உடைத்து, காலவெளியைத் தகர்த்துவிடுகிறான். இப்படியாகத்தான் வெறுப்பென்ற அபத்தத்தை அவன் உருவாக்குகிறான். வெறுப்பதுபோல் அவ்வளவு உறுதியாகப் பாசாங்கு செய்வதன் மூலம், அவன் விருப்பப்படுவதுபோல் வெறுக்கக் கற்றுக்கொள்கிறான். அந்த மிருகத்தின் பிரம்மாண்டமான முட்டாள்தனம், புனிதமான பைத்தியநிலை, அர்த்தமற்ற வெறுப்பு என்பதுதான் அவனுடைய சக்தி வாய்ந்த ஆயுதங்களாக இருக்கின்றன. அவன் நம்மையெல்லாம் விரோதிகளாக வகைப்படுத்துகிறான். விரோதிகளை நிர்மூலமாக்கும் அவனுடைய ரத்தத்தை நமக்கு ஏற்றிவிடுகிறான் — நிஜமாகவும் கற்பனையாகவும். பிறகு, காரணமே இல்லாமலும் குறிக்கோள்கள் ஏதுமில்லாமலும் நம் மீது யுத்தம் தொடுக்கிறான்; இரக்கமேதும் இல்லாமலும், எல்லா வகையிலும் விதிகளென்று ஏதும் இல்லாமலும்.

இந்த மிருகத்தனமும் மனித இயல்பைக் கடந்த இந்த முட்டாள் தனமும்தான் அவன் உயிரோடிருப்பதைச் சாத்தியப்படுத்துகின்றன. இந்தத் தொல்மூலக் காட்டுமிராண்டித்தனமான கொடூரங்கள், மிக முன்னேறிய தொழில்நுட்பத்தால், மிகச் சிக்கலான பரிசோதனைகள் மூலம், வெற்றிகரமாக மறுஉற்பத்தி செய்யப்படுகின்றன. குறைபாடுகளற்ற முறைமைகள் கற்றுக்கொள்ளப்படுகின்றன, கற்றுக்கொடுக்கப்படுகின்றன. திட்டமிட்ட முறையில் செயல்படுத்தப்படுகின்றன: இதைத் தொடர்ந்து, உடன்பிறந்தவனை அழிக்கப் பயன்படுத்தப்படும் இந்த அற்புதமான செயல்நுட்பம் அவனுடைய இறுக்கமான சீற்றத்தோடு இணைக்கப்பட்டு அந்த மிருக பாணியிலான பேரச்சத்தை உருவாக்குகிறது.

மிகச் சாதாரண விஷயம் என்னவென்றால் அந்த மிருகம் இருக்கிறான். அவனுடைய கடமையை ஒரு கிராமத்து மருத்துவரின் அர்ப்பணிப்புணர்வோடும் திறமையோடும்

நடைமுறைப்படுத்துகிறான். அவன் பார்ப்பதற்கு அல்லது நிஜமாகவே நம்மைப் போல் இருக்கிறான். ஏனெனில், முடிவேயில்லாமல் மிக நீண்ட துன்புறுத்தல்களுக்குப் பிறகு, அவன் வீட்டுக்குச் சென்று அவனுடைய குழந்தைகளோடு அவனால் உறவாட முடிகிறதென்பதுதான், நம்முடைய பொதுவான புரிதலைக் கலக்கமடையச் செய்கிறது. நம்முடைய கற்பனைக்கு ஒரு சவால். இந்த வன்முறையான விழிப்புதான், நம்மிடையே பேரச்சத்தை உருவாக்கக் காரணமாக உள்ளது. ஆனால், நம்முடைய புத்தக வாசிப்புகள் எல்லாம், இந்த நூற்றாண்டு முடிவதற்குள் ஒரு பீத்தோவனை உருவாக்குமென்பதுபோல் கோடிட்டுக்காட்டுகிறது. ஆனால், இந்த நூற்றாண்டு, இந்த மிருகத்தின் சாம்ராஜ்ஜியத்தைத்தான் விரிவுபடுத்தியுள்ளது. அதிநவீனப் பரிசோதனைக் கூடங்களில் உருவாக்கப்பட்டவன்தான் இந்த மிருகம்: இதற்குப் பதிலாக நமக்கு மைக்கேல் ஏஞ்சலோவின் வாரிசான, மேலும் செழுமைப்படுத்தப்பட்ட தோர்கிமாடாவைத்தான் நாம் பெறுகிறோம். இவனுக்கு ஆயிரம் முகங்கள் உண்டு, ஆயிரம் வாழ்க்கைகள் உண்டு, எல்லா நிறங்களிலும் தோல்களுண்டு, எல்லா மொழிகளையும் பேசக்கூடியவன். இந்தப் பிரபஞ்சத்தை அவன்தான் அடையப்போகிறான்.

ஒரு மனிதனின் மகனுக்கு சுயமரியாதையை மறுப்பென்பது இந்தப் பேரச்சத்தின் மற்றொரு வடிவமாகும்: நாற்பது ஆண்டு மதிப்புள்ள புத்தகங்கள், ஓவியங்கள், பாடல்கள், கருத்துகள் எல்லாம், சிறையறையை ஊடுருவிப் பார்த்துக்கொண்டிருக்கும் அந்த மிருகத்தின் கண்சிமிட்டலில் கரைந்துபோகக்கூடியவையாக இருக்கின்றன. நீ எதுவுமே இல்லை, நீ எப்போதும் ஏதுமற்றதாகத்தான் இருந்திருக்கிறாய் என்று அவன் பிரகடனப்படுத்துகிறான். அந்த மிருகம் இருக்கிறதென்றால், அந்த மிருகம் மட்டும்தான் எப்போதைக்கும் இருக்க முடியும். லட்சியவாதச் சாலையென்பது ஒருபோதும் சாத்தியமில்லாதது. அப்படியென்றால், அது ஒரு தொன்மம். அது வெறுமனே மெல்லிய முகமூடியைக் கொண்ட... அந்த மிருகம் பரப்பும் உண்மையான பேரச்சம் இதுதான்: நாமெல்லோரும் அந்த மிருகம் போன்றவர்கள்தான் என்ற திடமான நம்பிக்கை. நாம் எல்லோரும் அவனோடு அடையாளப்படுத்திக்கொள்கிறோம் என்பது நான் நாற்பது ஆண்டுகள் பொய்களால் வாழ்ந்துகொண்டிருக்கிறேன்

என்றாகிறது. மனித இனம் நாற்பது நூற்றாண்டுகளாகப் பொய்களால், புனைவுகளால் வாழ்ந்துகொண்டிருக்கிறது என்றாகிறது. ஒரு மொசார்ட்டின் இசை, கதேவின் புத்தகம், 'பூமியில் அமைதி', எல்லாமே பொய்கள்தான்.

எல்லாம் அந்த மிருகத்திடமிருந்து தொடங்குகிறது. எல்லாம் அந்த மிருகத்திடம் முடிகிறது: நீ மண்ணைக் கவ்வு.

யுரேனியத்தாலான இந்த நூற்றாண்டில், உனக்கானதை எடுத்துக்கொள்: சுயமரியாதை மறுக்கப்பட்ட ரொட்டி. உன் வாழ்க்கை, மிருக இதயம்போல் சுருங்கிவிரிந்துகொண்டிருக்கிறது. அல்லது இருபத்து நான்கு மணிநேரமும் துன்புறுத்தப்படுகிறது. அல்லது உன்னுடைய மரணத்தில் முடிகிறது.

உன் உயிரின் மீது கட்டப்பட்டுள்ள விலைப்பட்டியல்தான் உன் சுயமரியாதை: அதற்கான விலையைக் கொடுத்துவிட்டு வாழ்.

நீ அதைக் கொடுக்கவில்லை என்றால், செத்துத்தொலை.

இதுதான், என் முட்டாள் நண்பனே, முழுக் கதையும்.

ஆனால், பிரபலமானவர்கள், மதிப்புக்குரியவர்கள், அதிகாரம் படைத்தவர்கள் பற்றி என்ன சொல்வது?

அவர்கள் எல்லோரும் அதற்கான வரியைச் செலுத்தியிருக்கிறார்கள்.

ஆனால், நேர்மையும் கடின உழைப்பும் வீரமும் கொண்ட மக்கள் பற்றி என்ன சொல்ல?

அவர்கள் அடையாளம் தெரியாத, மறக்கப்பட்ட கல்லறைகளில் படுத்துக்கிடக்கிறார்கள்.

இத்தகைய உலகத்தில்தானா, நான் என்னுடைய குழந்தைகளை வாழ்வதற்குத் தள்ளிவிட்டிருக்கிறேன்?

ஆமாம்.

யாரோ: '...நம் தேசம் பெரும் அபாயத்தில் இருக்கிறது. நம்முடைய தேசத்தின் இறையாண்மைக்கு வந்துள்ள ஆபத்துகளை, எதிர்ப்புகளைச் சமாளிக்க, நான் எல்லாக் குடிமக்களையும், தேவையானால் அவர்களது உயிரைக்கூடப் பணயமாக வைக்க முன்வருமாறு கேட்டுக்கொள்கிறேன்.'

நான்: எப்படிப்பட்ட சிலுவையை அவர்களைச் சுமக்க விட்டிருக்கிறேன்...

வேறு யாரோ: 'ஒருவனிடம் எப்போதும் பொய்கள் இருக்கின்றன... அதற்குச் சேவை செய்!'

வேறு யாரோ: 'அது நீடூழி வாழ்க!'

மற்றொருவன்: 'பொய்கள் நீடூழி வாழ்க!'

நான் நீண்ட நாள் வாழவில்லை: நான் பொய்க்குச் சேவகம் செய்ய இன்னும் கற்றுக்கொள்ளவில்லை.

அந்த மிருகம்: நல்லது, அங்கே போய் இரு. அவனைத் தேசியப் பாதுகாப்பு அலுவலகத்துக்கு அழைத்துச்செல்!

இதுதான், என் முட்டாள் நண்பனே, முழுக் கதையும்.

113

அவள்: உன்னால் யாரோடும் பேச முடியவில்லை. உன்னால் மகிழ்ச்சியாக இருக்க முடியவில்லை. நமக்கு நண்பர்கள் என்று யாருமில்லை. நாம் எங்கேயும் வெளியே போவதில்லை. எல்லாமே வேலை, பிரச்சினை என்றுதான் முடிகிறது. கவலைகள்... எல்லாவற்றுக்கும் மேலாக, நீ குடிக்கிறாய்.

நான்: கதவை மூடு!

ஓர் இளம் புத்திசாலியான தொலைக்காட்சி நிருபர்: நீங்கள் ஏன் மற்றொரு புத்தகம் எழுதக் கூடாது? விமர்சகர்களைக் கண்டு அச்சப்படுகிறீர்களா?

நான்: இல்லை. நான் விமர்சகர்களைக் கண்டு அச்சப்படுவதில்லை. ஆனால், அந்த மிருகத்தை...

தொலைக்காட்சி நிருபர்: எனக்குப் புரியவில்லை...

நான்: நீ கொடுத்துவைத்தவன்.

நான்: நான் இறந்துவிட்டேன்.

நான்: ஆமாம், தன்னந்தனியாக.

நான்: ஆனால், அவர்களுக்கு இன்னும் நீ தேவைப்படுகிறாய்.

நான்: ஆமாம்.

நான்: நீ இன்னும் இருபது ஆண்டுகள் தாக்குப்பிடித்தாக வேண்டும்...

நான்: ஆமாம்.

நான்: ஆக, அது குறித்து என்ன செய்யப்போகிறாய்?

நான்: சியர்ஸ்.

114

நான் மட்டும், வேறொரு இடத்தில் பிறந்திருந்தால், பார்சிலோனாவில் வாழ்வதற்கு கதீட்ரலில் உட்கார்ந்துகொண்டு உரையாடல்கள் எழுதுவதில் தீவிரமாக இருந்திருக்கலாம். மேலும், 'பாத்தீனோ' பத்திரிகையில் சிறுசிறு கட்டுரைகள் நிறைய எழுதிக்கொண்டிருக்கலாம்.

நான் மட்டும், உலகத்தை வேறொரு கோணத்திலிருந்து பார்த்திருந்தால், என் வாழ்க்கையின் பாதியை ஒரு நூலகத்தில் பூட்டிக்கொண்டு கழித்திருக்க சந்தர்ப்பம் கிடைத்திருக்கும். பிறகு குருடாகி, இந்தியானா பகுதியில் ஏற்ற இறக்கமில்லாத குரலில் உரைகள் நிகழ்த்திக்கொண்டிருக்கலாம்.

நான் மட்டும், கண்ணுக்கு எட்டிய தொலைவில், வேறொரு இடத்தில் — அதாவது, ஒரு பேச்சுக்கு மலைகளே இல்லாத ஒரு பகுதி என்று வைத்துக்கொள்வோம், கருத்தரிக்கப்பட்டிருந்தால், நான் நியூ ஜெர்சியில் ஒரு பேராசிரியராவதற்கு ஊக்கம் பெற்றிருக்க முடியும். அங்கு நான் காயப்பட்டுக்கிடக்கும் இந்தக் கண்டத்திலிருந்து வரும் எழுத்தாளர்களை ஒரு பிடி பிடித்திருக்கலாம்.

நான் மட்டும், இன்னும் சற்றே மேட்டுக்குடியில் பிறந்திருந்தால் — அதாவது, அதிக உணவு எடுத்துக்கொண்டு — நான் விருப்பப்பட்டதுபோல் என் நேரத்தைச் செலவுசெய்திருக்கலாம். வேறொரு பாஸ்போர்ட்டைக் கைக்கொண்டு இங்கிருந்து வெளியேறியிருக்கலாம். அத்துடன் சிகாகோவில் ஹாட் டாக் கடையொன்று திறந்திருக்கலாம்.

நான் மட்டும், சற்றே புத்திசாலியாகப் பிறந்திருந்தால் — அதாவது, ஒரு திருடனாக — நான் உள்ளூர் சூழ்நிலைகளை எனக்குச் சாதகமாக்கிக்கொண்டு என்னுடைய பைகளை நிரப்பிக் கொண்டிருக்கலாம்: ஐந்து ஆண்டுகள் படுகொலையாளர்களின் நடனத்தின்போது, நகத்தைக் கடித்துக்கொண்டு மேலும்கீழும் போய்வந்துகொண்டிருப்பதற்குப் பதிலாக நாற்பதாயிரம் டாலர்களைப் பரிமாறிக்கொண்டிருக்கலாம். விசா வாங்குவதற்கு இந்தப் பணம் போதுமானது (இப்படித்தான் என்னிடம் சொன்னார்கள்). பிறகு வேறெங்கோ, எப்போதைக்கும் மகிழ்ச்சியாக வாழ்ந்திருக்கலாம்.

நான் மட்டும், இன்னும் சற்று புத்திக் குறைந்தவனாகப் பிறந்திருந்தால் — அதாவது, அடியாளாக — நான் இன்னும் கொஞ்சம் கூடுதல் ஆண்டுகள் வாழ்வதற்கு சந்தர்ப்பம் கிடைத்திருக்கலாம். அதாவது, துன்புறுத்தியும் கொலைகள் செய்தும் திருப்திகொள்ளும் அளவுக்கு வயிற்றை நிரப்பிக்கொண்டு வாழ்ந்திருக்கலாம்.

நான் மட்டும், சிறுவயதிலிருந்தே அவ்வளவு பொறுப்பில்லாமல், விட்ட வழியென்று திருத்தவே முடியாத அளவுக்கு அச்சிடப்பட்ட வார்த்தைகளுக்கு அடிமையாகாமல் இருந்திருந்தால், சாக்கர் விசிறியாகப் பிறந்திருந்தால், சாதாரண ஆன்மாக்களுக்குக் கிடைக்கக்கூடிய நிறைவு எனக்குக் கிடைத்திருக்கலாம்: சில ஆண்டுகள் அறியாமையில். பிறகு, சுடுகாடு.

நான் மட்டும், ஒருசில வார்த்தைகளை இவ்வளவு தீவிரமாக எடுத்துக்கொள்ளும் முட்டாள்தனமான பலவீனத்தோடு பிறக்காமல் இருந்திருந்தால், நான் விஷயங்களை மிகச் சாதாரணமாக எடுத்துக்கொள்வதற்கான சந்தர்ப்பங்கள் கிடைத்திருக்கலாம். எது நாகரிகமானதோ அதைப் பின்தொடர்ந்துபோயிருக்கலாம், வரும் தலைமுறையை வெறுத்திருக்கலாம்: கவனி, அரசாங்க ஊழியனாய், அமைதியான பொதுவாழ்க்கைக்கான சாலை இது.

நான் மட்டும், நூலகத்துக்கு அருகில் பிறந்ததற்குப் பதில், துப்பாக்கிகளுக்கு அருகில் பிறந்திருந்தால், ஒரு கடற்கொள்ளையனாகவோ திருடனாகவோ தொழிலதிபராகவோ ஆகியிருக்கும் சந்தர்ப்பங்கள் கிடைத்திருக்கலாம். போதுமான அளவு புகழ்வதற்கும், சமிக்ஞை கிடைத்தவுடன்

கைத்தட்டுவதற்கும், சுமாராக இருந்தாலும், என்னுடைய எழுத்துகளை விற்பதற்கும் போதுமானதாக இருந்திருக்கும்.

நான் மட்டும், எல்லா மனிதர்களும் சமமாகப் படைக்கப்படவில்லை என்ற நிதர்சனமான உண்மையை ஏற்றுக்கொண்டிருந்தால், மக்களுக்காக என்பது, தனிமனிதர்கள் கொண்டிருக்கும் மகாராஜா கட்டில் அளவுக்கான பேராசையை மறைப்பதற்குத்தான் என்றும், இதைத் தவிர வேறு வாழ்க்கையொன்று கிடையாதென்றும், வேறு வழியிலான வாழ்க்கை கிடையாதென்றும், நம்முடைய பைத்தியக்காரச் சூதாட்ட விளையாட்டில், ஒருவர்கூட, ஒரு ஆன்மாகூட, நீ உண்டதை, குடித்ததை, எரித்ததை எதையும் உன்னிடமிருந்து எடுத்துக்கொள்ள முடியாதென்றும் நம்பியிருந்தால்: நான் பயணிப்பதற்கு வேறு சாலைகள் எனக்குக் கிடைத்திருக்கலாம். நான் துரத்திக்கொண்டுபோவதற்கு வேறு கேரட்டுகள் இருந்திருக்கலாம்.

நான் மட்டும் வேறோரிடத்தில், வேறொரு காலத்தில், வேறொரு நட்சத்திரத்தின் கீழ் பிறந்திருந்தால்... வேறு யாரோ ஒருவனாக இருந்திருக்கலாம்.

ஆனால், விஷயங்கள் அப்படி நடப்பதில்லை என்பதாலும், நடக்கப்போவதில்லை என்பதாலும் கேள்வி இதுதான்: என்னை வைத்துக்கொண்டு நான் இப்போது என்ன செய்யப்போகிறேன்? இக்கேள்வி என் தலை மீது தொங்கிக்கொண்டிருக்கிறது — ஒவ்வொரு நாளும் ஒவ்வொரு நிமிடமும் ஒவ்வொரு நொடியும்.

தொங்கிக்கொண்டிருக்கிறது, யதார்த்தமாக. பதில்கள் ஏதுமின்றி.

தெருவில் கடந்துபோகும் ஐந்து மனிதர்களில் நான்கு பேர் இதே சூழ்நிலையில்தான் உள்ளார்கள் என்பதை உணரும்போதும், இதே பதில்களற்ற கேள்விகளை அவர்களுக்குள்ளாகவே கேட்டுக்கொண்டிருக்கிறார்கள் என்பதை உணரும்போதும், ஒருவருடைய துயரம் மேலும் அதிகரிக்கிறது.

ஐந்தாவது, என் நண்பனே, அந்த மிருகம்.

ரீயோ க்ராந்தே முதல் ஹார்ன் நிலமுனை வரை.

ஆனால், நீ இன்னும் இருபது ஆண்டுகள் தாக்குப்பிடித்தாக வேண்டும்.

பிறகு, உண்மைதான், கிராமப்புறங்களும் சுரங்கங்களும் நகரங்களும் இன்னமும் இருக்கின்றன. யாரேனும் ஒருவர் கிராமங்கள் குறித்து பிரம்மாண்டமான நாவலொன்று எழுதினால்... சுரங்கங்கள் குறித்து பிரம்மாண்டமான நாவல்... நகரங்கள் குறித்து பிரம்மாண்டமான நாவல்... அந்த யாராவது, இந்தப் பிரச்சினையைத் தீர்க்கக்கூடும்: இந்த வாழ்க்கைக்கு ஓர் அர்த்தம் இருக்கக்கூடும்.

நாம் ஏன் கிராமங்கள் குறித்து பிரம்மாண்டமான நாவல்கள் எழுதுவதில்லை?

நல்லது, ஏனென்றால் பிரம்மாண்டமான கிராமத்தின் கதையென்று ஒன்று இருந்ததே இல்லை. நம்மிடம் இருப்பவையெல்லாம், கிராமப்புறங்களில் வசிக்கும் சிறிய மக்களின் சிறிய வாழ்க்கையைப் பற்றிச் சிறிய கிராமப்புறக் கதைசொல்லிகள் சொல்லும் சிறிய கிராமப்புறக் கதைகள்தான்.

அத்துடன் இல்லாமல், அது பெரும் சலிப்பூட்டும் கதையாகவும் இருக்கிறது.

ஹார்ன் நிலமுனை முதல் ரீயோ க்ராந்தே வரை, இதே கதைதான்.

அது மாபெரும் மனிதர்களைக் கொண்டதல்ல, சிறிய மனிதர்களால் நிரம்பியது. தோற்றுப்போனவர்கள், தோற்கடிக்கப்பட்டவர்கள்: அவர்களுடைய சிறுமையால் நிர்மூலமாக்கப்பட்டவர்கள். மனிதனின் வெற்றி என்பது எப்போதும், அவனுடைய மக்களுக்கு — குற்றமற்றவர்களுக்கும் நிர்வாணமானவர்களுக்கும் தற்காப்பற்றவர்களுக்கும் எதிராகத்தான் இருந்திருக்கிறது. இதே கதையை, பெத்ரோ ஆரீயாஸ் புதிய உலகத்தில் கால்வைத்த நாளிலிருந்து திரும்பத்திரும்பச் சொல்லிக்கொண்டிருக்கிறான், இந்த மனிதன்.

கதாபாத்திரங்கள் எல்லாம் அற்ப மனிதர்களாக இருக்கும்போது, பிரம்மாண்டமான கதை என்பது எப்போதும் எழுதப்பட முடியாதது. அற்ப மனிதர்கள் அற்பக் கதைகளில்தான் கதாபாத்திரங்களாக இருக்க முடியும்.

பொலிவார், சூக்ரே, சான் மார்ட்டின், மார்த்தி?

செவ்வாய்க்கிரகவாசிகள். அவர்கள் அதுதான்: செவ்வாய்க் கிரகவாசிகள். மரபு பிறழ்ந்தவர்கள்.

‘ஆனால், அவர்கள் நல்ல முன்மாதிரியாக இருக்க முடியாதா...?’

இப்போதா? இருபத்தியோராம் நூற்றாண்டின் உதயத்திலா? நம்முடைய இனம், நட்சத்திரங்களைப் பார்த்துப் பெரும் பாய்ச்சலுக்குத் தன்னைத் தயார்படுத்திக்கொள்ளும்போதா?

ஓ, இல்லை. விஷயம் என்னவென்றால், ஒன்றரை நூற்றாண்டு முட்டாள்தனம், என் நண்பனே, அதற்கான விலையை நிச்சயம் கேட்கும்.

அதனால்தான் சில மனிதர்கள் பார்சிலோனாவில் வாழ்வதற்காகக் கதீட்ரலில் உரையாடல்கள் எழுத உட்கார்ந்துகொள்கிறார்கள். அங்கே சமூகத்தின் முக்கியஸ்தர்கள் மத்தியில் புத்திசாலித்தனத்தோடு உரையாடி, சாதுர்யமான மொழியையும் கொண்டு அவர்கள் வட்டத்துக்குள் புகுந்து பயணிப்பது எளிதானது... அதனால்தான் மற்றவர்கள், தங்களுடைய வாழ்க்கையின் பாதியை நூலகத்தின் இருட்டில் மறைத்துக்கொண்டு காலம்கழிக்கிறார்கள், அவர்கள் குருடாகும்வரை: உள்ளூர் மற்றும் தொலைவிலிருந்து வரும் இளைஞர்களைத் தெளிவாகப் பார்க்க முடியாமல் அல்லது பேச்சுக்குச் சொல்வதென்றால், பலவீனமாகப் பார்த்து, உரை நிகழ்த்துவதென்பது மானுடத் தலைவிதியாகத்தான் இருந்துள்ளது. அதனால்தான்...

இரவு. இரவின் விரக்தி. இரவில் சுற்றிக்கொண்டிருப்பவர்களின் ஒளிகளற்ற துயரம், மாய யதார்த்தவாதக் கதைகள் பின்னுவதற்கு மிகச் சிறந்த கச்சாப் பொருளாகும். கலைநயத்தோடு நம்முடைய பாதி-மனிதர்களின் விரக்தியிலான கோபத்தை விவரிப்பது — எங்கிருக்கிறது, ஓ... வலேஹோவின் சுயசரிதை எங்கிருக்கிறது? — பிறகு, தப்பித்து ஓடுவது, இரவை விட்டு வேறு பாதைகளில் தப்பித்து ஓடுவது.

ஆனால், ஆமாம் நமக்குத் தெரியும்: வேறு வானத்துக்குக் கீழ் நான் பிறந்திருந்தால், வேறு ஒரு பார்வையின் எல்லைவரை... இத்யாதி, இத்யாதி.

இந்தத் தருணத்தில் நான் எனக்குள் கேட்டுக்கொள்கிறேன்: வியட்னாம் மக்களிடம் மாய யதார்த்தம் எங்கே இருக்கிறது? அவர்களுடைய கடந்த கால் நூற்றாண்டு நாவல்களின்

அற்புதமான வரலாறு எங்கே இருக்கிறது? அவர்களுடைய கவிஞர்கள், பேச்சாளர்கள், எழுத்தாளர்கள் எல்லாம் எங்கே? எங்கே?

தொலைந்துபோன இந்த வரிகளை, யாரும் விமர்சனமென்று அர்த்தப்படுத்திக்கொள்ளப்போவதில்லை. அர்த்தப்படுத்திக் கொள்வார்களா? என்னிடம் வரும்போது கடவுள்கள், 'தான்' என்ற அகங்காரம் கொண்டவர்களாக இருப்பது அவ்வளவு வெளிப்படையாக இருக்கிறது. அவர்கள் என்னை எளிமையானவனாகவும் திக்குவாய் கொண்டவனாகவும் ஆக்குகிறார்கள்... எல்லாம் சொல்லிமுடிக்கப்பட்ட பிறகும், செய்யப்பட்ட பிறகும், முதல் கல்லை விட்டெறிந்தவனின் கதையால் நான் நசுக்கப்படுவேன்.

115

நான் ஒப்புக்கொள்ளத்தான் வேண்டும்: இந்த வானத்தின் கீழ் உள்ள மனிதர்களைக் காட்டிலும் எவ்விதத்திலும் நான் மேலானவன் இல்லை. நான் சொல்லத்தான் வேண்டும்: என்னுடைய கேரட்டைத் துரத்திக்கொண்டு போவதற்கான அடிப்படையை உருவாக்கிக் கொடுத்திருக்கும் மனிதர்களோடு ஒப்பிடும்போது நான் எந்த மதிப்பும் கொண்டவனில்லை. நான் திரும்பச் சொல்கிறேன், என்னைத் தெளிவுபடுத்தும் விதமாக: இரவின் பூர்வகுடிகளிலிருந்து என்னை வேறுபடுத்துவதற்கு என்னிடம் எதுவுமே இல்லை.

எனக்குத் துரோகமிழைக்கப்பட்டதன் பரிமாணம் மட்டுமே.

மற்றவர்களின் துரோகம், அவர்களை இரவிலிருந்து வெளியே இழுத்துவிட்டது.

அவர்கள் பார்சிலோனா சென்றார்கள், இந்தியானாவுக்கு, நியூ ஜெர்சிக்கு. பிரான்ஸிலுள்ள பாரீஸுக்குச் சென்றார்கள்.

என்னுடையது போதுமானதாக இல்லை: நான் இங்கு இருக்கிறேன், மற்றவர்கள்போல் பயந்தாங்கொள்ளியாக, என்னுடைய பெரிய சிறையறையில் விலங்கிடப்பட்டு.

மௌனமாக்கப்பட்ட உண்மையின் மற்றொரு பகுதிக்காக: ஒரு நூற்றாண்டுக்கும் மேலாக மக்கள் இரவிலிருந்து தப்பித்து ஓடிக்கொண்டிருக்கிறார்கள்.

குறைந்த அளவுகூட அதிர்ஷ்டம் இல்லாதவர்கள் மட்டுமே பின்தங்கிப்போனார்கள்.

மற்றவர்கள் வெளியேறிவிட்டார்கள்: சிலர் கடிதங்களைக் கொண்டு, மற்றவர்கள் பணத்தைக் கொண்டு, வேறு சிலர் அரசியல் கொண்டு.

இன்னும் வேறு சிலர், ஆஸ்திரேலியாவுக்கு நீச்சலடித்துச் சென்றவர்கள்.

பாதி-மனிதர்களான நாங்கள் மட்டும்தான் இங்கே தங்கிப் போனோம்.

வெளியேற எங்களிடம் போதுமான அளவு காசுகள் இல்லை.

இந்தக் காசுகள்தான், பண்டைய காலத்தில் 'திறமை' என்றழைக்கப்பட்டதாக நம்புகிறேன்.

இப்படியாகத்தான் நான் தெரிந்துகொண்டேன்: என்னுடைய திறமை போதுமானதாக இல்லை.

என்னுடையதைக் கொண்டு மற்ற எல்லோராலும் என்ன செய்ய முடிகிறதோ, அதை மட்டும்தான் என்னாலும் செய்ய முடியும்; என் வாழ்க்கையை இந்த அதிகாரத்துக்குக் கீழ் அபத்தங்களிலும் துயரங்களிலும் வீணடித்துக்கொண்டிருப்பது.

116

இருந்தாலும், குறைந்தபட்சம் இது கவனம்கொள்ளத்தக்கதுதானா என்றுகூட எனக்குத் தெரியவில்லை: நான் இன்னும் எனக்குத் துரோகமிழைத்துக்கொள்ளவில்லை.

சில சமயங்களில், என்னுடனே நான் முரண்பட்டுக்கொள்கிறேன். ஏனெனில், விஷயங்களும் முரண்பட்டுத்தான் இருக்கின்றன.

ஆனால், யாரிடமும் சொல்லாதீர்கள்: எனக்கு நானே பொய் சொல்லிக்கொள்வதில்லை.

என்னிடம் நான் பொய் சொன்னதில்லை.

எனக்காக என்ன இருக்கிறதென்று எனக்குத் தெரியும்.

தன்னந்தனியாக, அதற்காக நான் ஏங்குகிறேன்.

நான் வருந்துகிறேன், குடிக்கிறேன், எல்லோரையும் அவமானப் படுத்துகிறேன், பன்றிபோல் நடந்துகொள்கிறேன், இரவுகளில் அழுகிறேன், என்றேனும் ஒருநாள் எனக்குள்ளாக நான் சிறிதளவு மனநிம்மதிகொள்ளும் சாத்தியத்தை நினைத்துப்பார்க்கிறேன் — இது மிக அபூர்வமான ஒன்று என்று எனக்குத் தெரியும்: நான் கத்துகிறேன், துப்புகிறேன், குடிக்கிறேன், மக்களை அவமானப்படுத்துகிறேன், என்னைப் பார்த்து நானே சிரிக்கிறேன். என் இதயத்தில் கத்தி ஒன்று பாய்ந்துவிட்டதுபோல் வீதிகளில் அலறியபடியே நடந்துகொண்டிருக்கிறேன். ஆமாம், இப்படித்தான் இருக்கிறது. என் குடும்பத்தாரையும் அந்நியர்களையும் கஷ்டப்படுத்துகிறேன்.

நான் நடந்துகொண்டிருக்கிறேன், வெறுத்துப்போய். குறைந்த அளவிலான வாழ்க்கையைக்கூட வாழ முடியாமல்.

ஆனாலும், எனக்கு நானே பொய் சொல்லிக்கொள்வதில்லை.

நான் பார்ப்பதைத்தான் பார்க்கிறேன். கேட்பதைத்தான் கேட்கிறேன். உணர்வதைத்தான் உணர்கிறேன்.

அத்துடன், சொல்லும்போது, அப்படியே சொல்கிறேன்.

மிகச் சரியாக நான் பார்த்ததுபோல், கேட்டதுபோல், உணர்ந்தது போல்.

அத்துடன், என்னால் முடிந்தால் அதைப் பிரசுரிக்கவும் செய்கிறேன்.

ஏற்றுக்கொள்கிறேன், இது தரமானது இல்லைதான்: உண்மைதான், பரிசுகள் வெல்லக்கூடிய பொருளில்லைதான்.

சலிப்பூட்டக்கூடியது. முழு பிரம்மாண்டமான கதைபோல். ஆனால், உண்மையானது, என்னுடையது.

அன்பால் உருவாக்கப்பட்டது, என் மாபெரும் குடும்பத்துக்காக. தன்னடக்கத்துடன் முன்வைக்கப்பட்டது. ஏதோ பயனுள்ளதாக இருக்க வேண்டும் என்ற விருப்பத்துடன்.

கைமாறாக எதையும் எதிர்பார்க்காமல். ஒருவேளை சூரியனின் சிறு பகுதிக்காக இருக்கலாம்: வெளிச்சத்தை மறைக்காதீர்கள்.

அந்தப் பாடலைப் பொறுத்தமட்டில், இப்படித்தான் இருக்கிறது.

அதைக் கேட்கக்கூடியவர்களோடு சேர்ந்து.

இந்த அகோரமான தற்பெருமைதான், அவர்களுடைய மிகப் பெரிய பாவமாக இருக்கிறது.

இது தனிமையை எதிர்த்து மல்யுத்தம் செய்வதற்கு உதவுகிறது.

ஆனால், ஒருவேளை, இது நியூ ஜெர்சியில் பேராசிரியராக இருப்பதைக் காட்டிலும் சற்றே குறைவான பாவமாக இருக்கலாம்.

உண்மைதான், இந்த யுத்தம் எப்போதைக்குமான தோல்வியில்தான் முடியும். ஆனால், நாம் சுடப்படுவதற்கான வரிசையில் நின்று கொண்டிருக்கிறோம்.

இந்த ஒரு இடம்தான் சாத்தியம்.

என்ன செய்ய வேண்டுமோ, அதைச் செய்துகொண்டு. அதன் எதிரொலி என்னவாக இருக்குமென்று நமக்குத் தெரிந்தபோதும்.

எதிரொலி:

117

ஆனால்... ஒருவன் வாழ்க்கையைச் சம்பாதிக்க வேண்டும்.

வாழ்க்கையைச் சம்பாதிப்பதொன்றும் அவ்வளவு சிரமமான தில்லை: எப்படிப் படிப்பதென்று எனக்கு முன்னரே தெரியும்.

இது என்னைச் சிறப்புரிமை பெற்றவனாக்கியுள்ளது.

தட்டையான, சலிப்பூட்டுகிற, நம்பிக்கையற்ற, வீணாகச் செய்ததையே செய்யும் வாழ்க்கை.

உண்மைதான்.

ஆனால், மற்றவர்களின் வாழ்க்கையிலிருந்து எதையும் திருடாமல்.

சில சமயங்களில், நானே பணத்தைக் கடனாகக் கொடுப்பது, ஆமாம்.

சில சமயங்களில், மின்சாரமோ தண்ணீரோ இல்லாமலிருப்பது, ஆமாம்.

ஒரே காலணியை ஆண்டு முழுவதும் அணிந்துகொள்வது, ஆமாம்.

மாதக்கணக்கில் மிக மலிவான புகையிலையைப் புகைப்பது, ஆமாம்.

அத்துடன் நம்மைப் பின்தொடர்பவர்களுக்குச் சிறு மகிழ்ச்சியைக் கொடுக்க முயல்வது, ஆமாம்.

இதற்கு மேல் ஏதுமில்லை.

இங்கு, இதைச் செய்வது மிக எளிதானது.

118

நீ மேலும் ஏதாவது செய்ய விரும்பினால்: அது உன் பணத்தை எடுத்துக்கொள்ளும்.

நீ அதோடு போய்க்கொண்டிருக்கிறாய், பெரும் பள்ளத்தில் சரிந்துகொண்டிருக்கிறாய், கொஞ்சம்கொஞ்சமாக.

நீ அதைச் சாதிக்க முடியுமென்பதற்கு எவராலும் எந்த உத்தரவாதமும் கொடுக்க முடியாது.

வாழ்க்கையென்பது மலையேறும் போராட்டம்தான். உண்மை தான்.

ஆனால், உச்சிக்குப் போவது இன்னமும் எளிதானதுதான்.

நீ நினைவில் வைத்துக்கொள்ள வேண்டியதெல்லாம், நீ இரண்டாம்தரக் குடிமகன் என்பதை மட்டும்தான்.

நீ வேறு எதற்கும் ஆசைப்படக் கூடாது, இரண்டாம்தரக் குடிமகனுக்கான வாழ்க்கையைத் தவிர.

அத்துடன், உனக்குப் படிக்கத் தெரிந்திருக்கிறது என்றால், இரண்டாம்தரக் குடிமகன் வாழ்க்கையை நீ விலை கொடுத்து வாங்கலாம்.

பிறகு என்ன: நீ எப்போதும் ஜன்னல் வழியாகப் பார்த்துக் கொண்டிருக்கலாம்.

நீ எதைப் பார்த்துக்கொண்டிருக்கிறாயோ, அது உனக்கு ஆறுதலைக் கொடுக்கும் – மிக மோசமான வழியில்தான் என்றாலும், அது உனக்கு ஆறுதல் கொடுக்கும்.

இத்தகைய சூழ்நிலையில், காற்று வீசும்போது பசியும் வறுமையும் மூர்க்கத்தனமும் நோயும் பரவும். இவையெல்லாம் வெறிகொண்டு பரவும். இப்படியாக நீ உன்னை ஆறுதல்படுத்திக்கொள்கிறாய்.

நீ சொல்கிறாய்: நல்ல விஷயம்தான், நான் இரண்டாம்தரக் குடிமகனாக இருப்பது! அத்துடன், நீ உன்னுடைய சல்தேன்யாவைச் சாப்பிடுகிறாய்.

இத்தகைய பின்னணியில், பிரச்சினைகளின் பரிமாணத்தை அபத்த நிலைக்குக் கொண்டுசெல்ல முடியும்.

சமூக உறவுகொள்ள வேண்டிய அவசியமேதுமில்லை: இரண்டு மாதங்களில் நீ யாரோவாக இருக்கும் எல்லோரையும் சந்திக்கலாம். அவர்களை மிக நன்றாக அறிந்துகொள்ளலாம். பிறகு, இப்படிப் புதிதாக ஏற்படுத்திக்கொண்ட நட்புகளை உதறித்தள்ளலாம்.

இன்னும் இரண்டு மாதங்களில், அந்த மிருகத்துக்குச் சேவை செய்யும் எல்லோரையும் அறிந்துகொள்ளலாம்: அவர்களிடமுள்ள ஆயுதங்களையும், அதைப் பிரயோகிக்கும் வழிமுறைகளையும், நீ பேசக்கூடிய விஷயங்களையும், நீ முணுமுணுக்கவும் கூடாத விஷயங்களையும் அறிந்துகொள்ளலாம்.

இன்னும் இரண்டு மாதங்களில், மனிதனின் மிகச் சிறந்த நண்பன் ஒரு நாயல்ல, புத்தகம்தான் என்ற முடிவுக்கு நீ வரலாம்.

ஆக, ஒரு சிறு அறையும், சில புத்தகங்களும் மட்டுமே போதும்.

ஒரு மேற்கூரை: அதற்குப் பணம் கட்டுவது. உன் வாழ்க்கை அற்ப ஆயுளைக் கொண்டதாக இருக்கலாம்: உனக்கென்று சொந்த வீடு ஒன்றை நீ கட்டிக்கொண்டால் – சிறப்புச் சலுகைகள் பெற்றவன் – அதற்கான மாதத் தவணைகளைக் கட்டிமுடிப்பதற்குள், உன்னுடைய குழந்தைகள், அவர்களுடைய இறுதி ஊர்வலத்துக்கு ஏற்பாடு செய்துகொண்டிருப்பார்கள்.

அதாவது, ஆங்கிலப் பெரிய எழுத்து ‘ஆர்’ என்ற புரட்சி அதற்கு முன்னதாக வந்து அவர்களை நடுத்தெருவில் விடாமல் இருக்கும்பட்சத்தில்.

கல்வி: மிகவும் இறுக்கமாகயில்லாமல் உனக்கு ஒரு குழந்தையிருந்தால், அதனுடைய கல்விக்கான மொத்தச் செலவையும் ஊக்கத்தொகையாகப் பெறும் வாய்ப்புகள் ஏறக்குறைய இல்லை: ஏறக்குறைய இங்கிருந்த படிக்கத்தெரிந்த எல்லோரும், அயல்நாடுகளுக்குச் சென்றுவிட்டார்கள். கொஞ்சம்போல் கிராங்கிலிஷ் பேசுகிறார்கள் — தொலைதூர இடங்களுக்குப் பயணிக்கிறார்கள்.

ஆக, நீ அவர்களை ஓரளவு நல்லமுறையில் வளர்த்து, பிழைத்துக்கொள்வதுதான் திறமையென்று அவர்களுக்குக் கற்றுக்கொடுத்தாலே போதும். அவர்களுக்குத் திறமையில்லை என்றால், அவர்கள் அதற்கு முயலலாம். அவர்களால் முயற்சி மேற்கொள்ள முடியவில்லை என்றால், அவர்கள் வீட்டிலேயே தங்கியிருந்து எங்கே பிறந்தார்களோ, அங்கே வாழ்வதுதான் சிறந்தது.

புள்ளிவிவரங்களைப் பாருங்கள்: ஓரளவு சுமாரான புத்திசாலித் தனத்தோடு பிறந்த ஒருவனால்கூட இங்கிருந்து தப்பித்துப்போக முடியவில்லை.

அவன் திரும்பிவந்தால்: கொடுப்பதற்கு அவனிடம் அவனுடைய தலை இருக்கிறது.

வயிறு: கமாச்சோ சந்தையில் மதியச் சாப்பாடு மூன்று சென்ட்டுக்குக் கிடைக்கும்.

இது சொர்க்கம்.

ஒரேயொரு இடம்தான் இதைவிடச் சிறந்ததாகப் படுகிறது: தரிஜா.

ஆனால், அது ஒரு பகற்கனவு.

ரகசியம்: எப்போதும் இதை நினைவில் வைத்துக்கொள், நீ இரண்டாம்தரக் குடிமகன்.

119

உண்மைதான், சிரமமான தருணங்களும் உண்டுதான்: அவனுடைய உயிருக்கு எவராலும் உத்தரவாதம் தர முடியாதென்று இரண்டாம்தரக் குடிமகன் ஒருவன் நினைவில் வைத்திருக்கக் கட்டாயப்படுத்தப்படும் தருணங்கள்.

எந்த உத்தரவாதமும் கிடையாது, அவனுடைய அன்றாட ரொட்டிக்கு.

எந்த உத்தரவாதமும் கிடையாது, அவனுடைய சொந்தபந்தங்களின் உயிர்களுக்கு.

எந்த உத்தரவாதமும் கிடையாது, அவனுடைய சுயமரியாதைக்கு.

இரண்டாம்தரக் குடிமகன் என்பவன் ஒரு நாய். நாயைவிடக் கேவலமானவன்.

அவனை ஏமாற்றலாம், பாலியல் வன்முறைக்கு உட்படுத்தலாம், கொலை செய்யலாம், சித்திரவதை செய்யலாம், நான்கு துண்டுகளாகப் பொட்டலம் கட்டலாம், காணாமல் அடிக்கலாம்.

அவனுடைய உரிமைகளுக்காக எவனும் குரல்கொடுப்பதில்லை.

இது போன்ற சமயங்களில், எது நடந்துகொண்டிருக்கிறதோ, அது வேறொருவருக்கு நடக்கும்போது முகத்தை வேறு பக்கம் திருப்பிக்கொள்வதுதான் சிறந்தது. பிறகு, எது நடந்து கொண்டிருக்கிறதோ அது உங்களுக்கு நடந்தால் துயரப்படுவது; மௌனத்தில் துயரப்படுவது.

இரண்டாம்தரக் குடிமகன் ஒருவன், வார்சா மரண முகாம்களில் இருந்த யூதர்களோடு ஒப்பிடக்கூடியவன்.

வித்தியாசம்: வார்சாவில் யூதர்கள் கொல்லப்பட்டது குற்றம்தானென்று எல்லோரும் ஏற்றுக்கொள்கிறார்கள்.

ஆனால், ஒரு இரண்டாம்தரக் குடிமகனின் மரணம் எப்போதுமே குற்றமாக ஏற்றுக்கொள்ளப்படுவதில்லை.

அது, ஒரு நாயின் மரணம்.

அது, சட்டபூர்வமானது. ஒருபோதும் குற்றமாக இருப்பதில்லை.

அவனுடைய மரணம், அவனுடைய தாய்நாட்டின் இறையாண்மையை உத்தரவாதப்படுத்துகிறது.

அவன் எந்தக் குற்றத்துக்காக இறந்தானோ, அது குற்றமா இல்லையா என்பது அவ்வளவு முக்கியமில்லை: அவன் எங்கே பிறந்தானோ அங்கே பிறந்ததுதான் அவன் செய்த குற்றம்.

இதுவே போதுமானது.

இரண்டாம்தரக் குடிமகனுக்கு இது தெரியும்.

அப்படியென்றால், யாரும் அவனுக்கு எந்த உதவியும் செய்ய முடியாது.

இதுதான் உண்மையென்பதை, அவன் மறந்துபோகவே விரும்புகிறான்.

அவன் வெளியே போகிறான், புன்னகைக்கிறான், கேலி பேசுகிறான்.

அவன் மூன்று சல்தேன்யா சாப்பிடுகிறான். பீர் அருந்துகிறான்.

அவன் நினைக்கிறான்: இது என்னுடைய கடைசி மாலையாக இருக்காதென்று...

எப்படியிருந்தாலும், நாகரிகம் இன்னும் இருக்கிறது: அவர்கள் ஒருபோதும் பிணங்களை வீதிகளில் குவிக்க அனுமதிப்பதில்லை.

120

நான் என்னை வைத்துக்கொண்டு என்ன செய்வது?

ஏதாவது.

ஏதாவது, ஆனால் உன்னை நீ தீவிரமாக எடுத்துக்கொள்.

பன்னிரண்டு

121

நாங்கள் நான்கு பேர் இருந்தோம். அதில் ஒருவன், குடி தோன்றிய காலத்தில் நம்பர்-ஒன்னாக இருந்தவன். குடும்பத் தலைவன், அதாவது குரங்கு. அவன் முன்னர் அந்த மிருகமாக இருந்தவன். பின்னர் ஒரு கபடப் புன்னகையோடு அதை ஒத்துக்கொண்டான். அடுத்து மிக இளையவன். அவன் செய்த ஒரே குற்றம் அவனது குடும்பப் பெயர்: அந்தப் பெயர் '52 இல் இந்த நிலத்தில் பயங்கரவாதத்தைக் கொண்டுவந்த கூலிப்படைத் தலைவனின் குடும்பப் பெயரைக் கொண்டது. மற்றொருவன் அமெரிக்க வெள்ளையன். ஒருவேளை, அவன் ராஸ்கலாகக்கூட இருக்கலாம். நான் நான்காவது. அங்கு இன்னொருத்தனும் இருந்தான், ஒரேயொரு இரவு மட்டும் எங்களோடு இருந்தவன். தன்னுடைய பெரிய படுக்கைவிரிப்பில் படுப்பதற்கு எங்களுக்கும் இடம் கொடுத்தவன்.

அந்தச் சிறையறை இருட்டாகவும் குப்பையாகவும் கிடந்த மற்றொரு அறை. ஒருகாலத்தில் நம் தந்தை நாட்டை ரட்சித்தவர்களின் புனைபெயர்களும் பண்புப்பெயர்களும் அவரவர்களுடைய தாய்மார்களோடு ஆபாசமாக இணைக்கப்பட்டு விளையாட்டுத்தனமான, எளிமையான கோஷங்களைக் கொண்டிருந்த சுவர்கள். அந்த அறை ஒருகாலத்தில் சிறப்பாக இருந்திருக்க வேண்டும்: கைப்பிடி மீசை கொண்ட பிரெஞ்சுக்காரர்களால் கற்பனை செய்து பார்க்கப்பட்டதுபோல், கிராமத்தின் நளினமான காட்சிகளைக் கூரை கொண்டிருந்தது. தூசுகலந்த தரையின் அடிப்பகுதி தெரிந்தது. ஏனெனில், போன நூற்றாண்டில் தரையில் பதிக்கப்பட்டிருந்த பளபளப்பான மரக்கட்டைகள் குளிர்காய விறகாகப் பயன்படுத்தப்பட்டுவிட்டன. அந்தத் தீச்சுவாலைகள்,

சுவரில் கிழிந்திருந்த சுவர்க்காகிதங்களின் மேல் பிரம்மாண்டமான கரும்புகைச் சுவடுகளை விட்டுச்சென்றிருந்தன. மிகத் திறமையான கைகளால் செய்யப்பட்ட அழகான சட்டகத்தை ஜன்னல்கள் கொண்டிருந்தன. ஆனால், அது தெருவைப் பார்த்திருந்ததால், செங்கல் வைத்து முழுமையாக மூடப்பட்டிருந்தது. அந்த அறையின் கடைக்கோடியில் மிகப் பிரம்மாண்டமான கற்பாறை ஒன்று இருந்தது. ஒயர்களால் கட்டப்பட்டிருந்த ஒன்று இருந்தது. பதினாறாம் லூயிஸின் படுக்கை. கதவு குறுகலாகவும் நீளமாகவும் இருந்தது. லினாரஸ் காலத்தைச் சேர்ந்தது. அதில் பலகைகள் ஏதுமில்லை, குறுக்கும் நெடுக்குமாக, அழுகிப்போன மரக்கட்டைகள் மட்டும்தான். அந்தச் சிறையறை சிறுநீர் நாற்றத்தாலும் மனித வியர்வையாலும் நிரம்பியிருந்தது.

நான் உள்ளே வந்தபோது, அந்த ராஸ்கல் முன்னரே அங்கிருந்தான். நாங்கள் ஒருவரையொருவர் மௌனமாய்ப் பார்த்துக்கொண்டோம். ஏனெனில், என்ன பேசுவதென்று எங்களுக்குத் தெரியவில்லை. நான் உள்ளே வைத்துப் பூட்டப் பட்டேன். தேவையில்லாமல் மூக்கை நுழைக்கக் கூடாது என்று சொல்லப்பட்டது.

நாங்கள் வழக்கத்துக்குள் நுழைந்தோம்: நம்பர் ஒன் மௌனமாக இருந்தான். அவனுடைய மூலையிலிருந்து ஆராய்வதுபோல், எங்களை ஓரக்கண்ணால் பார்த்துக்கொண்டிருந்தான். அந்த ராஸ்கல் போகிறான், வருகிறான், போகிறான், வருகிறான், ஒவ்வொரு முறையும் மேலும் ஊதிப்போய். ஆனால், உடைபடுவதற்கு அவ்வளவு எளிதானவனில்லை. இறுதியாக நானும் அந்தக் குழந்தையும் பேசிக்கொள்ளத் தொடங்கினோம். மெதுவாக ஒருவரையொருவர் நிரப்பிக்கொண்டோம். எப்படி, எப்போது, எவ்வளவு நாள் — அவ்வளவுதான். எப்போதும், எப்போதும், ஏனென்று மட்டுமில்லாமல், அந்தச் சிறையறையில் எங்களது நட்பை வளர்த்துக்கொண்டோம்.

அன்று மதியம் அவர்கள் எனக்குக் கம்பளி, கொஞ்சம் பிஸ்கட், தரைவிரிப்பு என்று கொண்டுவந்தார்கள். நான் என்னுடைய சிகரெட்டைக் கேட்கவில்லை. ஏறக்குறைய நான் என்னுடைய தலைவிதிக்கு என்னைத் தத்துக்கொடுத்துவிட்டேன். நான் என்னுடைய கைப்பெட்டியை நினைத்தபோது, என் சிந்தனைகள் மிக மோசமாயின. என்னுடைய ஓவர்கோட்டால்

என்னைச் சுற்றிக்கொண்டு தரையில் உட்கார்ந்துகொண்டேன். சுவர்களில் எங்களுடைய தேசிய வரலாற்றை மிகச் சிறப்பான முறையில் அவர்கள் பதிவுசெய்திருப்பதை வெறித்துப் பார்த்துக் கொண்டிருந்தேன்.

122

ஏழு ஆண்டுகளுக்கு முன், நான் பகலின் விருந்தாளியாய் இருந்தபோது, இரண்டு ஏரிகளுக்கு நடுவில் இருந்த ஒரு கொட்டகைக்குள் இறுதியாக நுழைந்தேன். நான் பார்க்க விரும்பிய அந்த மனிதர் அங்குதான் வசித்துவந்தார். என் வாலிபப் பருவம் முதல் எந்த மனிதருடைய குரலைத் தொடர்ந்து கேட்டுக்கொண்டிருக்கிறேனோ அந்த மனிதர். மிகச் சிறப்பாக எழுதக்கூடிய அந்த மனிதர் சிறப்பாக வாழ்ந்து, முதிர்ந்த வயதில் தன்னந்தனியே மிகச் சிறப்பாக இறந்துகொண்டிருந்தார்.

புகைப்படங்களாலும் பரிசுகளாலும் நினைவுக் கோப்பைகளாலும் சுவர்கள் நிறைந்திருந்தன.

சிறிய சமையலறை, ஒரு மர மேஜை, ஐஸ், போர்பன் விஸ்கி பாட்டில். தாடியுடன், திறந்துவிடப்பட்ட சட்டையுடன், புகைப்பிடிக்கும் பைப்புடன் அந்த மனிதர் இருந்தார். அவருடைய அற்புதமான கண்கள்: காலம் அதற்கான பதிவைச் செய்திருந்தது.

நான் அவரைச் சந்திக்க வந்தபோது, அந்த மதியப் பொழுது சோர்வோடு காணப்பட்டது.

நான் வரப்போகிறேனென்று அவருக்குத் தெரியும்: சில மாதங்களுக்கு முன்பே. நான் அவருடைய அனுமதி கேட்டு எழுதி, பதற்றத்தோடு அவருடைய பதிலுக்காகக் காத்திருந்தேன். நான் அதிர்ஷ்டக்காரன், என்னை ஒரு இரவும் இரண்டு பகல்களும் அவருடன் கழிக்க என்னை அழைத்திருந்தார்.

ஆக, இந்த மனிதரிடமிருந்து நான் எதைக் கற்றுக்கொண்டேன்? மாயங்கள் எதுவுமில்லை.

வெறுமனே, எவனொருவனாலும் வேறொருவனின் வாழ்க்கையை வாழ முடியாது, எவனொருவனும் வேறொருவனின் வாழ்க்கையைக் கடனாகப் பெற முடியாது

என்று மட்டும்தான். வேறெதுவுமில்லை. எவனொருவனும் முதன்முறையாகத் தன்னைத் தவிர வேறு எவருக்காகவும் எழுதக் கூடாது. ஆனால், ஒரு பிரதியின் இறுதி வடிவம், அவனைத் தவிர மற்ற எல்லோருக்குமானது என்று மட்டும்தான். அவர் என்னை அமைதியாகப் பார்த்துக்கொண்டே, ஒரு எழுத்தாளனாக இருந்துகொண்டு எழுதாமல் இருப்பதும், எழுதாமல் இருப்பதற்கு எப்போதும் காரணங்களைக் கற்பித்துக்கொண்டிருப்பதும் பெரும்பாவம் என்றார். நான் கண்களைக் கீழே தாழ்த்திக்கொண்டேன். ஏனெனில், அவருக்கு என்னைத் தெரியும்.

ஞாயிற்றுக்கிழமை, இருட்டிக்கொண்டிருக்கும்போது நான் கிளம்பினேன். அவர் நகரத்துக்கு என்னுடன் வந்தார். தேவையான பொருள்களை வாங்கிக்கொண்டார். அற்புதமான வடிவங்களில் இருந்த பல துப்பாக்கிகளை என்னிடம் காட்டினார், '.22' ஐப் பரிந்துரைத்தார். பிறகு, அவருடைய பிக்-அப் வண்டியில் வீடு திரும்பினார்.

ஆனால், யாரோ ஒருவன், அந்த மனிதரையும் இரவிலிருந்து வந்த விருந்தாளியையும் புகைப்படம் எடுத்த பிறகுதான்.

நான் இங்கு இருக்கிறேன், என் சிறையறையில், தகர டப்பாவில் டீ குடித்ததையும், அந்த மனிதருடன் போர்பன் விஸ்கி குடித்ததையும் நினைத்துக்கொண்டு. அந்த மனிதர் என்னுடைய படைப்புகளை ஆராய்வதற்குப் பல நாள்கள் எடுத்துக்கொண்டிருக்கிறார். என் நம்பிக்கைகள் குறித்து என்னுடைய நண்பர்களிடம் கேட்டிருக்கிறார். கொஞ்சம் அதிர்ஷ்டம் என் பக்கம் இருந்தால், நான் என்னவாக இருக்க முடியும் என்று அனுமானித்திருக்கிறார். பிறகுதான் என்னோடு ஒருசில மணிநேரங்கள், எழுத்தாளனின் தொழில் குறித்துப் பேசுவது நல்ல முதலீடு என்ற சிந்தனைக்கு வந்திருக்கிறார்.

நான் பூதக்கண்ணாடி எடுத்து அந்த மனிதர் எவனுடன் கைக்குலுக்கிக்கொண்டிருக்கிறாரோ, அந்த மனிதனின் முகத்தைப் பார்க்கிறேன். கசங்கிய சட்டை, சுருக்கங்கள் விழுந்த கோட், டை, ஆறு ஆண்டுத் தேய்மானம். இருந்தும் அந்தக் குறிப்பிடத்தக்க ஆகிருதியுடன் ஒரு சந்திப்பை எப்படியோ அவன் சாத்தியப்படுத்திவிட்டான்.

அவன் ஒரு சாணிக்குவியல்தான் என்ற முடிவுக்கு வருவதை என்னால் ஏற்றுக்கொள்ள முடியவில்லை.

அந்த மனிதர், சிறப்பான முறையில் வாழ்ந்த வாழ்க்கையையும், சிறப்பான முறையில் எழுதப்பட்ட எழுத்துகளையும், அவருடைய அற்புதமான அனுபவங்களின் சாராம்சத்தையும் ஒரு சாணிக்குவியலோடு பகிர்ந்துகொண்டிருக்க மாட்டார்.

எப்படியிருந்தாலும் அந்த மிருகம் நான் அதுதான் என்று சொல்கிறான். ஒரு சாணிக்குவியல்.

ஒரு சாணிக்குவியல்: எல்லாவற்றுக்கும் காரணம் என்னுடைய தாத்தா மொலியந்தோவில் 1908 இல் வந்திறங்கியதுதான்.

123

இதுதான் காரணமாக இருந்திருக்க வேண்டும். நான் 1970 இல் ப்ரேமியோ முனீசீபல் கொடுத்த 'பர்ப்பிள் ரிப்பன்' விருதைப் பெற்றபோது, அதுகூட எனக்குச் சாணிக்குவியலாகத்தான் தெரிந்தது. வேறொரு போட்டியில் நான் தோற்றுப்போனபோது, நான் சமர்ப்பித்த நாவல் மிகவும் தனிப்பட்ட வாழ்க்கையாக இருக்கிறது என்று நீதிபதிகள் அதன் கழுத்தைத் திருகிவிடுவதென்று முடிவெடுத்தபோது, அதுவும் எனக்குச் சாணிக்குவியலின் நாற்றத்தைத்தான் கொடுத்தது.

உள்ளூர் சாணிக்குவியல்களோடு என்ன நடந்துகொண்டிருக்கிறதோ, அதேதான் எல் காலவ்வில் 'மண்' நாவலுக்கும் நடந்தது. அந்த 'மண்' எல்லாவற்றின் மீதும் பரவத் தொடங்கி என்னை மூச்சுத்திணறவைத்தது. பிறகு, நான் துயரம் கொண்ட கருங்கடலில் புதைக்கப்பட்டேன்.

கரும்பச்சையில் கைக்கு அடக்கமான சாணிக்குவியல் என்னைச் சுற்றிலும் வளர்ந்து, தடிமனாகி, குமட்டியெடுக்கும் நாற்றத்தைக் கொடுத்தது.

அவர்கள் எந்தக் கணத்திலும் நான் அவசியமில்லை, யாருக்குமே அவசியமில்லை என்று முடிவுசெய்வதற்கு முன், யாராக இருந்தாலும், அவர்களை நிலைகுலையச் செய்வதற்கென விட்டெறிய என்னிடம் ஒருசில புத்தகங்கள்தான் மிச்சமிருந்தன.

அவர்கள் முடிவெடுப்பார்கள் — இந்தக் கணத்தில் அல்லது மற்றொன்றில். ஆனால், நிச்சயம் முடிவெடுப்பார்கள்.

இறுதியாக ஆராய்ந்துபார்த்தால், நான் ஏற்கெனவே இறந்துவிட்டேன் என்பதை உணர்ந்த கணங்களும் இருந்தன.

நான் ஏற்கெனவே எங்கோ எழுதிவிட்டதுபோலவும், ஆனால் என்னால் அதைக் கண்டுபிடிக்க முடியவில்லை என்பது போலவும்தான் இருக்கிறது. அவை அவ்வளவு முக்கியமானவை அல்ல. இதில் எதுவுமே முக்கியமானவை அல்ல. என்னுடைய மரணமும்கூட — எல்லாமே சாணிக்குவியல்களின் மரணம்தான். அல்லது நம்முடைய கூட்டுத்தோல்வியோ அவ்வளவு முக்கியமானதில்லை.

இது கோரமான நகைச்சுவை. வேறெதுவுமில்லை. ஒரு நாட்டிய நாடகத்தில் கடல் தொலைந்துபோகிறது, தேசம் தொலைந்துபோகிறது, நம்பிக்கை தொலைந்துபோகிறது, நாளை தொலைந்துபோகிறது, எல்லாமும் தொலைந்துபோகின்றன, எல்லாமும், கொலைகள், சித்திரவதைகள் தவிர. இருந்தாலும், இவையெல்லாமே முழுமையான ஒரு நாட்டிய நாடகம்தான், ஆயிரக்கணக்கான சாணிக்குவியல்களால் பாடப்பட்டது.

நான் நோயுற்றிருப்பதற்குக் காரணம், மனிதனால் கற்றுக்கொள்ள முடியும் என்று நான் கற்பதற்கு முன்பே, என் தந்தை எனக்குக் கற்றுக்கொடுத்த வார்த்தைகளை நான் கற்றுக்கொண்டதுதான். மேலும், நான் முட்டாள்தனமாக நாற்பது ஆண்டுகள் அதைப் பிடித்துக்கொண்டிருக்கிறேன்: முட்டாள்தனமான சிந்தனைகளைச் சிந்தித்துக்கொண்டு, பெரும் சாணிக்குவியலை ஆராய்ந்துகொண்டு, எக்காலத்துக்குமான என்னுடைய நாய்வாலைத் துரத்திக்கொண்டு, ஒன்றரை நூற்றாண்டுகளாகத் தாங்கிக்கொண்டிருக்கும் இந்தத் தாங்கிக்கொள்ள முடியாத சூழ்நிலையை மாற்ற முடியும் என்று நம்பிக்கொண்டு, ஒவ்வொரு நாளும் என் தந்தையின் நெஞ்சில் உள்ள தோட்டாவை நினைத்துக்கொண்டு; எல்லாமே சாணிதான். அவர் தியாகம்புரிய மூன்று லட்சத்து எழுபதாயிரம் மணித்துளிகள் — சாணி; என் குழந்தைகளின் வாழ்க்கை — சாணி; அப்புறம் என் மக்களுடைய துயரம் — சாணி.

எல்லாவற்றிலும் மோசமான விஷயம் என்னவென்றால், என்னுடைய அறையில் இருந்துகொண்டு, மௌனமாகப் பார்த்துக் கொண்டிருக்கும்போதே உலகம் என்னுடைய கால்களுக்கு

அடியில் சுற்றிக்கொண்டிருப்பதுதான். இறுதியாக, என்னுடைய எல்லாச் சிந்தனைகளிலுமிருந்து நம்பிக்கை என்பது தந்திரமாகத் தப்பித்துக்கொண்டது; இதற்கு எல்லாக் காரணங்களும் இருக்கின்றன என்று நான் கற்றுக்கொள்கிறேன். எது ஒன்றும் மாறுவதற்குக் காரணங்கள் ஏதுமில்லையென்று தீர்மானமாக நினைக்கத் தொடங்கினேன். காட்டுமிராண்டித்தனத்தின் மீது பந்தயம் கட்டியவர்கள்தான் சரியென்ற முடிவுக்கு வந்தேன். திருட்டின் மீதும் கொலைகள் மீதும் சுரண்டல் மீதும் பணம் கட்டியவர்கள் அதிர்ஷ்டசாலிகள். சித்திரவதை செய்வதையும் தலைகள் வெட்டப்படுவதையும் ஏற்றுக்கொண்டவர்கள் உச்சிக்குச் சென்றார்கள். அத்துடன் இந்தக் கண்டத்தில் உள்ள குழந்தைகள் அவ்வளவாக மேகமூட்டமில்லாத விடியலுக்கு ஒருபோதும் எழுந்திருக்கப்போவதில்லை.

அந்த மிருகம் என்னை வென்றுவிட்டான்.

நம்மை அவன் வென்றுவிட்டான்.

நாம் தோற்றுவிட்டோம்.

ஆனால், இது அவ்வளவு முக்கியமல்ல. வெளியே வீதிகளில் இறங்கி என்னால் இதைக் கத்திச் சொல்ல முடியாது. என்னுடைய ஏமாற்றத்தை வேறு எவரிடமும் பேசி என்னைத் தணித்துக்கொள்ள முடியாது. ஏன், அந்தக் கதவைக் கடந்து என்னை நேசிப்பவர்களிடம்கூட என்னால் இதைச் சொல்ல முடியாது. அடுத்து என்ன வரப்போகிறது என்பதைப் பார்க்கும் தெய்வீக சக்தி உன்னிடம் இருக்கும்போது, அதாவது உனக்கு எப்படிப் படிப்பதென்று தெரிந்திருக்கும்போது, எல்லாவற்றையும்விடப் பயங்கரமான ஒன்றாக இந்தச் சாபம் இருக்கிறது.

நான் இங்கிருக்கிறேன், காத்துக்கொண்டு.

தன்னந்தனியாக.

ஒருபோதும் முடிவுக்கு வராத இந்தத் துயரம் முடிவுக்கு வரக் காத்துக்கொண்டிருக்கிறேன்.

124

பிறகு எப்படி, எவரொருவராலும் ஒரு கொடுங்கோலனின் வாழ்க்கையைக் கற்பனை செய்து பார்க்க முடியும். அவனைத்

தளர்ச்சியுற்ற தாத்தாவாக, மதியப் பொழுதில் பப்பாளிச் செடியை நடுகிறவனாக, ஆயிரக்கணக்கான தாய்மார்களிடம் அவனுடைய விதையை விதைப்பவனாக, எப்படி எவரொருவராலும் அவனுடைய மாயத்தன்மையும் அதிசயங்களும் நிறைந்த குற்றங்களையும் விவரிக்க முடியும். எல்லாம் வெறுமனே பார்சிலோனாவில் வாழ்வதற்குத்தானா?

என்னால் முடியாது. என்னிடம் அதற்கானது எதுவுமில்லை.

இப்போது நிவோலைஸ் செய்வதற்கு நேரம் ஏதும் கிடையாது. அத்துடன் இந்த எழவு வேறு என் கழுத்துவரை வந்துநிற்கிறது.

(விசித்திரம்: நான் இறந்துபோகும்போது அந்தப் பாடலும் இறந்துபோகும் என்பது சாபம் அல்ல; என்னுடைய இந்தப் பாடல்தான் என்னுடைய உயிர்க்காப்பான்.)

125

நாம் நிவோலைஸ் செய்வோம், நிவோலைஸ் செய்வோம்.

ஒரு மதியப் பொழுதில், பிரகாசமான சூரிய ஒளி கொண்ட நாளில், நானும் அவளும் சந்தித்துக்கொண்டோம். நான் அவளைப் பார்த்தேன். எனக்கு அவளைப் பிடித்திருந்தது. அவளைத் திருமணம் செய்துகொள்ள விரும்புகிறேன் என்று எனக்குள் சொல்லிக்கொண்டேன். பிறகு, செய்தித்தாள் படிப்பதைத் தொடர்ந்தேன். ஏனெனில், பெலாவூந்தேவும் வில்கின்சனும் எனக்குக் கடன்பட்டிருந்த பட்டினியின் கடைசி நாள்கள் அவை.

நான் அதிர்ஷ்டசாலி, எப்படியோ அவளிடம் என்னால் பேச முடிந்தது: நான் இன்னும் அதிர்ஷ்டசாலி, நான் நன்றாகப் பேசினேன். நான் அதற்கு மேலும் அதிர்ஷ்டசாலி, நான் அவளிடம் பேசியதை அவள் நினைவில் வைத்திருந்தாள். ஒரு பெரிய கதையைச் சுருக்கிச் சிறுகதையாக்குவோம்: இப்போது அவள் என்னிடமிருந்து ஆறடி தள்ளியிருக்கிறாள், தூங்கிக்கொண்டு; எப்போதும்போல், குழந்தை மாதிரி. என்னுடைய அதிர்ஷ்டம் இன்னும் என்னிடம்தான் இருக்கிறது.

அவளுக்கு எல்லாம் எளிதாயிருந்தது என்றில்லை. அவள் துண்டுகளாகக் கிழிந்துகிடந்த ஒரு பத்திரிகையாளனை, ஹெமிங்வேயைப் படித்து நம்பிக்கொண்டிருந்தவனை, ஒட்டு

போட்டு, துண்டுகளை ஒன்றுசேர்த்து, அவனைத் திரும்பவும் வெளியே அனுப்பிவைத்தாள். ஏறக்குறைய புத்தம்புதியது போன்று.

நான் சொன்னதுபோல், இதைத்தான் அவர்கள் காதல் என்று சொல்கிறார்கள். நான் கொடுத்துவைத்தவன்.

இந்தச் சமயத்தில், வெவ்வேறான வடிவத்தில் அவளுடைய மூன்று வித்தியாசமான பதிப்புகளை அவள் எனக்குக் கொடுத்தாள்: அழகான தேன் போன்ற பொன்னிறத் தலைமுடி கொண்ட அவள், பார்ப்பதற்கு ஏறக்குறைய அயல்நாட்டுக்காரிபோல் இருந்தாள். லா பாஸில் உள்ள மருத்துவர் ஒருநாள் கேட்டார்: ‘அவள் எப்படி இது போன்ற பொன்னிறத் தலைமுடியைப் பெற்றாள்?’ அப்போது நான், என்னுடைய தாத்தா *1908* இல் மொலியந்தோ வந்துசேர்ந்தார் என்று நினைவுபடுத்திச் சொல்ல மட்டுமே முடிந்தது. மற்றொன்று, பூனைபோல் அமைதியாக, புத்திசாலியாக, இரண்டு வயதில் வாயிற்கதவின் நிலையிலிருந்து, நம்முடைய கடல் எங்கிருக்கிறது என்று கேட்டு என்னை வாயடைக்கச் செய்தவள். பிறகு இறுதியில், மூன்றாவதாக, நான் அமெரிக்காவைக் கண்டுபிடிக்கவில்லை என்று மறுத்தவள். ஏனெனில், அதை மிக அற்புதமான நகைச்சுவையாகப் பார்த்தாள்.

தகவல்களை வாசகர்களின் மேல் கொட்டி அவர்களைத் தொந்தரவுசெய்ய வேண்டும் என்பது என் எண்ணமில்லை. ஆனால், நான் அவளைக் காதலிக்கிறேன் என்று சொல்வது மிக அவசியமாகிறது. எனக்கு அவள் தேவைப்பட்டாள். எல்லாவற்றையும் கணக்கில் எடுத்துக்கொண்டாலும், அவள் மட்டும் என் வாழ்க்கையில் வரவில்லையென்றால் நான் என்னவாக இருந்திருப்பேன் என்று அந்தக் கடவுளுக்குத்தான் வெளிச்சம்.

நாங்கள் இருவரும் இன்று நாங்கள் கொண்டிருக்கும் நிச்சலனமான அமைதிக்கு வர, மிக மோசமான உள்போராட்டங்களை நடத்த வேண்டியிருந்தது. நாங்கள் இருவரும், ஒவ்வொன்றுக்கும் எதிராகவும் ஒவ்வொருவருக்கும் எதிராகவும் மிக நீண்ட, கடினமான போராட்டங்களை நிர்வாணமாகவும் தன்னந் தனியாகவும் துயரத்தோடும் நடத்த வேண்டியிருந்தது. பாதை நீண்டதாக இருந்தாலும், குறுகியதாக இருந்தாலும் கசப்பாக இருந்தாலும் சாதாரணமாக இருந்தாலும், நாங்கள் ஒன்றாகப்

பயணிப்பவர்கள் என்று நாங்கள் புரிந்துகொள்ளும்வரை. இந்தப் பாதைதான், இன்றைக்கு இந்த மூவரும் எங்கள் நேரங்களைச் சிரிப்புகளாலும் புன்னகைகளாலும் ஆச்சரியங்களாலும் அற்புதங்களாலும் எளிமையான நல்ல விஷயங்களாலும் அறிவுபூர்வமான, நேர்மையான வார்த்தைகளாலும் நிரப்புவதைச் சாத்தியப்படுத்தியுள்ளது.

எந்தக் கருமேகங்கள் சூழ்ந்த துயரத்துக்குக் கீழாக நான் பிறந்துள்ளேன் என்று நினைத்திருந்தேனோ, அதிலிருந்து என்னை விடுவிப்பதற்காக அவள் நடத்திய போராட்டம் மிகத் தீர்க்கமானது. என்னுடைய மறைவிடத்திலிருந்து என்னை வெளியே கொண்டுவர அவள் நடத்திய போராட்டம் வீரம் நிறைந்தது, வலி நிறைந்தது. கோழையான நான் அவ்வப்போது தப்பித்து இரவுக்குள் புகுந்துகொண்டேன். இரவின் ராட்சஸர்களோடு உரையாடினேன், குடியில் கோரமான மனச்சிதைவுடன்... அவளுடைய காதல், எப்படியிருந்தாலும், அதையெல்லாம் வென்றெடுத்தது. ஒருநாள் அவளுடைய தளர்ந்துபோன சீற்றத்தைப் பார்த்தபோது, நான் படிப்பதற்கான விலையை அவளை வைத்துக் கொடுக்கவைப்பது நியாயமல்ல என்ற முடிவுக்கு வந்தேன். இந்த இரவில் நான் இங்குதான் இருக்கிறேன், தன்னந்தனியாக. ஆனால், என்னிடமிருந்து ஆறடி தள்ளிதான் அவள் உறங்கிக்கொண்டிருக்கிறாள் என்பதை அறிந்திருந்ததால் அவளை மேலும் காயப்படுத்தாமல் இருப்பதற்காக, என்னுடைய ராட்சஸனை உறங்கவைக்கிறேன். இது ஒன்றும் இறுதி யுத்தம் அல்ல, இது தொடர்ந்துகொண்டிருக்கும் போர். என்னுடைய தொன்மங்கள் எல்லாம் நொறுங்கும்போது, முன்னெப்போதையும்விட இப்போது உறுதியாக நம்புகிறேன்: அவளுடைய காதலும் பெருந்தன்மையும் என்னைக் காப்பாற்றும். பரிச்சயமான வலையில் சிக்கிக்கொண்டபோது, வாழ்க்கைப்புயல் என்னை அடித்து நினைவிழக்கச் செய்தபோது நான் இதைத் தெரிந்துகொண்டேன்.

ஆக, இப்படியாகத்தான் எனக்கான காதல் இருக்கிறது. அது அவளுடைய பெயரைக் கொண்டிருக்கிறது: நடாலியா.

வாழ்க்கை ஒன்றும் அவளுக்கு எளிதானதாகவும் தடைகளற்றதாகவும் இருக்கவில்லை. அவளைப் பார்த்தால், அவளுக்கான போராட்டங்களை அவளே நடத்திக்கொள்ளக்கூடியவளென்று

நீங்கள் நம்ப மாட்டீர்கள். இருந்தும், திடமானவளாக இருந்தாள், நியாயமானவளாக இருந்தாள், எல்லாவற்றுக்கும் மேலாகத் தாராள மனம் கொண்டவளாக இருந்தாள். இந்த விஷயத்தில்கூட, நீங்கள் பார்ப்பதுபோல், நான் கொடுத்துவைத்தவன்தான். என்னுடைய நட்சத்திரங்களுக்குத்தான் நான் நன்றி சொல்ல வேண்டும். என்னுடைய இதயத்துக்குத் தெரியும், இதற்கெல்லாம் நான் தகுதியானவன் இல்லை.

இப்படியாக, இப்போது நிவோலைஸ் செய்யப்படுகிறது: என்னுடைய ராட்சஸன் எனக்குள்ளாக இருப்பவன். என்னுடைய நிறைந்த மகிழ்ச்சி வியப்புக்குரியது, தகுதியற்றது. பயங்கரக் கனவுகளிலும் துயரத்திலும் நான் தொலைந்துபோக, என்னுடைய நட்சத்திரம், என் அன்புக்குரியவர்களிடமிருந்து அன்பையும் பொறுமையையும் வழங்கியது. பெரும்பாலான மற்றவர்களிடமிருந்து நட்பையும் தாராளப் பண்பையும் வழங்கியது.

ஆனால், அவள்தான் என்னுடைய உண்மையான அடைக்கலமாக இருக்கிறாள். என்னுடைய ஓய்வாகவும் என்னுடைய பலமாகவும் அவள் இப்போது இங்குதான் இருக்கிறாள், ஒரு குழந்தையைப் போல் தூங்கிக்கொண்டு. அவள் இங்கிருப்பதால், அவள் என்னவாக இருக்கிறாள் என்பதால் எதுவுமே மிகக் கொடூரமாகவோ, மிக அபத்தமாகவோ, மிகக் கோரமாகவோ இருப்பதில்லை. அவள் எப்போதும், ஒவ்வொரு நாளின் முடிவின்போதும் இங்கு இருக்கிறாள். உலகம் மிக அழகாகவும் புத்தம்புதிதாகவும் மிகச் சாதாரணமாகவும் விடியும்போது அது புதிதான காலைபோல் இருக்கிறது. அந்த மிருகம் வர முடியாத பகுதிகள் இந்த உலகிலுள்ளன என்று அவள்தான் எனக்குக் கற்றுக்கொடுத்தாள். நல்லவை மிகத் திடமானவை என்றும், மகிழ்ச்சிகள் எப்போதும் நம் பிடிக்குள்தான் உள்ளன என்றும் அவள்தான் எனக்குப் புரியவைத்தாள். இது, காதல் என்ற ஒன்று இருக்கிறது என்று எனக்குச் சொல்லியது.

இந்தத் தலைவிதி விசித்திரமானதுதான்; ஒரு மனிதன், அவனுடைய வேலையை வரையறுக்கத் தூண்டுகிறது, அவனது தேடலைத் தொடங்கத் தூண்டுகிறது, அதைத் தொடங்கும்வரை நிம்மதி இழக்கச்செய்கிறது. இதுதான் என் துயரத்துக்கான காரணம். அதனால்தான் நான் இங்கு இருக்கிறேன், அவளோடு

அல்ல — அவள் என்னை அழைத்துக்கொண்டிருக்கிறாள் என்றபோதும்.

126

நாங்கள் இதையெல்லாம் எங்கள் காதலைக் கொண்டு செய்தோம்:

அது ஒன்றும் மாளிகை அல்ல. ஒருவேளை, எங்களிடம் இருப்பதெல்லாம் சிறுசிறு மகிழ்ச்சியாக இருக்கலாம். ஒரு சிறிய தோட்டம், ஒரு நாய், பூக்கள், தோட்டத்தில் குழாய்த் தண்ணீர், 'லிட்டில் ரெட் இந்தியன் கேர்ள்', 'தி பிக் பேட் பலூன்', குழந்தைகளுக்கான கதைகள், ஞாயிறுகளில் நகரத்துக்கு வெளியே பயணங்கள், புத்தகங்களுடனான இரவுகள், குழந்தைகளின் சிரிப்புகளும் புன்னகைகளும் கொண்ட நாள்கள், அவ்வளவுதான். ஆனால், இதையெல்லாம் எங்கள் காதலைக் கொண்டு செய்தோம்.

நாங்கள் இதையெல்லாம், கண்ணியத்தோடு செய்தோம்.

நாங்கள் இதையெல்லாம் செய்தோம்: எங்களிடம் குறைவான பொருள்கள்தான் இருந்தன. ஆடம்பரமில்லாத பொருள்கள், ஆனாலும் அவையெல்லாம் எங்களுடையவை, கண்ணியத்துடனானவை. என்னிடம் ஏறக்குறைய ஓராயிரம் புத்தகங்கள் இருக்கின்றன. என்னுடைய மாணவப் பருவ காலத்தில், என்னுடைய முதல் புத்தகத்தை வாங்கினேன். அப்போது சாப்பிடுவதற்காக, ஆங்கில எழுத்தாக்கத்தில் பாடம் எடுத்துக்கொண்டிருந்தேன். கடைசியாக வாங்கியது, சில நாள்களுக்கு முன் என்னுடைய படைப்பைக் கொண்டு — பணிவான முக்கியத்துவமில்லாத படைப்பு; ஆனால், பயனுள்ளது. அவள், '52 இன் கூலிக் கொலைகாரனிடமிருந்து தப்பித்துப் பள்ளிக்குச் சென்றாள், சற்றுக் கூடுதலான நம்பிக்கைகளுடன். இப்போது தொழில்நுட்ப வல்லுநராக இருக்கிறாள். அவ்வாறு அங்கீகரிக்கப்பட்டு, அதற்கேற்ற ஊதியமும் பெறுகிறாள்.

நானும் அவளும் பல காலங்களுக்கு முன்பே, இவ்விடத்தை விட்டு வெளியேறிவிட்டோம். தன்னந்தனியாக, சோர்வுற்று, கையில் எங்களுடைய படிப்பைத் தவிர வேறெதுவுமில்லாமல். அதுவும் அளவிட முடியாத தியாகங்கள் செய்து, எங்களுடைய பெற்றோர்களால் விலை கொடுத்து வாங்கப்பட்ட

அந்நியமான படிப்பு. இந்தப் பிரபஞ்சத்தின் ஏதோ ஒரு கடைக்கோடியிலுள்ள ஒரு கிராமத்திலிருந்து நாங்கள் இந்த உலகத்துக்குள் அடியெடுத்துவைத்து, தனிமையைக் கற்றுக்கொள்ள வேண்டியிருந்தது, தனிமையைச் சாப்பிட வேண்டியிருந்தது, தனிமையில் அழ வேண்டியிருந்தது. நாங்கள் எதைச் செய்தோமோ அதைச் செய்வதற்கு. நிர்வாணமாக, தன்னந்தனியாக, சோர்வுற்றுச் செய்ய வேண்டியிருந்தது. ஆனால், சுயமரியாதையுடன் செய்தோம்.

எங்களுடைய குழந்தைகளின் முகங்களைப் பாருங்கள்: நாங்கள்தான் இந்த முகபாவங்களைக்கூட உருவாக்கினோம். நாங்கள் இதில் பெருமைப்படுகிறோம். ஏனெனில், அவர்களுடைய முகபாவங்கள் தெளிவாகவும் பிரகாசமாகவும் மகிழ்ச்சியாகவும் குதூகலமாகவும் இருக்கின்றன.

நாங்கள் வைத்திருக்கும் சொற்பமான பொருள்களைப் பாருங்கள்: ஒவ்வொன்றுக்கும் பின்னால் ஒரு கதை இருக்கிறது. ஒவ்வொன்றும் எங்களுடைய நான்கு கைகளால் சம்பாதிக்கப்பட்டவை. என்னுடையது, உடல் உழைப்புக்குச் சற்றும் பொருந்தாது. அவளுடையது சுறுசுறுப்பாகவும் சிறிதாகவும் அரவணைப்பதில் சலிப்பேதும் காட்டாததாகவும் அக்கறை கொண்டதாகவும் துண்டுகளைத் தைக்கக்கூடியதாகவும் ஆறுதல் சொல்லக்கூடியதாகவும் இருக்கிறது.

எது இந்தப் பொருள்களையெல்லாம் உருவாக்கியது? நாங்கள் அவ்வளவு நேசிக்கும் இவையெல்லாம். எங்களால் சுயமரியாதையுடன் உருவாக்கப்பட்ட இவையெல்லாம் மற்றுமொரு சாணிக்குவியல்தானா?

யார் அவன்? எங்களுடைய வாழ்க்கையை, முதலிலிருந்து தொடங்கிய எங்களது வாழ்க்கையை, சிறு செயல்களாலும் சிறு மகிழ்ச்சியாலும் நிரம்பிய இந்த வாழ்க்கையைத் திருப்பிப் போடுவதற்கு, சாணியாக மாற்றுவதற்கு. யார் அவன்?

இதற்கு ஒரே ஒரு விடைதான் உண்டு: அவளும் நானும் சிறுபான்மையினர்.

அத்துடன், இந்தக் காயம் இப்படிப்பட்ட வலியைக் கொடுக்கும் அளவுக்கு அனுமதித்த நான் பெரிய முட்டாள்.

ஒரு முட்டாள்: நான் பிறப்பதற்கு முன்பே எல்லாம் அழிக்கப்பட்டுவிட்டன என்றாலும், நான் என்னுடைய புத்தகங்களோடு குகைக்குள் தனித்து வாழ்ந்துகொண்டிருக்கும்போதும் தொடர்ந்து அழிக்கப்பட்டுக் கொண்டுதான் இருக்கிறது என்றாலும், அவர்கள் ஏற்கெனவே என்னுடைய குழந்தைகளின் நம்பிக்கைகளைச் சிதைத்துவிட்டார்கள் என்றாலும் — அவர்கள் இரவில் நிம்மதியாக உறங்குகிறார்கள் என்றால், இன்னும் யாரும் அதை அவர்களிடம் சொல்லவில்லை என்பதால்தான் — இதையெல்லாம் மீறி, என்னுடைய விருப்பங்களுக்கு எதிராக, நாளை சூரியன் உதிக்கும்போது, அந்தச் சூரிய ஒளியை எந்த இடத்தில் உணர வேண்டுமோ, அந்த இடத்தில் உணரத்தான் போகிறேன் என்றும், நான் என்ன செய்ய வேண்டுமோ அதைச் செய்யத்தான் போகிறேன் என்றும் எனக்குத் தெரியும். நான் என் மக்களோடு, என் மாபெரும் குடும்பத்தோடு, என்னுடைய தந்தை எனக்கு வாழக் கற்றுக்கொடுத்தது போன்று, வாழ்ந்துகொண்டுதான் இருப்பேன் என்று எனக்குத் தெரியும். அதாவது, என் கைகளைக் கறைப்படுத்திக்கொள்ளாமல்.

என்னிடம் வேறெதுவும் இல்லை.

என் தந்தை வேறெதுவும் செய்யவில்லை. நானும் வேறெதுவும் செய்யாமல் இருக்கத்தான் முயல்கிறேன். வேறெதுவும் இல்லாததுதான், காலம் வரும்போது என்னுடைய குழந்தைகளுக்கு விடப்பட்டிருக்கும். என்னுடைய தந்தை எனக்கு விட்டுச்சென்றதுபோலவே: முட்டாள்தனமான நேர்மையின் நினைவுகள், சுயமரியாதையுடன் பட்டினிகிடந்த நாள்களின் நினைவுகள். அவருடைய நேர்மையில் பட்டினியில் இன்றிரவு நான் கொள்ளும் பெருமை.

நான் அந்தச் சிறுபான்மையினரைச் சேர்ந்தவன்.

நான் அதைத் தேர்ந்தெடுக்கவில்லை, அதுவாகவே இருக்கிறேன்.

என்னால் மாற முடியாது. என் மனைவியோ என் குழந்தைகளோ மாறப்போவதில்லை.

முட்டாள்தனமான சிறுபான்மையைச் சேர்ந்தவர்களான நாம் வாழ்வதற்கான ஒரே காரணம், நம்மைத் திருடுவதற்கு அனுமதிக்கத்தான்.

வீட்டில் ஒரு மூலையில் புத்தகங்களுக்கென்று இடம் ஒதுக்கக்கூடிய முட்டாள்தனமான சிறுபான்மையினர். கல்வி கற்பதன் மூலம் ஒரு சதுரத்தை வட்டமாக்கிவிடலாம் என்று நம்பிக்கொண்டிருக்கும் மன வளர்ச்சி அடையாத சிறுபான்மையினர். இந்தப் பூமியில் ஏழைகளிடமிருந்து ஒருபோதும் திருடக் கூடாது என்று மறுத்துக்கொண்டிருக்கும் அருவருப்பான சிறுபான்மையினர்.

அதனால்தான் நான் ஏனோ சந்தர்ப்பவசத்தால் ஆட்சியாளர்களாக மாறியவர்களின் கால்களில் மண்டியிட மறுக்கிறேன். அதனால்தான் நான் எதிர்கொள்ளும் எந்த ரட்சகர்களையும் பின்தொடர்வதற்குத் தீர்மானமாக மறுக்கிறேன்.

ஏனெனில், நான் என் ரொட்டிக்காக உழைக்கிறேன். நான் திருடுவதில்லை.

என்னால் இப்படிச் சொல்ல முடியும். நீங்கள் எப்படிப் படிக்கிறீர்களோ அப்படி.

என்னால் எழுத முடியும், நான் எழுதிக்கொண்டு இருப்பதைப் போல் சீற்றத்தோடு.

நாளை, அந்த மிருகம் என்னைக் கொலை செய்தாலும்கூட.

127

மிஸ்டர் தேசியப் பாதுகாப்பு முதன்மை அதிகாரியே, அதனால்தான் நான் கம்யூனிஸ்ட் அல்ல. என்னுடைய தனிமையை நான் அவ்வளவு நேசிப்பதால், நான் என்னைத் தவிர வேறெவரையும் நம்புவதில்லை. என்னுடைய கதவிலிருந்து வெகுதொலைவில்தான் மக்கள் எப்போதும் கூடுகிறார்கள். இன்னும் வெகுதொலைவில்தான்; ஆட்டுமந்தைகள்.

ஏனெனில், நான் சொல்வதைச் சொல்வதற்கு, எனக்குத் தற்போதைய அல்லது காலாவதியாகிப்போன எந்தக் கோட்பாடுகளும் அவசியமில்லை.

ஏனெனில், இயற்கையின் விருப்பத்துக்கேற்ப, நான் தன்னந் தனியாகப் பிறந்து, அரித்தெடுக்கும் தனிமையை இறுதிவரை தாங்கிக்கொண்டு, தன்னந்தனியாகத்தான் இறக்க வேண்டும்.

நான் என் தந்தையின் நேர்மையில், அவருடைய நேர்மை கொடுத்த கவசத்தில் அடைக்கலம் புகுகிறேன். அத்துடன் நாங்கள் — நான், என் மனைவி, என் சகோதர சகோதரிகள், என்னுடைய சில நண்பர்கள் நடத்தும் அன்றாடப் போராட்டங்களில். இந்த அடைக்கலம் போதுமானதாக இருக்கிறது.

கம்யூனிஸ்ட்? கேப்பிடலிஸ்ட்?

பாதிக்கப்பட்டவன், அவ்வளவுதான்.

நான் என்னவாக இருக்கிறேன் என்று எனக்குத் தெரியும். ஏன் நான் இருப்பதுபோல் இருக்கிறேன் என்றும் எனக்குத் தெரியும்: சீட்டாட்டத்தில் நான் என்னுடையதைத் தேர்ந்தெடுக்கிறேன். அதற்கான பரிசு, குழந்தைகளின் சிரிப்பொலி.

ஆனாலும், நான் ஒருபோதும் ஓர் ஆடாக இருக்க மாட்டேன்.

நிச்சயமாக, ஓர் ஓநாயாக இருக்க மாட்டேன்.

நடைபாதையில் நின்றுகொண்டு, சிறுவர்கள் சத்தம் போட்டுக்கொண்டு போய்க்கொண்டிருப்பதைப் பார்த்துக் கொண்டிருக்கிறேன்.

நான் அமைதியாக, நடந்துகொண்டிருக்கிறேன். எனக்கு வாந்தியெடுக்க வேண்டும்போல் இருக்கிறது, ஆனால், எடுக்கவில்லை. நான் என்னுடைய குகைக்குத் திரும்பிச்சென்று என் வேலையைத் தொடங்குகிறேன். சாதாரணமான, முக்கியத்துவம் இல்லாத, ஆனால் பிரயோஜனமான வேலை.

நான் என் ரொட்டிக்காக உழைக்கிறேன், திருடுவதில்லை.

பிறகு, ஏன் நான் ஒரு கம்யூனிஸ்ட்டாக இருக்க வேண்டும்?

அல்லது, ஏன் கேப்பிடலிஸத்தின் மீது நம்பிக்கை வைக்க வேண்டும்?

இரண்டுமே அந்த ஒட்டகம் மற்றும் ஊசிக் காது விடுகதையைச் சுக்குநூறாக்க முடியும் என்று நம்பும் கண்டுபிடிப்புகள்தான்.

அவர்கள் வெற்றிபெற மாட்டார்கள். அவர்கள் வெற்றிபெற மாட்டார்கள்.

அவர்கள் வெற்றிபெற மாட்டார்கள்.

128

வேறு சிலர் இருக்கக்கூடும் என்று எனக்குத் தெரியும். இவையெல்லாம் நம்முடைய பொது அடையாளத்தின் இருண்ட பகுதிகளை வெறுப்புற்று நிராகரிக்கும் முயற்சியே தவிர வேறெதுவும் அல்ல என்றும், இது நம்முடைய சொந்த மக்களை நிராகரிக்கும் எண்ணத்தைக் கொண்டது என்றும் சிலர் பார்க்க முயலக்கூடும்... நான் திரும்பச் சொல்கிறேன், நம்முடைய துயரங்களுக்கெல்லாம் காரணமாக இருப்பவர்கள் மீதுகூட, நான் எவ்வித விரோதத்தையும் உணரவில்லை.

நான் எதையும் திரும்ப எடுத்துக்கொள்ளவில்லை.

மாபெரும் இந்த உடந்தையின் பகுதியாக இருக்க நான் தீர்மானமாக மறுக்கிறேன்.

நான் என்னுடைய சிலுவையை ஏற்றுக்கொள்கிறேன். இது என்னுடைய மக்கள் சுமக்க வேண்டிய சிலுவையைப் பற்றிப் புலம்புவதுதான்.

எக்காலத்துக்குமான இந்தச் சிலுவையின் கனத்தைக் குறைக்க என்னால் வழியேதும் கண்டுபிடிக்க முடியவில்லை. இருந்தாலும், நிச்சயமாக அதை மேலும் கனமுடையதாக்க நான் எவ்விதத்திலும் பங்காற்றுவதில்லை.

நான் இதையும் அந்தச் சிறையறையில் கற்றுக்கொண்டேன்: நான் என் மரணத்தில், அதாவது அவர்கள் என்னைக் கொல்லும்பட்சத்தில், நான் குற்றமற்றவனாக இருக்க முயல்கிறேன். நான் இன்னும் இரண்டு தசாப்தங்கள்வரை உயிர்வாழ வேண்டியிருந்தாலும் நான் குற்றமற்றவனாகவே இருக்க விரும்புகிறேன்.

ஆனால், நான் எதையும் திரும்ப எடுத்துக்கொள்ளவில்லை.

நான் என்னுடைய வாலை, நம்முடைய கூட்டுவாலைத் தொடர்ந்து துரத்திக்கொண்டுதான் இருப்பேன், சுவாசிப்பதற்காக சுவாசித்துக்கொண்டே.

நான் இதற்காக உருவாக்கப்பட்டவன் என்பதால் மட்டுமல்ல, நான் சதுரத்தை வட்டமாக்கவும் முயல வேண்டியிருக்கிறது. எக்காலத்துக்குமான இந்த வேதனைகளுக்குச் சாத்தியமே இல்லாத ஒரு முடிவைக் கண்டுபிடிக்க வேண்டியுள்ளது.

ஆமாம், நான் என்னுடைய சகோதர சகோதரிகளைக் காட்டிலும் எவ்விதத்திலும் மேலானவனும் இல்லை, கீழானவனும் இல்லை.

அவர்கள் என்னுள் வாழ்கிறார்கள், நான் அவர்களுள்.

இதுதான் என் உலகம். இதைத் தவிர வேறு எதுவும் இல்லை.

129

நாம் நிவோலைஸ் செய்வோம், நிவோலைஸ் செய்வோம்.

இரவுகளில் அர்த்தமற்ற வெறுமையான பேச்சுகள் ஒன்றன் மீது ஒன்றாகத் தொடர்ந்த தீவிரம், என்னை ஒரு மருத்துவரிடம் — மேற்கத்திய அறிவியல் — போகவைத்தது, குணமாக. கசப்பான சமூகக் கொடுமைகளுக்கும் இருத்தலியல் துயரங்களுக்கும் அதன் விளைவான குடிப்பழக்கத்துக்கும், ஒரு தைலமாக...

மருத்துவரால் பெரிதாக ஏதும் செய்ய முடியவில்லை. ஏனெனில், அவரும் அதேபோல் நோய்வாய்ப்பட்டிருந்தார். எவனாலும் காலணிக்கு ஏற்ப பாதத்தை வடிவமைக்க முடியாது என்பதுபோல், இந்த பூமிக்கேற்றாற்போல் மனித உணர்வுகளை வடிவமைக்க முடியாது.

ஆக, இப்படியாக:

மருத்துவர்: நான் குழந்தைகளோடு, சிறுவர்களோடு வேலை செய்துகொண்டிருக்கிறேன். நான் போதைப் பழக்கத்துக்கு எதிராகப் போராடிக்கொண்டிருக்கிறேன். என்னால் நிறையக் கதைகள் சொல்ல முடியும்...

நான்: இது, மற்றொரு கண்றாவிக் காட்சி... இதையெல்லாம் இப்போது யாரும் விலை கொடுத்து வாங்குவதும் கிடையாது. யாரும் இதைப் பற்றியெல்லாம் கவலைப்படுவதும் கிடையாது, அனுமதி இலவசமாக இருந்தாலும்.

மருத்துவர்: ஆக, நீ இன்று இப்படித்தான் உணர்கிறாய்? எப்படியிருக்கிறாய்?

நான்: நான் குடிக்கிறேன்.

மருத்துவர்: நல்லது, ஒருவரால் அதை முழுமையாக நிறுத்த முடியாது.

நான்: ஆனால், அவர்கள் கஷ்டப்படுகிறார்கள். என் மீது அன்பு கொண்டவர்கள் கஷ்டப்படுகிறார்கள். நான் பிறந்திருக்கவே கூடாது என்று சில சமயங்களில் நினைக்கிறேன்.

மருத்துவர்: சரி, சரி. அவ்வளவு மோசமாக இருக்க முடியாது. இதை எடுத்துக்கொள். மதியம் ஒன்று, இரவு ஒன்று... பார்ப்போம், என்ன நடக்கிறது என்று...

நான்: என்ன நடக்கும்?

மருத்துவர்: நீ தூங்குவாய்.

நான்: நீங்கள் தூங்குகிறீர்களா?

மருத்துவர்: மோசமாக. நான் ஒரு புது யுத்தத்தை நடத்திக் கொண்டிருக்கிறேன். போதைப்பொருள்களுக்கு எதிரான யுத்தம். நான் உன்னிடம் சில கதைகள் சொல்ல முடியும்...

நான்: அதனால் பயனேதும் இல்லை... யாரும் சிந்திப்பதில்லை, யாரும் படிப்பதில்லை. நாம் நாகரிகமற்றவர்கள்.

மருத்துவர்: ஆனால், காரியத்தைச் செய்து முடிக்கிறோம் என்ற திருப்தி இருக்கத்தானே செய்கிறது.

நான்: நாம் தவறான இடத்தில், தவறான காலத்தில் பிறந்துவிட்டோம்.

மருத்துவர்: நாம் எல்லோரும் தவறாகத்தான் புரிந்து கொண்டிருக்கிறோம். ஆமாம், எனக்குத் தெரியும். அந்த மாபெரும் வெள்ளம், சரியா?

நான்: நான் எதை மதியம் எடுத்துக்கொள்ள வேண்டும்?

மருத்துவர்: இதை. நாம் இதை எடுத்துக்கொள்ளும்போது, காலையில் இதையும் எடுத்துக்கொள்ள வேண்டும்.

நான்: தேங்க் யூ.

மருத்துவர்: டோன்ட் மென்ஷன் இட்.

130

அப்படியென்றால், நிவோலைஸ் செய்ய இது நேரம் இல்லை. ஆனால், ஏன் நிவோலைஸ் செய்ய வேண்டும்?

ஏனெனில், நான் நிவோலைஸ் செய்யவில்லை என்றால், என்னிடம் ஏதும் இருக்காது, சியர்ஸ் தவிர. பிறகு, நான் இப்போது என்னை வெறுப்பதைக் காட்டிலும் இன்னும் கூடுதலாக வெறுக்க வேண்டியிருக்கும்.

நான் எதைவிட்டாலும், பெருவில் இருந்துவந்த அந்தப் பெண்ணை, என்னால் நினைத்துப்பார்க்காமல் இருக்க முடியவில்லை. ஹொராஸே க்ளவ்தியோ பற்றிய நினைவு என்னைவிட்டு அகல மாட்டேன் என்கிறது. இந்த இடத்தில் உள்ள குழந்தைகளை ஒருபோதும் என்னால் மறக்க முடியவில்லை. நான் அவர்கள் குறித்துத் தொடர்ந்து சிந்தித்துக்கொண்டே இருக்கிறேன். அவர்களுடைய வாழ்க்கை மீதான புலம்பல்களோடு, அவர்களுடைய அதிர்ஷ்டத்தைச் சபித்துக்கொண்டு, என்னுடையதைச் சபித்துக்கொண்டு.

என்ன பைத்தியக்காரத்தனமான தலைவிதி இது: என் ரத்த வெப்பத்தில் நானே தவித்துக்கொண்டிருப்பது. என்ன ஒரு புனிதமான பாதை இது: கட்டுப்படுத்த முடியாத அளவுக்குப் புலம்பிக்கொண்டே இருப்பது. எப்போதைக்கும் எதுவும் செய்ய முடியாமல் இருப்பது.

என்னால் வேறெதுவும் செய்ய முடியாது என்பதால், என் கேரட்டை நான் மென்றுகொண்டிருக்கிறேன். இதைவிடச் சிறந்த இடம் வேறு எதுவும் இருக்க முடியாது என்பதால் நான் இங்கிருக்கிறேன் என்பதைத் தெரிந்துகொள்ள. இது, இவ்வளவுதான். என்னுடைய துயரம் இந்தக் குருட்டுப்பாதையில் ஒரு முடிவுக்கு வரும்வரை முடிவே இல்லாத நம்முடைய துயரம் தொடர்ந்துகொண்டிருக்கும் என்று எனக்குத் தெரியும்.

அத்துடன் நினைத்துப்பார்க்கிறேன், இந்தப் பாதையை நான் தேர்ந்தெடுக்கவுமில்லை.

தடைசெய்யப்பட்ட கதவுகள் ஊடாக மறைவுக்குப் போக முடியவில்லை. ஏனெனில், மற்றவர்கள் நான் அவசியம் என்று இன்னும் நினைக்கிறார்கள்.

என் அன்றாட ரொட்டிக்காக உழைக்க, நான் வீதிகளூடாக நடந்துகொண்டிருக்கிறேன்: மக்கள்-தொடர்புப்-புன்னகையோடு.

என் துயரம் அவ்வளவு தனிமையைக் கொண்டது.

நான்.

அதனால் இங்கிருக்கிறேன், சிரமமான இந்தச் சூழ்நிலையைத் தாங்கிக்கொண்டு.

தாங்கிக்கொள்ள முடியாத இந்தச் சூழ்நிலை தொடர்ந்து கொண்டிருக்கிறது, இன்னும் தொடர்ந்துகொண்டிருக்கிறது.

சுடக்கொலி: கொடிகள்.

கொடிகள்...

கிளர்ச்சிக்காரன் #1: இதைத் தொடர்ந்து செய்தால், நீ...

நான்: அமைதி. நீ; பள்ளியிலிருந்து இப்போதுதான் வெளியே வந்திருக்கும் மாணவனிடம் போய்க் கத்து...

கிளர்ச்சிக்காரன் #2: கடவுள், அவருடைய அளவேயில்லாத ஞானத்தோடு...

நான்: அமைதி. நீ; ஹிரோஷிமாவில் போய்க் கத்து...

கிளர்ச்சிக்காரன் #3: மனிதன், அவனுடைய பண்பைப் போலி செய்யும் மனிதன்...

நான்: கம்போடியாவில் போய்க் கத்து.

கிளர்ச்சிக்காரன் #4: மாபெரும் கோரிக்கையான இது...

நான்: புண்ணியமாகப்போகட்டும், எனக்கு வாந்தி வருகிறது.

நான்: உன் கைகளைக் கட்டிக்கொள்!

நீ: ஓ, இல்லை, எனக்கு வாந்தி வருகிறது.

இப்படியாக இது தொடர்கிறது.

அடுத்த வெள்ளம் வரும்வரை.

பதிமூன்று

131

இது, இப்படியாகத்தான் இருந்தது, எந்தவொரு கணத்திலும். அந்தக் கணத்தில், என்னுடைய மௌனத்தாலான கணம் என்னைத் தாக்குகிறது. முடிவில், அந்தக் கணத்தின் எதிரொலியைப் பிரக்ஞையற்று ஏற்றுக்கொள்கிறேன்.

எதிரொலி:

ஜன்னலுக்கு வெளியே பார்த்துக்கொண்டிருந்தேன். இரவு வெளிறிக்கொண்டிருப்பதையும், மக்களுக்கு இதமான சூரிய ஒளி நிறைந்த நாளாக இருக்கப்போகிறது என்று உத்தரவாதம் கொடுப்பதையும் பார்த்துக்கொண்டிருந்தேன். ஆனால், எதேச்சையான விளையாட்டு, விதிவசமாக மாறியது. இனி வரப்போவது எதுவாக இருந்தாலும், அது எவ்வளவு அச்சம் தருவதாக இருந்தாலும், அதைத் தடுத்துநிறுத்த முடியாது.

மறைத்துக்கொள்வதற்கு இடமேதும் இருக்காது.

ஆனால், என்னுடைய புத்தகங்கள் ஊடாக, நான் மிகவும் நேசித்த புத்தகங்கள் ஊடாக, இன்று நான் இதை நம்புகிறேன்: என் மரணத்தின் விடியலில் நான் இந்த உலகத்தின் குடிமகனாவேன்.

நான் கொடுத்துவைத்தவன்: என் காலத்துக்கான வரலாற்றை உருவாக்கியவர்கள், என்னுடைய நண்பர்களாக இருந்தார்கள். அவர்களோடு கைக்குலுக்கியிருக்கிறேன். எங்களுடைய சிறு உலகத்தில், அவர்கள் '52 இன் மனிதர்கள். பிரம்மாண்டமான உலகத்தில் அது அவன். மாபெரும் அவன்.

ஒருவன் மட்டும், என்னோடு கைக்குலுக்குவதற்கு முன்னரே இறந்துபோனான். ஆனாலும், அவன் ஓய்வெடுத்துக்

கொண்டிருக்கும் இடத்துக்கு நான் சென்றேன். அவனுடைய குரலைக் கேட்டேன். பலதரப்பட்ட மக்களிடம் பேசிய அந்தக் குரல், தன் மக்களை மட்டும் பிரத்யேகமாக நேசிப்பதற்கு இடம் கொடுக்காத அளவுக்குப் பெரிய மனது கொண்டது.

எங்களுடைய சிறிய நாட்டில், அதிகாரத்தின் உதயம் என்பது இந்த உலகம் தோன்றியது போன்று கறைகளற்றதாகவும், கொடூரங்கள் மனிதனின் அபத்தத்தைப் போன்று பிரம்மாண்டமானதாகவும் இருந்தன. நான் கொடுத்துவைத்தவன்: என்னுடைய நாடு எனக்கு தமாயோவைக் கொடுத்தது. அத்துடன் நாற்பது ஆண்டுகளில் ஒரே ஒரு நண்பன் மட்டுமே எனக்குத் துரோகமிழைத்தான். வேறு யாரால் இந்த அளவுக்குச் சொல்ல முடியும்?

என்னுடைய மரணத்தை எனக்குக் காண்பித்தான். இந்த மரணத்தை நான் ஏற்றுக்கொள்கிறேன். நான் இன்னும் இரு பத்தாண்டுகளுக்கு அதைத் தாங்கிக்கொள்ள வேண்டியிருக்கும். ஆனால், ஓர் இறந்த மனிதனாக நான் அதைத் தாங்கிக்கொள்ள வேண்டியிருக்கும் என்பதை நான் மட்டுமே அறிவேன்.

வெளியே தெருவில், எல்லோருக்கும் தெரிந்ததுபோல், குழந்தைகள் பள்ளிக்கு ஓடிக்கொண்டிருக்கிறார்கள். இங்கிருந்து பார்க்க, அவர்கள் முகமற்ற வெள்ளைப் புள்ளிகளாய்த் தெரிகிறார்கள்.

புதிதாகத் தொடங்குவதற்கு இவையெல்லாம் ஒரு முடிவுக்கு வர வேண்டும். இப்படித்தான், அவர்கள் சொல்கிறார்கள்.

என்னுடைய தனிமைக்கு என்னுடைய நன்றிகளைத் தெரிவித்துக் கொள்கிறேன்.

நான் இந்த உலகம்போலவே அவ்வளவு வயதானவன்.

132

ஃபிளாக்கோ: பன்னிரண்டு ஆண்டு பூர்ஷ்வா வாழ்க்கைக்குப் பிறகு, உன்னிடம் சொல்வதற்கு என்ன இருக்கிறது?

நான்: உண்மைதான், இப்போது என்னிடம் சொல்வதற்கு ஏதுமில்லை.

ஃபிளாக்கோ: நல்லது. இறுதியாக, உன்னுடைய மௌனத்தை நீ ஏற்றுக்கொள்ள உனக்கு ஆயிரம் நாள்கள் தேவைப்பட்டன.

நான்: ஆமாம், இது உண்மைதான். அவர்களுக்கு, என்னைக் கொல்வதற்கு ஆயிரம் நாள்கள் தேவைப்பட்டன. இறுதியாக நான் என் மௌனத்தைக் கண்டுபிடித்துவிட்டேன்.

ஃபிளாக்கோ: என்னது?

நான்: எதுவுமில்லை.

ஃபிளாக்கோ: எனக்கு அனாவின் கதையைச் சொல்லு.

நான்: ஹா!

ஃபிளாக்கோ: அனிடா அனா.

நான்: வா... நான் உனக்குக் காபி வாங்கித் தருகிறேன்.

133

'ஆமாம். அது நல்ல தந்திரம்தான். ஆனால், சிறையறையில் உன்னுடைய ஐந்து நாள்கள் எப்படி முடிந்தன?'

முடிந்தது, அவ்வளவுதான். ஒரு முட்டாள்தனமான விசாரணை, ஒன்றரை மாதம் நாடுகடத்தப்படுதல், இரண்டு தழும்புகள். மீண்டும் பாலைவனத்தின் எதிரொலிகளிடம் திரும்புதல், என் அற்பமான வாழ்க்கைக்காக உழைக்க.

'ஆமாம், நல்லது. ஆனால், அது எப்படி நடந்தது?'

இங்குதான் இந்த நிவோலா முடிகிறது.

போதைக்குப் பழக்கப்பட்டவர்களுக்காக இனி வரும் பக்கங்கள் சேர்க்கப்பட்டுள்ளன.

விடியும்வரை புத்தகத்தோடிருப்பது முட்டாள்தனமான பொழுதுபோக்கு எனத் தெரிந்தவர்களுக்கு இந்த நிவோலா முடிந்துவிட்டது.

தேங்க் யூ, லேடீஸ் அண்ட் ஜென்டில்மேன்.

காட்சி முடிந்தது.

இறுதி இசை...

ஆக, லேடீஸ் அண்ட் ஜென்டில்மேன்... (கைத்தட்டல்) ... இந்த வாரத்துக்கான காட்சி முடிவடைகிறது... (அதிகக் கைத்தட்டல்) ... அபாயச்சங்கின்... (கனமான கைத்தட்டல்) ... இந்தக் காட்சி...

கட்: உங்கள் வீட்டில் செத்த பிணம் ஏதாவது இருக்கிறதா? மிஸ் மவ்கின்ஸிடம் சொல்லுங்கள். ஒரு உடல், இரண்டு சவப்பெட்டி.

'உனக்கு என்ன தெரியும்!'

காட்சி: 'க்ளிக்.'

பிறகு, என்னுடைய நண்பர்களே, அவ்வளவுதான்.

134

நாம் நிவோலைஸ் செய்வோம், நிவோலைஸ் செய்வோம்.

ஒருநாள், என்னுடைய, சிறப்பாக விற்பனையான, சோக்கீயபூ பற்றிய புத்தகத்தின் மூன்றாவது பதிப்பு அப்போதுதான் வெளிவந்திருந்ததால், நான் குப்பையான மதுக்கூடம் ஒன்றில், என்னுடைய நிவோலாவுக்கான கச்சாப்பொருளைக் கேட்பதற்காகக் குடித்துக்கொண்டிருந்தேன். அப்போது, ஒரு குதிரையைக் கொல்லக்கூடிய அளவுக்குப் பெரிதாக விக்கல் கொண்டிருந்த மனிதனின் நிழல் என் முகத்தை மறைத்தது. அவன் சொன்னான்:

"ஓ, ஆனால்... எனக்கு உங்களைத் தெரியும்."

நான் ஏதும் சொல்லவில்லை. ஏனென்றால், என் மாபெரும் குடும்பத்தில் ஒவ்வொருவருக்கும் என்னைத் தெரியும், அவர்கள் அதற்கு முன் என்னைப் பார்த்ததில்லை என்றபோதும். மூன்று மாதங்களுக்கு முன் சிலர், என்னை அவர்களுக்குத் தெரியும் என்றும் நான் ஒரு கம்யூனிஸ்ட்தான் என்றும் அவர்களுடைய தாய் மீது சத்தியம் செய்தார்கள். பிறகு, இரண்டு நாற்காலிகளையும் மூன்று காலிப் புட்டிகளையும் என் மீது வீசியெறிந்தார்கள். அதாவது, நாங்கள் ஒருவரை ஒருவர் கட்டிப்பிடித்துக்கொண்டு, சகோதரர்களில் மிகச் சிறந்தவர்களாவதற்கு முன்னால்.

நான் சொன்னதுபோல், நான் சிறப்புச் சலுகை பெற்றவன். ஏனெனில், எனக்கு எப்படிப் படிப்பது என்று தெரியும். அதனால், நான் என் ஆள்காட்டி விரலை நீட்டினேன், வெயிட்டரை அழைத்தேன். பிறகு, அவனுடைய கோப்பை நிரம்பிய பின் அந்த மனிதனின் நிழல் அமைதியானது.

தன்னுடைய கோப்பையின் அடிப்பகுதியோடு எல்லாம் முடிந்து விடுகின்றன என்பதைத் தெரிந்துகொண்ட மனிதன் ஒருவன் குடிப்பதுபோல் அவன் குடித்தான். மீண்டும் சொல்வதற்கு முன், என்னை சங்கோஜத்தோடு பார்த்தான். அவனுடைய கண்கள் மருத்துவர் பெஸ்காதோரின் மருத்துவத்துக்குத் தகுதியுடையவையாக இருந்தன.

“ஆமாம். நான் உங்களிடம்தான் சொல்கிறேன், எனக்கு உங்களைத் தெரியும்.”

உன்னுடைய கேரட்டை நீ தொடர்ந்துகொண்டு போகும்போது, நீ செய்யும் செயல்கள் உன்னை எங்கே கொண்டுவிடும் என்று உனக்கு ஒருபோதும் தெரியாது. உதாரணத்துக்கு, டெல் எஸ்டாடியோ பிளாசாவில் குடிக்கலாமென்று எண்ணற்ற டாக்சி ஓட்டுநர்கள் என்னை அழைத்திருக்கிறார்கள். அப்போது நான் எனக்கே மதிப்பிழந்துபோயிருந்ததால், அவர்களுடைய ஓட்டை வண்டியில் ஏறிக்கொண்டு, நாகரிகமாக மறுப்பு தெரிவித்தேன். ‘வீட்டுக்கு ஜேம்ஸ். என்னுடைய எஜமானி என் எலும்புகளை உடைப்பதற்கு முன்...’ பிறகு, அஸ்தமனம்வரை வேலைபார்க்கும் நண்பர்கள் மரியாதையுடன் சொல்வார்கள், ‘நான் உங்களுக்கு இரவு குடிக்க வாங்கித்தருகிறேன். நான் எப்போதும் உங்களுடைய கட்டுரைகளைப் படிப்பவன். முன்னர், அதாவது அவர்கள் உங்களை எழுத அனுமதித்தபோது.’ இப்படியாக, நான் வீட்டுக்குக் காலை ஆறு மணிக்கு வந்து மனைவியை, தன் கண்களைப் பாதித் திறந்துவைத்துக்கொண்டு தூங்கும் தேவதையை, மீண்டும் இந்த நரகவேதனையை அனுபவிக்கவைத்தேன்.

ஆனால், நான் அந்த மனிதனின் நிழலிடம் மிகவும் ஜாக்கிரதையாக இருந்தேன். அவனுடைய பையில் கத்தி வைத்திருக்கிறானா அல்லது அழுக்கேறிய கைக்குட்டை வைத்திருக்கிறானா என்று யாருக்குத் தெரியும்?

என்ன எழவுடா இது, இவன் அந்தக் குரங்கு மனிதர்களில் ஒருவன்.

பல காலங்களுக்கு முன், ஒரு சனிக்கிழமை, '52 இன் கூலிப்படைத் தலைவனின் காருக்குப் பாதுகாவலனாக நின்றுகொண்டிருந்தவன்தான் இந்தக் குரங்கு மனிதன். நான் அவனிடம்தான் கோழிமுட்டை விளையாட்டை விளையாடினேன்.

எது முதலில் வந்தது? கோழியா, முட்டையா? தோளில் துப்பாக்கியோடு இருந்த அந்தப் போராளியிடம், புரட்சி மனிதனிடம் கேட்டேன். மிக நீண்ட காலத்துக்கு முன் ஓர் இரவில் சிம்பான்ஸி ஒன்று கணினியைப் பார்ப்பதுபோல், குழப்பமாகப் பார்த்துக்கொண்டிருந்த அவன், பிறகு நம்பிக்கை இல்லாமல் சொன்னான்: 'முட்டை.' முட்டை, அப்படியா சொல்கிறாய்? முட்டையிடக் கோழி தேவையில்லையா? 'அப்படியென்றால், கோழி.' நீ கோழி என்றா சொல்கிறாய், முட்டை கண்டுபிடிக்கப்படுவதற்கு முன்னால்! 'முட்டை...' மிக நீண்ட கயிறுபோல் இந்த அபத்தம், பாதி குடிக்கப்பட்ட பீஸ்கோ பாட்டிலின் உதவியோடு தொடர்ந்துகொண்டிருந்தது. அதாவது, விடியும்போது ஈரமாயிருந்த நடைபாதையில் அவன் சோர்ந்து உட்காரும்வரை. நான் அந்தக் கோழிமுட்டை விளையாட்டின் ஊடாக நிழல்களில் மறைந்து, அவனுடைய அதிகாரியின் காரை, புரட்சியை முன்னிருந்து நடத்தியவருக்குச் சொந்தமான அந்தக் காரை, திருடினேன்.

நல்ல வசதியான கார். மிகப் பெரியது. ஏகப்பட்ட பட்டன்களும் நெம்புகோல்களும் சிறுசிறு விளக்குகளும் அதில் இருந்தன. நான் அந்தக் காரை ஓப்ரஹேஸ் செல்லும் முதல் மேம்பாலத்துக்கு ஓட்டிச்சென்று, தீப்பெட்டியைப் பற்றவைக்க, அது பூம்ம்ம்...! அந்த இரவில், பிரம்மாண்டமான பட்டாசுபோல் அது வெடிப்பதைப் பார்த்தேன்.

ஆனால், இப்போது, ஏறக்குறைய வழுக்கையாகி, சற்று அளவுக்கு அதிகமாகவே சோகமாகக் காட்டும் கண்களுக்குக் கீழாகக் கருவளையத்தோடும் நடுங்கும் கைகளோடும் இருந்த என்னைப் பார்த்து, ஒரு பேச்சுக்குச் சொல்வதென்றால், அந்த மனிதனின் நிழல் ஆள்காட்டி விரலை அடக்கத்துடன் ஆட்டியபடி, சொன்னது:

"எது முதலில் வந்தது, கோழியா? முட்டையா? உங்களுக்குத் தெரியுமா?" ஓ! நான் என்னுடைய கால்மூட்டைத் தொட்டுப் பார்த்துக்கொள்ள வேண்டியிருந்தது. நான் ஒன்றும் இப்போது அரைடிரவுசர் அணிந்திருக்கவில்லை என்பதை ஊர்ஜிதப் படுத்திக்கொள்ள. அவன் தலைவனுடைய காரின் மரணம், இந்தப் போராளியின் தோளிலிருந்து துப்பாக்கியைப் பிடுங்கிக்கொண்டது. ஆயுதம் தாங்கிய காவலாளியாக இருந்தவன், கைத்துப்பாக்கியால் கொலை செய்பவனாகக் கீழிறக்கப்பட்டான்; கைத்துப்பாக்கியால் கொலை செய்பவனாக இருந்தவன், கோடரியால் கொலை செய்பவனாகக் கீழிறக்கப்பட்டான்; கோடரியால் கொலை செய்பவனாக இருந்தவன், தாயுமில்லாத தந்தையுமில்லாத நிழலாக மாறிப்போனான் — வீணாய்ப்போனவன், வெறிபிடித்த மிருகம்.

விக்கல்களின் ஊடாக 'உனக்குத் தெரியுமா?' என்று அவன் கீழிறக்கப்பட்டதை வரிசைப்படுத்திச் சொன்னான்.

"உங்களுடைய படத்தை உங்கள் புத்தகம் ஒன்றில் பார்த்தேன். உங்களுக்குத் தெரியுமா? நான் உங்கள் முகத்தை நினைவில் வைத்திருக்கிறேன்."

ஆமாம், நல்லது. இருபத்து நான்கு ஆண்டுகள். நான் என்னுடைய ஆள்காட்டி விரலைப் பல முறை உயர்த்த வேண்டியிருந்தது. ஒரு குதிரையைக் கொல்வதற்குப் போதுமான அளவு கனம் கொண்ட விக்கல்களின் ஊடாக அவன் கதை வெளிப்பட்டது. அவமானம் என் நினைவுகளில் சாம்பல் நிறத்தில் படர்ந்தது. இந்த மிருகத்தை நான்தான் உருவாக்கியிருக்கிறேன். என்னிடம் தொடர்ந்து இப்படிச் சொல்லிக்கொண்டிருந்தது: 'சியர்ஸ்!'

ஓ, 'உனக்குத் தெரியுமா?' என்பதன் கதைதான் எவ்வளவு சோகமானது, ஒரு மனிதனின் நிழல்.

கண்ணீரில் ஊறவைப்பதுபோல் ஏன் திரும்பத்திரும்பச் சொல்லப்பட வேண்டும்? என் நண்பர்களே, இது ஏதோ ஒருவிதத்தில் நம்முடைய கதை. ஓரிரு தகவல்கள் கூடலாம் குறையலாம், ஒன்றிரண்டு வேறு வடிவில் இருக்கலாம். ஓர் இலக்கியப் பரிசை வெல்வதற்கான முயற்சியில் அசதியுற்றுப் போவதிலுள்ள ஒரே ஒரு நல்ல விஷயம் என்னவென்றால் நீ கொஞ்சம்கூடக் கவனமாக இருக்க வேண்டிய அவசியமில்லை.

நான் மீண்டும்மீண்டும் என் ஆள்காட்டி விரலை உயர்த்தியும், வெயிட்டரைத் தொந்தரவுசெய்தும், அவனைத் தூங்கவைத்தேன். நான் அவனுடைய நீண்ட சோகக் கதையை ஆயிரம் முறைக்கு மேல் கேட்டதும், 'உனக்குத் தெரியுமா?' என்று அடிக்கடி அழுத்தம் கொடுக்கப்பட்டதும், எனக்குத் தூக்கத்தைக் கொடுத்தது. பிறகு, வெயிட்டர் என்னுடைய பணப்பையை முற்றிலுமாகச் சூறையாடிய பிறகு, புதிதாகக் கண்டுபிடிக்கப்பட்ட என்னுடைய நண்பன், புரட்சியின் பூதம், எண்ணெய்ப் பிசுக்கு கொண்ட மேஜைத்துணியில் தலையைச் சாய்த்து, ஆட்டிக்கொண்டே இருந்தான்.

நரகம் என்று ஒன்று இருக்க வேண்டுமென்று நான் உபதேசித்தேன். நான் அங்கு வறுத்தெடுக்கப்பட்டாலும், அப்படியாக ஒன்று இருக்கத்தான் வேண்டும். ஏனெனில், யாராவது ஒருவர், என் வாழ்க்கைக்கான விலையைக் கொடுத்தாக வேண்டும், மனிதனின் நிழல்.

நான் குடிப்பதற்குக் கற்றுக்கொள்வதற்கு முன்னரே, என்னுடைய கடனை அவன் மீது சுமத்திவிட்டேன்.

பிறகு, ஓரக்கண்ணால் புரட்சியின் பிணத்தைப் பார்த்தபோது, நான் ஒன்றைக் கற்றுக்கொண்டேன்: ஒருவரும் நிரபராதிகள் கிடையாது. ஒருவரும்.

வாலிபப் பருவ விளையாட்டில் இந்த மிருகத்தை உருவாக்கிய நான் உள்பட. அல்லது பள்ளத்தாக்கில் மனித எலும்புகளைப் புதைத்த வேறொரு மனிதன். 'உனக்குத் தெரியுமா' போன்றவர்களைச் சாதகமாக்கிக்கொண்டு, இன்னும் எளிதாக விளையாட்டை விளையாடிக்கொண்டிருக்கும் வேறொருவன்.

உதாரணத்துக்கு, நீ.

135

இங்கிருந்து எல்லாமே சரிவுதான்.

வெறுமனே ஓட்டை உடைசல்கள்தான் மிச்சமிருந்தன.

குறைபட்டுக்கொள்வதற்கு உனக்குக் காரணங்கள் ஏதுமில்லை. இவையெல்லாம் பல காலத்துக்கு முன்னரே முடிந்துபோயின.

அத்துடன் நீ இன்னமும் இங்குதான் இருக்கிறாய் என்றால், அதற்குக் காரணம் நான் உன்னை அழைத்ததால் அல்ல, படுக்கப்போ.

நான் நான்காவது நாள் பற்றி நிவோலைஸ் செய்யப்போகிறேன்.

நான்காவது நாள் நல்ல விதமாகத் தொடங்கியது. ஏனெனில், சில போர்வைகள் எனக்காகக் கொண்டுவரப்பட்டன. உறைகளுக்கிடையில் மலக் காகிதம் ஒன்று சுற்றப்பட்டிருந்தது. அன்று நான் அதைப் பார்க்க வேண்டும் என்று நினைக்கவில்லை. ஆனால், இன்று அது என்னிடம் இருக்கிறது. அதாவது, ஒரு சிறிய மலக் காகிதத் துண்டு இப்படிச் சொல்லியது, வார்த்தைக்கு வார்த்தை: 'நாங்கள் நலம், குழந்தைகள் நலம். கடவுளின் அருளால் எல்லாம் நல்லபடியாக முடியும். உங்கள் மீது பலர் அக்கறை கொண்டிருக்கிறார்கள். அன்புடன்.'

அவளிடமிருந்து.

நான் வீட்டுக்குத் திரும்பி வரும்வரை அதைப் படிக்கவில்லை. ஏனெனில், எனக்கு அங்கு மலக் காகிதம் தேவைப்படவில்லை. நான் இப்போது, அந்தக் குறிப்பைப் பத்திரமாக வைத்திருக்கிறேன். பின்னிணைப்பு ஏ.

விடியலுக்கு முன், பெரிய படுக்கை ஒன்றை வைத்திருந்தவன், எங்கள் சிறையறையில் போடப்பட்டான். அவன் இளைஞனாக இருந்தான். இன்னும் வயதுக்கு வராதவன். நல்ல திடமான கட்டமைப்பு, மெக்ஸிகன் பாணியிலான தாடி, சோம்ப்பா – வெளிறிப்போன ஸ்வெட்டரை, நாங்கள் அப்படித்தான் சொல்வோம், கறுப்பு முழுக்கால் பேன்ட். அவனுடைய முக வெளிப்பாடு என் கவனத்தை ஈர்த்தது: பார்ப்பதற்குப் பாவப்பட்ட நாய்க்குட்டிபோல் இருந்தான், தொலைந்துபோன, ஆவலுடன், சோகத்துடன் இருக்கும் நாய்க்குட்டி. பாதி ஆர்வத்துடன், பாதி தயக்கத்துடன், நண்பர்களைக் கண்டுபிடிக்க முடியுமென்ற நம்பிக்கையுடன் எங்களைப் பார்த்தான். அவன் இன்னும் அவனுடைய சுயமரியாதையைத் தொலைத்துவிடவில்லை என்றாலும் அந்த மிருகத்துக்குப் பயப்படக் கற்றிருந்தான்.

நீங்கள் படுக்கப்போகலாம். நான் அந்தப் பையனின் கதையைப் பதிவுசெய்யப்போகிறேன்.

அவன் பிறந்தது: சூக்ரே, லா பிளாத்தா, சுக்கிஸாக்கா…

அவன் கல்லூரிவரை சென்றான். ஒருநாள் அவன் இருந்த சிறு நகரத்தின் மீதும், அதன் அன்றாடத்தன்மை மீதும் சலிப்பு கொண்டு வீதியில் கோஷம் போடச் சென்றான். என்னிடம் அவனது கதையைச் சொன்னபோது, எதற்கு எதிராகக் கோஷமிட்டான் என்று அவனால் தெளிவாக நினைவில் கொண்டுவர முடியவில்லை. அவனுடைய கோஷங்கள், தோட்டாக்களால் எதிர்கொள்ளப்பட்டதை நினைவில் வைத்திருந்தான். முயல்குட்டிபோல் வீட்டுக்குத் திரும்பி ஓடிவந்து, அவனுடைய தாயை அச்சத்தில் பாதி செத்துப்போகவைத்து, அவனுடைய படுக்கையறையில் மறைந்துகொண்டான். சிறிது நேரத்துக்குப் பிறகு, அவர்கள் அவனை அங்கே கண்டுபிடித்தார்கள். அவனை அவனுடைய முதல் சிறையறைக்கு எடுத்துச்சென்றார்கள்.

அன்று இரவு, அந்தச் சிறிய நகரம் அமைதியானது. பிறகு, அறியாமையில் இருக்கும் எல்லோரையும் போல் நல்ல ஆன்மாவான அவனுடைய தாயார் அவனைப் பார்க்க வந்திருக்கிறார். நீ என்ன செய்துவிட்டாய் என் மகனே, அழுகையினூடாக அவனுடைய தாய் பேசிய வார்த்தைகளை அவன் நடித்துக்காட்டினான். எனக்குத் தெரியாது என்று அவரிடம் சொல்லியிருக்கிறான், நல்ல குடும்பத்தில் வளர்த்தெடுக்கப்பட்ட அந்தப் பையன். நான் கோஷமிட்டேன். நாங்கள் எல்லோரும் கோஷமிட்டோம். நான் பார்த்தேன். நாங்கள் எல்லோரும் பார்த்தோம். அவர்கள் எல்லோரும் ஓடினார்கள். நான் ஓடினேன்.

என்ன நடந்தது என்று பத்து நாள்களுக்கு அவன் சிந்தித்துக் கொண்டிருந்தான். பிறகு, அவர்கள் அவனை வெளியே விட்டார்கள்.

நீண்ட நாள்களுக்கு அல்ல. வழக்கமாகச் சதி செய்பவர்கள் சதி செய்யத் தயாராகும்போது, எதிர்பாராமல் அதிர்ச்சிக்குள்ளாகக் கூடாது என்று அதிகாரிகள் முடிவெடுத்ததால், விடிவதற்கு முன்பாக அவர்கள் இந்த இளைஞனை அவனுடைய படுக்கையிலிருந்து இழுத்துவந்து — எனக்கு அவர்கள் செய்ததுபோல், நான் குறுக்கிட்டேன் — மீண்டும் அதே சிறையறையில் அவனை அடைத்தார்கள். பன்னிரண்டு நாள்களுக்குப் பிறகு அவனை வெளியே விட்டார்கள்.

பிறகு, அவன் வாழ்வதற்கான வழியேதுமில்லை என்று சிந்திக்கத் தொடங்கினான். வழக்கமாகச் சதிகாரர்கள் சதி

செய்யும்போதெல்லாம், அந்த மிருகங்கள் விடுமுறையில் இருந்தபோதெல்லாம் இவனைத் தூக்கிக்கொண்டு போனார்கள். அவன் தன்னுடைய தாயிடம், வேறெங்காவது இருந்தால் தேவலாம் என்றும், இந்த மிருகங்கள் எப்போதும் துரத்திக் கொண்டிருப்பதால் நிம்மதியாக வாழ முடியாது என்றும் சொல்லியிருக்கிறான். அவனுடைய தாயும் அவனுடைய அச்சத்தைப் பகிர்ந்துகொண்டார், இந்த உலகம் பரந்துவிரிந்தது என்றார். அவனுடைய கால்கள் வெளியேறுவதற்கு முன்பாக, தன்னுடைய வாழ்த்துகளைத் தெரிவித்தார்.

பரந்துவிரிந்த உலகம் ஒன்றும் அவ்வளவு பரந்ததும் அல்ல, விரிந்ததும் அல்ல: அவன் துபிஸா வரை சென்றான்.

சோகமாக அலைபாய்ந்துகொண்டிருந்த மெழுகுவர்த்தியை வெறித்துப் பார்த்துக்கொண்டு, சிகரெட் புகைத்துக்கொண்டு, இந்த உலகம் வெறுமையாக இருப்பதை உணர்ந்ததாக அவன் சொன்னான். அவனுடைய பெற்றோர்கள், அவன் மீது பொழிந்த பாசமழையைப் பற்றி அவன் ஏதும் சொல்லவில்லை. அவன் அறியாமலேயே அது அவனை எவ்வளவு முடமாக்கியுள்ளது என்பது பற்றியோ அல்லது பதினைந்து ஆண்டுகளாக அவனுடைய தாயார் கண்ணுக்குத் தெரியாத இனிமையான, நுட்பமான ஒன்றை அவனைச் சுற்றிப் பின்னியிருப்பது பற்றியோ அவன் ஏதும் சொல்லவில்லை. ஆனால், அவன் சொன்னான்: ஆமாம், இருபது நாள்களுக்குப் பிறகு, விஷயங்கள் மோசமாயின.

பிறகு, ஒரு வெறுமையான உலகம் பற்றிச் சிந்தித்துக்கொண்டே, பூமியில் துளையிடும் மிருகம்போல், அவனுடைய கால்கள் அவனைச் சுமக்க அனுமதித்ததாகச் சொன்னான். அவனுடைய கால்கள் அவனை, அவனுடைய வீட்டுக்குச் சுமந்துவந்தது. அவனுடைய வீட்டுக்கு, அவனுடைய அறைக்கு. அங்கிருந்த பழைய கட்டிலில் அவன் மாபெரும் நிம்மதியுடன் உறங்கினான்.

அங்குதான் அந்த மிருகத்தின் அடியாள்கள், அவனைக் கண்டார்கள். மறுபடியும் அவன் அதே சிறையறைக்குத் திரும்பினான். குஸ்மன் வார்த்தைகளில் சொல்வதென்றால் அவன் குறிவைக்கப்பட்டவனாக இருந்தான் அல்லது இருக்கிறான். அங்கு அவன் தங்கியிருந்தான், தன்னுடைய கெட்ட காலத்தைப் பற்றிப் புலம்பிக்கொண்டே. கூட்டத்தோடு கோஷமிட்டது, கூட்டத்தோடு பார்த்தது, கூட்டத்தோடு ஓடியது,

பிறகு படுக்கைக்குக் கீழ் கண்டுபிடிக்கப்பட்டது... அந்த நாளைச் சபித்துக்கொண்டே இருந்தான்.

அந்த மதியப்பொழுது, அவனது பெற்றோர்கள் அவனைப் பார்க்க வந்தார்கள். அவர்கள் மிக மோசமாகப் பயந்துபோய், கம்பிகளுக்கு மறுபக்கத்திலிருந்து இவனிடம் கேட்டார்கள்: 'கடவுளே, இம்முறை நீ என்ன செய்தாய்?' அவன் பதில் சொன்னபோது, அவனது கண்களில் இருந்த அந்த உண்மையைப் பார்த்தார்கள். 'எதுவுமில்லை... என் வாழ்க்கையை நான் வாழ்ந்துகொண்டிருக்கிறேன்.' பிறகு, அவர்கள் மௌனமாகக் கிளம்பிப்போனார்கள், தலையைக் கவிழ்த்தபடி. நான் ஒரு குழந்தைதானே என்றான் அவன், அவர்கள் வந்துபோன விஷயத்தை என்னிடம் சொன்னபோது.

நள்ளிரவில் அவனுடைய இனிமையான குரலைக் கேட்டுக்கொண்டிருந்தபோது, அவனுடைய பக்கவாட்டுத் தோற்றத்தைப் பார்த்துக்கொண்டிருந்தபோது, அவனுடைய பெரிய கைகள் அமைதியாக ஓய்வெடுத்துக்கொண்டிருக்கும் விதத்தைப் பார்த்துக்கொண்டிருந்தபோது, அவனுடைய விரிந்த மார்பகங்களையும் குழந்தைத்தனமான கண்களையும் பார்த்துக்கொண்டிருந்தபோது, எனக்கு ஒன்று தெரிந்தது: அவன் சொல்வது உண்மை, அவன் எதையும் மறைக்கவில்லை.

மெழுகுவர்த்தி எரிந்து அணைந்துகொண்டிருந்தபோது, அந்த மிருகங்கள் கட்டியிருக்கும் சிறையறைகளைப் பார்த்த பிறகுதான் அவனுடைய நாட்டைப் பற்றித் தெரிந்துகொண்டதாகச் சொன்னான்: ஒருநாள் விடியற்காலையில் அவன் கிளம்பிச் சென்றான். சூக்ரே, லா பிளாத்தா, சுக்கிஸாக்கா... விட்டு கிளம்பிச்சென்றான். அதே நாளில், மதியப் பொழுதில் அவன் கொச்சபாம்பா வந்துசேர்ந்தான்: 'நான் மைதானத்திலிருந்து பல குரல்களைக் கேட்டேன். ஆனால், எதையும் பார்க்க முடியவில்லை' என்று நினைவுகூர்ந்தான். பிறகு, ஒரு மதியப்பொழுது, கொச்சபாம்பாவிலிருந்து ஒரு லாரியில் ஏற்றப்பட்டு உறைந்துபோன தரிசுநிலத்தின் ஊடாக, விளக்குகள், மலைகள், பனி, மக்கள் கூட்டம் என்றிருந்த லா பாஸுக்கு மாற்றப்பட்டான். இதையெல்லாம், அவன் பயணித்த, பலி கொடுக்கப்படுகிறவர்களைச் சுமந்துசென்ற லாரியின் இரும்புக் கதவுகளிலுள்ள ஊசியின் ஓட்டை வழியாகப் பார்த்திருக்கிறான்.

இறுதியாக மூன்று ஆண்டுகள் கழித்து, இவ்வாறு சொல்லியிருக்கிறான்: 'அவர்கள் என்னை வேறு ஒரு சிறைக்குக் கொண்டுசெல்லக்கூடும். நண்பர்களே, இந்த நாட்டில் சிறைகளுக்குப் பஞ்சமேயில்லை. நான் உங்களிடம் பெரும் உதவி ஒன்றைக் கேட்கலாமா? என்னுடைய பெற்றோர் எப்போது வேண்டுமானாலும் இங்கு வரலாம். நான் எந்தச் சிறைக்கு எடுத்துச்செல்லப்படுகிறேனென்று உங்களால் தெரிந்துகொள்ள முடிந்தால், அதை அவர்களிடம் சொல்ல முடியுமா? இவர்கள் வேகத்துக்கு அவர்களால் நகர முடியாது. அவர்கள் என்னைப் பின்தொடர்ந்துகொண்டுதான் இருக்கிறார்கள் என்றாலும், எப்போதும் மிகவும் தாமதமாகத்தான் வருகிறார்கள். அவர்கள் பார்ப்பதெல்லாம் வெறுமையான சிறையறைகளைத்தான்.'

அதற்கு நாங்கள் சொன்னோம்: உண்மைதான். நீ இங்கிருந்து அழைத்துச்செல்லப்படாவிட்டாலும், உன் பயணம் இங்குதான் முடியப்போகிறது...

அந்த முன்னாள் மிருகம்: ஆமாம். அதுதான் அவர்களுடைய எண்ணம். எனக்குத் தெரியும், நான் குரங்குகள் காலத்தில் நம்பர் ஒன்னாக இருந்தவன்.

அவன்: இல்லை, இன்னும் நிறையச் சிறையறைகள் இருக்கக்கூடும்.

அவன் கதையை முடித்த சிறிது நேரத்துக்கெல்லாம், கடமையில் இருந்த மிருகம் ஒருவன், கதவை எட்டி உதைத்து, இது தூங்கப்போவதற்கான நேரம் என்று அறிவித்தான். 'குட்நைட்' என்று நாங்கள் சொல்லிக்கொண்டோம். ஆனால், இல்லை, எங்களுடைய பற்றவைக்கப்பட்ட சிகரெட் நுனியின் கங்குகள் நடனமாடிக்கொண்டிருந்தன. அவனுடைய மிகப் பெரிய படுக்கையில்தான், நாங்கள் எல்லோரும் படுத்துக்கொண்டோம்: நம்பர் ஒன், அந்த ராஸ்கல், சபிக்கப்பட்ட குடும்பப் பெயரைக் கொண்டிருந்த அந்தக் குழந்தை, அந்தப் பையன் மற்றும் நான். சகோதரர்களே, இறுதியாக நாங்கள் இணைந்துகொண்டோம்.

இப்படியாக, நான்காவது நாள் முடிந்தது; வெளியே தூறல் போட்டுக்கொண்டிருந்தது.

136

நீ எதைப் பார்த்துக்கொண்டிருக்கிறாய்?

போய் மரியாதைக்குரிய மனிதனாக உன் உணவை எடுத்துக்கொள்.

நீ எதற்காகக் காத்திருக்கிறாய்?

நீ எதைப் படித்துக்கொண்டிருக்கிறாய்?

நீ எதைப் பார்த்துக்கொண்டிருக்கிறாய்?

போ, ஒரு நல்ல இரண்டாம்தரக் குடிமகனாய் உன்னுடைய உருளைக் கிழங்குகளைத் தின்னு.

137

இது சற்றுக் கடினமானது. நாம் கொஞ்சம் நிவோலைஸ் தைப்போம்.

ஓர் அழகான காலையில், நான் ரெனே என்ற சுரண்டல்காரனிடம், அவன் எங்கே ஏமாற்றினானோ அங்கே பேசலாமா என்று கேட்டேன்.

ரெனேவுக்கு வயதாகிக்கொண்டிருந்தது. அவனுக்கென்று யாருமில்லை. தாயுமில்லை தந்தையுமில்லை, அவன் வீட்டுக்குத் திரும்பும்போது அவனைப் பார்த்துக் குரைப்பதற்கு நாயுமில்லை. அவனுக்கு ஒரு பெண் இருப்பதுபோல் தெரிகிறது. ஆனால், சில சமயங்களில், அவளும் இல்லாததுபோல் தெரிகிறது. அவன் தனியே வாழ்கிறான். நான் சொன்னதுபோல், அவன் ஸர்ஸுவேலாவிலிருந்து வந்த கதாபாத்திரம்போல் பேசுகிறான். சில சமயங்களில் ஆலிவ் நிறத் தோலுடன் காணப்படும் ஒருவன், அவனுடைய சகோதரன், ஒரு கர்ப்பிணிபோல் சங்கடங்களுக்கு உள்ளாகக்கூடியவன், அவனுடன் இருக்கிறான்.

எப்போதும் எனக்குக் கெட்ட நண்பர்கள் இருந்ததே கிடையாது — எதைப் பற்றியும் கவலைப்படாத ரெனே என்ற கட்டுநர் வரும்வரையில். ரெனே, முன்னோர்களும் இல்லாத, சந்ததியினரும் இல்லாத ஒரு மெஸ்டிஸோ. ‘அவன் எதுவுமாக இல்லை, அவன் கட்டுநருமில்லை, பொறியாளனுமில்லை, வேறெதுவுமில்லை.’ ரெனே என்ற வக்கீல் என்னிடம் சொன்னான்: ‘அவனைப் பற்றி நாம் அறிந்துள்ள ஒரே விஷயம், தொழிற்துறை அமைச்சகத்தின்

மூலம் கொஞ்சம்போல் பணம் பண்ணிக்கொண்டான்.' ரெனே, எதற்கும் பயனில்லாத பொறுக்கி, என்னிடமிருந்து ஆறாயிரம் டாலர்களைத் திருடிக்கொண்டான். ஏனெனில், நான் அவனுடைய முகத்தைச் சிறு வயதிலிருந்து பார்த்துக்கொண்டிருக்கிறேன். நான் வாலிபப் பருவத்தில் இருந்தபோது, அவன் செய்த சில நல்ல விஷயங்களை நினைவில் வைத்திருந்தேன். என்னுடைய முட்டாள்தனம்: நான் அவனை என்னுடைய குழந்தைப்பருவப் பொற்காலத்தில் இருந்த நண்பனாக நினைத்துக்கொண்டு, அவன் என்னுடைய நண்பன்தானென்று நான் நம்பியது.

ஆனால், இப்போது, அவன் செய்திருக்கும் காரியத்துக்குப் பக்கத்தில் நின்றுகொண்டு, எங்களுடைய நட்பு அவனுக்கு என்ன அர்த்தத்தைக் கொடுத்திருக்கிறது என்று பார்க்கும்போது, அவனுடைய கெட்ட எண்ணம் எந்த அளவுக்கும் போகும் என்று உறுதிபடச் சொல்ல முடிகிறது. நமக்கென்று சொந்தமாக ஒரு வீடு என்ற பெரும் கனவின் சிதைவில் அவனுடைய ஆன்மிக அற்பத்தனத்தையும், கவனம் சிதையாத வஞ்சகத்தையும் பார்த்தேன். ஒருகணம், மௌனமாக அவனைப் பார்த்தேன், அவன் என்னைப் பார்த்தான்.

"நல்லது நண்பா" நான் இறுதியாகச் சொன்னேன், "இந்தத் தொழிலில் முப்பது ஆண்டுகள் இருந்த பின் இதைத்தான் உன்னால் செய்ய முடியுமென்றால், நான் உன்னுடைய மிக மோசமான சுரண்டலுக்குப் பலியானவன்."

"ங்கோத்தா, ஏதாவது சரிசெய்ய வேண்டுமென்றால் சொல், நான் சரிசெய்து கொடுக்கிறேன்."

"இது, என் நண்பனே" காஸ்டான் என்ற தொழில்நிபுணர் என்னிடம் சொன்னது: "ஸ்பானியர்களின் ஆக்கிரமிப்புக்குப் பிறகு, இந்த உலகம் பார்த்திராத மிகப் பெரிய சுரண்டல் இதுதான். இது மிகப் பெரிய அநியாயம், அவன் மீது வழக்குப்போடு."

"கட்டுநராக உன் முழு வாழ்க்கையும் சகதியில் போகப்போகிறது, உன் தொழில் மதிப்பு என்னவாகும் என்று யோசித்துப்பார்."

"ங்கோத்தா, நல்லது. பார், உன்னால் என்ன செய்ய முடியுமோ, அதைச் செய்துகொள்."

அவன் திரும்பி, யூகலிப்டஸ் மரங்கள் வரிசையாக நின்றிருந்த, பசுமையான குன்றை நோக்கிச் சென்றான். பெரிய பீப்பாய் போன்ற வெள்ளை முடியுடைய கால்கள், கரடியளவு கைகள், கருத்த குரங்கு முகம்.

நான் என் கையை உயர்த்தினேன், ஆள்காட்டி விரலை நீட்டினேன், கட்டைவிரலைப் பின்னுக்கு இழுத்தேன், மையப்பகுதியை மடித்தேன்: டுமீல்! நான் முணுமுணுத்தேன்.

ஆனால், என்னால் முடியாது. எனக்கு மூன்று குழந்தைகள் என எனக்குத் தெரியும், மூன்று. அதனால், நான் பார்க்கச் சென்றேன், ரெனே என்ற வக்கீலை...

நல்லது, ஆமாம். இது ஒரு முட்டாள்தனமான கதைதான். முட்டாள்தனமானதும் சலிப்பூட்டக்கூடியதும். ஆனாலும், அதைப் பற்றி நிவோலைஸ் செய்ய வேண்டியுள்ளது. அதாவது, இங்கு ஒன்றோடு அரையும் சேர்ந்த, ரெனேக்கள் இருந்தார்கள் என்று தீவிரமான சந்தேகம் ஒன்று நிலவுகிறது.

பெரும்பான்மையினர்.

இது, மாபெரும் குடும்பத்துக்கு ஒரே அர்த்தத்தைத்தான் கொடுக்க முடியும் என்பது எளிமையான விஷயம்: அதை வெளிப்படுத்த நான், கிளாடியேட்டர்களை நரகத்துக்கு அனுப்பியபோது ரோமானியர்களின் செய்கைகளுக்குள்ளும் சீஸரின் செய்கைகளுக்குள்ளும்தான் புகுந்துகொள்ள வேண்டியிருக்கிறது.

ங்கோத்தா, ரெனே என்ற சுரண்டல்காரர்கள்தான் பெரும்பான்மையினர் என்றால், மாபெரும் குடும்பத்துக்கு எந்த நம்பிக்கையும் சாத்தியமில்லை. கடைகளை மூடிக்கொண்டு நாம் எல்லோரும் தென்னாப்பிரிக்காவுக்குக் குடிபெயர்வதுதான் சிறந்தது. ஏனெனில், சட்டமில்லாத நாடு ஒரு நாடே அல்ல. அது ஒரு தேசமும் அல்ல.

இந்த ஒரு காரணத்துக்காக மட்டும்தான் வாசகர்கள் இந்தக் கதையில் சலிப்புகொள்ள வேண்டியுள்ளது.

அத்துடன், உதாரணத்துக்குப் பின்னிணைப்பு ‘உ’வில் புகைப்படங்கள் இருக்கின்றன. என்னுடைய நண்பர்களைப் பொறுத்தமட்டில், அவர்கள் நிபுணர்கள்; சுரண்டல்கள் நிறைந்த உலகில் சுரண்டுவது ஒரு கலைப்படைப்புதான். பெருஞ்செல்வச்

செழிப்பான வாழ்க்கைக்கு — அதாவது, அப்படி ஒரு விஷயம் இருக்கும்பட்சத்தில் — தேர்ந்தெடுக்கப்பட அவர்கள் அதற்குத் தகுதியானவர்களாக இருக்கிறார்கள்.

எனக்கு ஏனென்று தெரியவில்லை, ஆனால் நான் இந்தப் புகைப்படங்களைப் பார்க்கும்போது, நம் அன்புக்குரிய லௌகீக ஆசைகளின் சிதைவும் — உங்களுக்குத் தெரிந்ததுதான்: மத்தியதரக் குடும்பம், எட்டு மணிநேரம் உழைக்கும் தந்தை, எட்டு மணிநேரம் உழைக்கும் தாய், சுத்தமான ஞாயிறு முகங்களோடு தேவாலயங்களில் தங்களை வெளிப்படுத்திக்கொள்ளும் மக்கள் — நமக்கென்று சொந்தமாக ஒரு சிறு வீடு என்ற நம் கனவின் மரணமும், மாயத்தன்மையுள்ள இந்த வார்த்தைகளில் கடுகளவு உண்மை இருக்கிறது என்றே என்னுள் தோன்றுகிறது: ‘சிறு துளி பெரு வெள்ளம்’, ‘மேலே இருப்பதுதான் கீழேயும் இருக்கும்’, ‘பிடிமணல் பிரபஞ்சத்தைக் கொண்டுள்ளது.’ என் குடும்பத்தினுடைய நசுங்கிய கனவின் மிச்சம்தான், மாபெரும் குடும்பத்தின் எரிந்துபோன கனவுகளை விளக்குகிறது, உள்ளடக்கியிருக்கிறது, ஊகிக்கிறது, ஊர்ஜிதப்படுத்துகிறது.

பிறகு, என்னுடைய பாவனை: நிர்வாணமான கைகள். டுமீல்! நமக்கிடையே இருக்கும் எல்லா ரெனேக்களுக்கும் எதிராக நம்முடைய மாபெரும் குடும்பத்தினரால் செய்யப்படும் பாவனை.

ரெனே என்ற சுரண்டல்காரனுக்கு எதிராக நடத்திய நான்கு ஆண்டு யுத்தத்தை ரெனே என்ற வக்கீல் ஒலிம்பிக் எரிச்சலோடு பார்த்துக்கொண்டிருந்ததை ஏன் இப்போது சொல்ல வேண்டும்? அத்துடன், இந்தக் கதையின் முடிவைச் சொல்வதற்கான காரணங்கள் என்னவாக இருக்க முடியும்?

ரெனே என்ற சுரண்டல்காரனுக்கு இரண்டு வீடுகள் இருந்தன. இரண்டு கார்கள், சில ஆடம்பரமான கோட் சூட்கள். இத்துடன் மாநகராட்சியின் தாழ்வான பகுதியில் நதி ஒன்று இருந்தது: அவன் நகர நிர்வாக மையத்தில் ஒரு நண்பனைக் கண்டுபிடித்தான். அவன் இவனுக்கு ஒரே நதியில், ஒரே இடத்தில், ஒவ்வொரு ஆண்டும், ஒதுக்கீடு செய்தான். மழைநீர்க் குழாய்க்கான ஒரே கட்டுமானத்தை ஒவ்வொரு மழைக்காலத்திலும் அவன் கட்டிக்கொண்டிருக்க, அந்தக் கட்டுமானத்தின் சிமென்ட்டும் கற்களும் ஒவ்வொரு ஆண்டும்

அதே மழைநீரால் அடித்துச்செல்லப்பட்டன. ரெனே என்ற சுரண்டல்காரன், என் அன்புக்குரிய ஐயா அவர்களே, எதையும் சாதிக்கக்கூடியவன்.

பிறகு, நாம் இதையும் ஏற்றுக்கொள்ளத்தான் வேண்டும். அவனுக்குச் சட்டம் தெரியும்.

ரெனே என்ற வக்கீல், இதைவிடச் சற்று மேலாகச் செய்கிறான், அவனுடைய கல்விக்குத் தகுந்தாற்போல்: அவனிடம் பேசுவதற்கு நீ லட்சங்களை உச்சரிக்க வேண்டும், அதுவும் டாலரில். நான் ஒருபோதும், லட்சங்களை உச்சரித்தவனில்லை; அதிகபட்சம் ஆயிரங்கள் மட்டும்தான். சில ஆயிரம், அதுவும் பெசோவில்.

நீங்கள்: ...என்னை இப்படித்தான் சலிப்பூட்ட வேண்டுமா? சுரண்டல்காரர்கள் எங்கும்தான் இருக்கிறார்கள். புத்திசாலியான, திறமைமிக்க வக்கீல்கள் எங்கேயும் இருக்கிறார்கள். முட்டாள்களால்தான் புத்திசாலிகள் வாழ்கிறார்கள். உனக்குக் கிடைத்துள்ளது ஒரு மோசமான அனுபவம். அவ்வளவுதான். வாயை மூடிக்கொண்டு சும்மா இரு.

நான்: ஆனால், நீங்கள் மற்றொரு முட்டாளில்லையா? நீங்கள் ஏமாற்றப்பட்டதே இல்லையா? உங்களிடமிருந்து திருடியவர்களை உங்களால் எதுவும் செய்ய முடியாது என்று நீங்கள் கண்டுபிடிக்கவில்லையா? — நீங்களே திருடத் தொடங்கினால் தவிர; அதை உங்களால் செய்யவே முடியாது.

'அல்லது, உங்களால் முடியுமா?'

இதுதான், சகோதர சகோதரிகளே ஒரு தேசம் உருவாவதற்கு அடிப்படைத் தடையாக உள்ளது.

விஷயம் என்னவென்றால், யாராலும் எவராலும் தேசிய அடையாளத்தைத் தீவிரமாக எடுத்துக்கொள்ள முடியாது.

பார்ப்போம்:

என்னால் அல்லது உங்களால், ஸ்டாலின்கிராடைக் காப்பாற்றுவதற்குத் துணிச்சலோடு போரிட்ட ரஷ்யர்கள்போல் ஏன் போரிட முடியவில்லை? தங்களுடைய நீண்ட நெடுஞ்சாலைகளைக் கட்டமைக்க ஜெர்மானியர்கள் செய்த அதே தியாகத்தை நம்முடைய சாலைகளைக் கட்டமைப்பதற்கு நம்மால் ஏன் செய்ய முடியவில்லை? என்னால் அல்லது

உங்களால், ஒரு குறிப்பிட்ட அரசியல் கோட்பாட்டை, நமதாக்கிக்கொண்டு ஏன் செயல்பட முடியவில்லை? ஏதாவது ஒரு கோட்பாடு, ஏனெனில் எல்லாம் ஒரே முடிவைத்தான் கொண்டுள்ளன: ஏறக்குறைய எதிர்காலம் பற்றிய உத்தரவாதம், வாழ்வதற்கு இன்னும் மேலான சூழ்நிலை.

உங்களுடைய அறையில் நீங்கள் தனியாக நில்லுங்கள். உங்கள் கைகளை உங்கள் இதயத்தின் மேல் வையுங்கள்: கடவுளை, ஏசு கிறிஸ்துவை உங்கள் சாட்சியாக வைத்துக்கொண்டு இந்தக் கேள்விக்குப் பதில் சொல்லுங்கள்:

உங்களால் அல்லது என்னால், அது அல்லது இது என்று ஏதோ ஒன்றை ஏன் தேர்ந்தெடுக்க முடியவில்லை?

ஆமாம், எனக்குத் தெரியும்: நாம் எல்லோரும் குரல் எழுப்பாமல் சேர்ந்திசையில் பாடுகிறோம். நாம் எல்லோரும் வாழ்க! அவ்வப்போது கோஷமிடுகிறோம். ஆனால், சற்றுத் தீவிரமாக இருக்க முயல்வோம்: ஏன்? நான் திரும்பவும் கேட்கிறேன்: ஏன்?

உங்களைக் கேட்டுக்கொள்ளுங்கள்: சுரண்டல்காரன் ரெனே போன்றோருக்காக உங்களுடைய உயிரைக் கொடுக்கத் தயாராக இருக்கிறீர்களா? நமக்கு இருக்கும் சட்டங்கள் போன்ற சட்டங்களும், வேலை செய்யாத லிப்ட்டுகளும், மணியடிக்காத தொலைபேசிகளும், சிரிப்பை வரவழைக்கக்கூடிய மந்திரிகளும், எல்லாமும், எல்லாமும்? எல்லோரும் முடிவே இல்லாத ஸர்ஸுவேலாவின் நகைச்சுவைகள்தானா?

நாம் கோட்பாடுகளைச் சற்று ஒதுக்கிவைப்போம். இருபத்தைந்து ஆண்டு யுத்தத்துக்குப் பிறகு வியட்னாமியர்கள் தங்கள் நாட்டை விட்டு அமெரிக்கர்களைத் துரத்தினார்கள்: நாம் இறந்துபோனவர்களின் எண்ணிக்கையை முன்வைக்க வேண்டியதில்லை அல்லது பிரயோஜனம் இல்லாத ஒப்பீடுகள் எதையும் செய்ய வேண்டியதில்லை. மிகச் சாதாரணமாக மீண்டும் கேட்டுக்கொள்வோம்: அந்த ஒரு அற்புதமான நாளை, வியட்னாமியர்களால் எப்படிப் பார்க்க முடிந்தது?

யார் ஹோவை வெற்றியாளராக மாற்றியது?

அந்த மனிதர்களிடம் அப்படியென்ன இருக்கிறது, நம்மிடம் இல்லாதது?

நாம் அதை எங்கே கண்டுபிடிக்க முடியும்? நம்மிடம் இல்லாததை, ஹோவை வெற்றியாளராக மாற்றியதை?

138

ஏய்... இங்கு வா. மிருகம்: நன்றாக இருக்கிறாயா?

குடும்பம் நன்றாக இருக்கிறதா?

நன்றாகத் தூங்குகிறாயா?

நான் நம்புகிறேன்.

இரண்டு கால்களையுடையவனாக இருப்பது அற்புதமானது: குற்றமற்றவனாக இருப்பது போதிய அளவுக்கு வளர்ச்சியடையவில்லை என்ற குத்தலைக் கொண்டிருக்கிறது; ஒரு மனநிலை, ஏறக்குறைய.

139

அவனுடைய முறுக்கப்பட்ட கைகளையும், உடைந்துபோன செம்புநிற நகத்தையும் என்னால் பார்க்க முடிந்தது. அற்பமான பூர்ஷ்வா அதிகாரிபோல் வேஷமிட்டிருந்தான். வாய்ப்புகள் கொடுக்காமல், சட்டங்களில்லாமல், இடைவெளிகள் இல்லாமல் எப்படி ஒரு யுத்தம் புரிவதென்று அவனைக் காட்டிலும் எவரும் அந்த அளவுக்குப் புரிந்துகொண்டிருக்க முடியாது.

என்னால் அவனுடைய சாம்பல் நிற முகத்தைப் பார்க்க முடிந்தது, ஏனெனில் அவன் இரவில் வாழ்பவன். நிழல்களில் அவனுடைய மேஜையை என்னால் பார்க்க முடிந்தது, அது பொம்மை மேஜைபோல் இருந்தது. ஒழுங்காக அடுக்கிவைக்கப்பட்டிருந்த அவனுடைய காகிதங்கள். என்னால் மிக அழகான, கண்களைக் கூசவைக்கும் புராதனமான மஞ்சள் நிறத்திலான சூரிய ஒளியைப் பழைய கம்பளத்தில் பார்க்க முடிந்தது. அவனுடைய கறுப்பு டையைப் பார்க்க முடிந்தது. அவனுடைய நெஞ்சில் தங்கம் தொங்கிக்கொண்டிருந்தது: அனாமதேயச் சிலுவை. ஆனால், நான் எப்போதும் அவனுடைய கைகளைத்தான் பார்த்துக்கொண்டிருந்தேன். வாய்மொழிக் காவியத்தில் முந்தைய சிறையறைகளில் முந்தைய துன்புறுத்தல்களின் முறுக்கப்பட்ட கைகள்.

அவனுடைய பயனற்ற முறுக்கப்பட்ட கைகளைத் தொண்டைக்குக் குறுக்காக எடுத்துச்சென்று காதைத் துளைக்கும் கூப்பாட்டில், அவன் திரும்பத்திரும்பச் சொல்லிக்கொண்டிருந்ததை என்னால் கேட்க முடிந்தது:

"இன்னும் ஒரு வார்த்தை, ஒரேயொரு வார்த்தை உன்னிடமிருந்து வந்தால்…"

கரும்புள்ளிகளுடைய அவனின் வெறிபிடித்த முகத்தில் வெளிப்பட்ட கோபத்தில், வெறுப்பில், மீண்டும்மீண்டும் ஒன்றைத் தெளிவாகப் பார்க்க முடிந்தது: அது ஒரு குழந்தையின் சிறிய முகம்.

திரும்பத்திரும்பச் சொல்லும் ஒரு குழந்தை: 'உங்களை அவர்கள் அழைத்துச்சென்றபோது, அம்மா அழுதாள்… பிறகு நான், நானும் ஒரு மூலையில் உட்கார்ந்து அழுதேன். நான் நிறைய அழுதேன்.'

அவர்கள் என்னைக் கொன்றுவிட்டார்கள். ஒருவன் தன் அன்பால், மற்றொருவன் தன் விரோதத்தால்.

140

இரண்டு சிறையறைகள்; மூன்று குழந்தைகள்.

இறுதியாக விரல்கள் அதன் இயக்கத்தை இழக்கின்றன. தட்டச்சு இயந்திரம் இரவில் உயிரற்ற எதிரொலியை எழுப்புகிறது. முடிவில், நான் வெறிச்சோடிக்கிடக்கும் சிறிய தெருவைப் பார்த்துக்கொண்டிருக்கிறேன். தெருமுனையை ஒருகணம் பார்க்கிறேன். என்னை நோக்கிக் காலடிச் சத்தங்கள் வருவதாகக் கற்பனை செய்து பார்க்க முயல்கிறேன் — எதுவுமே கேட்கவில்லை என்றும் — என்னுடைய கற்பனைதான் படபடக்கிறது என்றும் எனக்குத் தெரிந்திருந்தபோதும். இந்த உலகம் வேறு விதமாகச் செய்யப்பட்டுள்ளது. நான்தான் தவறாகப் புரிந்துகொண்டுவிட்டேன். எதுவுமே சரியில்லை. ஒருவேளை நானும் அப்படியிருக்கலாம்.

முப்பத்து ஐந்தாயிரம் மணிநேரம் கடந்துவிட்டது என்று நம்புகிறேன். எதுவும் எனக்குக் கேட்கவில்லை. என் சக்திக்கு உட்பட்டு நான் கத்திப்பார்த்துவிட்டேன். எவரும் பதில்

சொல்லவில்லை. நான் கேட்டதெல்லாம் ஒருசில மணிநேர ஓய்வு, அமைதியாக உட்கார்ந்து தட்டச்சு செய்வதற்கு. ஆனால், அதுவும் எனக்குக் கிடைக்கக் கூடாது போலும்.

பகலில் அது சீஸராக இருந்தது, இரவில் அன்பாக இருந்தது. நான் ஒரு கைதி: இரண்டு சிறையறைகள்; மூன்று குழந்தைகள். நான்தான் தவறாகப் புரிந்துகொண்டிருக்கிறேன். அவ்வளவுதான்.

ஆனால், என்ன எழவு இது. நான் இன்னும் அதைக் கேட்டுக்கொண்டிருக்கிறேன்.

அங்கு, அந்த மூலையில்தான் இருக்கிறது, அது அங்குதான் இருக்கிறது.

பதினான்கு

141

ஐந்தாவது நாள் விடிந்தபோது, அவர்கள் கதவை எட்டி உதைத்து, பெரிய படுக்கையும் எப்போதும் தாமதமாகவே பார்க்கவரும் வயதான பெற்றோரையும் கொண்ட அந்த இளைஞனின் பெயரைச் சொல்லி அழைத்தார்கள்.

"இதோ வருகிறேன்" என்று சொன்னான்.

அவன் எங்களை வருத்தத்துடன் பார்த்தான், எப்போதும் வேறொரு சிறையறை இருக்கிறதென்ற திடமான நம்பிக்கையில். நாங்கள் மெழுகுவர்த்தி ஒன்றை ஏற்றினோம். அவனுடைய குப்பைகளை, இதற்கு முன் ஆயிரம் முறை செய்ததுபோல், மிகத் திறமையோடு சுருட்டுவதைப் பார்த்துக்கொண்டிருந்தோம். அவன் வெளியே போகும்போது — எங்களோடு முழுமையாகப் பன்னிரண்டு மணிநேரம்தான் தங்கியிருந்தான் என்றபோதும் — குழந்தைப் பருவத்திலிருந்து நட்புடன் இருந்ததுபோல் வருந்தினோம். அவனுடைய சிகரெட்டைப் போர்வையில் விட்டுச்சென்றான்.

"என் பெற்றோரிடம் சொல்ல மறந்துவிடாதீர்கள்..."

ஒரு முணுமுணுப்பு, கதவு மூடப்படும் சத்தம். அவன் மறைந்துபோனான். அதே இரவு, மேலும் இருபது பேரை, ஒரு லாரி அளவுக்கு இருந்த கருத்த மனிதர்களை, குரங்குகளின் பாதுகாவலனாக இருந்தவர்களை இழுத்துச்செல்ல வந்த ராணுவ வீரர்களின் காலடிச் சத்தத்தைக் கேட்டோம். 'அவர்கள் எல்லோரும் சொன்சொகோரோவுக்குப் போகிறார்கள்' என்றான் நம்பர் ஒன். எப்போதும் எல்லாவற்றையும் தெரிந்துவைத்திருக்கிறான்.

இப்படித்தான், நாங்கள் எங்களுடைய கயிறில்லாத ஷூவின் நுனியைப் பார்த்துக்கொண்டிருந்தபோது, பொழுது விடிந்தது.

அந்த மனிதனின் பெயர் என்னவென்று கேட்டால் எனக்குத் தெரியாது. அவனைப் பற்றி என்ன நினைவில் வைத்திருக்கிறேன் என்று கேட்டால், அவனுடைய குழந்தைத்தனமான கண்களையும், அச்சத்தோடு நட்புக்காக ஏங்கியதையும், போதுமென்பதற்குத் தயாராக இருந்ததையும், பரந்த பின்பகுதியையும், அவன் அணிந்திருந்த ஆடைகளையும்தான் என்னால் சொல்ல முடியும்.

அவன் செரன்சொகோரோவுக்குச் சென்றான். அவன் வெளியேறியது, இந்தக் கதவுகளுக்குப் பின்னால் எங்களுக்கு மேலும் பாதுகாப்பற்ற உணர்வைக் கொடுத்தது. முந்தைய இரவில்தான் நாங்கள் சாதாரணமாக நண்பர்களானோம். எங்களுடைய கவலைகளைக் குறைத்துக்கொள்ளக் கேலிகளை முணுமுணுத்துக்கொண்டும், ஒருவரையொருவர் வாரிவிட்டுக்கொண்டும் இருந்தோம். அவனில்லாமல் யதார்த்தம் திரும்பியது, மிகக் கொடூரமாகவும் அர்த்தமற்றதாகவும்.

ஒருவன் சொன்சொகோரோவுக்கு, மற்றொருவன் எஸ்பினால், லூயிஸ் என்று ஏதோ ஒரு குழியில். வெட்டவெளியில் பத்து மணிநேரக் கொடூரமான சித்திரவதைகளுக்குப் பிறகு, பெரும்பாலானோர் சின்ன அலறலுமின்றி மறைந்துபோகிறார்கள். எங்களுக்கு எங்களுடைய சொந்த மண் என்பது, அடிப்பரப்பு என்பதே இல்லாத கடல் போன்றது, கருத்துக்கிடப்பது, மக்களால் நிறைந்த சிறையறைகளையும் கல்லறைகளையும் மட்டுமே கொண்டது.

“என்னுடைய அடிவயிற்றை என்னால் அசைக்க முடியவில்லை.” சபிக்கப்பட்ட குடும்பப் பெயரையுடைய அந்த இளைஞன் சொன்னான்.

“நீ இன்று அசைத்தாக வேண்டும்.” நான் முணுமுணுத்தேன்.

அவர்கள் வந்தார்கள், கதவை எட்டி உதைத்தார்கள், வழக்கமான காலை உணவைக் கொடுத்தார்கள். ‘என்ன விஷயம், சரியில்லையா?’ நாங்கள் பாதி சாப்பிட்ட டின் உணவைத் திருப்பிக்கொடுத்தபோது, ஹுயான்கா கேட்டான்.

மழை தூறிக்கொண்டிருந்தது. சிறுநீர் கழிக்க, வழக்கமான மூலைக்கு எங்களை அழைத்துச்சென்றார்கள். சிறிது நேரம்

கழித்து, அந்த ராஸ்கல் அன்றைய நாளுக்கான முதல் தவணை அடிகளுக்காக அழைத்துச்செல்லப்பட்டான். நான் அவனிடம் எந்தக் கேள்வியும் கேட்டதில்லை. எதற்காக? அந்த மிருகங்கள் என்று வரும்போது எல்லாமே தனிப்பட்ட விஷயங்களாக மாறிவிடுகின்றன.

நம்பர் ஒன், முந்தைய மிருகம் அவனுடைய அச்சத்தை இன்னும் மெல்லிய குரலில் வெளிப்படுத்திக்கொண்டிருந்தான். ஆனால், அவன் அச்சப்படுவதற்குக் குறைவான, மிகக் குறைவான காரணங்களே இருந்தன. இதிலிருந்து எப்படியாவது வெளியேறிவிடுவோம் என்று அவனுக்கு நன்றாகத் தெரிந்திருந்தது. அவனுடைய எலி போன்ற கண்கள், அவனுடைய வார்த்தைகளைப் பொய்யாக்கியன. இப்போது நாங்கள் ஒருவரையொருவர் பார்த்துக்கொள்ளும்போது, அவனுக்கும் எங்களுக்கும் இடையே மிகப் பெரிய வேறுபாடு ஒன்றிருந்தது: அவன் இங்கிருந்து வெளியேறிவிடுவான்.

என் மூத்திரக்குழாயை நினைத்துக்கொண்டேன். புகைக்க வேண்டுமென்று தொடர்ந்து தொந்தரவுசெய்த உணர்வை நினைத்துப்பார்த்தேன். வேறு எதையும் என்னால் நினைத்துப் பார்க்க முடியவில்லை. வேறு எதுவும் நடக்கவும் இல்லை. குளிராக இருந்தது. எங்களுக்குப் பசியில்லை. அவ்வப்போது நாங்கள் ஒருவரையொருவர் பார்த்துக்கொண்டோம், எங்களை அறியாமலேயே ஒருவரையொருவர் எரிச்சல்படுத்திக்கொண்டோம். வெளியிலிருந்து அனுப்பிவைக்கப்பட்ட சித்திரக் கதைகளைப் படிக்க முயன்றோம்.

நாங்கள் நால்வரும், வளைந்த முதுகோடு அந்தக் கூண்டுக்குள் அமர்ந்திருந்தோம். ஏனெனில், அப்போது அந்தச் சிறையறையின் கனம், எங்களுடைய தோள்களை அழுத்தத் தொடங்கியது.

142

என்னைப் பொறுத்தமட்டில், சொன்சொகோரோவுக்கு எடுத்துச்செல்லப்பட்டவனைக் கண்டுபிடிப்பது எவ்வளவு கடினமோ, அதே அளவுக்கு, ஒரு தேசத்தைக் கட்டமைப்பதும் கடினமானதுதான். அந்த மிருகத்துக்கும், சொன்சொகோரோவுக்கு எடுத்துச்செல்லப்பட்ட மனிதனுக்கும் இடையே ஓர் உரையாடலைச் சாத்தியப்படுத்துவது எவ்வளவு கடினமோ,

அதே அளவுக்கு நம்மைப் பின்தொடர்ந்துகொண்டிருப்பவர்களுக்கு நாம் வித்தியாசமாக ஏதோ ஒன்றைக் கொடுப்பதும் கடினமானதுதான்.

மக்களுக்குக் கண்ணியமான எதிர்காலம் இருக்கிறதென்று நேர்மையாக நம்புவது எவ்வளவு கடினமோ, அதே அளவுக்கு சொன்சொகோரோவுக்கு எடுத்துச்செல்லப்பட்ட அந்த மனிதன், அவனுடைய பெற்றோரிடம் அவர்கள் இறந்துபோவதற்கு முன் பேசிவிட முடியுமென்று நம்புவது அவ்வளவு கடினமானதுதான்.

எல்லாமே இரண்டு நபர்களைத்தான் சார்ந்திருக்கிறது.

நீங்களும் நானும்.

ஆனால், நமக்குத் தெரிந்ததுதான், நாம் செய்வதற்கு ஏதுமில்லை.

143

நீங்கள் இன்னும் என்னுடன் இருக்கிறீர்கள் என்றால், தயவுசெய்து என்னிடம் நயமாக நடந்துகொள்ளுங்கள். தயவுசெய்து இப்போது சொன்னதை வைத்து, சொன்சொகோரோவை மட்டுமே நான் கண்டனம் செய்கிறேன் என்று பொருள்கொள்ளாதீர்கள்: நம்முடைய அரசியலில் நிரம்பியுள்ள மற்ற இடுகாடுகள் குறித்தும், நம்முடைய மரபிலுள்ள பூதாகரமான குற்றங்கள் குறித்தும் சொல்ல வேண்டியிருக்கும் கேவலமான நிலையிலிருந்து, என்னைக் கொஞ்சம் காப்பாற்றுங்கள்.

இருந்தாலும், ரொம்பவும் நயமாக நடந்துகொள்ளாதீர்கள்.

நாம் எப்படியெல்லாம் உடந்தையாக இருக்கிறோம் என்பதை மறந்துபோகும் அளவுக்கு நயமாக நடந்துகொள்ளாதீர்கள்.

இத்தகைய காலத்தில் நான் வாழ்வதென்பது எதேச்சையாக நடந்தது என்றாலும்கூட — நான் கொஞ்சம்போல்தான் துன்பப்பட்டேன், கொஞ்சம்போல்தான், உங்களுக்குத் தெரியும் — அந்தச் சிறையறைகளை மட்டுமே நான் சபிக்கிறேன் என்று நினைக்காதீர்கள். யாருமே நிரபராதிகளல்ல; யாரும்.

பிறகு இந்தக் கதை, நீங்கள் பார்த்துக்கொண்டிருப்பதுபோல், வேறெதுவுமில்லை; வெறுமனே நம் வரலாற்றைக் குழந்தைத்தனமாக ஒப்பிப்பதுதான்.

இது ஒரு முறையீடு, ஒரு கோரிக்கை, ஒரு வேண்டுகோள், ஒரு உரிமைகோரல், ஒரு இயக்கம், ஒரு மேல்முறையீடு, ஒரு நம்பிக்கை. இந்த வார்த்தைகள், இது போன்ற வார்த்தைகள் இனி ஒருபோதும், மறுபடியும் எழுதப்படக் கூடாது என்பதற்கானவை.

ஆனால், எந்தவொரு அரசதிகாரியும் இப்படிச் சொல்லக்கூடும்: 'எதுவும் செய்ய முடியாது.' அவர்கள் சொல்கிறார்கள்.

144

ஒருவேளை அவனுக்கு முன் வேறு சிலரும் இருந்திருக்கக்கூடும். ஆனால், நான் நினைவில் வைத்திருப்பது ரிமார்க்கே மட்டும்தான்.

ரவிக்: இது அவனுடைய தவறு.

தி சிட்டடெல், பிறகு வந்தது சிறுத்தை, பிறகு மணிகள், பிறகு யூலிஸிஸ்.

நான் நோயுற்றிருக்கும்போது, லா பெஸ்தா, பராபஸ், பிறகு நாஸியா.

பிறகு, அந்தக் கிழவனும் கடலும்.

இவர்கள், இப்போது, என்னுடைய மூக்கிற்கடியில் இருந்துகொண்டு, நான் அவர்களை மறந்துபோகாதவாறு பார்த்துக்கொள்கிறார்கள்.

வேறு சிலரும் இருந்தார்கள். ஆனால், முடிவில் நான் மீண்டும் இவர்களிடமே திரும்புகிறேன்.

ஒருவேளை, மேலும் ஒருவர் இருந்திருக்கலாம். நான் அவரைப் பார்க்காமல் இருந்திருக்கலாம். எப்படியிருப்பினும், ஒருபோதும் பத்துக்கு மேலாக இருக்காது, ஒருபோதும் இருக்காது. உண்மைதான், அங்கு ஆயிரத்து முப்பத்து நான்கு பேர் இருந்தார்கள். ஒவ்வொரு இரவும், நான் கோட் கொண்டு என்னைச் சுற்றிக்கொள்வதுபோல், அவர்களைக் கொண்டு சுற்றிக்கொள்கிறேன்.

ஏறக்குறைய எல்லோருமே சோகமாகத்தான் இருந்தார்கள். சொல்லப்போனால், சிரிக்கக்கூடியவர்கள்கூட சோகமாகத்தான் இருந்தார்கள். ஒருவேளை இவர்கள் சோகமாக இருப்பதால், நானும் சோகமாக இருந்திருக்கலாம். அல்லது நான்

சோகமாக இருப்பதால், இவர்கள் சோகமாக இருந்தவர்களாக இருந்திருக்கலாம். இப்படியாக, நாங்கள் ஒருவரையொருவர் புரிந்துகொள்கிறோம். குறைந்தபட்சம், நான் அவர்களைப் புரிந்துகொள்வதாக நினைக்கிறேன்.

இறுதியாக, நான் கற்றுக்கொண்டேன்.

இது, அபத்தம்போல் அவ்வளவு எளிதானது.

அத்துடன், மேலும் கற்றுக்கொள்வதற்கு ஏதுமில்லை.

மற்றவர்கள் பேசுவார்கள், புல்லுருவிகள். அவர்களுடைய இரை மீது பாய்ந்து, அதன் குடலைப் பிடுங்கி, பெரும் பகுதியை எடுத்துக்கொண்டு, அவர்களுடைய செவ்வாய்க்கிரகவாசிகளைக் கிளுகிளுப்பூட்டியபடியே மிச்சமிருப்பதைத் தூக்கிப்பிடித்து வேகமாக அசைத்துக்காட்டுவார்கள்.

அவர்கள் ஆள்கிறார்கள், அவர்கள் கற்றுத்தருகிறார்கள், அவர்கள் குடலை வெளியே எடுக்கிறார்கள், அவர்கள் ஆலோசனை வழங்குகிறார்கள், அறிவுரை கொடுக்கிறார்கள். பிறகு, சபிக்கிறார்கள்.

ஆனால், அவர்களை நோக்கி வரும் தகுதியான ஒருவனை அவர்கள் ஏற்றுக்கொள்வது கிடையாது. அவர்கள் முன்னுரை எழுதுகிறார்கள், அணிந்துரை எழுதுகிறார்கள், விரிவுரை எழுதுகிறார்கள், பிரதிக்கு முன்னும், பிரதிக்கு ஊடாகவும், பிரதிக்குப் பின்னும், அதன் வெளிச்சத்தில் மூழ்கி எழுகிறார்கள்.

ஆனால், அவர்களால் முடியாது. ஒருபோதும்.

இந்த உண்மையைக் கற்றுக்கொள்ள இருபது ஆண்டுகள் தேவைப்படலாம். ஆனாலும், வேறு வழியின்றி நீங்கள் கற்றுக் கொள்கிறீர்கள்.

நீங்கள் முன்னுரைகளை, விளக்கவுரைகளை, மதிப்புரைகளைப் படிப்பதை நிறுத்திவிடுகிறீர்கள்.

பிறகு, எளிமை அதுவாக வெளிப்படுகிறது.

சில ஆண்டுகள் பத்திரிகையாளனாக இருந்தது பெரிய அளவில் எந்தப் பாதிப்பையும் உருவாக்கிவிடாது. அது, இத்தகைய நாகரிகமான ஆண்களையும் பெண்களையும் வெறுக்க உங்களுக்குக் கற்றுக்கொடுக்கிறது. ஒவ்வொரு நாளும், அவர்கள்

செய்யும் செயலை நீங்கள் பார்த்துக்கொண்டிருக்கிறீர்கள். உங்களால் எதுவும் செய்ய முடியாது என்றாலும், நீங்கள் கற்றுக் கொள்கிறீர்கள்.

அப்படியென்றால், நீங்கள் மறுபடியும் புத்தகங்களைப் படிக்க வேண்டும்.

இத்தகைய புத்தகங்களை. நான் சொல்கிறேன், இத்தகைய எழுத்துகளை மட்டுமே.

இது, ஒரு கலை. இது பாதி வாழ்க்கையை எடுத்துக்கொள்ளக்கூடும். ஆனாலும், கற்றுக்கொள்ளக்கூடியதுதான்.

பிறகு, ஒருவன் மற்றொருவனை ஒழித்துக்கட்ட வேண்டும், அதாவது வாசகரை.

இது, சற்றுக் கூடுதலான காலத்தை எடுத்துக்கொள்ளலாம். ஆனாலும், செய்துமுடிக்கக்கூடியதுதான்.

இது, செய்துமுடிக்கப்பட்டால், பிரச்சினைகள் தீர்ந்துவிடும்.

பிறகு, பிறகுதான் நீங்கள் கற்றுக்கொண்டுள்ளதைச் சந்தேகப்படத் தொடங்கலாம். கொஞ்சம்போல்.

மற்றுமொரு முதுகு வளைந்தவன் இறந்துபோகிறான்: இது மிகச் சிறந்த புத்தகமாக இருக்க முடியாது.

அடுத்தது, அல்லது ஒருவேளை, அதற்கடுத்தது.

இது, மிகச் சிறந்தது.

ஏனெனில், ஒரு சிறந்த புத்தகம், உண்மையிலேயே அது சிறந்த புத்தமாக இருக்கும்பட்சத்தில், அதுதான் கடைசியானதாக இருக்கும். அதற்குப் பிறகு வேறு எதுவும் இருக்க முடியாது.

வேறு வார்த்தைகளில், நீ இறந்துபோகிறாய்.

உண்மைதான், இந்த விஷயத்தில் நடப்பதுபோல், உன்னை இடிந்துபோகவைப்பதும் நடக்கலாம்.

நீ உன்னுடைய மக்கள்-தொடர்புப்-புன்னகையோடு சுற்றிவந்துகொண்டிருக்கிறாய் என்றாலும்.

அப்படியென்றால், அங்கே புத்தகங்கள் ஏதுமிருக்காது.

ஒருபோதும் இருந்ததும் கிடையாது.

மின்மினிப்பூச்சிகள். அவ்வளவுதான். ஏன் அதுகூட அல்ல.

நிழல், ஒளிக்கீற்று, நிழல்

இப்படித்தான் போகுமென்றால், அந்தக் கடைசி நிழல் சற்றுக் கூடுதலாக நிலைத்திருக்கலாம்.

இரண்டு தசாப்தங்கள், பேச்சுக்குச் சொல்வோம்.

இதைத் தாங்கிக்கொள்ள முடியும். அன்புச் சங்கிலியால் பிணைக்கப்பட்டு வாழ்வதென்று நீ தீர்மானித்துக்கொள்ள வேண்டும்.

ரகசியம் என்னவென்றால், நீ முழுமையாக வறண்டுபோகும்வரை உன் அன்பை வெளிப்படுத்த வேண்டும். அடுத்து அது இரண்டு பத்தாண்டுகளுக்கு நீடித்திருக்க வேண்டுமென்று பிரார்த்திக்க வேண்டும். சாத்தியம்தான்.

பிறகு, இதில் மோசமான பகுதி என்னவென்றால், மீண்டும் வீதிகளில், முட்டாள்தனமான சிந்தனைகளைச் சிந்தித்துக்கொண்டு நடப்பது. திடீரென்று, உன்னுடைய யதார்த்தங்களின் ஒரு பகுதியாய் இருந்த நண்பனிடமிருந்து ஒரு புன்னகையை, ஒரு செய்கையை, ஒரு மேலோட்டமான பார்வையை எதிர்கொள்ள வேண்டியிருக்கிறது.

இது கடினமானது. ஏனென்றால், அவனுடைய முகத்தில் உள்ள புன்னகை, அவனது செய்கை, அவனுடைய மேலோட்டமான பார்வையெல்லாம் ஒரே விஷயத்தைத்தான் சொல்கின்றன: மின்மினிப்பூச்சி, மின்மினிப்பூச்சி... அவர்கள் தெருவின் மேலாகவோ கீழாகவோ நகர்ந்துசெல்லும் முன்பு.

இது கடினமானது. ஏனென்றால், அவர்களுடையது முற்றிலும் சரியானதல்ல என்று உனக்குத் தெரியும்.

ஏனெனில், சுய காதலை மீறிய பெரிய காதலுக்குத் தகுதியானவனென்று நீ கண்டுபிடித்தபோதும் மின்மினிப்பூச்சிகள் தோன்றின. பிறகு, உன்னுடைய நண்பர்களுக்கு மிகச் சாதாரணமான அபத்தமாக, ஏமாற்றம் தரக்கூடியது போன்ற வழியில் நீ ஏற்றுக்கொள்கிறாய்: உன்னுடைய விரோதிகளுக்கும்கூட இயல்பானதாகவும் தர்க்கரீதியானதாகவும் தெரிவதை.

இது, உன்னை நீ கொலை செய்ய அனுமதிப்பதைக் காட்டிலும் கடினமானது. ஏனெனில், இது நீண்ட காலத்துக்கு நீடித்து நிற்கக்கூடியது.

இது, சண்டையிட்டுத் தோற்றுப்போவதைக் காட்டிலும் கடினமானது. ஏனெனில், சில சமயங்களில் நீ உன்னுடைய சுயமரியாதையை இழக்க வேண்டியிருக்கிறது.

ஆனால், இது மிக எளிமையானது: வேறு யாரோ ஒருவருடைய குழந்தைப்பருவத்தின் அரைகுறை-நிம்மதியான நாள்களைத்தான் நீ தேர்ந்தெடுக்கிறாய். ஏறக்குறைய உன்னுடைய குழந்தைப் பருவத்தின் மறுஒளிபரப்பு போன்று. அதற்கு உன் மௌனத்தை விலையாய்க் கொடுக்கிறாய்.

துரோகம், அன்பு என்ற கூண்டை நெய்ய உதவுகிறது.

இது கூண்டுதான். ஏனெனில், இது நம்மைப் பலவீனப்படுத்துகிறது.

அந்த மிருகத்துக்கு, இது எளிதான சண்டையாகிறது. பிறகு,

அவன் சிலருடைய குழந்தைகளை மிரட்டுகிறான். அவனுடைய அதிகாரத்தைப் பயன்படுத்துகிறான். அவனுடைய சிறையறைகளைப் பெருமையாகக் காட்டுகிறான். அவனுடைய ஆயுதங்களைப் பளபளப்பாக வைத்திருக்கிறான். இயல்பாகவே, கட்டுப்பாட்டுக்குள் வைத்திருக்கிறான்.

மௌனம்தான் அந்த மிருகத்துக்கு உயிர் கொடுக்கிறது. இதுவே அவனுடைய வெற்றியாகிறது. ஏனெனில், அந்த மிருகம் வெற்றிபெறுவதால், அந்த நாளில் எல்லாமும் அதன் அர்த்தங்களை இழக்கின்றன.

அங்கு 'நான்' என்பது இனி கிடையாது.

'நாம்' என்பது கிடையாது.

எதுவுமில்லை. அந்த மிருகத்தின் ஆட்சியும் இரண்டு தசாப்தங்களுக்குத் தாக்குப்பிடிக்க வேண்டிய தேவையும் மட்டும்தான்.

இதெல்லாம், அவ்வளவு எளிமையாக இருக்கின்றன.

பொறியின் கதவு மூடிக்கொள்கிறது. அதை நீ ஏற்றுக்கொள்கிறாய்.

மின்மினிப்பூச்சிகள் தோன்றுகின்றன.

மனித வாழ்க்கை இந்தக் கூண்டுக்குள் மிகவும் இறுக்கமானதாகத் தோன்றுகிறது.

உண்மையாகவே, ஒருவேளை அப்படியில்லாமலும் இருக்கலாம்.

ஒருவேளை, 'லிட்டில் ரெட் இந்தியன் கேர்ள்' குறித்த அடுத்த கதை மட்டுமே அங்கு இருக்கலாம்.

ஒருவேளை, அந்த மிருகத்தை அமைதியாய் வைத்திருப்பது மட்டுமே போதுமானதாகவும் இருக்கலாம். கூட்டத்தில் உன் கழுத்தை நீட்டி, சுற்றிலும் பார்க்கிறாய். இப்போது எல்லாம் மிகத் தெளிவாக இருப்பதுபோல் தெரிகிறது. இங்கிருப்பது. இவ்வளவுதான்.

இங்கு, வேறெதுவாகவும் ஒருபோதும் இருந்ததில்லை.

முடிவில், எவரும் உனக்குக் காதுகொடுப்பதில்லை என்பதுபோல் தோன்றுகிறது.

வெறுமனே, மென்மையான கசப்பனுபவம் மட்டும்தான்.

பிறகு, மிகப் பரந்த பாலைவனம்.

145

அந்தக் கதவு அவ்வளவு குறுகலாக இருந்தது; அதனூடாக நீ போக முடியுமா என்று அச்சப்படுகிறாய். ஆனால், எல்லோரும் அதனூடாகத்தான் கடந்துபோகிறார்கள். ஒரு மாணவனின் மேஜை, நீர்மத்தை உறிஞ்சக்கூடிய காகிதத்துண்டு, பேனா, மைப்புட்டி.

ஜன்னல் அவ்வளவு ஒன்றும் உயரமாயில்லை, சிறிதாகத்தான் இருந்தது. உதித்துக்கொண்டிருந்த சூரியன், பளபளத்த மரத்திலான தரையில் சதுர வடிவில் நிலையான ஒளியைப் பாய்ச்சிக்கொண்டிருந்தது. சுவரில் காலண்டர்கள்: பொலிவார், சூக்ரே, சான்டா க்ரூஸ், புஷ். சிறிய மர நாற்காலி. ஒவ்வொன்றும் அவ்வளவு சுத்தமாகவும், ராணுவ முகாமில் இருப்பதைப் போல் தனித்துவம் ஏதுமின்றியும் இருந்தன. இது அலுவலகமல்ல, வரவேற்பறையாக இருக்கலாம்.

வாயிலில் ஒரு காவல் அதிகாரி, உள்ளே கர்னல். என்னை அழைத்துச்செல்ல அவர்கள் வந்தபோது மணி ஐந்து. நான்

நினைத்துப்பார்த்தேன்: வெளியே இன்னமும் இருட்டாக இருந்தது. நான் ஒன்பது மணிவரை காத்திருந்தேன், வரவேற்பறையில் மௌனமாக.

கர்னல். துல்லியமாக மறந்துபோகக்கூடிய கருத்த முகம். கருத்த முடி, செம்புநிறத் தோல், எண்ணெய் அப்பிய தலைமுடி, அவருடைய உயரத்துக்குக் குட்டையான அகலமான பின்பகுதி, உதட்டின் மேல் முடிகளுக்கான அறிகுறிகள், ஊடுருவ முடியாத ஆழமான மெஸ்டிஸோ கண்கள். அவனுடைய முழுக்கைச் சட்டையின் கை மணிக்கட்டைக் கடந்துவந்தது. சாம்பல்நிற சூட், நீலநிற டை, கறுப்பு ஷூக்கள். நிதானமான செய்கைகள், உடைந்துபோன விரலில் மிகப் பெரிய தங்க மோதிரம். மெதுவான, மிருதுவான, பலவீனமான குரல். முறிக்கப்பட்ட வடிவிழந்த கைகள், பிடுங்கப்பட்ட நகங்கள் – ஆயிரம் சிறைகளில் இவனுடைய அடையாளம் இதுதான். கிசுகிசுக்கப்படும் வாய்வழிக் காவியத்தையும் நினைவூட்டக்கூடியது. அவனுடைய நகங்கள் சிதைக்கப்பட்டிருந்தன என்றா சொல்கிறாய்? 'அப்படியென்றால் ஆமாம், அது கர்னல்தான்.'

பிறகு, நான் என்னுடைய குறிப்புகளை, உயிர்பிழைத்த மற்றவர்களுடையதோடு ஒப்பிட்டுப்பார்த்தபோது, என்னால் இதைக் கண்டுபிடிக்க முடிந்தது: கர்னல்தான் இந்த அரசதிகாரியைக் கண்டுபிடித்திருக்கிறான். அங்கு இதேபோல் வேறு சிலரும் இருந்தார்கள். அவர்கள் கர்னலின் போலிகள். இவனுடைய பெயரைப் பயன்படுத்திக்கொள்கிறவர்கள். இவனுடைய குரலைப் பயன்படுத்திக்கொள்கிறவர்கள். பல இடங்களிலும், ஒரே நேரத்தில் கர்னல் இருக்க விரும்பியதால், கடவுள் அவனுக்கு இந்த அதிசய சக்தியை வழங்கியுள்ளார்.

குற்றமற்ற தன்மை என்பது மேலும், அனுபவமில்லாத குற்றமற்ற தன்மையைக் கொடுக்கும் என்ற தீர்மானத்தோடுதான் நான் உள்ளே சென்றேன். உட்கார் என்று சொல்வதற்குக் காத்திராமல், விமானப் பயணச்சீட்டு விற்பதற்கு வாடிக்கையாளர் அலுவலகம் போகும்போது உட்கார்ந்துகொள்வதுபோல், ஒரு இருக்கையை இழுத்துப்போட்டு உட்கார்ந்துகொண்டேன். என்னால் மட்டும் கால் மேல் கால் போட்டுக்கொண்டு, சிகரெட் பிடிக்க முடிந்தால் சரியாகிவிடுவேன் என்று நினைத்துக்கொண்டேன். அலுவலகங்களாலான உலகம் என்னுடைய உலகம்.

கர்னல் என் பார்வையை எதிர்கொள்ளவில்லை. அவன் என் குறித்த காகிதங்களைப் படித்துக்கொண்டிருந்தான். அவனுடைய உலகம் — பின்னர் எனக்குள் சொல்லிக்கொண்டேன் — ஆயிரம் இரவுகளிலான பேரச்சத்தைக் கொண்டது. எவனொருவனும் நேரடியாகப் பார்க்கவோ ஓரக்கண்ணால் பார்க்கவோ அனுமதிக்கப்படுவதில்லை. இது காகிதங்களாலான உலகம், வேறு எதுவும் கிடையாது, வெறும் கோப்புகள். கர்னல் என்னுடைய வாக்குமூலத்தைப் படித்துக்கொண்டிருந்தான். தலைகீழாகப் படிப்பதற்கும், மேலிருந்து வலப்பக்கமாகப் படிப்பதற்கும் நான் பழக்கப்பட்டிருந்ததால், நான் சொல்லச்சொல்ல எழுதப்பட்டிருந்த அந்த வார்த்தைகளையெல்லாம் படித்தேன்... வார்த்தைக்கு வார்த்தை. என்னை விசாரித்தவரோடு நான் நடத்திய இருபத்து நான்கு மணிநேர அறிவுபூர்வமான உரையாடல்.

கர்னலுக்கு உரையாடல்கள் என்று எதுவும் கிடையாது. அவருடைய தொழில் தண்டனை கொடுப்பது: குற்றவாளிகளைச் சிலுவையில் அறைவது, கலகக்காரர்களைக் கொன்றுபோடுவது.

'கர்னல்', நான் என் வாதத்தைத் தொடர்ந்தேன்: 'நான் ஒரு கம்யூனிஸ்ட் அல்ல. எல்லோருக்கும் இது தெரிந்ததுதான்.'

அவருடைய கோபம் எரிமலைபோல் வெடித்தது. அவர் பிடித்திருந்த கோப்பையை இரண்டாகக் கிழித்தார்.

'நீ கம்யூனிஸ்ட்தான்! நீ கலகக்காரன்தான். ஜனாதிபதி நினைப்பது தவறு... அவர் தவறிழைக்கிறார்: உன்னைச் சுட்டுத்தள்ள வேண்டும்!'

அவனுடைய நகங்கள் துடித்தன. அவனுடைய இடதுகண் நுனியில் உணர்ச்சிவசப்பட்ட துடிப்பு. ஆனாலும், அவன் என் கண்களை நேராகப் பார்க்கவில்லை. காகிதத்தின் மீது ஆணி அடித்தாற்போல் அவனுடைய பார்வை இருந்தது.

'நான் ஒரு கம்யூனிஸ்ட்டா? யார் அப்படிச் சொன்னது?'

தவறிழைத்துவிட்டேன். இது ஒன்றும் என்னுடைய வாடிக்கையாளர் அலுவலகம் அல்ல. நீ தோற்றுப்போகிறாய்...

'நான் சொல்கிறேன், தேவிடியாப் பையா.'

'கர்னல்...'

'வாயை மூடு, பன்னிப்பயலே!'

காவலாளி, பதற்றத்தோடு கதவைத் திறக்கிறான். அவனுடைய துப்பாக்கியைத் தயார்நிலைக்குக் கொண்டுவருகிறான்.

'ஒன்றுமில்லை, நீ போகலாம்.'

அவன் மறுபடியும் உட்கார்ந்துகொள்கிறான். காகிதத்தில் இருந்த குறிப்பைப் படிக்கிறான், அதைக் கீழே வைக்கிறான். சுவரைப் பார்க்கிறான். அச்சடிக்கப்பட்ட சைமன் பொலிவாரின் படம். அவன் ஆக்ரோஷமாகக் கத்துகிறான்:

'ஒரு வார்த்தை, இன்னும் ஒரேயொரு வார்த்தை உன்னிடமிருந்து வந்தால்...'

அவனுடைய தடித்த, முறுக்கிய, சதுரமான நகம் கொண்ட கட்டை விரலைக் கழுத்துக்குக் குறுக்காக எடுத்துச்சென்று கோடுபோடுகிறான்.

'நீயும், உன்... உன்னுடைய சிறு குழந்தைகளும்... புரிகிறதா கலகக்காரனே?' நான் புரிந்துகொண்டேன். லேசான நடுக்கம், சில்லென்ற வியர்வை. நான் புரிந்துகொண்டேன். 'இப்போது, இங்கிருந்து வெளியே போ, தாயோளி மவனே!'

146

இப்போது நான் நினைத்துப்பார்க்க முயன்றாலும், என்னால் முடியவில்லை.

என்னால் அதை நினைத்துப்பார்க்க முடியவில்லை, நடந்ததைத் திரும்பச்சொல்ல முடியவில்லை. ஏனெனில், நான் அதை நம்பவில்லை.

நான் அதை வாழ்ந்திருக்கிறேன். நான் அதை அனுபவித்திருக்கிறேன். அது என்னைப் பல ஆண்டுகளுக்கு இம்சைப்படுத்தியது. இருந்தும், நான் அதை நம்பவில்லை. என்னால் அதை நம்ப முடியவில்லை.

என்னால் அதை நம்ப முடியாததற்கும், அதை வெளியே சொல்ல முடியாததற்கும் காரணம், அது அவ்வளவு முட்டாள்தனமானது.

அது, அவ்வளவு முட்டாள்தனமானது, உன்னை வாந்தியெடுக்க வைக்கும் அளவுக்கு.

அது அருவருப்பால் உன்னை நோயாளியாக்கக்கூடியது.

அது மனித உறவுகளை ஒட்டுமொத்தமாகத் துறக்க உன்னைத் தூண்டக்கூடியது.

அட்லஸ், மிஸ்டர் பயஸ் மற்றும் கர்னல்கள்தான் மனித அனுபவங்களைக் கட்டுப்படுத்துகிறார்களென்றால், மனிதத் தன்மை என்பதை மறுதலிப்பது அவசியமாகிறது, தேவையாகிறது, கட்டாயமாகிறது.

நான் மீண்டும் சொல்வதற்குத் தயாராக இல்லை. என்னால் அதை முழுமையாக நினைவில் வைத்திருக்க முடியவில்லை.

தங்களுடைய விரல்கள், நாக்குகள், கைகள், கொட்டைகள் என்று அந்த மிருகத்தால் வெட்டப்பட்ட மனிதர்களை என்னால் புரிந்துகொள்ள முடிகிறது. தங்களுடைய உறவினர்களுக்காக, நண்பர்களுக்காக அல்லது காணாமல்போன குழந்தைகளுக்காகத் துயரப்படும் மனிதர்களையும். அவர்கள் ஏன் விரோதத்தைத் தேர்ந்தெடுக்கவில்லை என்றும், இந்த மிருகம் இன்னும் தண்டிக்கப்படாமல் எப்படி நமக்கு மத்தியில் இயங்க முடிகிறது என்றும் என்னால் இப்போது புரிந்துகொள்ள முடிகிறது.

அவனுடைய துர்நாற்றம் அவனை மறக்கவும் நிராகரிக்கவும் நம்மைக் கட்டாயப்படுத்துகிறது. அவனை மறுக்க வேண்டும் என்பது நம்முடைய மூளையில் பதியவைக்கப்பட்டுள்ளது. நம்முடைய நிர்வாணத் தோலில் ஒட்டிக்கொண்டிருக்கும் சுடுகஞ்சியின் நினைவுகளை நாம் அழிக்க வேண்டியுள்ளது.

அதனால்தான், நாம் ஹிட்லருக்கு அழுக்கான சூனியக்கிழவன் வேஷமிட்டு, குழந்தைகள் உறங்கச்செல்ல மறுக்கும்போது அவர்களைப் பயமுறுத்துவதற்குப் பயன்படுத்துகிறோம்.

அதனால்தான் அந்த மிருகம் ஒருபோதும் சாவதில்லை: அந்த மிருகம் அவனை நிராகரிக்க வேண்டுமென்ற நம்முடைய கட்டாயத்தில்தான் உயிர்வாழ்ந்துகொண்டிருக்கிறான்.

நான், அவனுடைய பிடியில் இருந்தவன், எந்தத் தற்காப்புமில்லாமல் பயந்துகிடந்தவன், பலரால் இறந்துவிட்டான் என்று அனுமானிக்கப்பட்டவன், காணாமல்போகடிக்கப்பட்டவன்,

உதாசீனப்படுத்தப்பட்டவன், இன்று அந்த மிருகத்துக்கு எதிராகச் சாட்சி சொல்ல முயல்கிறேன். இப்போது இங்கு. இப்போது, என்னுடைய கடமையை நான் செய்ய வேண்டிய இந்தத் தருணத்தில், மௌனம் என்னைத் தடுக்கிறது: அவமானமும் சலிப்பும் என்னை ஆட்கொள்கின்றன.

நான் அவனுடைய இருப்பை நிராகரிப்பது என்பது என்னால் தேர்ந்தெடுக்கப்பட்டதாகப் பார்க்கிறேன்.

நான் மன்னிக்க மறுக்கிறேன்: நான் அசிங்கப்பட்டுக்கிடக்கிறேன். உள்ளுக்குள் குமைந்துகொண்டிருக்கிறேன். நான் என் கண்களையே தவிர்க்கிறேன்.

என்னால் நினைவில் கொண்டுவர முடியவில்லை, அவ்வளவுதான்.

இப்போது, நான் சாட்சி சொல்ல விரும்பவில்லை, இப்போது, இப்போதைக்கு இல்லை. அதாவது, நான் சாட்சி சொல்லியிருக்க வேண்டிய இந்தத் தருணத்தில்.

இது என்னை அந்த மிருகத்துக்கு உடந்தையாக்குகிறது என்று எனக்குத் தெரிந்திருந்தாலும், நான் தயங்குகிறேன், மது அருந்துகிறேன், சிகரெட் பற்றவைக்கிறேன்.

எவரொருவரும் இது போன்ற விஷயங்களைப் பேசுவதில்லை என்று நான் நினைக்கிறேன். எவரொருவரும் இத்தகைய கதைகளைச் சொல்வதில்லை.

தங்கள் அனுபவங்களிலிருந்து அந்த மிருகம் குறித்துப் பேசுகிறவர்களை நினைத்துப்பார்க்கிறேன். போகிறபோக்கில் தெருக்களில் அதைப் பற்றிச் சொல்கிறார்கள். அதாவது, ஏதோ சர்வசாதாரணமான விபத்து ஒன்று நடந்துவிட்டதுபோல்.

அந்த மிருகம், ஆச்சரியப்படும் அளவில், நினைத்துப்பார்க்க முடியாத அளவில், எவ்வளவு மோசமான முட்டாளென்று பேசுவதன் மூலம் நாம் ஏன் நம் வாழ்க்கையை மேலும் மறுத்துக்கொள்ள வேண்டும்? நான் எனக்குள் சொல்லிக் கொண்டேன்.

இப்படியாகத்தான், அந்த இரவில் நான் கண்டுபிடித்தேன். அந்த மிருகத்தை நிலைத்திருக்கவைக்கும் எது ஒன்றையும் நான் செய்ய மறுக்கிறேன்.

அந்த இரவு, என்ன நடந்ததென்று எனக்கு நினைவில்லை, என்னுடைய வாழ்க்கைத் தகவல்களை நான் கொடுக்கத் தொடங்கியபோது.

ஒருநாள், யாரோ ஒருவன், இந்த மிருகம் இருபது மணிநேரம் எடுத்துக்கொண்டு நிரப்பிய இந்தக் காகிதங்களைக் கண்டுபிடிப்பான். யாரோ ஒருவன் அதன் மீது நோட்டமிட்ட பின் புன்னகைப்பான்: எக்காலத்துக்கும் சிறந்த நகைச்சுவைக்கான கச்சாப்பொருள்.

பல கனவுகளுக்கும் விருப்பங்களுக்கும் உரைகளுக்கும் நம்பிக்கைகளுக்கும் நல்ல கல்லறை.

அப்படியென்றால், நான் இங்குதான் இருக்கிறேன். நான் தோற்கடிக்கப்பட்டவன்.

நான் ஒரு விரலை நீட்ட முயன்றேன், குற்றம்சாட்டுவதற்கு; சபிப்பதற்கு, தண்டிக்க வேண்டுமென்று கோரிக்கை வைப்பதற்கு. ஆனால், என்னால் முடியவில்லை. நான் உணர்வதெல்லாம் துயரம், அசிங்கம், அவமானம்.

எனக்குக் கதற வேண்டும்போல் தோன்றியது. 'மறந்துவிடு, மறந்துவிடு, இவையெல்லாம் ஒன்றுமே இல்லை...'

ஆனால், அந்த மிருகம் இந்த மறதியில் ஊட்டச்சத்து பெறுகிறது; மேலும் பலம் பெறுகிறது.

என்னால் நியாயம் கோர முடியாது, பழிவாங்க முடியாது அல்லது என் தண்டனைக்கு எதிராக வழக்கு தொடுக்க முடியாது. என்னிடமிருந்து வருவதெல்லாம் இந்த மோசமான, 'மறந்துவிடு, மறந்துவிடு' மட்டும்தான்.

நம்மால் இதைத்தான் செய்ய முடியுமென்று நினைக்கிறேன். அதாவது, அவனை மறந்துவிடுவது.

அவன் தாக்கியதை நினைவிலிருந்து அழித்துவிடுவது. அவனுடைய புனிதமான முட்டாள்தனத்தை மறுப்பது. பிறகு, மற்றவர்களும் அதை மறக்க வேண்டும் என்பதற்காக, அதை மறக்க முயல்வது. அதனால், விஷயம் சற்றுத் தேவலாம்போல் தோன்றலாம். ஒருவேளை, அவை உண்மையிலேயே தேவலாம்போலும் இருக்கலாம். அவை மேலும் தேவலாம் என்பதுபோல் மாறுவதற்கான வாய்ப்பும் இருக்கிறது.

வேறு வார்த்தைகளில் சொல்வதென்றால், ஒருவேளை நாம் நாளை மீது நம்பிக்கைகொள்ளலாம். ஆமாம், இது மற்றொரு சால்ஜாப்புதான் என்று எனக்குத் தெரியும். ஆனால், நான் இந்த அளவுக்கு நிராயுதபாணியாக இருப்பதால், எனக்கு வேறு வழி இல்லை. நான் வேறு விதமாக முடிவெடுக்கிறேன் என்று வைத்துக்கொண்டாலும், நான் அந்த மிருகத்தோடு அடையாளப்படுத்தப்படுவேன்.

என்னைப் பொறுத்தமட்டில், அவனால் பாதிக்கப்பட்டவனாக இருப்பதைவிட மோசமானது என ஒன்றிருக்கும் என்றால், அது அந்த மிருகத்துக்கு ஒத்து இருப்பதாகத்தான் இருக்க முடியும்.

ஆக, சகோதர சகோதரிகளே: நாம் அந்த மிருகத்தை மறந்து விடுவோம்.

சந்தேகத்துக்கு இடமில்லாமல் இன்றிரவுகூட அவனுடைய வேலைகளில் மும்முரமாகத்தான் இருப்பான் என்றபோதும்.

147

இப்படியாக விஷயங்களைச் சொல்லிய பிறகு, நான் ஒன்றை ஒப்புக்கொள்ளத்தான் வேண்டும்: வெளிப்படையான நட்பின் நாள்கள் முடிவுக்கு வந்தன.

ஏனெனில், ஒருவன் அவனையே கட்டாயப்படுத்திக்கொண்டு மிகத் தெளிவான காரணங்களுக்காகவும், தெளிவற்ற குறிக்கோள்களுக்காகவும், அந்த மிருகத்தை அம்பலப்படுத்த வேண்டிய அவசியத்தை மிகத் துல்லியமாக உணர்ந்த பிறகு, அதை விளக்க வேண்டிய தேவை இருக்கும்போது, குற்றஞ்சாட்டி சாதாரணக் குற்றவாளிபோல் அவன் தண்டிக்கப்பட வேண்டியவன் என்று வற்புறுத்தும்போது, உயிருள்ள ஒருவராலும் ஒரு புகாரைக்கூட வடிவமைக்க முடியாத நிலையைக் காணும்போது, இனி ஒருவன் முன்கதவைத் திறந்து, புன்னகைத்து, அந்நியர்களைப் பார்த்து, இப்படிச் சொல்ல முடியாததை ஏற்றுக்கொள்ளத்தான் வேண்டும்: 'வாருங்கள் நண்பர்களே, தயவுசெய்து உள்ளே வாருங்கள்.'

உன் நண்பர்கள் உனக்குச் சரியானதைச் செய்யவில்லை. நீ இறந்துபோனவர்களைக் கௌரவிக்கவில்லை. அத்துடன், நீ அந்நியர்களைப் பார்த்து அச்சப்படுகிறாய்.

அந்த மிருகம், யாருடைய முகத்தை வேண்டுமென்றாலும், பயன்படுத்திக்கொள்ள முடியும்.

அதுதான் அவனுடைய பலம். அவனுடைய சாபம்.

இந்த உலகம் எப்படி இருக்கிறதோ அப்படி எனக்குக் காண்பித்திருக்கிறான். அது அவனுடைய உலகம்.

இந்த உலகத்தை என்னால் ஒருபோதும் ஏற்றுக்கொள்ள முடியாது. இனி ஒருபோதும் என்னால் நிம்மதியாக உறங்க முடியாது. இனி ஒருபோதும் ஒரு ஜீவனைக்கூட என்னால் நம்ப முடியாது. இனி ஒருபோதும் என்னால் என்னுடைய வாழ்க்கையைப் புத்தகங்கள் படிக்கும் கணங்களாலும் உரையாடல்களாலும், மௌனங்களாலும் நம்பிக்கையுடனான தேடல்களாலும் அழகானவற்றாலும் நுட்பமானவற்றாலும் ஆச்சரியங்களாலும் இணக்கமான பார்வைகளாலும், எக்காலத்துக்குமாக நான் யார், எங்கிருந்து வருகிறேன், எங்கே போகிறேன் என்பனவற்றுக்கு முழுமையற்றதாகப் பிரகாசமான பதில்களை நினைத்துப் பார்க்கக்கூட முடியாது. ஒருபோதும்.

அந்த மிருகத்தின் அதிகாரம் அப்படிப்பட்டது.

நான் நினைத்துப்பார்க்கிறேன்:

இளம் தொலைக்காட்சி நிருபர்: நீங்கள் ஏன் அடுத்த புத்தகத்தை எழுதவில்லை? விமர்சகர்களைக் கண்டு அச்சப்படுகிறீர்களா?

நான்: இல்லை, நான் காட்டுமிராண்டித்தனத்தைக் கண்டு அஞ்சுகிறேன். அத்துடன் நான் தன்னந்தனியாக இருக்கிறேன்.

தன்னந்தனியாக, ஏனெனில் எனக்கென்று இடமேதுமில்லை.

நான் இங்கே பிறந்திருக்கவே கூடாது.

நான் இங்கே வளர்ந்திருக்கவே கூடாது.

நான் ஒதுக்கப்பட்டவன், அவசியமில்லாதவன்.

நான் இங்கே நிழலாக இருக்கிறேன், இருப்புக்கான காரணங்கள் ஏதுமின்றி.

இதையெல்லாம் இப்போதுதான் கண்டுபிடிக்கிறேன். என்னால் இதிலிருந்து வெளியேற முடியாதபோது, என் உயிரை எடுத்துக்கொள்ள முடியாதபோது அல்லது தானாகவே மரணிக்க

முடியாதபோது, நான் இப்போது தெருவில் நடந்து என்னுடைய மக்கள்-தொடர்புப்-புன்னகையைக் காட்டி அந்த மிருகம் உயிரோடு இல்லை என்பதுபோல் பாசாங்கு செய்ய வேண்டும். ஏனெனில், நான் வாழ்வதற்கு உழைத்தாக வேண்டும்.

இப்போது, நான் செய்வதை நியாயப்படுத்த வேண்டிய சூழ்நிலையில் இருக்கும்போது — மற்றவர்கள் மனதில் முக்கியத்துவமில்லாதவை, தேவையில்லாதவை — என்னுடன் நானே சண்டையிட்டுக்கொண்டிருக்கிறேன்: எவரையும் வெறுக்காமல் இருப்பதற்கு, எவரையும் தரம்தாழ்த்திப் பார்க்காமல் இருப்பதற்கு. அந்த மிருகத்தின் உலகில் வாழக் கற்றுக்கொள்வதற்கு — அவனுடைய தோலில் ஒட்டிக் கொண்டிருக்கும் சுடுகஞ்சி என்னைத் தொற்றாமல்.

148

இந்தச் சபலத்துக்கு இடம்கொடுத்தால், எல்லாவற்றையும் இழக்க வேண்டியிருக்கும். அரைகுறை மாந்திரீகர்களையும், அரைகுறைப் பைத்தியக்காரர்களையும் கொண்டுள்ள இந்த விஷயத்தில் மட்டுமல்லாமல், என்னிடமுள்ள ஒன்றே ஒன்றையும் நான் இழக்க வேண்டியிருக்கும். அதைத் தக்கவைத்துக்கொள்ள நான் இன்னும் போராடிக்கொண்டிருக்கிறேன். இந்தக் கேடயம்தான் அந்த மிருகத்தைக் காட்டிலும் என்னை மேலானவனாக ஆக்குகிறது. ஏனெனில், நான் வெறுப்பதில்லை.

அவனுடைய வெற்றி இந்தப் பரந்த பாலைவனமும் தோல்வியுறச் செய்யும் இந்தக் கசப்புணர்வும்தான். என்னுடைய வெற்றி என்னை நோக்கி வருவதை என்னால் பார்க்க முடிகிறது. நான் அதை உணர்கிறேன். அது இப்போதுதான் பிறந்துள்ளது என்றாலும், நான் அதை உணர்கிறேன்.

எனக்கு முன்னால் கருத்த, எல்லையற்ற வெறுமை விரிந்து கிடக்கிறது. ஆங்காங்கே ஒளிக்கீற்றுகள். என்னுடைய மேன்மை என்பது என்னால் அவனைக் கொல்ல முடியாது என்பதில் உள்ளது. அவனுடையது, அவனால் என்னைக் கொல்ல முடியும் என்பதில் உள்ளது.

அந்த மிருகம் கொல்வான்.

ஆனால், அது காலம் கடந்ததாகிவிடும் என்றே நினைக்கிறேன்.

இவ்வளவு முரண்பாடுகளுக்கு இடையில் அகப்பட்டுக் கிடப்பதோடு, அச்சத்தின் பிடியிலும் சிக்கிக்கொண்டிருக்கும் நான், இறுதியாக எனக்கான வழியைக் கண்டுபிடித்துவிட்டதாக நம்புகிறேன்.

மற்றுமொரு புதிர்.

149

விடிந்துகொண்டிருந்தது. என் தந்தையின் முதுகு சோகமாக வளைந்திருப்பதை நான் ஓரக்கண்ணால் பார்க்கிறேன். அவர் எப்போதும் செய்வதுபோல் நிலங்களை அளக்க விரும்பியவர்களுக்காக, வெங்காயத்தோல் காகிதத்தில் வரைந்துகொண்டிருக்கிறார்.

ஒரு குழந்தையாக, நான் படித்துக்கொண்டிருக்கிறேன். அடிக்கடி அவரைப் பார்த்துக்கொண்டிருக்கிறேன்.

எனக்குள் சொல்லிக்கொள்கிறேன்: அவர் என் வாழ்க்கையைக் கட்டிக்கொண்டிருக்கிறார்.

காலம் வேறு விதமாக இருக்கும். நான் அவருடைய உழைப்பின் பலனைப் பார்ப்பேன்.

நான் சூரிய ஒளியைக் கடலில் பார்ப்பேன், எங்களுடைய கடல்.

வாழ்க்கைக்குக் கண்ணியத்தைக் கொடுத்த அந்த மனிதர்களைச் சந்திப்பேன்.

இதையெல்லாம்தான் நான் எனக்குள் சொல்லிக்கொண்டேன், ஒரு குழந்தையாக.

இது உண்மையல்ல. இப்போது எனக்குத் தெரிகிறது: அவருடைய பாடலைத் தேடிக்கொண்டு அவர் இறந்துபோனார், நல்ல எதிர்காலம் சாத்தியம் என்ற நம்பிக்கையுடன்.

அந்தக் காலம் விழுங்கப்பட்டுவிட்டது.

எதுவுமே மாறவில்லை.

அந்த மிருகம்தான் ஆட்சிபுரிகிறான்.

அல்வரோ வாதாடியது எவ்வளவு சரியாக இருக்கிறது: 'எழுதாதே மனிதா. எதற்குள்ளும் உன் கழுத்தை நுழைக்காதே. உண்மை

என்பது பயங்கரமான பாவம். வாயை மூடிக்கொண்டு வாழ். பிறகு, கற்றுக்கொள்.'

கடலை உழுதுகொண்டிருப்பவர்களைக் காட்டிலும், சோகம் கொண்ட மனிதர்கள் வேறு யாரும் இருக்க முடியாது.

தோற்றுப்போகும் யுத்தத்தை நடத்தும் மனிதர்களின் துணிச்சலைக் காட்டிலும், பெரிய துணிச்சல் ஏதும் இருக்க முடியாது. மேலும், வாழ்நாள் முழுக்க யுத்தம் நடத்திக்கொண்டிருந்தாலும், எவரையும் வெறுக்கவில்லை என்று சொல்ல முடிந்தவர்கள்.

என் தந்தை.

என் தந்தை எனக்குக் கற்றுக்கொடுத்த வார்த்தைகளை நான் மீண்டும் ஒருமுறை சொல்கிறேன்: நான் யாரையும் வெறுப்பதில்லை.

வெறுப்பது என்பது நம்மை நாமே அவமானப்படுத்திக்கொள்வது போன்றது.

ஆனால், இதற்காக யாரும் எனக்கு எவ்விதத்திலும் கடன்பட்டவர்கள் அல்ல.

150

நீண்ட காலத்துக்கு முன்னர், நான் வெளியேறியபோது, சில வாய்வழிக் காவியங்களில் சொல்லப்படுவதுபோல், நான் அந்தக் குரங்கைக் கொல்ல முயன்றதால் வெளியேறவில்லை. நான் வெளியேறுவதற்கான காரணம் என்னவென்றால், நான் இங்கே பிறந்திருக்கக் கூடாது என்று முதன்முறையாகக் கண்டுபிடித்ததால்தான். நான் இங்கே வாழ்ந்திருக்கவும் கூடாது.

அந்த இரவில், நான் வெளியேறிய அந்த இரவில்தான், என் வாழ்க்கையில் நானே என்னுடைய முதல் தீர்மானத்தை எடுத்ததாக நம்புகிறேன்... ஏனெனில், அன்றிரவுதான் நான் உண்மையாகவே வாழத் தொடங்கினேன். முந்தைய தீர்மானங்கள் எல்லாம் மற்றவர்களுடையதை எனக்கானதாக நான் தழுவிக்கொண்டது. அந்தச் சமயத்தில், அவற்றில் சில என்னுடையவை என்பதாக நான் நினைத்ததும் உண்டு. ஆனால், இல்லை: அவை மற்றவர்கள் எனக்காக எடுத்த தீர்மானங்களின் விளைவுகள்.

ஆனால், நான் திரும்புவதென்று முடிவெடுத்தேன்.

திரும்புவதற்கான உந்துதலை நான் எவ்வாறு தடுத்துநிறுத்த முடியும், என்னுடைய ரத்தம், என்னுடைய சொந்த ரத்தம் என்னை அழைக்கும்போது?

திரும்புவதென்ற சிந்தனை என்னை நோயுறச்செய்தது: நான் நடுங்கிப்போனேன். விமானப் படிக்கட்டுகளில் நின்றுகொண்டிருந்தபோதே சிறுநீர் வெளியேறியது; வெறிபிடித்த நடுக்கம் என்னை ஆட்கொண்டது; எனக்காக என்ன காத்திருக்கிறது என்று என்னால் கணிக்க முடிந்தது. எல்லாவற்றையும் என்னால் பார்க்க முடிந்தது; ஒவ்வொரு தாக்குதலையும் உணர்ந்தேன், எதிர்கொள்ள வேண்டிய கசப்பைக் கணித்தேன். ஆனாலும், நான் திரும்பினேன். ஏனெனில், காதல் என்பது சுய-காதலைக் காட்டிலும் மிக மேலானது என்று நான் கற்றிருந்ததால்: 'நீ அவர்களுக்காக எதுவுமே செய்ததில்லை', நடாலியா சொன்னாள். 'நீ எதற்கும் முயற்சி எடுத்ததே இல்லை. நீ மற்றவர்களுக்குப் பயன்படும் விதமாக ஒருபோதும் எதையும் செய்ததில்லை. அத்துடன், எதையும் உனக்குப் பின்னால் நீ விட்டுச்செல்லப்போவதுமில்லை...' நல்லது, இப்போது: நான் முயற்சியெடுக்கவில்லை என்று மட்டும் சொல்லாதே. நான் முயன்றுமுயன்று பன்னிரண்டு ஆண்டுகளை வீணடித்துவிட்டேன்.'

எதிரொலி:

இப்போது, என் வாழ்க்கையை மீண்டும் கண்டுபிடிப்பதற்காக மற்றொருவரின் தீர்மானத்தை எனக்கானதாக நான் தழுவிக்கொள்ள வேண்டும்.

அந்த மிருகத்தின் உலகத்தில், என் மரணத்தை நான் ஏற்றுக் கொள்கிறேன். இந்த மரணமும் இந்த மௌனமும் அந்த மிருகத்தால் சுமத்தப்பட்டவை. இந்த உலகத்தை ஒரே கையசைவில் ஒன்றுமில்லாததாகச் செய்துவிடப்போகிறேன், என்னால் ஏற்றுக்கொள்ள முடியாத, விவரிக்க முடியாத, நினைவில் கொண்டுவர முடியாத அல்லது நினைவில் கொண்டுவர விரும்பாத இந்த உலகத்தை.

நான் மறுபடியும் வெளியேறப்போகிறேன்.

எனக்குத் தெரியும், அந்த மிருகத்துக்கு எல்லைகளென ஏதும் கிடையாது. அதனால், என்னுடைய பயணம் என்னைத் தொலைவுக்கு, மிகத் தொலைவுக்குக் கொண்டுசெல்லும். மேலும், அந்த மிருகம் ஒவ்வொரு நாளும் என்னைத் தொந்தரவுக்குள்ளாக்கும் என்றும் எனக்குத் தெரியும். அதனால், நான் என்னுடைய உலகம் என்று ஒன்றை மிகப் பலமானதாகக் கட்டியமைக்க வேண்டியுள்ளது: நான் இங்குதான் இருக்க வேண்டும், அந்த மிருகத்தோடு அவ்வப்போது உரசிக்கொண்டு என்றும் எனக்குத் தெரியும். அதனால், நான் அந்த மிருகத்திடமிருந்து கற்றுக்கொள்ள வேண்டும். என்னுடைய மக்கள்-தொடர்புப்-புன்னகையை நான் புதுப்பிக்க வேண்டும். சக்தி வாய்ந்த ஆயுதம்தான்.

என்னால் முடியுமா என்று எனக்குத் தெரியவில்லை என்றாலும், நான் நேசிப்பவர்கள் அனைவரையும் நான் கண்டுபிடித்த உலகத்துக்குள் கொண்டுவர வேண்டுமென்று விரும்புகிறேன். இப்போது அவர்கள் வெளியேதான் இருக்கிறார்கள், இன்னும் சிரித்துக்கொண்டு. ஏனெனில், நாம் அவர்களுக்கு இன்னும் கொஞ்ச காலத்தை வாங்கிக்கொடுத்துள்ளோம். ஆனால், பின்னாளில் அவர்கள் தங்களுடைய சொந்தத் தீர்மானங்களை எடுத்தாக வேண்டும்.

அவர்கள், என் குடும்பம் செய்ய வேண்டியதைப் போல், ஆமாம், நிச்சயமாக என் மாபெரும் குடும்பமும் செய்ய வேண்டியிருக்கும்.

நான் அவர்களுக்காகக் காத்திருப்பேன், வேறு வழிகளில் அவர்களை விட்டு விலகிவிட்டேன் என்றபோதும். அவர்கள் என்னைத் தேடினால், அவர்களால் என்னைக் கண்டுபிடிக்க முடியும். அதுவே பாதி வெற்றியாகிவிடும். அவர்கள் நான் சொல்வதைக் கேட்டால், நான் அவர்களுக்குப் பயனுள்ளவனாக இருப்பேன். அவர்கள் என்னைப் பின்தொடர வேண்டுமென்று நான் சொல்லவில்லை. நான் அவர்களுக்குப் பயனுள்ளவனாக இருப்பேன் என்று மட்டும்தான் சொல்கிறேன்.

ஆக, நான் இப்போது கிளம்புகிறேன்.

அவர்களுடைய மாசற்ற சிரிப்புக்கான மற்றுமொரு தருணம். நான் மௌனத்துக்குள் மூழ்குகிறேன்.

என் மலைகள் மீது சூரியக்கதிர்கள். நான் நிழலுக்குள் பாய்கிறேன்.

அவன் என்னைக் கொன்றுவிட்டான். ஆனால், மிகத் தாமதமாக.

மிகத் தாமதமாக

அந்த மிருகம், அவனுடைய இடிமுழக்கத்தோடு, அதிகாரத்தோடு என்னை வெறுத்தான், வெறுப்பைக் கொண்டு என்னை எரிக்கவும் அவன் தயாராக இருந்தான்.

அந்த மிருகம் என்னை ஊடுருவிப்பார்த்தான், திரும்பிப்பார்க்க என்னைக் கட்டாயப்படுத்தினான்.

ஒட்டிக்கொண்டிருக்கும் சுடுகஞ்சியால் அவனுடைய எல்லாமும் மூடிமறைக்கப்பட்டிருந்தபோதும், ஒன்று மட்டும் தொடப்படாமல் மிஞ்சியது.

அது அங்குதான் இருந்தது, அவனுடைய கண்களில்.

என்னைப் பாதுகாத்துக்கொள்ள ஆடைகள் ஏதுமின்றி, ஒட்டிக் கொண்டிருக்கும் சுடுகஞ்சியை அப்புறப்படுத்த வெறுப்பு என்று எதையும் கொண்டிராமல், அவனுக்கு முன்னால் நிர்வாணமாக நின்றபோது நான் அதைக் கண்டுபிடித்தேன்.

நான் உணர்ந்துகொண்டேன், இறுதியாக. நாங்கள் முகத்துக்கு முகம் பார்த்தபடி நின்றபோது அவனுடைய முகத்தில் அச்சத்தின் கீற்றைக் கண்டேன்.

அதை அந்த மிருகமும் கேட்டான். நானும் கேட்டேன்.

அவன் முனகியபோதும், உறுமியபோதும், தாக்கியபோதும், கோபத்தில் துடித்தபோதும், அவனுடைய எளிமையான உறுதிப்பாடுகளை என்னால் கேட்க முடிந்தது.

நான் அதைக் கேட்டேன், நான் அதைக் கேட்டேன். அது என்னவாக இருக்கிறதென்று எனக்குத் தெரியும். என்னவாக இருந்தது என்றும், என்னவாக இருக்கப்போகிறது என்றும் எனக்குத் தெரியும்.

அந்த மிருகமும் அதைத் தொடர்ந்து கேட்டுக்கொண்டிருக்கிறான்.

ஏனெனில், நான் அவனுடைய கைதியாக இருந்த முதல் நாளன்றே, அவனுடைய முணுமுணுப்பும் அவனுடைய விரோதப்பார்வையும் அச்சமாக மாற்றியதைக் கண்டேன்.

அந்த மிருகத்தால் அழித்துவிட முடியாத, அச்சம் தரக்கூடிய, காதை அடைக்கக்கூடிய முணுமுணுப்பு.

நிதானமான விரோதத்துடன் இணைக்கப்பட்டிருக்கும் அவன், தப்பிக்க முடியாமல், தவிர்க்க முடியாமல், எக்காலத்துக்கும் சபிக்கப்பட்ட தலைவிதியையும் முறுக்கப்பட்ட கைகளையும் கொண்டிருக்கிறான்.

அற்ப நம்பிக்கைகளாலான மனிதன்... அற்ப நம்பிக்கைகளாலான மனிதன்:

எதிரொலி:

எதிரொலி எதிர்ப்பு தெரிவிக்கிறது. எதிரொலி மேலும் சத்தமாகிறது.

எதிரொலி, அந்த மிருகத்தைக் கிழித்துக்கொண்டிருக்கிறது.

எதிரொலிகள்...

அவைதான் எவ்வளவு.

வெகுதொலைவிலிருந்து வரும் மெல்லிய, தீர்மானமான குரல்கள், என்னுடைய இருண்டுகிடந்த கூண்டின் பூட்டுகளை நொறுக்கித்தள்ளின.

பலவீனமான குரல்கள், கோபமான கூட்டுக்குரல்களாக ஒன்றிணைந்து, அவர்களுடைய அசிங்கப்படுத்தப்பட்ட சுயமரியாதைக்கும் மறுக்கப்பட்ட சுயமரியாதைக்கும் எதிராகத் தங்கள் எதிர்ப்பைப் பதிவுசெய்தன; என்னிடமிருந்து பறிக்கப்பட்ட அந்தச் சுயமரியாதைக்காக.

அமைதியாக, ஆனால் தீர்மானமாக, தொலைவிலிருந்து தீர்மானமான கோரிக்கைகள், தெளிவான ஒளித்துகள்களாய்...

வார்த்தைகள். சொல்லாடல்கள்.

எளிமையான வார்த்தைகள்.

அடக்கமான வார்த்தைகள். தொலைதூரக் குரல்களால் திரும்பத்திரும்பச் சொல்லப்பட்டன, அந்த மிருகத்தைச் செவிடாக்கின.

அவர்கள், அவனுடைய கூர்நகங்களைச் செயலிழக்கச் செய்தார்கள்.

அவர்கள், அவனுடைய தோலில் ஒட்டிக்கொண்டிருக்கும் சுடுகஞ்சியை உறையவைத்தார்கள்.

அவர்கள், அவனுடைய வெறுப்பு நிறைந்த கதறல்களை மூழ்கடித்தார்கள்.

அவர்கள், அவனை மௌனமாக்கினார்கள்.

அவர்கள், அவனை அவனுடைய இருண்ட கூண்டுக்குள் தள்ளிவிட்டார்கள்.

அவர்கள், அவனைத் தோற்கடித்தார்கள்.

அந்த மிருகத்தால் என்னை அழிக்க முடியாது.

இது அவ்வளவு எளிதல்ல.

நம்பிக்கை சார்ந்த செயல் அவசியமாகிறது, மீண்டும் ஒருமுறை.

இந்த நம்பிக்கை சார்ந்த செயல்.

இந்தக் காலை புத்தம்புதிதாகவும் வெளிப்படையாகவும் இருக்கிறது.

நான் உள்ளே பூட்டிக்கொண்டிருக்கிறேன். தட்டச்சு இயந்திரத்தோடு சண்டையிட்டுக்கொண்டிருக்கிறேன். அதோடும் அதற்கு எதிராகவும்.

நான் என் படைப்பை மீண்டும் படித்துப்பார்க்கிறேன். வழக்கம்போல் வீரியமிழந்ததாகவும் சாதாரணமானதாகவும் மட்டுப்பட்டதாகவும் இருப்பதைப் பார்க்கிறேன்.

வெளியே, நாயுடன் குழந்தைகள் விளையாடிக் கொண்டிருக்கிறார்கள்.

மலையிலிருந்து வரும் நீர், தோட்டத்தில் பாடிக்கொண்டிருந்தது.

அங்கே பெண்களின் குரல்களும் பறவைகளின் பாடல்களும் இருந்தன, வெகுதொலைவில்.

பிறகு நீ, சகோதரனே, நீ இன்னும் தொலைவில்தான் இருக்கிறாய். ஆனாலும், நீ அங்கு இருக்கிறாய்.

நான் உன்னை நினைத்துப்பார்க்கிறேன். மாசற்ற நகைச்சுவை ஒன்று என்னுள் தோன்றுகிறது.

இதுதான் நடக்கிறது, சகோதர சகோதரிகளே, ஏனெனில் நல்ல எண்ணத்துடன்கூடிய நகைச்சுவைகளில் காயப்படுவது எப்போதும் நீங்கள்தான்.

நீ இதன் பகுதியாய் இருந்தாய், இருக்கிறாய். பிறகும் இருப்பாய். ஆக, அந்த நகைச்சுவை பொருத்தமானதுதான்.

எனக்கு இது மிக முக்கியமானது, நீ அதை மறந்திருக்கலாம் என்றபோதும்.

இந்தச் சிலேடை உனக்காக எழுதப்பட்டதில்லை. உன்னை வைத்து.

நீ வெளியேறலாமென்ற என்னுடைய நாகரிகமான, அவ்வளவு நாகரிகமற்ற அழைப்புகளுக்கு நீ அவ்வளவாகக் கவனம் செலுத்தவில்லை என்றால், இதை உன்னிடம் நான் சொல்லத்தான் வேண்டும். நீ இதை வரிக்கு வரி படித்துக்கொண்டிருப்பதுபோல், நானும் இதை வரிக்கு வரி படித்துக்கொண்டிருக்கிறேன்.

எனக்கு நீ தேவைப்படுகிறாய்.

நீ, அங்கு இருக்கிறாய், இதன் பகுதியாக. இருப்பாய் இதன் பகுதியாக. அத்துடன் இனி ஒருபோதும் குற்றமற்றவர்கள் என்று யாருமில்லை.

இந்த நம்பிக்கை சார்ந்த செயலை நடைமுறைப்படுத்த, நீ என்னுடன் இருக்க வேண்டியுள்ளது.

இந்த நம்பிக்கை சார்ந்த செயலுக்காக நான் உன்னுடனும், நீ என்னுடனும். கூட்டு வாழ்க்கை வாழ்வதற்கு.

நான் உன்னை அழைத்துச்சென்ற சாலைகளிலும் பாதைகளிலும் சந்துபொந்துகளிலும் மண்டிக்கிடக்கும் புதர்களையெல்லாம் நீ

அகற்ற வேண்டும். இந்த இடங்களுக்கெல்லாம் நீ இல்லாமல், நான் மட்டுமே பயணித்திருக்க முடியாது.

உன் காதில் ரகசியம் சொல்ல, நீ எனக்குத் தேவைப்படுகிறாய், அந்த மிருகம் என்னை வென்றுவிடவில்லை என்பதை உன்னிடம் சொல்ல.

அவனைத் தோற்கடிக்க நான் ஆயுதம் ஒன்றைக் கண்டுபிடித்து விட்டேன் என்று உன்னிடம் சொல்ல.

எதிரொலி:

உங்களுடைய குரல், சகோதர சகோதரிகளே.

நான் அந்த மிருகத்தைத் தோற்கடித்துவிட்டேன் என்று ஏற்றுக்கொள்ள, எனக்கு நீ தேவைப்படுகிறாய்.

அதே அச்சத்தை அவனால் என் மீது சுமத்த முடியும். என்னை அருவருப்புகளால் நிரப்ப முடியும். ஆனாலும், நான் அவனைத் தோற்கடித்துவிட்டேன்.

இப்போது, அவன் விருப்பப்பட்டதுபோல் எதை வேண்டுமானாலும் செய்துகொள்ள முடியும் என்று எனக்குத் தெரியும்தான். அவன் என்னைச் சீர்குலைக்கலாம் அல்லது கொன்றுவிடலாம்.

ஆனாலும், நான் அவனைத் தோற்கடித்துவிட்டேன்.

ஏனெனில், இப்போது ஏறக்குறைய என்னால் சாகவே முடியாது என்பதுபோல்தான் இருக்கிறது.

அந்தச் சாலை நீண்டதாகவும் கடினமாகவும் இருந்தது என்று நான் சொல்வதற்கு எனக்கு நீ தேவைப்படுகிறாய். நான் மௌனத்தின் மேல்பகுதியைக் கிழித்தெறிந்துவிட்டேன். நான் உன்னை மறுபடியும் கண்டுபிடிக்க முயல்வேன். உன் விதியைப் பற்றி நான் ஏதும் அறியாததுபோல் பாசாங்குகாட்டினேன் என்றாலும், இனி அப்படி இருக்காது. நான் அந்த மிருகத்தைத் தோற்கடித்துவிட்டேன். அத்துடன் உன்னிடம், நம் இருவருக்குமான இடம் ஏதும் இல்லை என்றும் எனக்குத் தெரியும்.

என்னுடைய இந்த மோசமான போராட்டத்தில், எதைப் பெறுவதற்காக நீ சிரமத்தோடும், அசாதாரணமான

பொறுமையோடும் என்னைப் பின்தொடர்ந்து வந்தாயோ, அதனால் நான் பெற்ற பலனை உன்னிடம் சொல்லியாக வேண்டும்.

ஒருவேளை, அந்த மிருகத்துக்கு எதிராக இதே போராட்டத்தை நீ நடத்தவும், என்றோ ஒருநாள் என்னுடன் தோளோடு தோள் உரசி அவனை எதிர்த்து நீ போராடவும், கடைசியாகச் சில குறிப்புகளை நான் உனக்குக் கொடுக்க விரும்பியிருக்கலாம். இன்னும் எத்தனையோ குழந்தைகள் வரவிருக்கிறார்கள்...

எனக்கும் நீ தேவைப்படுகிறாய். சகோதர சகோதரிகளே, இதில் பங்கேற்பதன் மூலம், என்னுடைய வெற்றிக்கு நீங்கள்தான் சாட்சியாக இருக்க முடியுமென்பதை உங்களுக்குத் தெரியப்படுத்த விரும்புகிறேன்.

இந்த வரிகளை எழுதும்போது, தட்டச்சு இயந்திரத்தினுடைய வார்த்தைகளின் எதிரொலிபோல், நான் வெற்றிபெற்றுவிட்டேன் என்று உனக்குத் தெரியவரும். ஏனெனில், என்னுடைய குரல் உன்னிடம் வந்துசேர்ந்துவிட்டது.

நான் வென்றுவிட்டேன் என்று நீ உறுதியாகச் சொல்லலாம். ஏனெனில், மூலாதாரமான புதிரை நீ உன் கையில் பிடித்துக் கொண்டிருக்கிறாய். அந்த அபாயச்சங்கின் பாடல், அதன் கடைசிக் கட்டத்தில்தான் என்றாலும், துடித்துக்கொண்டிருக்கிறது.

லா பாஸ், புனித வெள்ளி, 1979.

◉

தமிழாக்கக் குறிப்புகள்

அப்பி/*Api:* பொலிவிய இனிப்பு பானம். கருஊதா சோளத்திலிருந்து தயாரிக்கப்படும் சூடான பானம். பொதுவாக, தெருவோரக் கடைகளிலும் உணவகங்களிலும் கிடைக்கும்.

அஹீ/*Aji:* கோழியுடன் அஹு வகை மிளகாய் சேர்த்து சமைக்கப்படும் பெருவின் உணவு வகை.

இருந்தும் சுற்றத்தான் செய்கிறது!/*E pur si move, Yet it moves:* பூமியைச் சூரியன் சுற்றிவருகிறது என்ற சிந்தனை தவறு என்று கலிலியோ ஏற்றுக் கொண்ட பிறகு சொல்லப்பட்டதாக நம்பப்படும் வாசகம்.

இல்லிமானி/ *Illimani:* பொலிவியாவில் லா பாஸ் நகருக்கு அருகே உள்ள மிகப் பெரிய மலை. பூர்வகுடிகளின் மொழியான அய்மாரவில் இவ்வாறு அழைக்கப்படுகிறது.

ஈசாப் கதைகள்/*Aesop's Fables:* பொ.ஆ.மு. 620-564 இல் வாழ்ந்த கிரேக்க அடிமையான ஈசாப் எழுதிய நீதிக்கதைகள்.

உனாமுனோ/*Miguel de Unamuno (1864-1936):* கட்டுரையாளர், நாவலாசிரியர், கவிஞர், நாடகாசிரியர், தத்துவவியலாளர். நாவல் இறந்துவிட்டது என்று அறிவித்தவர். ஸ்பானிய மொழியில் நிலவிய யதார்த்த நாவல் படைப்பாக்கப் போக்குக்கு எதிராக 'நிவோலா' என்ற அபத்தச் சொல்லை உருவாக்கியவர். நிவோலா என்பது நாவலில் காணப்படும் காலத்தையும் வெளியையும் மறுப்பதாகும்.

எல் சீத்/*El Cid:* Rodrigo Diaz de Vivr (1043-1099), எல் சீத் என்று, அதாவது 'யுத்தக் கலையின் ஆசான்' என்றழைக்கப்பட்டவர். ஸ்பானிய அரண்மனையிலிருந்து வெளியேற்றப்பட்டவர். *'Cantar de Mio Cid'* என்ற ஸ்பானியக் காவியத்தின் நாயகன்.

எல்விஸ் ப்ரெஸ்லீ/*Elvis Presley (1935-1977):* ராக் அண்ட் ரோல் இசையின் மன்னர் என்றழைக்கப்படுபவர்.

ஏப்ரல் '52: ஏப்ரல் 9 அன்று நடந்த தொழிலாளர் எழுச்சியைக் குறிக்கிறது. பொலிவியாவின் பிப்ரவரிப் புரட்சி என்று குறிப்பிடப்படுவது உண்டு. ரஷ்யாவில் நடந்த பிப்ரவரிப் புரட்சியின் பண்பைக் கொண்டிருந்ததாகக் கருதுவதால், ஏப்ரலில் நடந்த புரட்சியை பிப்ரவரிப் புரட்சி என்றே குறிப்பிடுகிறார்கள்.

ஃப்ரீடம் ரைடர்ஸ்/*Freedom Riders:* மனித உரிமைப் போராளிகள். அமெரிக்காவில் 1961 இல் இனவாதத்துக்கு எதிராகவும் ஒடுக்கப்படுவதற்கு எதிராகவும் போராடியவர்கள்.

ஃபூயில்/*Alfred Jules Erile Fouilles (1838–1912):* பிரெஞ்சுத் தத்துவவியலாளர்.

ஃப்யூரர்/*Fuehrer:* தலைவன் என்பது பொருள். பொதுவாக, ஹிட்லரைக் குறிக்கும்.

க்ளிப்டொடன்ட்/*Glyptodont:* 25,88,000 முதல் 11,700 வரையிலான கால கட்டத்தில் வாழ்ந்த மிருகம். ஏறத்தாழ 10.8 அடி நீளமும் 2 டன் எடையும் கொண்டது.

கதீட்ரல் உரையாடல்: *'Conversation in the Cathedral'* நாவலைக் குறிக்கிறது. இதில் கதீட்ரல் என்பது மதுக்கூடத்தின் பெயராகும்.

கட்டவி/*Catavi:* பொலிவியாவில் உள்ள சுரங்கங்கள்.

காயீன்/*Cain:* ஆதாம் ஏவாளின் மகன். மற்றொருவன் ஆபெல்.

கார்டர்/*Jimmy Carter (1924):* 1977 முதல் 1981 வரை அமெரிக்க ஜனாதிபதியாக இருந்தவர்.

கான்ட்/*Immanuel Kant (1724–1804):* ஜெர்மானியத் தத்துவவியலாளர்.

கிப்ளிங்/*Joseph Rudyard Kipling (1865–1936):* இந்தியாவில் பிறந்த பிரிட்டிஷ் நாவலாசிரியர்.

கிரிங்கோ/*Gringo:* அயல்நாட்டுக்காரர்களை, குறிப்பாக அமெரிக்கர்களைக் குறிக்கப் பயன்படுத்தப்படும் சொல்.

கிழவனும் கடலும்: ஹெமிங்வேயின் நாவல்.

கிஹோத்தே/*Don Quixote:* ஸ்பானிய இலக்கியத்தின் மிக முக்கியமான படைப்பு.

கோன்ஸலோ வாஸ்க்கீஸ்/*Gonzalo Vasquez:* தகவல் திரட்ட இயலவில்லை.

சகர் விரூத்தா/*Sacar Viruta:* நடன நிகழ்வைக் குறிக்கிறது.

சல்தேன்யா/*Saltena:* பொலிவிய உணவு வகை லா பாஸில் ஞாயிறு காலையில் உண்பது பாரம்பரிய வழக்கமாகும்.

சான் மார்ட்டின்/*Jose de San Martin (1778–1850):* அர்ஜென்டினாவின் ராணுவ அதிகாரி. ஸ்பானியக் காலனியத்துக்கு எதிராகப் போராடியவர்.

சியர்ரா மாஸ்த்ரா/*Sierra Maestra:* தாதுச் செல்வங்கள் நிறைந்த தென்கிழக்கு கியூபாவின் மலைப்பகுதியிலுள்ள பூர்வகுடிகள் நடத்திய கொரில்லா யுத்தத்தைக் குறிக்கிறது.

சிறுத்தை: '*The Snows of Kilimanjaro*' என்ற ஹெமிங்வேயின் சிறுகதையில் வரும் உருவகம்.

சீக்லோ பெய்ன்தே/*Siglo–XX:* பொலிவியாவில் உள்ள சுரங்கங்கள்.

சீரோ அலேக்ரியா/*Ciro Alegria (1909–1967):* பெருவைச் சேர்ந்த அரசியலாளர், பத்திரிகையாளர், நாவலாசிரியர். இவர் எழுதிய நாவல் '*இவ்வுலகம் பரந்தது அந்நியமானது*'.

சீஸர் வலேஹோ/*Cesar Vallejo (1892–1938):* பெருவைச் சேர்ந்த கவிஞர், எழுத்தாளர், நாடகாசிரியர், பத்திரிகையாளர். மூன்று கவிதைத் தொகுப்புகள் மட்டுமே வெளியிட்டார் என்றாலும், இருபதாம் நூற்றாண்டின் முதன்மையான கவிஞர்களுள் ஒருவராகக் கொண்டாடப்படுபவர்.

செபாஸ்தியான்/*Sebastian Salazar Bondy (1924–1965):* பெருவைச் சேர்ந்த நாடகாசிரியர், கட்டுரையாளர், கவிஞர், பத்திரிகையாளர். '*லீமா லா ஓரீப்ளே*' (*Lima la Horrible*) இவரது கட்டுரைத் தொகுப்பாகும்.

செர்பான்தீஸ்/*Miguel de Cervantes (1547–1616):* இவர் எழுதிய நாவல் '*டான் கிஹோத்தே*' *(Don Quixote)* 1605 மற்றும் 1615 இல் இரண்டு தொகுதிகளாக வெளியிடப்பட்டது. ஸ்பானிய மொழி 'செர்பான்தீஸ் மொழி' என்றழைக்கப்படுகிறது.

செஸ்டர்டன்/*Gilbert Keith Chesterton (1874–1936):* ஆங்கில எழுத்தாளர், பத்திரிகையாளர், கட்டுரையாளர்.

சோஃபியா லாரென்/*Sophia Loren (1934):* இத்தாலிய நடிகை.

ஸர்ஸுவேலா/*ZarZuela:* நாட்டிய நாடகம் போன்ற நிகழ்த்துக் கலை.

தமாயோ/*Franz Tamayo Solaves (1878–1956):* பொலிவிய எழுத்தாளர், அரசியலாளர். பூர்வகுடிகள் உடல் உழைப்புக்கு மட்டுமே ஏற்றவர்கள் என்ற கருத்தை முன்வைத்தவர்.

தாந்தே/*Dante Alighieri (1265–1321):* இத்தாலியக் கவிஞர். இவரது படைப்பான '*Divine Comedy*' இத்தாலிய இலக்கியத்தின் முதன்மையான படைப்பாகவும், மேற்கத்திய இலக்கியத்தின் மிகச் சிறந்த படைப்புகளுள் ஒன்றாகவும் கருதப்படுகிறது.

தி சிட்டடெல்/*The Citadel:* A.J. Cronin எழுதிய நாவலின் பெயர்.

தோர்ரஸ்/*Juan Jose Torres Gonzalez (1920–1976):* இடதுசாரிச் சிந்தனை கொண்ட ராணுவ அதிகாரி. அக்டோபர் 1970 முதல் ஆகஸ்ட் 1971 வரை பொலிவியாவின் ஜனாதிபதியாக இருந்தவர். 1971 இல் தூக்கியெறியப்பட்டார். இவர் ஒரு 'மெஸ்டிஸோ'. 1976 இல் படுகொலை செய்யப்பட்டார்.

தோர்கிமாடா/*Torquemada (1420–1498):* மாபெரும் விசாரணை அதிகாரியாக இருந்தவர். ஆயிரக்கணக்கான யூதர்களின் படுகொலைக்குக் காரணமானவர்.

டாபேட்டர்/*Topater:* நதியின் பெயர். 1879 இல் நடந்த டாபேட்டர் யுத்தத்தின் நாயகனான கர்னல் எதுவார்தோ அபாரோவாவைக் (Eduardo Abaroa) குறிக்கிறது.

டான் எர்னெஸ்தோ/*Don Ernesto:* ஹெமிங்வேயைக் குறிக்கிறது.

டான் கலோ/*Don Galo:* கலிலியோவைக் குறிக்கிறது.

டான் சைமன்/*Simon Bolivar (1783–1830):* சைமன் பொலிவரைக் குறிக்கிறது. ஸ்பானியக் காலனியத்திலிருந்து தென் அமெரிக்க நாடுகள் விடுதலை அடைந்ததில் முக்கியப் பங்காற்றியவர். பொலிவியா 1825 இல் சுதந்திர நாடாக அறிவிக்கப்பட்டது. அப்போது இவர் பொலிவியாவின் ஜனாதிபதியாகிறார். இவருடைய பெயரில்தான் பொலிவியா அழைக்கப்படுகிறது. இவர் மரணித்துக்கொண்டிருக்கும்போது திரும்பத்திரும்பச் சொன்ன வார்த்தைகள்: 'நான் கடலை உழுதேன்'.

டிடிகாகா/*Titicaca:* பெரு மற்றும் பொலிவியாவின் எல்லையில் உள்ள மிகப் பிரம்மாண்டமான ஏரி.

டூமா/*Alexandre Dumas (1802–1870):* பிரெஞ்சு நாவலாசிரியர்.

டேனியல்: பைபிளில் வரும் பாத்திரம். சிறப்பாக ஆட்சிபுரியும் டேனியல் சதிகாரர்களால் சிங்கத்தின் குகைக்குள் தள்ளப்படுகிறான். கடவுளின் அருளால் அதிலிருந்து உயிரோடு மீண்டுவருகிறான்.

நாம் பிரபலமான மனிதர்களைப் போற்றுவோம்/*Let Us Now Praise Famous Men:* எழுத்தாளர் James Agee, புகைப்படக் கலைஞர் Walker Evans இணைந்து எழுதிய புத்தகம். தென் அமெரிக்காவில் நிலத்தைக் குத்தகைக்கு விடும் வெள்ளை விவசாயிகளின் வாழ்க்கை குறித்த புத்தகம்.

நாஸியா/*Nausea:* ழான்–போல் சார்த்ரின் நாவல்.

நீண்ட வாள்களின் இரவு/*Night of the Long knives:* நாஜி ஜெர்மனியில், 1934 ஜூன் 30 முதல் ஜூலை 2 வரை நடந்த அரசியல் படுகொலைகளைக் குறிக்கிறது.

நோவேனஸ்/*Novenas:* ரோமானியக் கத்தோலிக்க தேவாலயங்களில் ஒன்பது நாள்கள் தொடர்ந்து நடத்தப்படும் பிரார்த்தனை.

ப்ராதோ/*Manuel Prado y Ugarteche (1889–1967):* இரண்டு முறை, 1939 முதல் 1945 வரை மற்றும் 1956 முதல் 1962 வரை பெருவின் ஜனாதிபதியாக இருந்தவர்.

பராபஸ்/*Barabbas:* 1950 இல் Par Lagerkvist எழுதிய ஜெர்மானிய நாவல்.

பெத்ரோ ஆரீயாஸ்/*Pedro Arias Davila (1440–1531):* ஸ்பெயின் நாட்டைச் சேர்ந்தவர். காலனிய ஆட்சியாளர்.

பெத்ரோ பெல்த்ரான்/*Pedro Beltran (1897–1979):* 1959–61 இல் பெருவின் பிரதமராகவும், பொருளாதார அமைச்சராகவும் இருந்தவர். *La Presna* என்ற பத்திரிகையை நடத்தினார். 1962 இல் ஜனாதிபதி தேர்தலில் நின்று, பிறகு பின்வாங்கிக்கொண்டார். APRISTA (American Revolutionary Alliance) என்ற அரசியல் இயக்கத்துக்கு எதிராகத் தீவிரமாக இயங்கியவர்.

பெலாவூந்தே/*Fernando Belaunde Terry (1912–2002):* 1963–68 மற்றும் 1980–85 காலகட்டத்தில் பெருவின் ஜனாதிபதியாக இருந்தவர்.

பெலாஸ்கோ/*Juan Francisco Velasco Alvarado (1910–1977):* 1968 முதல் 1975 வரை பெருவை ஆண்ட ராணுவ அதிகாரி. இடதுசாரிச் சிந்தனை கொண்டவர்.

மசாமாக்ளே/*Masamaclay: 'History of The Chaco War: 1932–35'* என்ற நூலின் ஆசிரியர். இது பொலிவியாவுக்கும் பராகுவேக்கும் இடையே நடந்த யுத்தமாகும்.

மணிகள்/*For Whom the Bell Tolls:* ஹெமிங்வேயின் நாவல்.

மரீயா காலஸ்/*Maria Callas (1923–1977):* ஓப்ரா பாடகர். கிரேக்கத்தைச் சேர்ந்தவர். அமெரிக்காவில் பிறந்தவர்.

மரீயானோ குமுசியோ/*Mariano Gumucio (1933):* வரலாற்றாசிரியர், கட்டுரையாளர், பத்திரிகையாளர். பண்பாட்டுத் தளத்தில் செயல்பட்டவர். கல்வி மற்றும் பண்பாட்டு அமைச்சராக இருந்தவர். சிறந்த சிந்தனையாளர்.

மவுன்டன்யார்டர்கள்/*Montaguards:* வியட்னாமின் பூர்வகுடிகளைக் குறிக்கும் சொல். 'மலையிலிருந்து வந்த மக்கள்' என்ற பொருளில் குறிப்பிடப்படுகிறது.

மாண்ட்ரேக்/*Mandrake:* சித்திரக்கதை நாயகன்.

மார்த்தி/*Jose Marti (1853–1895):* கியூபாவைச் சேர்ந்தவர். கவிஞர், தத்துவவியலாளர், கட்டுரையாளர், பேராசிரியர், அரசியல் கோட்பாட்டாளர். லத்தீன் அமெரிக்காவின் முக்கியமான சிந்தனையாளர்களுள் ஒருவர்.

மார்ஷல் சூக்ரே/*Marshal Sucre (1795–1830):* 1823 இல் பெருவின் ஜனாதிபதியாகவும், 1825–1828 இல் பொலிவியாவின் ஜனாதிபதியாகவும் இருந்தவர்.

மானுவேல் ஸ்கோர்ஸா/*Manuel Scorza (1928–1983):* பெருவைச் சேர்ந்த நாவலாசிரியர், கவிஞர்.

மெஸ்டிஸோ/*mestizo:* ஐரோப்பியர்களுக்கும் இந்தியர்கள் என்றழைக்கப்பட்ட பொலிவியப் பூர்வகுடிகளுக்கும் பிறந்த கலப்பினத்தைக் குறிக்கிறது. ஸ்பானியக் காலனியத்தின்போது இவர்களுக்கான அடிப்படை உரிமைகள் மறுக்கப்பட்டன. மெஸ்டிஸோ என்ற பயன்பாடு இழிவான பண்பைக் கொண்டிருக்கிறது.

மொபிமியெந்தோக்கள்/*Movimientistas:* புரட்சிகர தேசிய இயக்கம் ('Revolutionary National Movement') என்ற பொலிவியாவின் அரசியல் கட்சி. 1952 இல் ஆட்சியைப் பிடித்தது. 1964 இல் ராணுவம் ஆட்சியைக் கலைத்தது.

ரவிக்/*Ravic:* Eric Maria Remarque எழுதிய *'Arch of triumph'* நாவலில் வரும் பாத்திரத்தின் பெயர். அறுவைச்சிகிச்சை மருத்துவரான ரவிக், அதை வெளிப்படையாகச் செய்ய முடியாமல், இரண்டு பிரெஞ்சு மருத்துவர்களை முன்வைத்துச் செயல்படுகிறான். எப்போது கண்டுபிடிக்கப்பட்டு ஜெர்மனிக்குத் திருப்பியனுப்பப்படுவோம் என்ற அச்சத்தில் வாழ்பவன்.

ராபர்ட் கென்னடி/*Robert Francis 'Bobby' Kennady (1925–1968):* அரசியலாளர். அமெரிக்க ஜனாதிபதி ஜான் கென்னடியின் சகோதரர்.

ராபர்ட் ஜோர்டன்/*Robert Jordon: 'For Whom the Bell Tolls'* என்ற ஹெமிங்வேயின் நாவலில் வரும் பாத்திரம். இந்த நாவல் ஸ்பானிய யுத்தத்தைப் பின்புலமாகக் கொண்டது.

ரிபப்ளிக்கேத்தார்கள்/*Republiquestes (1811–1825):* லத்தீன் அமெரிக்காவில் நடந்த சுதந்திரப் போராட்டத்தைக் குறிக்கிறது. இது ஒரு கொரில்லா யுத்தம்.

ரிமார்க்கே/*Erich Maria Remarque (1898–1970):* ஜெர்மானிய நாவலாசிரியர். *'All Quiet on the Western Front'* இவரது புகழ்பெற்ற நாவல்.

ரே பிராட்பரி/*Ray Bradbury (1920–2012):* அமெரிக்க நாவலாசிரியர். முக்கிய நாவல்கள்: *Fahrenheit 451*, *The Martian Chronicles* (செவ்வாய்க்கிரகவாசிகள்). இது அணுசக்தியால் சீரழிக்கப்பட்ட

பூமியிலிருந்து தப்பித்து செவ்வாய்க்கிரகத்துக்குச் செல்லும் மனிதர்களுக்கும் செவ்வாய்க்கிரகவாசிகளுக்கும் இடையே நடக்கும் மோதலை விவரிக்கும் கற்பனாவாத நாவல்.

லா பெஸ்தா/*Plague:* ஆல்பெர் காம்யுவின் நாவல்.

லினாரஸ்/*Jose Maria Linares (1808–18061):* 1857 இல் வெகுஜன எழுச்சியின் மூலம் ஜனாதிபதியானவர்.

லீமா லா ஓரீப்ளே/*Lima la horrible:* செபாஸ்தியான் குறிப்பைப் பார்க்கவும்.

வாகஸ்/*Alberto Vargas (1896–1982):* பெருவைச் சேர்ந்த ஓவியர். இவருடைய பெண் ஓவியங்கள் இன்றுவரை பிரபலமானவை.

வெர்லேய்ன்/*Paul Marie Verlaine (1844–1896):* பிரெஞ்சுக் கவிஞர். கவிதைக் குறியீட்டியல் இயக்கத்தின் முன்னோடி. கவிதைகளின் இளவரசர் என்றழைக்கப்படுபவர்.

வைமார் குடியரசு/*Weimer Republic:* ஜெர்மன் அரசைக் குறிக்கும்.

ஹயா டெ ல டோர்ரே/*Haya de la Torre (1895–1979):* இடதுசாரிச் சிந்தனை கொண்ட APRISTA இயக்கத்தைத் தொடங்கியவர்.

ஹல்பவைக்கா/*Jallpahuaica:* பெருவின் உணவு வகை.

ஹெமிங்வே/*Ernest Hemingway (1899–1961):* அமெரிக்க நாவலாசிரியர். நோபல் பரிசு பெற்றவர்.

ஹெஸ்ஸே/*Hermann Hesse (1877–1962):* நோபல் பரிசு பெற்ற ஜெர்மானிய நாவலாசிரியர். *'சித்தார்த்தன்'* இவரது புகழ்பெற்ற நாவல்.

ஸ்னோ ஒயிட்/*Snow White:* ஐரோப்பாவில் நிலவிய நீதிக்கதைகள். 1812 இல் இந்தக் கதைகளை ஜெர்மனியில் தொகுத்தவர்கள் Brothers Grimm.

ஸைகான்/*Sigon:* வியட்னாமில் உள்ள ஹோ–சி–மின் நகரின் முந்தைய பெயர்.

ஜான்சன்/*Lyndon Baines Johnson (1908–1973):* 1963 முதல் 1969 வரை அமெரிக்க ஜனாதிபதியாக இருந்தவர்.

ஜூஜிட்சூ/*Jujitsu:* ஜப்பானின் தற்காப்புக் கலை. ஆயுதம் தாங்கிய எதிராளியை ஆயுதம் ஏதுமின்றி எதிர்கொள்ளும் கலை.

Excerpts from a Report

Center for Inter-American Relations - NYC

Title of Book: **Morder el Silencio Morder**
Author: **Arturo Von Vacano**
Nationality: **Bolivian**
Published by: **Instituto Boliviano de Cultura**
Date: **1980**
No. of pages: **265**

Please use the following format in evaluating the above book. Feel free to elaborate in any way you think appropriate or to include other information. Please try to be as specific as possible.

1. **Brief summary of plot if a novel, or collection, or short stories; indications of themes and topics if poetry**

... The book focuses on important internal and external experiences and themes, including a brief period in prison for political reasons, the story of the narrator's courtship, marriage and fatherhood, his travels through the United States and especially his visit with an idolized American author, (Hemingway, I think), devastating analyses of his own character, of life in a repressive society, and of the ways in which people must come to terms with the conflict between their own decency, intelligence and ambitions and the inhuman and inhumane nature of life in countries which are both 'undeveloped' and totalitarian. Von Vacano generalizes the experience so that Moder el Silencio can be thought of as the description of a gulag that is both worldwide and peculiarly Latin American.

3. **Critical evaluation. If possible, make specific comparisons or contrasts with other Latin American works that have been translated into English or books written in English.**

I think that Morder el Silencio is a fine book. It is an indignant and very moving condemnation of injustice and dictatorship in Latin America (and, by extension, the rest of the world) and, at the same time, an equally moving affirmation of the loyalties and sensibilities that can be maintained even under the regime of The Beast. In the best sense of the word, the novel is relevant; it deals with terror sanctioned by law, the impulses of conscience (those acted upon and those ignored), responsibility and engagement - the inescapable social and personal facts of being alive in the 20th century. In its profound observations of political and individual corruption, it can be compared to <u>Conversation in the Cathedral</u> - in its stormy ethical statement, to the works of Solzhenitsyn. In its sombre blend, blending of history and imagination to Pedro Páramo. Von Vacano mentions <u>For Whom the Bell Tolls</u> many times, and that book may be the ultimate source of his vision: people trapped in historical circumstance, partisanship that absolutely convinces the reader of its fairness and balance, a very deep sense of the difference between viciousness and virtue and, hanging over all, the human doom that can only be changed by the kind of absurd, radical and non-revolutionary posture that makes for martyrs or conservatives who have gone beyond loyalty to either capitalism or communism.

The novel is strong and compelling. I hope it will be widely known and discussed, for it is an important statement about a social and existentially determined tragic sense of life (Von Vacano repeatedly uses the term coined by Unamuno; according to the author <u>Morder el Silencio</u> is a 'nivola' rather than a 'novela'.) It deserves translation into many languages.

8. **Qualifications of critic preparing this report. (Please be sure not to sign the report.)**

Ph.D. in Spanish and Latin American literature; teacher and translator of contemporary Latin American literature.

9. **300-word abstract of Sections 1-8.**

<u>Morder el Silencio</u> deserves the immediate attention of American publishers and the American reading public. It is well-written, politically and philosophically significant, serious and deeply felt, and not at all sermonizing. It has the immediacy of a book written by someone who is in the midst of living through what he writes about and the universality of one composed by a man who has come to understand that what allows human beings to terrorize, brutalize and deceive other human beings is never a purely local phenomenon.

> (The centre decided to ignore this report, so BITING SILENCE took seven years to find a publisher. The author believes this was a clear case of political censorship.)